ముంబయి నుండి...మరిన్ని కథానికలు

ముంబయి తెలుగు రత్న, ముంబయి కథా కెరటం, కథా రత్న

డా. అంబల్ల జనార్ధన్

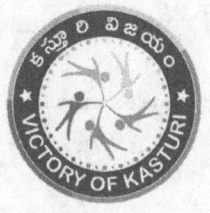

కస్తూరి విజయం ప్రచురణలు

Mumbayi NunDi...Marinni Kathalu

Short story anthology

By Dr. Amballa Janardan

Copyright : Dr. Amballa Janardan

First Edition 2023

ISBN (Paperback) : 978-81-961687-6-6
ISBN (E-Book) : 978-81-961687-7-3

Cover Design : Shri Madhav

Print On Demand

Book Available
@
Amazon, flipkart, Google Play, ebooks, Rakuten and KOBO

Publishers:
Kasturi Vijayam
kasturivijayam@gmail.com
Mobile: 0091-9515054998

అంకితం

నా ఇష్టదైవం

శ్రీ వేంకటేశ్వర స్వామికి భక్తితో

అంబల్ల జనార్దన్

సాహిత్యంతో నా సహవాసం

మొదట, తెలుగు పాఠకులు, శ్రోతలు, అందరికి నమస్కారం.దాదాపు నాలుగేళ్ల తర్వాత, మీతో ఇలా మాట్లాడే అవకాశం కలుగుతోంది. అందులో రెండేళ్లు కరోనా లాక్ డౌన్ మింగేసింది. కాని దాన్నే నేను అవకాశంగా మలుచుకొని ఆ సమయం, మరికొన్ని కథలు రాయడానికి వినియోగించాను. తత్ఫలితం – ఈ పుస్తకం.

ఇక తెలుగు సాహిత్యంతో నా సహవాసానికి వస్తే, దానికి ఇప్పటికి దాదాపు అరవై ఏళ్లు పూర్తయ్యాయి. అందులో మొదటి ముప్పై ఏళ్లు పాఠకునిగా, ఆ తర్వాత ముప్పై ఏళ్లు రచయితగా కూడా తెలుగు సాహిత్యంతో అనుబంధం ఉంది. మా కుటుంబం, నేను పుట్టకముందు నుంచే నిజామాబాద్ జిల్లా నుంచి అప్పటి బొంబాయికి వలస వచ్చింది. మా తల్లి దండ్రుల పది మంది సంతానంలో నేనే మొదటి వాణ్ణి అవడం వల్ల, మొదటి కాన్పు పుట్టింటిలో జరుపుకొనే ఆనవాయితీ వల్ల, మా అమ్మగారు కేవలం ప్రసవానికి బొంబాయినుండి నిజామాబాద్ జిల్లాలోని "దొన్ కల్" గ్రామానికి వెళ్లారు. ఆ తర్వాత ప్రసవం అయ్యాక, నాకు మూడు నెలలు రాగానే తిరిగి బొంబాయి వచ్చారు. నా మిగతా జీవితమంతా అంటే డెబ్బై రెండు సంవత్సరాలకు పైగా ఇప్పటి ముంబయితో పెనవేసుకుంది.

పుట్టిన్నుంచి ముంబయిలో పెరగడం వల్ల, ఇంట్లో మాతృభాష ఐన తెలుగులో మాట్లాడడం వల్ల, మన భాష అన్నా, మన సాహిత్యమన్నా మక్కువ ఏర్పడింది. నా చదువు మొదటి రెండు సంవత్సరాలు మునిసిపల్ పాఠశాలలో జరిగినా, అక్కడ ఏడవ తరగతి తర్వాత తెలుగులో బోధనావకాశాలు లేనందున, మా అమ్మగారు పట్టుపట్టి నన్ను మా ఊంటికి దాదాపు పది కిలోమీటర్ల దూరంలో ఉన్న ఆంధ్ర ఎడ్యుకేషన్ సొసైటీ వారి ఉన్నత పాఠశాలలో మూడవ తరగతిలో చేర్పించారు. అక్కడ ఐదవ తరగతి నుంచి పదకొండో తరగతి వరకు, తెలుగు ఒక భాషగా, ఉండి మిగతా విషయాలు ఆంగ్ల మాధ్యమంలో ఉండేవి. చదువు స్థాయి కూడా మెరుగ్గా ఉండేది. అప్పుడు మాకు మూడవ, నాలుగవ తరగతిలో ఆంధ్రభూమి పూర్వ సంపాదకులు శ్రీ సి. కనకాంబర రాజు గారు తెలుగు నేర్పారు.

తెలుగు సాహిత్యం పట్ల నాకు ఇష్టం ఏర్పడడానికి ప్రేరణ, మా అమ్మ గారు. తనకు చదువు అస్సలు రాదు కాని, మన భాష అంటే ప్రాణం. అందుకే అప్పుడు నన్ను పదకొండో తరగతి వరకు తెలుగు బోధించే ఏకైక పాఠశాలలో చేర్పించారు. మా పాఠశాలలో తెలుగు ఉపాధ్యాయులు ఉభయ భాషా ప్రవీణ, తెలుగు, సంస్కృతంలో కేంద్ర సాహిత్య పురస్కార గ్రహీత శ్రీ ఓగేటి పరీక్షిత్ శర్మ గారు నాకు తెలుగు భాషపై మక్కువ కలిగించారు.

నాకు పది సంవత్సరాల వయసునుండి, 'చందమామ', బాలమిత్ర' మొదలగు పత్రికలు చదవటం అలవడింది. అలా నాకు తెలుగు సాహిత్యం పరిచయం అయింది. ఇక అప్పటి నుండి ఇతర తెలుగు పత్రికలు, నవలలు, డిటెక్టివ్ సాహిత్యం చదవటం కొనసాగించాను. అలా తెలుగు సాహిత్యం పట్ల అభిరుచి పెరుగుతూ పోయింది. ఇక్కడ నా సాహితీ పిపాస గురించి ఓ అనుభవం పంచుకోవాలి.

మేము ముంబయిలోని ఒకే చాల్లో(రెండు వందల యాభై, వంద చదరపు అడుగుల, ఒంటి గదుల భవనం) చిన్నప్పటి నుంచి అంటే డెబ్భ రెండేళ్ల క్రితం నుంచి ఉండే వాళ్లం. అప్పుడు మాది అట్టడుగు తరగతే. ఇది దాదాపు అరవై ఏళ్ల క్రితం నాటి మాట. అక్కడ అదే చాల్లో, వంగరి బాలయ్య, నా బాల్య స్నేహితుడు ఉండేవాడు, ఇప్పటికీ ఉన్నాడు. కుటుంబ ఆర్థిక పరిస్థితి వల్ల అతను ఐదో తరగతి తర్వాత స్కూల్ మానేసి, బీడీలు చుట్టడంలో మునిగిపోయాడు. నేను మాత్రం ఎలాగో తంటాలు పడి చదువు కొనసాగించాను. ఐతే మా ఇద్దరిదీ సాహిత్య బంధం. ఐదో తరగతి చదివిన అతనితో సాహిత్య బంధమా? అని ముక్కున వేలేసుకోకండి. మా ఇద్దరికీ తెలుగు చదవటమంటే చాలా ఇష్టం. పుస్తకాలు అరువుకి తెచ్చి ఒకే అద్దెలో ఇద్దరం తెగ చదివేవాళ్లం. అప్పుడు ఆంధ్రప్రభ సచిత్ర వార పత్రిక, ఇరవై ఐదు పైసలుండేది. అది మాకు చాలా పెద్ద మొత్తం. మా చాల్లో ఒకరు ఆంధ్రప్రభ సచిత్ర వార పత్రిక కొనేవారు. మూడు నాలుగు నెలలకోసారి అవి చిత్తు కాగితాల వారికి తూకంలో అమ్మేవారు. మేము చెరిసగం వేసుకొని, అదే తూకం ధరకు ఆయన దగ్గర కొనే వాళ్లం. అంటే ఒక రూపాయిలో దాదాపు పన్నెండు సంచికలు వచ్చేవి. అలాగే అప్పుడు 'యువ", జ్యోతి దీపావళి సంచికలు వచ్చేవి. ఏ మూడు రూపాయలో ఉండేవి. అవికూడా మేము క్రమం తప్పకుండా కొని చదివే వాళ్లం. ఏ ఖర్చైనా చెరి సగం భరించే వాళ్లం. అలా తెలుగు సాహిత్యంపై ఇంకా మక్కువ ఏర్పడింది. అతనికి పద్దెనిమిదేళ్లు రాగానే బట్టల మిల్లులో కార్మికునిగా చేరాడు. నేను కాలేజీ చదువులో చేరి, నాకు పందొమిదేళ్లు నిండిన తర్వాత, డిగ్రీ పూర్తికాకుండానే 17 మార్చి, 1970 న యూనియన్ బ్యాంక్ ఆఫ్ ఇండియా లో క్లర్క్ గా ఉద్యోగంలో చేరాను. ఐనా మా స్నేహం కొనసాగింది, కొనసాగుతోంది.

నేను ఆ చాల్ వదిలి, ముప్పై ఎనిమిదేళ్ల క్రితం ఫ్లాట్ లోకి మారినా, అతను మాత్రం ఇంకా అదే చాల్లో ఉంటున్నాడు. మా ఇద్దరికి డెబ్భై ఏళ్లు దాటినా, మా స్నేహం రోజు రోజుకీ ఇంకా బలపడుతోంది. వారింట్లో శుభ కార్యాలకు మేము వెళుతుంటాం. వారు కూడా మా కార్యక్రమాలకు వస్తుంటారు. అతనికి నా పుస్తకాలన్ని ఇస్తుంటాను. చదివి ఆనందపడుతుంటాడు.

చిన్నప్పటి నుంచి పాటలకు ప్యారడీలు రాయడం, చిన్న చిన్న కవితలు రాయడం, పత్రికలకు ఉత్తరాలు రాయడం అలవాటుగా ఉండేది. అప్పుడు శ్రీ వాద్రేవు గవర్రాజు గారు సంపాదకులుగా ఇరవై ఐదు పైసలకు "పకపకలు" అనే మాస పత్రిక వచ్చేది. అందులో నావి కొన్ని ఉత్తరాలు, జోకులు ప్రచురితం అయ్యాయి. అవి, అచ్చులో చూసుకున్న నా మొదటి రచనలు. జీవన సమరంలో పడి, రాయడంపై అంత ధ్యానం పెట్టలేదు. తెలుగు పత్రికలు చదవడం మాత్రం కొనసాగించాను.

జీవితంలో కాస్త కుదురుకున్నాక, రచనలు చేయాలనే ఉత్సాహం కలిగింది. దానికి ప్రేరణ, 1990 లో వెలువడ్డ, "రచన ఇంటింటి పత్రిక". అప్పుడు నేను అహమ్మదాబాద్ లో పని చేస్తున్నాను. అక్కడ 'రచన' మొదటి సంచిక కొని, చాలా ప్రభావవంతుణ్ణయ్యాను. ఆ పత్రిక ప్రేమలో పడిపోయాను. నాకు తిరిగి ముంబయికి బదిలీ ఐం తర్వాత చూస్తే ముంబయిలో ఆ పత్రిక దొరకలేదు. సంవత్సర చందా కడుతూ, ముంబయిలో ఆ పత్రిక ఎందుకు లేదో అని అడిగాను. అప్పుడు ఆ పత్రిక సంపాదకులు శ్రీ శాయి గారు ఫోన్ చేసి, 'మాకూ ముంబయికి రచన పత్రిక పంపాలని ఉంది కానీ, ఏ ఏజెంటు పరిచయం లేదు, మీరేమైనా చేయగలరా?' అని అడిగారు. అప్పుడు నాకున్న పరిచయాల

సహాయంతో ఓ ఏజెంటును ఏర్పాటు చేశాను. అలా రచన పత్రికతో నా అనుబంధం మొదలైంది. ముంబయిలో ఏ సంస్థలో తెలుగు కార్యక్రమాలు జరిగినా అక్కడికి రచన పాత సంచికలు మోసుకెళ్లి, మన వారికి చూపించి, మన వారిని చందాదార్లుగా చేసే ప్రయత్నం చేశాను. అప్పుడు ఆ పత్రిక సంవత్సర చందా నూట ఇరవై రూపాయలు. అప్పటి ముంబయి ఆంధ్ర మహాసభ అధ్యక్షులు శ్రీ భమిడిపాటి దుర్గాప్రసాద్ గారి సహకారంతో రచన పత్రికకై ముంబయిలో రెండు వందల చందా దార్లను సమకూర్చాను. ఇక్కడ ఇంకో ఉదంతం మీతో పంచుకోవాలి.

అది 1993 సంవత్సరం. హైద్రాబాద్ నుండి రచన శాయి గారు ఫోన్ చేసి "తానా వారి ఆహ్వానంపై శ్రీ కాళీపట్నం రామారావు మాస్టారు అమెరికా వెళ్తున్నారు. హైద్రాబాద్ నుండి అమెరికాకి నేరుగా వెళ్లే విమానాలు లేవు, అందుకని వారు ముంబయి మీదుగా అమెరికా వెళ్లాలి. ఫలానా తేదీ ఫలానా విమానంలో వారు ముంబయి వస్తున్నారు. మీరు వారిని డొమెస్టిక్ విమానాశ్రయంలో రిసీవ్ చేసుకుని, ఇంటర్నేషనల్ విమానాశ్రయంలో దింపండి. మాస్టారుకు తెలుగు తప్ప వేరే భాష రాదు. దయచేసి ఈ సహాయం చేయండి" అని కోరారు. అలాగే అని, నేను ఆ తేదీన ఓ మిత్రుని కారులో మాస్టారును రిసీవ్ చేసుకుని, ఓ హోటల్లో అల్పాహారం చేసి ఇంటర్నేషనల్ విమానాశ్రయంలో దింపాను.

రెన్నెళ్ల తర్వాత, శ్రీ కలిశపూడి శ్రీనివాసరావు గారు అమెరికా నుంచి ఫోన్ చేసి మాస్టారు ఫలానా ఫ్లైట్ లో ముంబయి వస్తున్నారు, మీరు వారిని రిసీవ్ చేసుకుని మళ్ళీ హైద్రాబాద్ ఫ్లైట్ ఎక్కించండి అన్నారు. ఐతే టికట్టు ముంబయి వరకే ఉంది, మీరు హైద్రాబాద్ కి మాస్టారుకు అనుకూల విమాన టికట్టు తీసి పంపండి అన్నారు. సరే అని నేను మాస్టారును విమానాశ్రయంలో రిసీవ్ చేసుకుని మాలాడ్ లోని మా ఇంటికి తీసుకెళ్ళాను. ముంబయి ఆంధ్రమహాసభ అప్పటి అధ్యక్షులు శ్రీ భమిడిపాటి దుర్గాప్రసాద్ గారితో మాట్లాడి అక్కడ, మాస్టారి పరిచయ సమావేశం ఏర్పాటు చేశాను. సభ బాగా జరిగింది. మాస్టారు నాకు అప్పుడు మార్కెట్లో అందుబాటులో ఉన్న తెలుగు పుస్తకాల పట్టిక ఇచ్చి, అవి చదవమన్నారు. అలాగే నా మొదటి కథ చదివి కొన్ని సూచనలు చేశారు. వారి సూచనలు తూ.చా. తప్పకుండా పాటించాను. 1993 లో హైద్రాబాద్ వెళ్లి విశాలాంధ్ర నుండి మూడువేల రూపాయల పుస్తకాలు కొని చదివాను. అలా, గోపీచంద్, చలం, బుచ్చిబాబు, మల్లాది రామక్రిష్ణ శాస్త్రి. శ్రీ పాద సుబ్రహ్మణ్య శాస్త్రి, ఉన్నవ, మొదలగు వారి సాహిత్యంతో పరిచయం అయింది.

ఆ తర్వాత మాస్టారుకు ఇంకో రోజు మా ఇంట్లో ఆతిథ్యమిచ్చి, విమానంలో హైద్రాబాద్ పంపాను.

2000 సంవత్సరంలో నేను హైద్రాబాద్ లో ఉద్యోగిస్తున్నప్పుడు వారు మా ఇంట్లో నాలుగు రోజులు ఉన్నారు. అప్పుడు నేను వారిని 'సుప్రభాతం' వార పత్రిక కోసం ముఖాముఖి నిర్వహించాను. 2018 ఆగస్టులో శ్రీమతి పెబ్బిలి హైమావతి, సుబ్బారావులతో మాస్టారును వారి శ్రీకాకుళం ఇంట్లో కలిసినపుడు, తొంభై ఏళ్ల వయసులో కూడా 1993 నాటి ముంబయి సంగతులు జ్ఞప్తికి తెచ్చుకున్నారు. 1994 లో శ్రీ వేదగిరి రాంబాబు గారు, రచన పత్రిక సాధన సాహితీ స్రవంతితో కలిసి హైద్రాబాద్ లో కథా సదస్సు ఏర్పాటు చేశారు. దానికి నేను హాజరై ఎంతో మంది రచయితలతో

పరిచయం పెంచుకున్నాను. అప్పుడు కేంద్ర సాహిత్య పురస్కారం పొందిన శ్రీ మధురాంతకం రాజారాం గారిని, రచన పత్రిక తరపున సత్కరించే అవకాశం కలిగింది.

రచన పత్రికతో నా అనుబంధం, కొనసాగుతూ, 1995 లో పన్నెండు మంది రచయితలతో ముంబయిలో మూడు రోజుల్లో ఆరు సాహితీ సదస్సులు ఏర్పాటు చేయడానికి దోహదం చేసింది. వర్లీ, నాయగాం, ఐ. ఐ. టి. పొవై. అణుశక్తి నగర్, బేలాపూర్ నవీ ముంబయి, ఆంధ్ర మహాసభ, దాదర్ లో ఏర్పాటు చేసిన ఆ సదస్సులు, ఇక్కడివారిలో తెలుగు సాహిత్యం పట్ల మక్కువను కలుగజేశాయి. శ్రీ కాళీపట్నం రామారావు, కవన శర్మ, విహిన మూర్తి, రచన శాయి, యర్రంశెట్టి శాయి, వేదగిరి రాంబాబు, వై. ఆర్ . గాంధీ, పోలాప్రగడ సత్యనారాయణ మూర్తి, పోలాప్రగడ రాజ్యలక్ష్మి, పొనుగోటి క్రిష్ణారెడ్డి, పొత్తూరి విజయలక్ష్మి మొదలగు వారు వారి ప్రసంగాలతో ముంబయి తెలుగువారిని అలరించారు. నేను ఆఫీసుకి పదిహేను రోజులు సెలవు పెట్టి, ఐదు రోజులకై ఒక మినీ వ్యాన్ మాట్లాడుకుని, జేబునుంచి ఇరవై వేల రూపాయలు వెచ్చించి, వారికి భోజన వసతి సౌకర్యాలు కల్పించడమే కాక, ఎలిఫెంటా కేవ్స్, ముంబయి దర్శన్ చేయించాను. అలా రచయితలతో నా అనుబంధం బలపడింది.

1995 డిసెంబర్ లో డాక్టర్ రాజకుమారి గారు, రాజోలులో వారి తల్లిదండ్రుల స్మరణార్థం నిర్వహించిన రెండు రోజుల సాహితీ సదస్సుకు హాజరయ్యే అవకాశం కలిగింది. అక్కడ శ్రీ వాకాటి పాండురంగా రావు, నటరాజ రామక్రిష్ణ, కేతు విశ్వనాథ రెడ్డి, చంద్రశేఖర ఆజాద్, ద్వానా శాస్త్రి, ఎం.వీ. రామిరెడ్డి ప్రభృతులతో పరిచయ భాగ్యం కలిగింది. అలా సాహిత్యంతో నా సహవాసం దిన దిన ప్రవర్ధమానమై వెలుగుతూ పోయింది.

మామిడికుదురులోని వై.ఆర్. గాంధీ గారి 'రచయితల జర్నలిస్టుల నికేతనం (రజని)' సంస్థలో చేరి కథా రచనపై అవగాహన పెంచుకున్నాను. వారిచ్చిన ప్రోత్సాహం, సూచనలతో నా కథలకు మెరుగులు దిద్దుకున్నాను.

ఆ అభ్యాసం నాకు జాతీయ స్థాయిలో, 1995 లో జరిగిన పోటీకి వచ్చిన 1556 కథల్లో నా కథకు రెండవ బహుమతి రావడానికి దోహదం చేసింది. అమృత్ కిరణ్ పక్ష పత్రిక నిర్వహించిన పోటీలో రెండవ బహుమతి పొందిన ఆ కథ, గత ఇరవై ఏళ్లు రెండేళ్లుగా మహారాష్ట్రలోని తెలుగు, మరాఠీ విద్యార్థులకు పాఠ్యాంశంగా ఉంది. ఆ తర్వాత నా కథలు, మయూరి వార పత్రిక, ఆంధ్రప్రభ సచిత్ర వార పత్రిక, రచన ఇంటింటి పత్రిక, ఆంధ్ర భూమి వార పత్రిక, ఆంధ్ర జ్యోతి వార పత్రిక, స్వాతి సపరివార పత్రిక, మొదలగు పత్రికల్లో వెలుగు చూడడం మొదలైంది. అది ఇంకా కొనసాగుతోంది.

ఇప్పటి వరకు నావి పందొమ్మిది పుస్తకాలు ప్రచురితం అయ్యాయి. వాటిలో కథా సంపుటాలు, కవితా, నానీల సంపుటాలు, వ్యాస సంపుటి, నా కథలపై వచ్చిన యం. ఫిల్. గ్రంథం ఉన్నాయి. నా కథలు ఇంగ్లీష్, హిందీ. మరాఠీ, ఒడియా మరియు గుజరాతీ భాషల్లోకి అనువాదమై సంపుటాలుగా వెలువడ్డాయి. ఒక కథ అస్సామీలోకి అనువదింప బడింది.

విమర్శ / కు విమర్శ

1998 లో నా బొంబాయి కథలపై విశాలాంధ్ర దిన పత్రికలో ఓ నెగటివ్ విమర్శ వచ్చిందట. అది అప్పటికి నేను చూడలేదు. అదే సంవత్సరం నవంబర్ లో ముంబయి ఆంధ్ర మహాసభలో కవి సమ్మేళనానికి మన రాష్ట్రం నుండి ఇద్దరు కవులు శ్రీ ఎం.వి. రామిరెడ్డి మరియు ఇంకోతన్ని అతిథులుగా పిలిచాము. నా అలవాటు ప్రకారం సభ జరిగిన మర్నాడు వారిని ముంబయి సందర్శనానికి తీసుకెళ్లాను. అదే క్రమంలో నేను నా కథల్లోని ప్రాంతాలను చూపించాను. వాటి నేపథ్య సంఘటనలను వివరించాను. నేను పుట్టింతర్వాత ముప్పైఐదు సంవత్సరాలు గడిపిన వంద చదరపు అడుగుల గదికి కూడా తీసుకెళ్లాను. అక్కడకూడా కొన్ని గదులు చూపించి ఏ గదుల్లో పండే కొటీడ్లు (కార్మికులు పడుకోవడానికి విడుదులు) ఉండేవో, ఎవరు పొట్టకు పెట్టేవారో(పూటకూళ్లమ్మలు) చూపించాను. ఆ తర్వాత ఆ ఇంకో అభ్యుదయ కవి మాట పడిపోయింది. నేనప్పుడది గమణించలేదు. వారు తిరిగి మన రాష్ట్రం వెళ్ళింతర్వాత, ఆ ఇంకో కవి, ఒక ఇన్లండ్ లెటర్ రాశాడు. దాని సారాంశమేమంటే ' నేను మీరు పరిచయం కాకముందు మీ "బొంబాయి కథలు" విశాలాంధ్రకై సమీక్షించాను. ఏదో పై పై కొన్ని కథలు చదివి, అవి బొంబాయి జీవితాన్ని ప్రతిబింబించవని రాశాను. మీ చదువు, ఉద్యోగ హోదా చదివి, మీరు బూర్జువా వారనుకున్నాను. సలాం బాంబే చూసి అదే బొంబాయి అనుకున్నాను. మీరు బొంబాయి చూపించిన తర్వాత నాకు అసలు విషయం అర్థం అయింది. దయచేసి నన్ను క్షమించండి,' అని. ఆ తర్వాత అయనే "ప్రజా సాహితి" లో నిజమైన సమీక్ష రాయించాడు. మన సమీక్షకులు, విమర్శకులు ఎలా ఉంటారో అనే దానికి అదో మచ్చుతునక.

ఇంకో ఉదంతం కూడా ఇక్కడ ప్రస్తావించాలి. డిసెంబర్ 2012 లో, ప్రపంచ తెలుగు మహాసభల సందర్భంగా అప్పటి ఉమ్మడి ఆంధ్ర ప్రదేశ్ ప్రభుత్వం – పొట్టి శ్రీరాములు తెలుగు విశ్వవిద్యాలయం సౌజన్యంతో కొన్ని మోనోగ్రాఫులు ప్రచురించింది. ఆ క్రమంలో "మహారాష్ట్రలో తెలుగువారు" అనే అంశంపై ఒక పుస్తకం రాయమని నన్ను కోరారు. వారిచ్చిన రెండు మూడు వారాల గడువులో, విషయ సేకరణ చేసి, నాకు తెలిసిన సంగతులు మేళవించి ఆ పుస్తకం, పొట్టి శ్రీరాములు తెలుగు విశ్వవిద్యాలయం వారికి పంపిస్తే అది వారు ప్రచురించి, ప్రపంచ తెలుగు మహాసభల ప్రధాన వేదికపై ఆవిష్కరించి, దాని రచయితగా నన్ను సన్మానించారు.

అది చూసి ఓర్వలేక ఓ ప్రబుద్ధుడు కులం పేరుపై దమారం లేపడానికి ప్రయత్నం చేశాడు. 'జనార్దన్ తన కులం ను హైలైట్ చేసి, మా కులం గురించి అంతగా రాయలేదు. నిజానికి బొంబాయి నిర్మాతలు మా కులం వారు, అది ఉటంకించకుండా, చరిత్రను వక్రీకరించాడు. ఆ పుస్తకాన్ని నిషేధించాలి, మార్కెట్లోకి తీసుకురాకూడదు' అని అప్పటి ముఖ్యమంత్రికి, గవర్నర్ గారికి, పొట్టి శ్రీరాములు తెలుగు విశ్వవిద్యాలయం వైస్ చాన్స్ లర్ గారికి ఉత్తరాలు రాశాడు. అలాగే తెలంగాణ లోని వారి కుల సంఘాలకు రాసి, వారిచే అర్జీలు పెట్టించాడు. వారికి నా గురించి తెలుసు కాబట్టి, అవి చెత్తబుట్టలో వేసి, నేను రాసిన "మహారాష్ట్రలో తెలుగువారు" అనే మోనోగ్రాఫ్ కి ప్రాచుర్యం కల్పించారు. అవి కొన్ని వేల కాపీలు అమ్ముడయ్యాయి.

అంతే కాదండోయ్ ముంబయిలోని కొందరిని ప్రేరేపించి, నా పుస్తకంపై సమీక్షా సమావేశం పెట్టించాడు అతను. దానికి నన్ను పిలిస్తే నేను వెళ్ళి, ప్రతి అంశాన్ని రుజువులతో సహా వివరించాను. అంత తక్కువ సమయంలో మహారాష్ట్రలోని తెలుగువారి గురించి సమగ్ర చరిత్ర రాయడం సాధ్యం కాదనీ, అదీ ఓ విహంగ వీక్షణం మాత్రమే అని చెప్పాను. అదే సంగతి నా ముందుమాటలో కూడా రాశాను. అంటే సాహిత్యంలో రాజకీయాలు చొప్పించేవారుంటారని చెప్పడానికి ఇదో ఉదాహరణ మాత్రమే.

ఇతర భాషల సాహితీవేత్తలతో సంబంధాలు

ముంబయిలోని ఇతర భాషల రచయితలతో అనుబంధం పెంచుకొని వారి రచనలు కొన్నింటిని తెలుగులోకి అనువదించాను. నా అనువాద కథలు కొన్ని 'విపుల' మాస పత్రికలో ప్రచురితం అయ్యాయి. ముంబయిలోని 'మరాఠీ సాహిత్య సంఘ్' వారి డెబ్బై ఐదవ అమృత మహోత్సవాలలో ఒక తెలుగు రచయితగా నన్ను ఆహ్వానిస్తే 'మరాఠీతో నా అనుబంధం' గురించి పదిహేను నిమిషాలు మరాఠీలో ప్రసంగించాను.

"రాష్ట్రేతర తెలుగు సమాఖ్య" ద్వారా అక్టోబర్ 2016 లో జరిగిన 'జాతీయ సాహిత్యోత్సవం' లో ఆవిష్కరించిన "గుజరాతీ సాహిత్యం, ఒక విహంగ వీక్షణం" లో గుజరాతీ నుండి నేను తెలుగులోకి అనువాదం చేసిన కొన్ని కథలు, కవితలు గుజరాత్ సాహిత్య అకాడమీ వారు ప్రచురించారు. అప్పుడు కూడా నేను పది నిమిషాలు గుజరాతీలో మాట్లాడాను.

నా రచనలు ఇతర భాషల్లోకి

నా కథలు హిందీ, ఇంగ్లీష్, మరాఠీ, గుజరాతీ, ఒడియా భాషల్లోకి అనువాదమై సంపుటాలుగా వెలువడ్డాయి. నా మరాఠీ కథల పుస్తకం మహారాష్ట్రలోని దాదాపు అన్ని గ్రంథాలయాల్లో ఉంది. ఇక నా తెలుగు కథల ఒడియా అనువాదాలు ఒక సంవత్సరంపాటు, ఒక పత్రికలో ప్రతి ఆదివారం ప్రచురితమై, చివరకు సంపుటిగా వెలువడింది.

తెలుగు సాహిత్యంతో నా సహవాసం వల్ల లాభనష్టాలు

ఇక లాభనష్టాల బేరీజు వేస్తే పుస్తకాల ప్రచురణకై ఆర్థికంగా కొన్ని లక్షల రూపాయలు వెచ్చించినా, ఒక రచయితగా నాకు వచ్చిన గుర్తింపుతో పోలిస్తే అవి తృణప్రాయం. ఇక్కడ మీతో ఇంకో విషయం పంచుకోవాలి. "బొంబాయి కథలు" కథానికా సంపుటి – 1998 లో ప్రచురించినప్పుడు నాకు ఇరవైఐదు వేల రూపాయలు ఖర్చయింది. నా అర్ధాంగి అప్పుడు "అంత డబ్బుతో ఐదు తులాల బంగారం వచ్చేది. అనవసరంగా పుస్తకాలపై పెట్టారు" అంది. నేనన్నాను "బంగారు నగలు ఎక్కడో బ్యాంకు లాకర్లలో మూలుగుతూ ఉండేవి, నా పుస్తకాలు గమణించు ఎందరి మన్ననలు అందుకుంటున్నాయో!" నిజమేనని ఒప్పుకుంది నా భార్య.

ఇదండీ టూకీగా సాహిత్యంతో నా సహవాసం. ఈ యాత్ర కొనసాగుతూనే ఉంది.

నా ఈ పుస్తకం చదివి, మీ అభిప్రాయం నిర్మొహమాటంగా, ఫోన్ ద్వారా గాని, ఈ మెయిల్ ద్వారా గాని తెలుపండి. ముందుముందు నా రచనా వ్యాసంగానికి ఉపయోగకరంగా ఉంటుంది.

కృతజ్ఞతలు

–నా చిరకాల మిత్రులు, రచయితలు సర్వశ్రీ చంద్రశేఖర్ ఆజాద్, ఎం.వి. రామిరెడ్డి, సి.హెచ్.శివరామ ప్రసాద్ (వాణిశ్రీ), సలీం, సింహ ప్రసాద్, ప్రభాకర్ జైనీ, డి.ఎన్.వి. రామశర్మ, గార్లకు

–ఆప్త మిత్రులు, ప్రముఖ కవి, మానస ఆర్ట్ థియేటర్స్ కార్యదర్శి శ్రీ ఉమ్మిడిశింగు రాఘవరావు (రఘుశ్రీ) గార్లకు

–ఈ పొత్తం లోని కథలను తమ పత్రికల్లో ప్రచురించిన సంపాదకులకు

–మంచి ముఖ చిత్రం డిజైన్ చేసిన శ్రీ మాధవ్ గారికి

–ఈ పుస్తకాన్ని ప్రచురించి, విపన బాధ్యత తీసుకున్న కస్తూరి విజయం సారథి శ్రీ సుధీర్ రెడ్డి పామిరెడ్డి గారికి

–నా సాహితీ వ్యాసంగాన్ని ప్రోత్సహిస్తున్న మా కుటుంబ సభ్యులు, శ్రీమతి సువర్ణ, అమ్మాయిలు అరుణ, రచన, అల్లుడు మయూర్ నాయిక్, అబ్బాయి కిరణ్ కుమార్, కోడలు ఆర్తి, మనుమండ్లు సుమేర్, అవ్యుక్త్, మన్మరాలు హ్రిదయ వీరందరికీ

–మూడు దశాబ్దాలకు పైగా సాగుతున్న నా ఈ సాహితీయాత్రలో నన్ను అక్కునజేర్చుకున్న పాఠక దేవుళ్లకు

–భుజం తట్టి ముందుకు సాగమని ప్రోత్సహిస్తున్న ఎందరో మహానుభావులు, అందరికీ శతకోటి వందనాలు.

–డాక్టర్ అంబల్ల జనార్దన్

31-01-2023

Tel.Res. (022) 35943452,

Mobiles : 8850349858 / 9987533225

sujamba8@gmail.com

ముంబయి నుండి... మరికొన్ని కథానికలు

ఇదండీ వరుస...

సాహిత్యంతో నా సహవాసం.................... v

1.నారీ శక్తి.................... 1

2.ఉడుత సాయం.................... 7

3.అనూహ్య ప్రాయశ్చిత్తం.................... 16

4.ఇంటి పేరు.................... 22

5.నది – కొండ.................... 26

6.గ్రీష్మంలో వసంతం.................... 34

7.కక్ష వేసిన శిక్ష.................... 38

8.బిగ్ బాసూ – హడావుడి రావూ.................... 43

9.గరళ కంతుడు.................... 46

10.ఆ రెండు నెలలు.................... 49

11.నీవు లేక నేను లేనే లేనులే... 55

12.ప్రార్థించే పెదవుల కన్నా... 60

13.హమ్మయ్య, స్థిర పడ్డాను!.................... 64

14.అప్పుల వల.................... 71

15.బస్సు – మిస్సా?.................... 76

16.నీలి నీడలు.................... 79

17.కాళేశ్వరానికి దారేది?.................... 83

18.వెన్నెల వెలుగులో.................... 86

19.నడుంద్రి పల్లెల లగ్గం సూద్దం... 90

20.తనకు మాలిన ధర్మం.................... 96

21.తాడు సాగదీస్తే.................... 102

22.బంధాలన్నీ ఆర్థికమే.................... 109

23.నాన్నలంతా ఒకటేనా?.................... 112

24.జమా – ఖర్చుల చిట్టా.................... 114

25.మతతత్వం – మానవత్వం.................... 120

26.కోమలరావు.................... 130

27.పిసినారా? పొదుపరా?.................... 133

28. ఎంత పని జేత్తివి సర్వపిండీ!.................... 140

29. ఊహకందని వాస్తవం... 144

30. జాతి వనరులు.. 149

31. చెరిగిపోని చెలిమి... 151

32. ద్వంద్వం... 156

33. సందట్లో సడేమియా!... 162

34. లోకో భిన్న రుచి.. 164

35. తల్లి గడ్డ ఋణం... 168

36. పరాన్నభుక్కు.. 174

దా. అంబళ్ల జనార్దన్......వ్యక్తిగతం 178

1.నారీ శక్తి

"షటప్! నా వ్యక్తిగత విషయాల్లో తలదూర్చడానికి నీకెన్ని గుండెలు?" తన డ్రైవర్ పై అరిచింది చంచల.

" అదికాదమ్మా! నలభై సంవత్సరాల నుండి మీ ఉప్పు తింటున్న శ్రేయోభిలాషి గా చెబుతున్నాను. నీ పెళ్లి కుదిరింది. ఇంకో రెండు వారాల్లో నిశ్చితార్థం కూడా పెట్టుకొని, ఇలా పరాయి మగాళ్లతో గడపడం బాగాలేదు తల్లీ." డ్రైవర్ ధర్మనిధి మరోసారి హితవు పలికాడు.

"చూడు ముసలీ! నీ హద్దులో నువ్వుండు. ఏదో నాన్నగారికి నీ మీద నమ్మకంఉందనే సానుభూతితో, ఇప్పటి దాకా ఓపిక పట్టాను.ఇంకో మాట మాట్లాడావంటే నీ ఉద్యోగం ఊడబీకిస్తాను జాగ్రత్త." చూపుడు వేలుతో హెచ్చరించింది చంచల. ధర్మనిధి కళ్ళలో నీళ్ళు నింపుకొని డ్రైవర్ సీట్లో కూర్చున్నాడు. చంచల, వెనుక సీట్లో కూర్చోగానే, కారును ముందుకు ఉరికించాడు.

చిన్న బోయిన ముఖంతో అన్యమనస్కంగా ఇంటికి చేరిన నాన్న గారిని చూసి, చేతన కలవరపడింది.

"ఏంటి నాన్నా! అలా ఉన్నారు? ఎవరైనా ఏమైనా అన్నారా?

"ఏం లేదు తల్లీ దినమంతా తిరిగి తిరిగి అలసి పోయాను. అంతే"

"అది రోజూ చేసే పనేగా? దానికి అంత చిన్న పోవడం ఎందుకు.? ఇంకా ఏదో ఉంది. అది నాకు కాక ఇంకెవరికి చెబుతారన్నారు నాన్నా? పదండి. ముందుకు స్నానం చేసి రండి. ఆ తర్వాత భోజనం చేద్దాం. అప్పుడు చెబుదురు గాని."

అని ధర్మనిధి ని బలవంతంగా బాత్రూం లోకి నెట్టింది చేతన. వారిద్దరూ భోంచేసిన తర్వాత వార్తలు చూస్తూ కూర్చున్నాడు ధర్మనిధి. చేతన టీవీ ఆఫ్ చేసి, "ఇప్పుడు చెప్పండి నాన్నా, ఇవాళ ఏం జరిగింది ? " అంది.

"నీకంటే చిన్నదైన మా యజమాని కూతురు, నా మొహం మీదే 'షటప్' అంది. నేను హితవు చెప్పబోతే ఉద్యోగం కూడా ఊడబీకిస్తానని బెదిరించింది. నలభై ఏళ్ల నుంచి సార్ దగ్గర పనిచేస్తున్నాను కానీ, ఎన్నడూ పల్లెత్తు మాట పడలేదు. ఈ నిన్నమొన్నటి పిల్ల నన్ను నానా మాటలు అంటుందా? అందుకే మనసు విరిగిపోయింది"

"అసలు మీరేం హితవు చెప్పారు?"

" రెండు వారాల్లో తన నిశ్చితార్థం పెట్టుకుని, పరాయి మగాళ్లతో వారి ఫాంహౌస్లో గడపడం చూసి, అది మంచిది కాదు తల్లీ! అన్నాను. దానికే నా మీద ఎగిరింది. తన వ్యక్తిగత వ్యవహారాల్లో తలదూర్చ వద్దని నాన్న మాటలంది." ఆ సంఘటన తలచుకున్న ధర్మనిధి కళ్ళలో మళ్లీ నీళ్లు!

"ఊరుకోండి నాన్నా! ఓ లూజ్ క్యారెక్టర్ అమ్మాయి మాటలు పట్టించుకుని బాధపడడం బాగాలేదు. ఆ విషయం మీ యజమాని కి చెప్పండి. ఆయన ఏమంటారో విని, ఏం చేయాలో ఆలోచిద్దాం."

మర్నాడు తన యజమాని ఇంటికి వెళ్ళగానే ఆయన, ధర్మనిధి పై విరుచుకు పడ్డాడు. అప్పుడు ధర్మనిధి తన యజమాని భుజంగరావు కు అతని కూతురు వైఖరి గురించి చెప్పాడు. ఫామ్ హౌస్ లో పరాయి మగాళ్లతో తాగి తందనాలు ఆడిన విషయం కూడా చెప్పాడు. ఆయన తన కూతురుని వెనకేసుకొచ్చి, ధర్మనిధిని దూషించి ఉద్యోగం లోంచి తీసేసాడు. ధర్మనిధి అవాక్కయ్యాడు. తన నలభై ఏళ్ల సేవకు ప్రతిఫలం ఇదా? అని వాపోయాడు.

"అయ్యా! మీ ఉప్పు తింటున్నాం అని, మీకు తెలుసో, తెలియదో అని మీ అమ్మాయి గురించి చెప్పే సాహసం చేశాను. నాది తప్పయితే క్షమించండి కానీ, ఈ అరవై ఏళ్ళ వయసులో నా పొట్ట మీద కొట్టకండి." వేడుకున్నాడు ధర్మనిధి.

"ఆ బుద్ధి మా కుటుంబం వైపు వేలెత్తి చూపించే ముందుండాలి. చదువుకున్న పిల్లలు. వారి స్నేహితులు, వారిష్టం. మాలాంటి సంపన్న కుటుంబాల్లో అవన్నీ సాధారణం. అంతమాత్రాన మా అమ్మాయి నడవడికను అనుమానించడమేనా? మీలాంటి అలగా జాతి వారికి అవి అర్థం కావు. ఇంత జరిగాక నిన్ను పనిలో కొనసాగించడం జరగని పని. ఇన్నేళ్లు మా దగ్గర ఉద్యోగం చేసినందుకు ఓ యాభై వేలు నీ మొహాన పారేస్తాను. తీసుకొని గమ్మున ఇంటికి పో." అని ఓ ఐదు వందల నోట్ల కట్ట, ధర్మనిధి మొహంపై విసిరేశాడు భుజంగరావు.

"అయ్యా ఈ యాభై వేలు ఏ మూలకు సరిపోతాయి? నా రెండు నెలల జీతం కూడా కాదిది. మీ కాళ్లు పట్టుకుంటాను. నన్ను ఉద్యోగంలో కొనసాగించండయ్యా!" ధర్మనిధి భుజంగరావు కాళ్ళు పట్టుకోబోయాడు. భుజంగరావు తన కాళ్ళు వెనక్కి తీసుకుని "నీకు అవే ఎక్కువ. నీకు ఇచ్చే జీతం లో మాకు ఇద్దరు కొత్త డ్రైవర్లు వస్తారు. ఏదో నమ్మకస్తుడవని ఊరుకుంటే నువ్వు మాకే ఎసరు పెట్టావు. తిన్న ఇంటి వాసాలు లెక్క పెట్టేందుకు తయారయ్యావు. ఈ సంగతి బయటికి పొక్కిందో? నీ అంతు చూస్తాను జాగ్రత్త." భుజంగరావు బుస్సుమంటూ తన పడగ విప్పాడు.

సాయంత్రం ఆరింటికి తన ఆఫీసు నుంచి వచ్చిన చేతనకు, తండ్రి ఇంట్లో ఉండటం, అదీ ఇంకో ఐదేళ్లు మీద పడ్డట్టు ఉండటం చూసి ఆశ్చర్యపోయింది. అయినా తండ్రిని ఏమన లేదు. తన గదిలో బట్టలు మార్చుకుని స్నానానికి వెళ్ళింది. ఆ తర్వాత టీ చేసి తాను ఒక కప్పు తీసుకుని తండ్రికి ఒక కప్పు ఇచ్చింది. ఇద్దరూ టీ తాగింతర్వాత..

"ఇప్పుడు చెప్పండి నాన్నా! రాత్రి తొమ్మిదింటికి గానీ ఇల్లు చేరని మీరు, ఈ వేళప్పుడు ఇంట్లో ఉండడమేంటి?"

"ఇవాళే ఏంటి? ఇకముందు నేను ఇంట్లోనే ఉంటాను తల్లీ."గద్గదంగా అని, కంట నీరు పెట్టుకున్నాడు ధర్మనిధి.

"అంటే నిన్ను ఉద్యోగం నుంచి తీసేసారా?"

"అవునమ్మా ఆ కూతురికి తగ్గ తండ్రి! నన్ను అవమానించి, ఉద్యోగం లోంచి తీసేశాడమ్మా. నా సుదీర్ఘ సేవకు దక్కిన ఫలితం ఇది. అంతా నా ప్రారబ్ధం" ధర్మ నిధిలో నిర్వేదం.

"అలాంటి వారికి గుణపాఠం నేర్పాల్సిందే. తగిన శాస్తి చేయాల్సిందే. అసలు మీ బాస్ ది ఉద్యోగమా? వ్యాపారమా?"

"ప్రభుత్వ ఆఫీసులో పెద్ద ఉద్యోగమే తల్లీ! అతని కింద కనీసం ఇరవైమంది అధికారులు ముప్పై మంది చిన్న ఉద్యోగులు ఉంటారు. మా యజమానికి ఆఫీసు వాళ్లు, కారూ, డ్రైవరూ ఇచ్చారు. నన్ను వారు కుటుంబ అవసరాలకు, వారి భార్యకు, పిల్లలకు కేటాయించారు. సెలవుల్లో సారు కూడా వారి కుటుంబంతో పాటు వారి చుట్టాలింటికి, షికార్లకు వచ్చేవారు. రోజులు బాగానే గడిచాయమ్మా! ఇప్పుడే వారి అమ్మాయి వల్ల, ఈ తంటా వచ్చి పడింది. "

"ఇన్నాళ్ళూ నేను మీ బాస్ గురించి అడగలేదు. మీరు చెప్పలేదు. ఇప్పుడు అవసరం వచ్చింది. వారి గురించి తెలుసుకుని, కీలెరిగి వాత పెట్టాలి. వాళ్ళనలా వదలకూడదు." చేతనలో ఉక్రోషం.

"ఎందుకు తల్లీ! లేని పోటీ జంజాటం. యాభై వేల రూపాయలు ఇచ్చారు. ఇంతటితో ఊరుకుంటే సరి." ధర్మనిధి లో రాజీ ధోరణి.

"ముష్టి యాభై వేల రూపాయలు ఏ మూలకి నాన్నా? అదే ఏ ప్రైవేట్ కంపెనీలోనో, ప్రభుత్వ ఆఫీసులోనో మీరు ఉద్యోగం చేసి ఉంటే ఈ పాటికి రిటైర్ అయ్యే వారు. కొన్ని లక్షల రూపాయలు మీకు ప్రావిడెంట్ ఫండ్, గ్రాట్యుటీ రూపంలో వచ్చేవి. వారిచ్చిన నష్టపరిహారం విషయం పక్కన పెడితే, మీకు జరిగిన అవమానానికి ప్రతీకారం తీర్చుకోవాలి.మీ బాస్ కు, వారి అమ్మాయికి, తగిన గుణపాఠం నేర్పాలి. కుక్క కాటుకు చెప్పు దెబ్బ కొట్టాలి. మీ బాస్ ఆఫీస్ చిరునామా, వారి అమ్మాయి నిశ్చితార్థం ఎప్పుడు, ఎక్కడో చెప్పండి. మిగతావి నేను చూసుకుంటాను" చేతన లో పగ తీర్చుకోవాలనే కసి.

"ఎందుకు తల్లి పెద్ద వారితో గొడవ? మనకు ఇంతే ప్రాప్తం అని ఊరుకుందాం" ధర్మనిధి చేతులెత్తేశాడు.

"అలా కుదరదు నాన్నా! నాకు ఐదేళ్ళప్పుడు అమ్మ చనిపోతే, మళ్లీ పెళ్లి చేసుకోకుండా నన్ను పెంచి పెద్దచేశారు. మీ సుఖం చూసుకోకుండా, నా కొరకు త్యాగం చేశారు. నాకు అంత చేసిన మీకు అవమానం జరిగితే, నాకు జరిగినట్టు కాదా? మీరు అలా చూస్తూ ఉండండి. చేయాల్సిందంతా నేను చేస్తాను." చేతనలో పట్టుదల.

తన కూతురు అలా అనగానే ధర్మనిధి కూడా ఆలోచనలో పడ్డాడు. నిజానికి అతను కూడా భుజంగరావు వైఖరి పై కినుకగానే ఉన్నాడు. తన కూతురు ధైర్యం చూసేసరికి అతనికీ ధైర్యం వచ్చింది. 'వారికి పాఠం నేర్పాల్సిందే', అనుకున్నాడతను.

చేతన చకచకా పావులు కదిపింది. తన సిబ్బందితో కలిసి, భుజంగరావు జాతకం మొత్తం వెలికితీసింది. అది చూసి, ఎగిరి గంతేసింది. పెద్ద తిమింగలం, తన వలలో చిక్క బోతున్నదని ఆనంద

పడింది. తన సిబ్బంది లోని చాకులాంటి ఇద్దరిని ఎంపిక చేసి, వారు ఏం చేయాలో నిర్దేశించింది. ఒక మగ, ఒక ఆడ అయిన ఆ జంట, తమ బాస్ ఆదేశాల ప్రకారం రంగంలోకి దిగారు. అమ్మాయి మానస, భుజంగరావు ఫాం హౌస్ కార్యకలాపాలపై దృష్టి పెడితే, అబ్బాయి ఉత్తేజ్, భుజంగరావు ఆఫీసు పనులపై ఫోకస్ చేశాడు. మానస, చంచల స్నేహితురాలిగా చోటు సంపాదించి, వారి బృందంలో కలిసి పోయింది. తన డ్రెస్ లోని బటన్ కెమెరాతో స్టింగ్ ఆపరేషన్ చేసి, భుజంగరావు ఫాం హౌస్ లో చంచలా, ఆమె తమ్ముని రేవ్ పార్టీల రాసలీలలను చిత్రీకరించింది. అవి ఎప్పటికప్పుడు తన పెన్ డ్రైవ్ లోకి మార్చి, బాస్ చేతనకు అందజేసింది.

ఉత్తేజ్ కూడా తక్కువ తినలేదు. అతను, భుజంగరావు వ్యవహార శైలిని తెలుసుకున్నాడు. అతని కాటుకు బలైన అధికారుల తరఫున మధ్యవర్తి గా వెళ్లి భుజంగరావు తో బేరమాడి, ఒప్పందాలు కుదుర్చుకున్నాడు. ఆ తతంగమంతా తన కెమెరాలో బంధించాడు. అలాగే రెవెన్యూ డిపార్ట్మెంట్ లో కొందరిని పట్టుకొని, అతని భార్య, పిల్లలు, దగ్గరి బంధువులు, ఉద్యోగులు, వారందరి పేర్ల మీద రిజిస్టరైన ఆస్తుల వివరాలు సేకరించాడు. అలాగే ఆదాయపన్ను శాఖ నుండి ఆయా శాల్తీలు ఫైల్ చేసిన రిటర్నుల కాపీలను సంపాదించాడు. అవన్నీ తన బాస్ చేతనకు అందజేశాడు. ఆ వివరాలు చూసిన చేతన దిమ్మ తిరిగిపోయింది. 'వినాశకాలే విపరీత బుద్ధి' అని, భుజంగరావు పై జాలిపడింది. తన తండ్రిని అవమానించి అతను, తన గొయ్యి తానే తవ్వుకున్నాడని సంబరపడింది. ఆ వివరాలు ఎలా వాడుకోవాలా ? అని మనసులో ఓ పథకం తయారు చేసుకుంది.

మానస, ఉత్తేజ్ ఇద్దరిని చంచల నిశ్చితార్థం కార్యక్రమానికి హాజరై ఏ విషయాలపై దృష్టి పెట్టాలి? ఏ సమాచారం సేకరించాలి? అనే వాటిపై స్పష్టత ఇచ్చింది.

చంచల నిశ్చితార్థం జరిగిన మర్నాడు, ఎలా తెలిసిందో ఏమో? భుజంగరావుకు చేతన, ఆమె సిబ్బంది విషయం తెలిసి ఉగ్రుడయ్యాడు. చేతన పైకి గూండాలను పంపాడు. ఆమె పెప్పర్ స్ప్రే తో వారిని ఎదుర్కొని తన కరాటే పంచ్ లకు పని చెప్పింది. అందులో ఇద్దరిని పట్టుకొని పోలీసులకు అప్పజెప్పింది. వారు తమదైన శైలి లో 'సత్కరించి' ఆ గూండాల నుంచి విషయం రాబట్టారు.

చంచల నిశ్చితార్థం జరిగిన మూడు రోజులకు భుజంగరావుకు మూడింది. అతని ఇల్లు, ఫామ్ హౌస్, రాష్ట్రంలోని వేర్వేరు చోట్ల ఉన్న దాదాపు ఇరవై మంది బంధువుల ఇళ్లపై, ఆదాయపు పన్ను అధికారుల దాడి జరిగింది. మర్నాడు వార్తాపత్రికల్లో ని పతాక శీర్షికలుః

" చేను మేసిన కంచె"

" అవినీతి నిరోధక శాఖ ముఖ్యాధికారే అవినీతికి పాల్పడితే?"

"అవినీతి తిమింగలం పొట్టలో రెండు వందల కోట్ల అక్రమాస్తులు"

"అక్రమాస్తుల తోపాటు, భుజంగరావు 'చిన్నిల్లు' తెరపైకి. ఆమె పేర నలభై కోట్ల అక్రమాస్తులు"

"ఆవు చేలో మేస్తే దూడలు గట్టున మేస్తాయా? భుజంగరావు ఫామ్ హౌస్ లో అతని పిల్లల రాసలీలలు!"

"భుజంగరావు కూతురు నిశ్చితార్థానికైన కోటిన్నర ఖర్చు భరించిందెవరు?"

"తన తండ్రికి జరిగిన అవమానానికి ప్రతీకారం తీర్చుకున్న తనయ. ఆమె చొరవతో బయటపడ్డ అవినీతి భాగోతం"

"ఆడది అబల కాదు అని నిరూపించిన సబల, నేటి నారీ శక్తికి ప్రతి రూపం."

"అన్యాయం ఎక్కడున్నా ఎదుర్కోవాలని చాటి చెప్పి నేటి యువ తరానికి ఆదర్శవంతమైన యం.బీ.ఏ."

"ఇక వివరాల్లోకి వెళితే, పట్టణ అవినీతి నిరోధక శాఖ ముఖ్యాధికారి భుజంగరావు, తమ శాఖకు చిక్కిన అవినీతి అధికారుల నుండి భారీగా సొమ్ము లంచం రూపంలో తీసుకొని వారిపై కేసులను నీరుగార్చాడనే అభియోగంతో అతన్ని ఎన్ ఫోర్స్ మెంట్ డైరెక్టరేట్ అదుపులోకి తీసుకుంది. అతని అమ్మాయి చంచల నిశ్చితార్థం మొత్తం కోటిన్నర ఖర్చు, ఆ సస్పెన్షన్ లో ఉన్న కొందరు అవినీతి అధికారులే భరించారని దర్యాప్తులో తేలింది.

భుజంగరావు తో పాటు, అతని భార్య, అమ్మాయి చంచలా, మరియు వారి అబ్బాయిని కస్టడీలోకి తీసుకొని అధికారులు ప్రశ్నిస్తున్నారు. ఇంకా దాదాపు ముప్పై బ్యాంక్ లాకర్లు తెరవాల్సి ఉంది. ఈ అవినీతి బాగోతాన్ని వెలికి తీసింది ఒక టీవీ ఛానల్ క్రియేటివ్ హెడ్. తన తండ్రిని భుజంగరావు అవమానించడం సహించలేక, ఆమె, తన సహచరులతో స్టింగ్ ఆపరేషన్ జరిపి, భుజంగరావు చీకటి కోణాలను సాక్ష్యాధారాలతో సహా బయటపెట్టింది. భుజంగరావు ఉసిగొల్పిన గూండాలను ధైర్యంగా ఎదుర్కొని, వారిని పోలీసులకి పట్టించడంతో అసలు విషయం బయటపడింది. తీగ మీటితే డొంకంతా కదిలింది. ఎంతో సాహసంతో, ప్రణాళికాబద్ధంగా పని చేసిన ఆమెను, అధికారులు ప్రశంసలతో ముంచెత్తుతున్నారు."

అన్ని పత్రికలూ తన తండ్రి ముందు పరిచింది చేతన. అవి చదివిన ధర్మనిధి కళ్ళల్లో మళ్లీ నీళ్లు!

అయితే అవి ఆనందభాష్పాలు!

ఆ మర్నాడు, తమ చానెల్ నుండి వచ్చిన చేతన, తన తండ్రిని ఎత్తుకొని గిర గిరా తిప్పింది. ఆ చర్యకు మొదట బెంబేలుపడ్డ ధర్మనిధి, ఆ తర్వాత కుదుటపడి అడిగాడు. " ఇంత ఆనందంగా ఉన్నావు అసలు సంగతేంటమ్మా?"

"నీ చలవ వల్ల మా ఛానల్ టి ఆర్ పి లు విపరీతంగా పెరిగాయి. ఫలితంగా నా ప్రమోషన్! అలాగే నెల జీతంలో నుప్పై వేల రూపాయల పెంపు" ముఖం వెలుగు తుండగా చెప్పింది చేతన.

"చాలా సంతోషం తల్లీ!" ధర్మనిధి కళ్లల్లో చెమ్మ.

"అప్పుడే అయిపోలేదు నాన్నా! ఇంకో ముఖ్యమైన విషయం ఉంది. అదేంటంటే..."

"ఏంటి తల్లీ? ధర్మనిధి లో ఉత్సుకత.

"మీకు మా ఎండి గారు , నెలకు నలభై వేల జీతంతో డ్రైవర్ జాబ్ ఆఫర్ చేశారు."

"ఆ" నోరు తెరిచాడు ధర్మనిధి.

(నిత్య అంతర్జాల మాస పత్రిక జనవరి, 2022 సంచిక లో ప్రచురితం)

2. ఉడుత సాయం

డోర్ బెల్ మోగింది...

మధుర తలుపు తీసి చూసి ---

"రా రా తపన్ బావా! అమెరికకెల్లి అచ్చినంక గిన్ని దినాలకు తీరిందే?" అని భర్త నరహరిని ఉద్దేశించి "ఇగో సూసింద్రా, ఓల్లచ్చింద్రో? మా మేనత్త కొడుకు" భర్తకు పరిచయం చేసింది.

"ఓ మీరా తపన్! మా మధుర, మాటకు ముందు మీ గురించే చెప్తది. 'ఇరువై ఏండ్ల సంది అమెరికల ఉండి బాగ కమాయించిండట. ఆడ ఉన్నా, మన తెలుగు మరువ లేదంట. ముఖ్యంగా తెలంగాణ తెలుగంటే శాన ఇష్టం' అని.

" మాది గుడా ఓ కమాయేనా అన్నా! మీరు ఈడనే మనందరి సుట్టాలతోని ఉండుకుంట, మెడికల్ డిస్ట్రిబ్యూషన్ జేసుకుంట తక్క సంపాదించింద్రా? భూములు, జాగలు బాగనే కొన్నరట." తపన్ అన్నాడు.

"యాడాది యాడాదికి దంధ(వ్యాపారం)ల అచ్చిన ఫాయ్ ద(లాభం) తోని అప్పుడప్పుడు గొంత గొంత జాగ కొన్నం. మేం కొనెటప్పుడు నిజాంబాద్ సిటీ అవ్తల ఉన్న జాగ గిప్పుడు నగరం నడిమిట్ల కచ్చింది. గందుకని జాగల ధరలు బాగ పెరిగినయ్. గా జాగల ఒక మినీ టౌన్ షిప్ కడుతున్నం. గిప్పుడు నేనెక్క సేపు గా రియల్ ఇస్టేట్ దంధలనే గడుపుతున్న. మెడికల్ బిజినెస్, మా కొడుకు జూసుకుంటున్నడు." నరహరి తన వ్యాపారాల గురించి వివరించాడు.

"మీ పనే మంచిగున్నది. ఉన్న జాగల ఉండి, బాగనే తరక్కి(అభివృద్ధి) జేసింద్రు. మేం గుడా సిలికాన్ వ్యాలీల మన జెండా పాతినం. ఖుద్దు సాఫ్ట్ వేర్ కంపెనీ పెట్టి పైసలే గాక, మంచి పేరు గుడా కమాయించినం. గీ కొత్త అధ్యక్షుడు అచ్చినసుంచి మాకు తిప్పలు మొదలైనయ్. బేపారం జేసుడు కష్టమైంది. గందుకనే మా కంపెనీని మంచి ధరకు అక్కడోల్లకు అమ్మేసినం. మన దేశంల, మన జిల్లాల, ఏదన్న మన ప్రజలకు ఉడుత సాయం జేయాలని ముల్లె మూట సద్దుకొని ఈడికి అచ్చినం." తపన్ తన ఇండియా రాక వెనుక ఉన్న ఉద్దేశ్యాన్ని వివరించాడు.

"ఉడుత సాయం అంటే అసలు ఏం సెయ్యాలనుకుంటున్నరు బావా?" మధుర అడిగింది.

"ఉడుత సాయం అంటే నలుగురికి మేలు జేసే పనులు సేపట్టాలనుకుంటున్నం. ఎగుసాయ దారులు, విద్యార్థులు, గరీబోల్లు, ఇట్ల అందరికి సాయం జేయాలని ఉన్నది. ముక్యంగా విద్య, ఆరోగ్య రంగంలల్ల, మన జిల్లా యెనుకబడింది. మాటమాటకు మనోల్లు ఐద్రాబాద్ పోవద్దున్నది. ఆడి కంటె మెరుగైన సౌలత్ లు మనం మన జిల్లాలనె కల్పిస్తే ఆల్లు పట్నం పొయే తిప్పలు తప్పుతది. మేము దగ్గర దగ్గర ఇరువై యేండ్లు అమెరికల పని జేసిన అనుభవంతోటి, మన కొరకు, మనోల్ల కొరకు, అక్కరకు రావాలని మా ఖాయిశ్. లాభ రహిత సంస్థ(యన్.జీ.ఓ) లు

స్థాపించి, ఎన్నో కార్యక్రమాలను సేపట్టాలనున్నది. నా దగ్గర ఎన్నో అలోసనలు ఉన్నై. ఓల్లన్న సాథ్ ఇచ్చేటోల్లు దొరికితే మనం వండర్లు జెయ్యచ్చు."

"నేనున్నగద బావా! నేను నేర్సిన యం.ఏ. సోషియాలజీ గిప్పుడు గాకుంటె ఇంకెప్పుడు పనికస్తది? ఇప్పుడు పిల్లలు పెద్దగయింద్రు. ఇంటి పన్లు జేసెతందుకు నౌకర్లున్నరు. గా మహిలా మండలి నఖ్రలతోని శనా యాష్ట కచ్చింది. నలుగురికి మంచి జేసే మౌకా అస్తే, దానికంటే ఇంకేం గావాలె?" మధురలో ఉబికిన ఉత్సాహం. అది నరహరి మనసులో కలకలం రేపింది. అతనికి, తన భార్య ఇంటి బయటికి వెళ్లి సామాజిక సేవ చేయడం ఇష్టం లేదు.

"గీ వయసుల ఏం సంఘ సేవ జేత్తవ్? సేవ అంటే మాటలా? ఎండనక, వాననక తిరుగాలె. ఏమన్న కొంచెం అటు ఇటైతే తిట్లు తినాలె. పది మంచి పనులు జేసి, ఒక్క దాంట్ల కొంచెం ఫరక్ అస్తే, గా ఒక్క పనినే పట్టుకొని నారలు దీస్తరు. గందుకే అంటరు 'ముందాటున్నోడి మూతి పండ్లు రాల్తయని' నరహరి వాదించాడు.

"ఇగో మన నియ్యత్ సాఫ్ ఉన్నప్పుడు ఓల్లేం అంటే ఏంది? నాకైతే మన జిల్లాలున్న ఆడోల్లకు ఏమన్న మంచి జెయ్యాలనున్నది. కొన్ని లక్షల మన ఆడ పడుసులు, బీడీలు జేసి అల్ల కుటుంబాలకు ఉడుకు నీళ్లకు సన్నీల్లోలె ఆసరైతున్నరు. గా తంబాకు కుముటుకు అల్ల తబ్బెత్ (ఆరోగ్యం) కరాబైతున్నది. బీడీలు జేసుకుంట దినమంత తండ్లాడినాగని నూర్రూపాల కూలి దొరుకది. గసుంటోల్లకు దినాం మూడు నాలుగు వందల కూలి గిట్టుబాటైయ్యే పనులు నేర్పిస్తే, అల్లు మంచిగ బతుకుతరు. మన తెలంగాణల డ్వాక్రా గ్రూపులు వడ్డి బేపారం జేస్తున్నై గని మన పక్క రాష్ట్రం లెక్క, కుటీర పరిశ్రమలు నడిపిస్త లేవు. తొక్కులు వెట్టుడు, ఊద్ బత్తీలు తయారు జేసుడు, సబ్బులు, డిటర్జెంట్ పౌడర్ తయారు జేసుడు, పాప్ డలు, సకినాలు, సేగోడీలు, గారెలు, గర్జెలు, పోలెలు అసుంటి ఇంటి దినుసులు సేసి అమ్మితే మస్తు లాభమస్తది. ఇంక నా దగ్గర ఎన్నో ఆలోసనలున్నై. గీ తపన్ బావ అసుంటోల్లకు సాథ్ ఇస్తే మనం గుడా నలుగురికి సాయం జేసినట్లుంటది." మధురలో ఆత్మ విశ్వాసం.

"నేనెంత జెప్పినా ఇననంటే, రేపుతెల్లారి ఏమన్న ఎనుకముందైతే నా జవాబుదారి లేదు." నరహరి భార్యను హెచ్చరించాడు. అలా ఐనా వెనక్కి తగ్గుతుందని.

"అన్నా! నాకు అదినేదే గాదు, నీ మద్దత్ గుడా కావాలె. ఎంతైనా మీరు లోకల్. మీరు ఎన్నో ఏండ్లనుంచి ఈడ దంధ జేసుకుంట, మంచి పేరు దెచ్చుకున్నరు. మీరందరున్నరన్న ధీముతోనే నేను అమెరికా ఇడిసి ఈడికచ్చి, గీ సేవ జేసుడు పని నెత్తికెత్తుకుంటున్న." తపన్ నరహరిని వేడుకున్నాడు.

"నాతోనైతే తిరుగుడు గాదు. మా అంటే, మా టౌన్ షిప్ ల తక్క ధరకు పిలేట్లు ఇస్తం. మాకు ముప్పై ఎకరాల జాగ ఉన్నది. దాంట్ల మీకు గావాలంటె బయటికంటె తక్క ధరకు ఒక్క ఐదు ఎకరాలు ఇస్తం. దాంట్ల మీరు ఏమన్న గట్టుకోండ్రి. మీకెట్ల కావాలో సెప్తే మేమే వాజిబ్ ధరల బిల్డింగులు గూడా కట్టిత్తం." నరహరి తన చేతనైన సాయం గురించి వివరించాడు.

"అన్నా! నువు గా మాటన్నవ్. గదే సాలు. గది గుడా ఒక తీరు సేవనే. మా కెంత జాగ కావాల్నో, గా జాగల ఏమేం కట్టాల్నో, అవ్విట్లకు ఎంత కర్సైతదో మనం మల్లెప్పుడన్న మీ ఆఫీసుల కూసుండి మాట్లాడుదం. నాకు గొన్ని పనులున్నై, నేనస్త" అని తపన్ బయల్దేరబోయాడు.

"గట్లెట్ల. రాక రాక ఎన్నో ఏండ్లైనంక అచ్చిండ్రు. మా ఇంట్ల సేతులు కడుగకనే పోతరా? అదేం కుదురది. ఇప్పుడు చాయ్ తాగుదం. ఓ గంట లోపల అంటైతది భోంచేసి పోదురు గని" నరహరి బలవంత పెట్టాడు. మధుర వంత పాడింది. ముగ్గురూ టీ బిస్కిట్లు తిని మాటల్లో పడ్డారు.

"బావా! నలుగురికి మంచి అంటే, నీ మనుసుల ఏమున్నది?" మధుర అడిగింది.

"మన జిల్లా ఎగుసంకు పెట్టింది పేరు. మన అంకాపూర్ ఇతునాలు దేశ విదేశాలల్ల పేరు గాంచినయ్. గట్లనే మన జిల్లా పసుపు గూడా ఎగుమతైతుంది. కాని రైతులకు, ఆల్ల మెహ నత్ కు తగ్గ పద్దల్ పడుతున్నదే? అంటే లేదనే జవాబస్తది. మహారాష్ట్ర నీల్లిడిస్తెనే, మన అల్లెసాగర్, నిజాం సాగర్, శ్రీరాం సాగర్ లకు నీల్లస్తయ్. ఎత్తిపోతల పథకాలకు గూడా అదే గతి. మనోల్లు వానలు పడంగనే పంటలేస్తరు. అవి పండాలంటే నీళ్లు కావాలె. మన ప్రాజెక్ట్ లల్ల నీళ్లు లేకుంటే పంటల పని గోవిందా. ఉత్త ఆనల కోసం ఎన్ని దినాలు ఎదిరి జూత్తం? డ్రిప్ ఇర్రిగేషన్ పద్దతి తోని తక్క నీళ్లతోని ఎక్క దిగుబడి తియ్యచ్చు. వరి, జొన్న, మక్క, అసుంటి ధాన్యం పంటలతోని గిట్టుబాటు ధర రాదు. పాలేకర్ పద్ధతి ఎగుసం జేత్తే ఎక్క లాభాలత్తై. గట్లనే గ్లాస్ హౌస్ ఎగుసం తోని పంటలు పండిచ్చి, ఎగుమతి జేస్తే లాభాలే లాభాలు. విదేశాలల్ల మా కున్న పరిచయాల్తోని మన పంటలను పరాయి దేశాలల్ల మార్కెట్ సెయ్యచ్చు. అక్కడి ఫైనాన్స్ కంపెనీల నుంచి తక్క అడ్డికే పంట ఋణాలు తేవచ్చు. ఇసుంటి గొన్ని ఆలోసనలకు క్రియా రూపం అస్తే, మన రైతులకు ఎంతో మేలు కలుగుతది." తపన్ మంచి నీళ్లు తాగడానికి ఆగాడు.

"యువకులకు ఏవో నౌకిరీలు ఇప్పించే పన్లు జేస్తనన్నవ్? మధుర అడిగింది.

"మన సర్కారు "నైపుణ్యాభివృద్ధి కేంద్రాలు"(స్కిల్ డెవలప్ మెంట్ సెంటర్స్) ను తెరిచే ప్లాన్ల ఉన్నది గదా? అన్ని జాగలల్ల అవి తెరువాలంటే గౌర్మెంట్ తోని అయ్యే పనులు కావు. దాంట్ల మన జిల్లా నంబర్ రావాల్నంటే ఎన్నేండ్లు గావాల్నో? దానికంటే మన లాభ రహిత సంస్థలల్ల, పిల్లలకు ఎన్నో స్వయం ఉపాధి పనులు నేర్పిచ్చి, ఆల్ల కాళ్లమీద ఆల్లు నిలబడేటట్టు సెయ్యచ్చు. ఆల్లతోని సిన్న సిన్న పరిశ్రమలు పెట్టియ్యచ్చు. అవ్విట్లకు, తక్క అడ్డితోని విదేశీ కంపెనీల లోన్లు ఇప్పియ్యచ్చు. గట్లనే ఇంజనీరింగ్ సదిన మన యువకులకు సాఫ్ట్ వేర్ ప్రోగ్రాం లు నేర్పిచ్చి ఆల్లకు మంచి కంపిన్లల్ల కొలువులు దొరికెటట్టు సూడచ్చు. గిప్పుడు మనోల్లు ఐద్రాబాద్ మైత్రివనం ల ఈడిగిల వడుతున్నరు. ఎక్క ఫీజులు కట్టి, అనుకున్న నౌకిరీలు దొరుకక నిరాశ వడుతున్నరు.

మన నిజాంబాద్ లనే ఒక కాల్ సెంటర్ తెరిసి, సదుకున్న యువతకు ఉన్న జాగల్నే ఉద్యోగావకాశాలు కల్పిద్దం. గట్లనే ఒక సాఫ్ట్ వేర్ కంపెనీ పెట్టి, బైట దేశాల నుంచి ప్రాజెక్టులు తెప్పిద్దం. దాంట్ల మన జిల్లాల ఇంజనీరింగ్ సదిన యువతకు ప్రాధాన్యత ఇద్దాం. మన గౌర్మెంట్ కూడా సాంకేతికతను తన ప్రభుత్వ కార్యకలాపాల్లో ప్రవేశ పెట్టాలనికుంటున్నది. గట్లనే

మునిసిపాల్టీలల్ల గూడా ఆన్ లైన్ సేవలు అందిచ్చినట్లైతే ప్రజలకు ఎంతో మేలు కల్గుతది. గా ఆప్ లు, సాఫ్ట్ వేర్ మనం డెలవప్ సేద్దం. దాంతోని యువతకు కొలువులు దొరుకుతై, జనాలకు మంచి సేవలు అందుతై. గిట్ల నా నెత్తిల ఎన్నో ఆలోసనలున్నై. ఒకసారి మన సంస్థలు చాలైనంక ఒకటి, ఒకటి మొదలు పెడుదం.

మన జిల్లాల ఆరోగ్య సేవ, విద్యా సేవ అవుసరమని నేననుకుంటున్నా. డాక్టర్లే గాక, ఆరోగ్య సేవలో శానా మంది కావాలె. నర్సులు, వార్డ్ బాయ్ లు, లాబొరేటరీ అటెండర్లు, స్పీచ్ థెరపిస్టులు, రక్త పరీక్షల సహాయకులు, ఫిజియో థెరపిస్టులు గిట్ల ఎందరో పారా మెడికల్ స్టాఫ్ కావాలె. మనోల్లకు గసుంటి కోర్సులల్ల ట్రేనింగ్ ఇస్తే ఆల్లకు మంచి కొలువులు దొరుకుతై. మనం జిల్లాలోని ప్రతి మండల కేంద్రంల మన "లాభ రహిత సంస్థ"ల శాఖలు తెరువాలనుకుంటున్నం. గా కేంద్రాలల్ల గూడా మనకు ట్రేనింగ్ ఐన యువతీ యువకులు అవుసరమైతరు." తపన్ ఆగాడు. అంతలో భోజనం సిద్ధమైందని, తినడానికి లేవండనే పిలుపు వచ్చింది. తపన్ భోంచేసి వెళ్ళిపోయాడు. మధుర, తాననుకుంటున్న మహిళాభివృద్ధి పథకాల గురించి ఆలోచిస్తూ తన గదిలోకి వెళ్లింది. నరహరి ఆఫీసు పనిలో పడ్డాడు.

వారం రోజుల తర్వాత మధుర, తన పథకాన్ని తపన్ కు అందజేసింది. దాని సారాంశం;

✧ మహిళా డ్వాక్రా బృందాలను సమాయత్త పరిచి, వారిని తమ సభ్యులను గృహోపయోగ వస్తువుల తయారీ పరిశ్రమలు నెలకొల్పేలా ప్రోత్సహించాలి.

✧ మహిళల నైపుణ్య అభివృద్ధి లోని భాగంగా కుట్లు, అల్లికలు, బ్యూటీ పార్లర్ల నిర్వహణ, మొదలగు వృత్తులపై తర్ఫీదు ఇచ్చి, వారు సొంతంగా ఆయా వ్యాపారాలు మొదలుపెట్టి నడిపే విధంగా సహాయం చెయ్యాలి.

✧ చిన్న చితక వ్యాపారాల్లో పెట్టుబడికై, వారికి తక్కువ వడ్డీతో ఋణాలు ఇప్పించాలి.

✧ వారి ఉత్పత్తుల విఫణి(మార్కెటింగ్) చేపట్టి, వీలైతే వాటి ఎగుమతుల అవకాశాలు తరచి చూడాలి.

✧ ప్రతి మండల కేంద్రంలో "బోనాల బువ్వ", "బతుకమ్మ బతుకుదోవ" కేంద్రాలు స్థాపించి, ఆ మండల పరిధిలోని ఆడపడచులకు ఉపాధి అవకాశాలు కల్పించడమేకాక, వారిలో నాయకత్వ లక్షణాలు పెంపొందించడానికి కృషి చేయాలి. వారిని చిన్న పరిశ్రమలు నెలకొల్పడానికి ప్రోత్సహించాలి.

✧ బీడీ పరిశ్రమలో ఉన్న మహిళలకు ప్రత్యమ్నాయ ఉపాధి వృత్తుల్లో తర్ఫీదు ఇచ్చి, వారికి ఆయా వృత్తుల్లో ఉద్యోగావకాశాలు కల్పించాలి.

తపన్ ఆ పథక వివరాలు చదివి మధురను అభినందించాడు. తనకు మహిళల విభాగానికి నాయకురాలు దొరికిందని ఆనందపడ్డాడు. ఆమెను, మహిళా విభాగానికి అధినేతగా ఉండమని కోరాడు. ఆ తర్వాత నరహరి ఆఫీసుకు వెళ్ళి, తమ సంస్థకు కావాల్సిన స్థలానికి ఒప్పందాలు

కుదుర్చుకొని కొంత సొమ్ము బయానా గా బ్యాంకు ద్వారా బదిలీ(ట్రాన్స్ ఫర్) చేశాడు. తమకు కేటాయించిన ఐదెకరాల స్థలంలో నవోదయ పాఠశాలల తరహా లో బడి ప్రాంగణం, నైపుణ్యాభివృద్ధి కేంద్రానికి "బోనాల బువ్వ" భవనం, మహిళాభివృద్ధి విభాగానికి "బతుకమ్మ బతుకుదోవ" భవనం, ఉత్పత్తుల విపణికి "కంఠేశ్వర్ దీవెన" భవనం, తమ లాభ రహిత సంస్థ నిర్వహణకై "ఇందూరు తపన" భవనం, గోదాములు, క్రీడా ప్రాంగణం, పార్కులు, జాగింగ్ ట్రాకు, అభ్యర్థుల వసతి భవనాలు మొదలగు కట్టాల్సిన భవనాల గురించిన వివరాలు ఇచ్చి, ఆ ప్రకారం పేరు పొందిన వాస్తుశిల్పు(ఆర్కి టెక్ట్)ల ద్వారా ప్లాన్లు గీయించి చూపించమని కోరాడు.

ఆ తర్వాత, మధుర ఇచ్చిన పథకంపై చర్చించడానికి మధుర, నరహరి దంపతులను తమ ఇంటికి భోజనానికి ఆహ్వానించాడు తపన్. అనుకున్న రోజు, నరహరికి వీలుకాక, మధుర ఒక్కతే తపన్ ఇంటికి వెళ్లింది.

"స్వాగతం మధురా! అన్నగారు రాలేదా?" అడిగింది తపన్ భార్య శైలజ.

"లేదు శైలూ! తనకు కార్యాలయ పనులుండి రాలేకపోయారు. ఎలా ఉన్నారు? ఇక్కడ స్థిరపడ్డట్టేనా లేక, అమెరికా వదిలి ఎందుకు వచ్చామా? అని పశ్చాత్తాప పడుతున్నారా?" మధుర ప్రశ్నలు సంధించింది.

"లేదు మధూ! అన్నీ ఆలోచించే అక్కడి జీవితానికి స్వస్తి పలికింతర్వాత, ఇక పశ్చాత్తాప పడే ప్రశ్నే లేదు. ఈ జీవితానికి సంపాదించింది చాలు, ఇక మన దేశంలో, మన జిల్లాలో మనకు చేతనైనంతలో నలుగురికి మేలు చేయాలనే సంకల్పంతో ఇక్కడికి వచ్చాం మేమిద్దరం. అక్కడే పుట్టి పెరిగిన పిల్లలు మాతో రావడానికి ఇష్టపడలేదు. సరే, అని మేమిద్దరం ముల్లే మూటా సర్దుకొని ఇక్కడికి వచ్చాం. నా సాఫ్ట్ వేర్ పరిజ్ఞానాన్ని నైపుణ్యాభివృద్ధి కేంద్రాలకు వచ్చే అభ్యర్థులకు ట్రేనింగ్ ఇవ్వడానికి ఉపయోగిస్తాను. మీ బావ, మన లాభ రహిత సంస్థ మొత్తం కార్యకలాపాల నిర్వహణ చూసుకుంటారు. నువ్వు మహిళా విభాగం చూసుకుంటావని తెలిసింది, శుభం. మనందరి కృషితో ఇక్కడి ప్రజల జీవితాల్లో వెలుగులు నింపుదాం." శైలజ మధుర ఎదుట, తన మనసును పరిచింది. అంతలో తపన్ తన గది నుండి వచ్చాడు.

" కొంచెం మన సంస్థల పనులు జూసుకుంట ఉన్న. ఏమనుకోకు మధురా!" తపన్ సంజాయిషీ ఇచ్చాడు.

"దీంట్ల ఏమనుకునేతందుకు ఏమున్నది బావా! మనం పరాయోల్లమా? ఇంత దాక అక్కతోని మాట్లాడిన. అన్నట్లు, నేను ఇచ్చిన రిపోర్ట్ సదినవా?" మధురలో కుతూహలం.

" ఆ సదిన. బాగ మంచిగ తయారు జేసినవ్. కుట్టుపని గురించి రాసినవ్ సూడు, దాంట్ల నీకు నేను మద్దత్ జేత్త. మన దేశపు రెడీమేడ్ కంపెనీలు, డిరేస్ లు అమేరికా కంపెనీల లేబల్ తోని కుట్టి, అక్కడికే ఎగుమజేత్తయ్. ఆడికెల్లి మల్ల ఈడికి దిగుమతై ఐదింతల దరకు అమ్ముడువోతై. మా దోస్తులకు జెప్పి, అక్కడి ఆడర్లు దెప్పిస్త. దాంతోటి మన ఆడిబిడ్డెలకు సేతినిండ పని దొరుకుతది. కూలి

గూడ, బీడీల కంటె నాలుగైదింతలు ఎక్క ఉంటది. మనది లాభ రహిత సంస్థ ఐనందుకు, మన కర్చులుపోను మిగిలిందంతా కారీగర్ల(కార్మికుల)కే దక్కుతది.

ఇంక మార్కెటింగ్ మాటదీసుకుంటే, ఇయ్యల్ల రేపు అందరు స్మార్ట్ ఫోన్ వాప్రాయిస్తున్నరు. దాంట్ల కొన్ని వాట్సాప్ గ్రూపులు తయారు జేసి, మనోల్లు తయారు జేసిన వస్తువులు అమ్మకానికి పెడుదం. అమేజాన్, ఫ్లిప్ కార్ట్ కంపెనీల లెక్క, ఆన్ లైన్, ఆఫ్ లైన్ అమ్మకాలు సేద్దం. ప్రతి గ్రామంలో ఒక మనిషికి బాధ్యత ఇచ్చి, ఆ గ్రామంలో జరిగే ఉత్పత్తులు, వాటి మార్కెటింగ్ అవుసరాల వివరాలు, నిజాంబాద్ లోని మన హెడ్డాఫీసుకు తెలిపితే, ఇక్కడ మనం ముడి సరుకులు సరఫరా సేసుడు, తయారైన వస్తువుల అమ్మకం మొదలగు విషయాలు సమన్వయం చేయవచ్చు. గట్ల జేత్తే పల్లెటూరోల్లు పట్టణాలకు పోకుండా ఉన్న ఊర్లెనే ఉపాధి దొర్కుతది.

ప్రతి మండలంల మనం పెట్టే "బోనాల బువ్వ", 'బతుకమ్మ బతుకుదోవ' కేంద్రాలల్ల, కొన్ని లక్షల మంది ఆడి బిడ్డెలకు ఉపాధి దొర్కుతది. ఆల్ల పెట్టుబడికోసం నెలకు చారాణ అడ్డికి, లోన్లు ఇప్పిద్దం. నాకు తెలిసిన అమేరికా ఫైనాన్స్ కంపెనీలతోని ఆ ఇంతజాం సేద్దం. అట్లనే కొన్ని అక్కడి యన్.జి.ఓ లు గరీబోల్ల మూల ధనం కోసం గ్రాంట్ లు ఇచ్చేతందుకు ముందుకచ్చినయ్. నేను మా అమేరికా కంపెనీ అమ్మంగ అచ్చిన కొన్ని వేల కోట్ల డాలర్లు, బ్యాంక్ ఫిక్స్డ్ డిపాజిట్లల్ల, మ్యూచ్యువల్ ఫండ్ లల్ల మదుపు జేసిన. వాటి మీద అచ్చే ఆదాయం, మన సంస్థల రోజువారీ కర్చులకు అక్కరకత్తై. గిట్ల అన్ని తీర్ల ప్లానింగ్ తోటి ముందుకు పోతున్నం. అన్నట్టు, మన రెండు లాభ రహిత సంస్థలు 'బోనాల బువ్వ' ఇంక 'బతుకమ్మ బతుకుదోవ' రజిస్టర్ ఐనయ్. అవ్విట్ల ట్రస్టీలుగా మీరిద్దరు, మేమిద్దరం గాక, ఇక్కడి లోకల్ పెద్దలు గుడా ఉన్నరు." తపన్ ఆగాడు.

ఆడోల్లకు, యువతకు ఏదో సేద్దమంటున్నవ్ గని, ఇయ్యాల్ల రేపు పిల్లలు ముంబై. గల్ఫ్ దేశాలు, అమెరికా ఆస్ట్రేలియా

పోతే, ప్రతి ఊర్లె వయసు మీద పడినోల్లు, ఆల్లను సూసెటోల్లు లేక, ఓల్లు మాట్లాడెటోల్లు లేక బిక్కు బిక్కు మనుకుంట దినాలు ఎల్ల దీత్తున్నరు. ఆల్లకు గూడా ఏమన్న జేత్తే మంచిగుంటది." మదుర అంది.

" అన్ని ఒక్కసారంటే మనకు దేని మీద కాంసెంట్రేషన్ ఉండది. తాత్పరంగ మన పెద్దలకు గూడా ప్రతి మండల కేంద్రంల

వృద్ధాలయాలు, తల్లి దండ్రులు లేని అనాథ పిల్లలకు ఆశ్రమాలు నెలకొల్పుదం. గప్పుడు ఆ పెద్దలు ఆ పిల్లలల్ల తమ మనుమలను సూసుకుంట ఖుషీగ దినాలు ఎల్లదీత్తరు. ఇంతలో "వంటైంది. పదండి భోంచేద్దాం" అని శైలజ పిలిచింది.

వారు భోంచేస్తుండగా శైలజ, తన భర్తనడిగింది. "ఏమండీ! మీరు నాతో ఓ లాగ, మధురతో మరోలాగ మాట్లడుతారు. మీరు మాట్లాడేది తెలుగే ఐనా, రెండు భాషలూ వేరు వేరుగా ఉంటున్నాయి."

"ఓ అదా? అది మా తెలంగాణ భాష. నేను ఉగ్గుపాలతో నేర్చిన భాష. నేను అమెరికాలో కాలు పెట్టేదాకా మాట్లాడిన భాష. అదంటే నాకు ప్రాణం. ఎవరైనా మా వాళ్లు కలిస్తే నేను మా భాషలోనే మాట్లాడడానికి ఇష్ట పడతాను. అమెరికాలో ఉన్నప్పుడు అక్కడివారితో ఇంగ్లీషు, ఓ తరహా ఉచ్చారణతో మాట్లాడ్డం అలవాటైంది. మీది కోస్తా ప్రాంతం కాబట్టి నీతో పుస్తకాల భాష మాట్లాడతాను. అక్కడున్నన్ని రోజులు మా భాష మాట్లాడడానికి తపించి పోయాను. మా మధుర, నరహరి లాంటి వాళ్లతో నాదైన భాషలో మాట్లాడి, నా కుతి తీర్చుకుంటాను." తపన్ తన గుట్టు విప్పాడు.

భోజనం చేసి మధుర తమింటికి వెళ్లింది.

తపన్ ప్రభృతులు తలపెట్టిన లాభ రహిత సంస్థల పనులు సజావుగా సాగాయనుకుంటే, మనం 'తప్పు'లో కాలేసినట్టే. ఆ సంస్థలు బలపడితే, తమ వ్యాపారాలకు ముప్పు వాటిల్లుతుందని భయపడ్డ కార్పొరేట్, కాన్వెంట్ విద్యా సంస్థల అధినేతలు, ప్రైవేట్ డాక్టర్లు, కార్పొరేట్ ఆస్పత్రుల లాబీలు, సిండికేట్ గా ఏర్పడి, తపన్ దారిలో ఎన్నో అవాంతరాలు సృష్టించారు. అతను, తన అమెరికా నిర్వహణా సామర్థ్యంతో అవి అధిగమించి, తమ కార్యకలాపాలకు శ్రీకారం చుట్టాడు. నిజామాబాద్ నగరంలో తమ "బోనాల బువ్వ", బతుకమ్మ బతుకుదోవ" సంస్థల ప్రారంభోత్సవానికి జిల్లాకు కు చెందిన మంత్రిగారిని, ముఖ్య అతిథిగా ఆహ్వానించాడు. రిబ్బన్ కత్తిరించి ఆ లాభ రహిత సంస్థల ప్రాంగణాలను ప్రారంభించారు మంత్రి గారు. ఆ తర్వాత తపన్ తన ప్రసంగం మొదలు పెట్టాడు.

"మాననీయ మంత్రివర్యులకు, ఇతర పెద్దలకు శెనార్తులు. మేము ఇరువై ఏండ్లు అమెరికల ఉండి కొన్ని వందల కోట్ల డాలర్లు సంపాదించినం. ఒక సమయం అచ్చినంక గా సంపాదన మీద ఖాయిశ్ తీరింది. ఎన్ని రోజులు డాలర్ల ఎంటబడి, నిద్రలేని రాత్రులు గడపాలె? గీ వయసులో ప్రశాంతత అవుసరం అని తెలిసింది. మన పొట్ట, బట్టకు ఎంత గావాలె? గది ఉంచుకొని మిగిలిన మొత్తం, నలుగురికి మేలుజేసే పనులల్ల కర్సువెట్టాలనిపించింది. పరాయి దేశానికి ఊడిగం జేసింది సాలు, ఇగ మన దేశంకు, మన జిల్లాకు ఏమన్న ఉడుత సాయం జేయ్యాలని మనుసులకచ్చింది. నా ఆలోసన మా శైలజతో పంచుకుంటే, ఆమె కూడా నాతో ఏకీభవించింది. అక్కడే పుట్టి పెరిగిన పిల్లలు మాత్రం 'మేము ఇండియా రామన్నారు' సరేనని మేమిద్దరమే ఈడికచ్చినం. మేమనుకున్న ఇసయాలు మా సుట్టాలు మధుర, నరహరి గార్లతో సెప్పినం. ఆల్లు గూడా మాతో కలిసి పనిజేసెతందుకు రడీ అయింద్రు. మన జిల్లాకు చెందిన మంత్రి గారిని కలిసి మా విపులమైన పథక ముసాయిదా(డి.పి.ఆర్) ఇస్తే ఆయన గూడా ముఖ్య మంత్రి గారితో మాట్లాడి మూన్నెల్లలనే అన్ని మంజూరీలు ఇప్పించింద్రు. కరెంట్ ల రాయితీ తో పాటు, అన్ని మండలాల్ల ఉన్న ప్రభుత్వ భూమిని రాయితీ ధరకు, అక్కడి మా "బోనాల బువ్వ", "బతుకమ్మ బతుకుదోవ" కేంద్రాలకు తక్క ధరలో జాగ ఇచ్చెతందుకు ఒప్పుకున్నరు. మున్ముందు అన్ని మండల కేంద్రాలల్ల మా "బోనాల బువ్వ", బతుకమ్మ బతుకుదోవ" సంస్థల ద్వారా కార్యకలాపాలు మొదలు పెడ్తామని మీకు

తెలియ జేస్తున్నాను. మేము సెయ్యబోయే పనుల గురించి, ఇప్పటికే మీ సేతుల ఉన్న కర పత్రాలల్ల ఉన్నది. దానికి మీరంతా సాథ్ ఇత్తరని ఆశ పడుతున్న. ఇంకా మీ అవుసరాలు, అవి తీర్సెతందుకు మేమేమి జెయ్యాల్నో సెప్పితే ఆ పనులు కూడా సేసెతందుకు కోశీస్ జేస్తం. మీ అందరి సహకారం తోటి, మా ప్రయత్నాలకు విజయం చేకూరి, మనందరి బతుకులల్ల ఎలుగులు నిండుతయని నమ్ముతున్న. జై హింద్! జై తెలంగాణ!" తపన్ తన ఉద్దేశ్యాలు తేట తెల్లం చేశాడు.

మంత్రిగారికి అర్జంటుగా హైద్రాబాద్ పోయే పని ఉండడం వల్ల ఆయనను ప్రసంగించ వలసిందిగా తపన్ కోరాడు.

" సోదర సోదరీమణులారా! మీ అందరికీ ఈ సందర్భంగా నా శుభాకాంక్షలు తెలియజేస్తున్నాను. తపన్, శైలజ, మధుర, నరహరి గార్లు మన జిల్లాకు చెందిన మేలి ముత్యాలు. ఆల్ల బేపారాలల్ల, గంతో గింతో కమాయించిన ఈల్లు, మన జిల్లా ప్రజలకు ఎన్నో విధాలుగా సాయం జేసెతందుకు ముందుకచ్చిండ్రు.

పైసలు బాగ మంది సంపాదిస్తరు, గని గిట్ల గరీబోల్లకు సాయ పడేటోల్లు కొందరే ఉంటరు. ప్రభుత్వం ఎన్ని పథకాలు జేసినా, మన రాష్ట్రంల ఉన్న బీద బిక్కీ అందరికి గా ఫలాలు అందేతందుకు ఎన్నో ఏండ్లు పడుతది. గిసుంటి నఫా లేని సంఘాలు ముందుకచ్చి, మనోల్ల తరక్కీకి పాటు పడతామంటే మా గౌర్మెంట్, ఆల్లకు రాయితీలు ఇచ్చెతందుకు రడీగా ఉన్నది. ఈల్లు అర్జీ పెట్టిన మూన్నెల్ల లోపల్నే అన్ని మంజూరీలు ఇప్పించిన. ఈల్లు సేయాలనుకుంటున్న పథకాలతోటి కొన్ని లక్షలమందికి, ముఖ్యంగా మన ఆడ పడుసులకు ఉపాధి దొర్కుతది. మన రాష్ట్రం ఏర్పడక ముందు, మనకు ఎన్నో తీర్ల అన్యాయాలు జరుగుతుండే. మనం వేరు పడితే రాష్ట్రం సీకట్ల మునిగిపోతదని భయపెట్టిండ్రు. మన పొలాలకు నీళ్లు పారక ఎండిపోతయని భవిష్యత్తు పలికిండ్రు. ఇప్పుడు జూడుండ్రి. మన రాజ్యంల ఇరువై నాలుగు గంటల కరెంట్ ఇస్తున్నం. కొత్త ప్రాజెక్టులు, ఎత్తిపోతల పథకాలు అమలు పరిచి కోన్ని లక్షల ఎకరాలకు సాగునీరు అందిస్తున్నం. కొన్ని లక్షల టన్నుల ధాన్యం మద్దత్ ధరకే రైతుల దగ్గరనుంచి దళారుల ప్రమేయం లేకుండా నేరుగా కొంటున్నం. గిదంత, మన రాజ్యం, మనమే పాలించే మౌకా అచ్చినందుకే సాధ్యమైంది. మా ప్రభుత్వానికి గిసుంటి సంస్థల మద్దతుంటే, మన బంగారు తెలంగాణ కల సాకారమైతది. ఈ సందర్భంగా మన ప్రియతమ ముఖ్య మంత్రిగారి మరియు నా యొక్క శుభాకాంక్షలు తెలుపుతూ సెలవు" పనిలో పనిగా మంత్రివర్యులు తమ ప్రభుత్వ బాకా బాగా ఊదారు. తన ప్రసంగం కాగానే సత్కారం అందుకొని మంత్రి గారు బయలుదేరారు.

ఆ తర్వాత మధుర, టూకీగా తాము మహిళలకు చేయబోయే ఉడుత సాయం గురించి వివరించింది. శైలజకూడా తమ 'నైపుణ్యాభివృద్ధి' కేంద్రాల వివరాలు తెలిపింది. కొందరు నిజామాబాద్ పురప్రముఖులు తమ శుభాకాంక్షలు తెలిపిన తర్వాత, వారిని ఘనంగా సత్కరించారు తపన్ బృందం. చివరగా మధుర, తమ సంస్థలు నెలకొల్పడానికి సాయ పడ్డ పెద్దలందరికీ

పేరుపేరునా కృతజ్ఞతలు తెలిపి ప్రారంభోత్సానికి వచ్చిన వారందరికి ధన్యవాదాలు తెలుపుతూ వందన సమర్పణ చేసింది. రాష్ట్రగీతం 'జన గణ మన' తో సభా కార్యక్రమం ముగిసింది.

తపన్ కు ప్రస్తుత పాలకుల సహకారం అవసరం కాబట్టి వారితో సఖ్యత పాటిస్తున్నాడు. నిజానికి వారి ధోరణులు అతనికి నచ్చవు. ముఖ్యంగా ఆయా పథకాలు, వాటిని అమలు పరిచే విధానం, అస్సలు నచ్చదు. అప్పులు చేసి మరీ ఓటు బ్యాంకు ను దృష్టిలో పెట్టుకొని ఇచ్చే ఉచితాలపై అతనికి మంట. వాటితో జనాలు సోమరిపోతులై, తాగుడికి బానిసలు కావడం కళ్లారా చూశాడతను. దానిపై ఆక్రోషం ఉంది. అందుకే తమ సంస్థల ద్వారా ప్రజల్లో పని సంస్కృతిని పెంపొందించాలని అతను ఆశ పడుతున్నాడు. తపన్ బృందం ఉద్దేశ్యాలు ఎంత వరకు సాకారమౌతాయో కాలమే నిర్ణయిస్తుంది. మనం మాత్రం వారికి శుభాకాంక్షలు మాత్రమే చెప్పగలం. శుభం భూయాత్.

"విశాల సాహిత్య అకాడెమీ–నిత్య పత్రిక సంయుక్త ఆధ్వర్యంలో నిర్వహించిన పోటీలో రెండవ బహుమతి పొందిన కథ".

3. అనూహ్య ప్రాయశ్చిత్తం

"నిన్న ఎంత మంది కొత్తోళ్ళని తీసుకొచ్చిను?" బాస్ కంఠం ఖంగుమంది.

"నలుగురిని బాస్! ఇద్దరిని హైదరాబాద్ నుంచి, ఒకరిని గుల్బర్గా నుంచి, మరొకరిని అకోలా నుంచి. జవాబిచ్చాడు అనుచరుడు.

"ఠీక్ హై. వారి కాలో, చెయ్యో, కండ్లో, తీసేసి ఇలాజ్ చేపిచ్చి, ఆల్లు కోలుకున్నంక పనిలో పెట్టుండ్రి." బాస్ హుకుం జారీ చేశాడు.

"నిన్నటి కలెక్షన్ ఎంత?" కర్కశంగా మళ్లీ బాసు గొంతు.

"తొంబైఏడు వేల చిల్లర బాస్." ఇంకో అనుచరుడు జవాబిచ్చాడు.

" అది మొన్నటి కంటే కం హై నా? ఎందుకట్ల?"

"ముగ్గురు పిల్లలకు జ్వరం. ఇద్దరు నిన్నటి కంటే తక్కువ తెచ్చారు."

" ఎవరు వాళ్ళు? తీసుకరండ్రి"

ఇద్దరు పిల్లలు బిక్కుబిక్కుమంటూ బాస్ ఎదుట నిలబడ్డారు

"ఏరా కోవ్వెక్కిందా? లేక కర్సు పెట్టిండ్రా? మేము చెప్పిన పని చెయ్యకపోతే ఏం జరుగుతదో తెలిసి కూడా మీ పని బరాబర్ ఎందుకు చేయలేదు? బాస్ హుంకరింపు.

"లేదు బాస్, మాకు ఇచ్చిన ఏరియా లో నిన్న వ్యాపారస్తుల సమ్మె ఉండింది. అందుకని జనాలు ఎక్కువగా రాలేదు"

" అదంతా నాకు తెలువది. మీ కిచ్చిన కోట పూరా కర్నే కాచ్ మంగ్త. చలో సేతులు ఉల్టా సాపుండ్రి."

పిల్లల తిరిగేసిన మట్టలపై రూలర్తో బాధ సాగాడు బాస్.

పిల్లల ఆర్తనాదాలు మిన్నంటాయి. అయినా బాస్ కనికరం చూపలేదు . అలా ఐదు నిమిషాలు ఏకధాటిగా కొట్టి అలిసిపోయిన బాస్, తన సింహాసనంపై కూలబడ్డాడు.

" మల్లెప్పుడన్న ఇట్లా సేసినారో మీ తోడ్కలు తీస్తా బేటా! . చలో అభీ జావ్." అని తన హుక్కాపీల్చడంలో మునిగిపోయాడు బాస్ .

అది నగరంలోని ఓ పాడుబడిన భవనం. అదే బాస్ అడ్డా. అతని అనుచరులు, దేశంలోని వివిధ ప్రాంతాల నుంచి పదేళ్లలోపు పిల్లలను ఎత్తుకు వచ్చి, వారికి అంగవైకల్యం కల్పించి నగరంలోని కొన్ని ప్రాంతాల్లో యాచక వృత్తికి పురమాయిస్తారు. ఉదయం కొన్ని వ్యాన్లలో పిల్లలను తీసుకెళ్లి ఆయా ప్రాంతాల్లో వదులుతారు. సాయంత్రం ఏడు గంటలకు మళ్లీ వాళ్లని తీసుకొని తమ అడ్డాకి తిరిగి వస్తారు. పిల్లలు మధ్యాహ్నం, తమ అడ్డా వాళ్ళు ఇచ్చిన డబ్బా నుంచి భోజనం చేస్తారు. కలెక్షన్ నుంచి ఒక్క పైసా కూడా ఖర్చు చేయకూడదు. బాస్ అనుచరులు, పిల్లల 'సంపాదన' లెక్క

పెట్టి ఒక రిజిస్టర్ లో నమోదు చేస్తారు. ఆ క్రితం రోజు వచ్చిన కలెక్షన్ తో పోలుస్తారు. ఎక్కువైతే పరవాలేదు కానీ తక్కువ అయితే మాత్రం బాసుకు రిపోర్ట్ చేసి, శిక్ష పడేలా చూస్తారు.

అలాంటి ముష్టి మాఫియా దేశంలోని దాదాపు అన్ని నగరాల్లో వుంటుంది. ఆ విషయం పోలీసులకు తెలిసినా, చూసీ చూడనట్టు ఉంటారు. అందులో రాజకీయ నాయకుల ప్రమేయం కూడా ఉంటుంది. ఇంకా పోలీసులు మామూలు కూడా వసూలు చేస్తారు. అందులో పై వాళ్లకు కూడా వాటా ఉంటుంది.

పిల్లల నెత్తురు కూడుతో బాస్ మరియు అతని అనుచరులు జల్సా చేస్తారు. తాగి తందనాలు ఆడుతూ ఆడపిల్లలతో కులుకుతారు.అంతేకాదు ఆ పాపపు సొమ్ము, డ్రగ్స్, స్మగ్లింగ్, బెల్ట్ షాప్ లకు సారా సరఫరా, నకిలీ నోట్ల చలామణి, సినిమా పరిశ్రమలో పెట్టుబడి, మొదలగు చీకటి వ్యాపారాలకు మళ్లించి తమ నేర సామ్రాజ్య విస్తరణకు పాటు పడతారు.

ఆ చీకటి సామ్రాజ్యం లో బాస్ ఒక పావు మాత్రమే. అతనిపైన రాజకీయ నాయకుల అండదండలున్న మాఫియా ముఠా ఉంటుంది. ఆ ముఠా, మన దేశం నుంచి పొరుగుదేశం పారిపోయిన ఓ డాన్, కనుసన్నల్లో పనిచేస్తుంటుంది.

ఓరోజు ఐదేళ్ల అబ్బాయిని, ఏడేళ్ల అమ్మాయిని బాస్ ముందు నిలబెట్టారు. అబ్బాయికి కళ్లులేవు అమ్మాయికి ఒక కాలు లేదు. వారు అక్కా తమ్ముళ్లు. వారిపై కలెక్షన్ తక్కువని అభియోగం. వాళ్ళని చూడగానే బాస్ భృకుటి ముడిపడింది. వారిలో ఏవో పరిచితుల పోలికలు కనబడ్డాయి. ఎవరి పోలికలా? అని బాస్ కాసేపు నుదురు కొట్టుకున్నాడు. ఆ తర్వాత ఉలిక్కిపడ్డాడు. లేదు. అలా జరిగే అవకాశం లేదు. తనలో తనే గొణుక్కున్నాడు. రెండు నిముషాలు మౌనంగా ఉన్నాడతను. ఆ తర్వాత మనసును దృఢపరచు కొని...

“ఏ ఊరు మీది?” ఎంత కఠినంగా అందామన్నా, మాటలు మృదువుగా వచ్చాయి.

“ హైదరాబాద్” భయపడుతూ చెప్పాడు అబ్బాయి. హైదరాబాదులో ఎక్కడ ఉండేవారు? మీ తల్లిదండ్రులెవరు?

అమ్మాయి చెప్పింది. అది వినగానే బాస్ అవాక్కయ్యాడు. ‘వారు తన తమ్ముని పిల్లలు!’ ఎంత ఘోరం జరిగింది? తెలియకుండానే అతని కళ్ళు చిప్పిళ్లాయి. పిల్లలను తీసుకెళ్ళమని తన అనుచరులకు సైగ చేశాడతను. బాస్ ఆజ్ఞను పాటించారు కానీ వారికి అయోమయంగా ఉంది. ఎన్నడూ లేనిది బాస్ కళ్ళలో నీళ్ళు! కఠినత్వం కురిపించే దృక్కుల్లో కారుణ్యపు ఛాయలు! అనుచరులు ఆశ్చర్యంగా చూస్తుండగా, బారెడు అడుగులు వేస్తూ బాస్ తన గదిలోకి వెళ్లి, తలుపులు మూసేసాడు.

తన గదిలో పడకపై పడ్డ బాస్ లో అంతర్మధనం. పది సంవత్సరాల క్రితం ఓ హత్య చేసి ఈ నగరానికి వచ్చిన తను, ఇక్కడి మాఫియా ముఠాలో చేరి, తన నేర సామ్రాజ్యం విస్తరించాడు. పొరుగు దేశానికి పారిపోయిన ఓ డాన్ కనుసన్నల్లో పని చేస్తూ, ఆ అక్రమ సంపాదనలో కొంత భాగం, దుబాయ్ మార్గంలో పొరుగు దేశంలో ఉన్న డాన్ కు పంపిస్తూ వచ్చాడు. ఈ నగరపు ముష్టి

మాఫియాకు కిరీటం లేని రాజయ్యాడు. ముగ్గురు పెళ్ళాలున్నా, తను మనసు పడ్డ యువతులతో రాసకేలి లో మునిగి తేలుతున్నాడు. తన పేరు వినగానే హడలిపోయే అనుచరులను చూసి పైశాచిక ఆనందం పొందుతున్నాడు. కానీ ఇవ్వాళ? ఆ పిల్లలని చూడగానే హైదరాబాద్ లోని తన కుటుంబం, అతని కళ్ళముందు నిలిచింది. తన తమ్ముని దీనవదనం గుర్తుకు వచ్చింది. పిల్లలు తప్పిపోయినప్పుడు తన మరదలు ఎంత వేదన పడ్డదో, ఊహించడానికే కష్టంగా ఉంది. తన తల్లిదండ్రులు ఉన్నారో లేదో తెలీదు. తన వారు పడ్డ ఆరాటం, ఆవేదన, మిగతా పిల్లల తల్లిదండ్రులు కూడా పడి ఉంటారు కదా? అంటే? తను వందల కుటుంబాల్లో చిచ్చు పెట్టాడు. తనకు తెలియకుండానే, తన కుటుంబ సభ్యులు తన కిరాతకానికి బలైనప్పుడు ఎంత బాధ పడ్డారో అవగాహనకు వచ్చింది. 'ఇదంతా చేసి, నేనేం మూటగట్టుకుంటున్నాను?' తనకు తానే ప్రశ్నించుకున్నాడు బాస్. దినదినగండంగా గడిచే ఈ జీవితంలో, మృత్యువు ఎప్పుడు, ఎక్కడ పొంచి ఉందో తెలీదు. ఆ భయాన్ని కప్పిపుచ్చుకోవడానికి తను తాగి తందనాలాడుతూ ఆడవాళ్ళ తో ఆడుకుంటున్నాడు. ' ఛీ! నీది ఒక బతుకేనా' అంది తన అంతరాత్మ. కానీ ఈ ఊబి లో నుంచి బయటపడటం ఎలా? తన పైనున్న వారి కబంధహస్తాల్లోంచి బయటపడడం అనుకున్నంత సులభం కాదు. రెండు మూడు రోజులు తన గదిలోంచి బయటికి రాకుండా మథన పడ్డాడు బాస్.

అప్పుడు తన కుటుంబం, భార్యలు పిల్లలు జ్ఞప్తికి వచ్చారు. ముష్టి మాఫియా కార్యకలాపాలు ఓ నమ్మకమైన అనుచరుడికి అప్పగించి, కొన్ని వందల కోట్ల మొత్తం తన ఖాతాలోకి మళ్లించి, కొన్ని లక్షల రొక్కంతో తన తావు కి ప్రయాణమయ్యాడు బాస్. బాసు ను చూసిన అతని భార్యల, పిల్లల ఆనందం వర్ణనాతీతం. ఆ నగరంలో బాస్ చాలా మర్యాదస్తుడు. పేరుపొందిన మోటర్ గ్యారేజ్ యజమాని. అతనికి ఐదు పడక గదుల బంగ్లా, ఓ పోష్ గేటెడ్ కమ్యూనిటీ లో ఉంటుంది. అతని పిల్లలు కార్పొరేట్ స్కూల్లో, కాలేజీలో చదువుతారు. వారందరినీ కలిసి ఎన్నడూ లేనంత సంతోషపడ్డాడతను . అక్కడ తన తమ్ముడి పిల్లల గతి జ్ఞాపకం వచ్చింది. రేపు తన కంటే పవర్ఫుల్ గ్యాంగ్, తన విరోధులు తన సొంత పిల్లలను కిడ్నాప్ చేస్తే? ఆ ఆలోచనే దుర్భరంగా ఉంది. తన ఆవేదనని పెద్ద భార్యతో పంచుకున్నాడు బాస్. ఆమెకు మాత్రమే అతని చీకటి సామ్రాజ్యం గురించి తెలుసు. మిగతా ఇద్దరు భార్యలు తమ భర్త చాలా మర్యాదస్తుడు అనుకుంటారు. దేశ విదేశాల్లో వ్యాపార నిమిత్తం పర్యటిస్తారనేది, వారికి తెలిసిన సత్యం. ఏ రెండు మూడు నెలలకో తమ దగ్గరికి వచ్చినా, అతను తెచ్చిన కానుకలు, అతనిచ్చే శయ్యాసుఖం,ఆస్వాదించి మురిసిపోతారు. ఈసారి మాత్రం, అతనిలో మునుపటి చురుకుదనం లేదు. చిత్రంగా అతను తమ పెద్ద సవతితోనే ఎక్కువ కాలం గడుపుతున్నాడు. మునుపు అయితే పగలు నడిపి భార్యను, రాత్రి చిన్న భార్యను, రస రాజ్యం లో ఓలలాడించే వాడు. భోజనం మాత్రం తన పెద్ద భార్యతో చేసేవాడు. ఎప్పుడో తప్ప రాత్రిళ్లు పెద్ద భార్యతో ఉండేవాడు కాదు. అయితే ఈసారి మాత్రం తమ పెద్ద సవతితోనే ఎక్కువ కాలం ఉంటున్నాడు, వారికి ఏదోలా ఉన్నా, తమ సౌఖ్యాలకు లోటు ఉండకపోవడంతో గమ్మున ఉన్నారు. తన కుటుంబంతో కొన్ని రోజులులుండి, అక్కడి నుండి బయలు దేరాడు బాస్. అయితే అతను తిరిగి

తన చీకటి సామ్రాజ్యానికి వెళ్లలేదు. బాస్ తన కుటుంబంతో ఉన్నాడని ముష్టి ముఠా, తమ భర్త వ్యాపార పర్యటనలో ఉన్నాడని, అతని భార్యలు అనుకున్నారు. కొత్త సిం, కొత్త మొబైల్ తీసుకున్నాడు. పాత మొబైల్ స్విచ్ ఆఫ్ చేశాడు. తాను మాట్లాడాలను కున్నప్పుడు మాత్రమే పాత మొబైల్ వాడే వాడు. ఆ తర్వాత స్విచాఫ్. పాత మాఫియా ముఠా సభ్యులతో సంబంధాలు, విదేశంలో ఉన్న డాన్ తో అనుబంధం తెంచేశాడు. వారు బాస్ కొరకు దేశం నలుమూలలా గాలించారు. కాని బాస్ ఆచూకీ తెలియలేదు.

బాస్ తమను తప్పించుకుని తిరుగుతున్నాడు అని తెలియగానే పొరుగు దేశంలో ఉన్న డాన్, అతనిపై పై' షూట్ ఎట్ సైట్' ఉత్తర్వులు జారీ చేశాడు. వారు అలా ఉండగా ఇక్కడ బాస్, భారతదేశంలో మునిగి టిబెట్ లో తేలాడు. అక్కడ దలైలామా అనుచరుల్లో కలిసిపోయాడు. అతని ముఖకవళికలు పూర్తిగా మారిపోయాయి. గడ్డం మీసం తీసేసి గుండు కొట్టించుకున్నాడు. కాషాయ వస్త్రాలు ధరించి బౌద్ధ భిక్షువుల జీవనశైలిని అలవరచుకున్నాడు. బౌద్ధ మత ప్రచారకుల ప్రసంగాలు వింటూ అంతర్ముఖుడు అయ్యాడు. ఓ బౌద్ధ బిక్షువు సత్యం, అహింస పై ప్రసంగిస్తూ ఇలా అన్నాడు. "బౌద్ధం, హిందూ మతం నుండి వేరు కాదు. ఒక విధంగా అది హిందూ మతం నుండి విస్తరించిన శాఖ మాత్రమే. గౌతమ బుద్ధుడు తన సూత్రాలు, హిందూ మతం నుండే స్వీకరించాడు. భగవద్గీత లోని సారాంశాన్ని బుద్ధుడు అవలంబించి, తన శిష్యులకు బోధించాడు."

ఆ ప్రసంగం విన్న తర్వాత బాస్ కు తన గత జీవితంపై రోత పుట్టింది. బాహ్యాడంబరం లేని బౌద్ధుల జీవనశైలిపై మక్కువ కలిగింది. ఆ బౌద్ధ మత ప్రచారకున్ని ఏకాంతంగా కలిసి తన గత జీవితం గురించి టూకీగా వివరించాడు. ఇక ముందు తాను చేయవలసిన పనుల గురించి మార్గదర్శనం చేయమని ప్రార్థించాడు. బాస్ బాధ విన్న ఆ బౌద్ధ మత గురువు, అతన్ని తన ఏకాంత మందిరానికి ఆహ్వానించాడు.

అక్కడ తన బోధన మొదలు పెట్టాడు.

"భగవద్గీత నాలుగో అధ్యాయంలో శ్రీకృష్ణ పరమాత్మ అన్నాడు. 'అపి చేదసి పాపేభ్యః సర్వేభ్యః పాపకృత్తమః సర్వం జ్ఞానప్రవవేనైన వృజినం సంతరిష్యసి' అంటే నీవు పాపాత్ములందరిలో పాపిష్టుడవు అయినప్పటికీ దివ్య జ్ఞానం అనెడి పడవతో దుఃఖ సముద్రం పూర్తిగా తరించగలవు. మనుషులు గతంలో ఎన్ని పాపాలు చేసినా ఈ దివ్య జ్ఞానం తో పునీతులవుతారు. దానికి ఇంకో వైపు, గీతలోని తొమ్మిదవ అధ్యాయంలో మహాత్ముల గురించి ఇలా అంటాడు గీతాకారుడు ' మహాత్మానస్తు మాం పార్థ దైవీం ప్రకృతి మాశ్రితాః భజ స్తనన్యమనసో జ్ఞాత్వా భూతాని మన్యయం' అంటే భ్రాంత చిత్తులు కాని మహాత్ములు, నన్ను ఆద్యుడు, అనంతుడు, అయిన దేవదేవుని గా ఎరుగుదురు. అందుకని వారు భక్తియుక్త సేవలో నిమగ్నులై ఉందురు. నువ్వు కూడా ఆ భగవంతుని నమ్మినచో మానవ సేవలో తరించుము.

అలాగే నిత్యము భక్తితో కొలిచే మహాత్ముల గురించి శ్రీ కృష్ణ పరమాత్మ ఏమన్నాడో గమనించుము.

'సతతం కీర్తయంతో మాం యతస్తశ్చ దృఢవ్రతాః సమస్యన్తస్య మాం భక్త్యా నిత్యయుక్తా ఉపాసతే' అంటే ఎల్లప్పుడును నా వైభవంబులను కీర్తిస్తూ దృఢనిశ్చయంతో ప్రయత్నించుచు నా ముందు నమస్కరించుచు, ఆ మహాత్ములు నన్ను అనునిత్యమూ భక్తితో పూజింతురు. నువ్వు కూడా ఇప్పుడు, ఈ బుద్ధ దేవుని సన్నిధికి వచ్చావంటే నీలో రాక్షస ప్రవృత్తి అంత మైనట్టే. ఇలాగే సాధన చేస్తే నువ్వు కూడా మహాత్ముల కోవలోకి చేరే అవకాశం ఉంది.

ఇక బౌద్ధమతానికి వస్తే మహాయానంలో బుద్ధుడు అంటే ఒక వ్యక్తి కాదు. అది అనంతమైన ధర్మ రూపం. మహాయాన సూత్రాలలో బుద్ధుడు, ధర్మము, సంఘము అనే మూడు భావాలూ అవినాభావమైన శాశ్వతత్వానికి ప్రతీకలుగా చెప్పబడతాయి. శ్రవణం, మననం వంటి సాధనల ద్వారా కర్మ బంధాలనుండి విముక్తి కలుగ వచ్చునని మహాయానంలో ఉంది. నువ్వు శ్రవణంలో అడుగిడావు. ఇక్కడ విన్నవన్నీ మననం చేయడం ద్వారా నీకు కర్మబంధాల విముక్తి మార్గం అవగతమవుతుంది . ఆ తర్వాత నువ్వు బౌద్ధమతం లోని నాలుగు పరమ సత్యాలూ తెలుసుకుంటావు. ఆ సత్యాలు దుఃఖము, దుఃఖానికి కారణం, దుఃఖం నుండి విముక్తి, ఆ తర్వాత జీవన ముక్తి పొందే మార్గం కనుక్కుంటావు. నీలో, నీ గత జీవితంపై పశ్చాత్తాపం చెందుతున్న లక్షణాలు కనిపిస్తున్నాయి. అది శుభ సూచకం. ఇలాగే ఇంకో ఆరు నెలలు ఇక్కడ సాధన చెయ్యి. అప్పుడు నీకు భవిష్యత్ కార్యాచరణ స్పష్టమవుతుంది. ఏ సందేహాలున్నా, నన్ను సంప్రదించుము. నాకు తోచిన బోధనలు, సూచనలు చేయగలను. నేటి నుండి నీ పేరు 'పావనం'. నీకు శుభం కలుగుగాక." అని దీవించాడు ఆ బౌద్ధ మత గురువు.

తన గదిలోకి వచ్చిన పావనంలో మళ్ళీ అంతర్మథనం మొదలైంది. తమ మత ప్రచారకుల్లోని, బౌద్ధ మత ప్రచారకు ల్లోని భేదాలు కొట్టొచ్చినట్టు కనిపించాయి. తమ మత పెద్దలు ఇతర మతస్తుల పై ద్వేషం రగిలిస్తే, బౌద్ధ మత ప్రచారకులు అందరిపై తమ ప్రేమను పంచుతారు. తనలాంటి పాపులను కూడా అక్కున చేర్చుకుని వారిని సన్మార్గంలో నడిపిస్తారు. తాను మహాత్మునిగా మారకపోయినా పర్వాలేదు కానీ, కనీసం ఒక మనిషిగా మారాలి, అని గట్టిగా అనుకున్నాడు పావనం.అలాగే తన గత పాపాలకు ప్రాయశ్చిత్తం చేసుకోవాలనుకున్నాడు. అప్పుడు అతని మనసులో మెదిలిన పేరు "దివ్యాంగ్ నికేతన్" అవును. తన వల్ల వికలాంగులైన పిల్లలకు పునరావాసం కల్పించాలి. అంగవైకల్యం ఉన్న పిల్లలను చేరదీసి, వారికి చదువు సంధ్యలు నేర్పించాలి. వివిధ వృత్తుల్లో శిక్షణ ఇచ్చి, వారు తమ కాళ్ళపై తాము నిలబడేలా చేయాలి. తన ప్రాయశ్చిత్తానికి ప్రాతిపదిక ఏర్పడగానే, ఆ దిశగా పావులు కలిపాడు పావనం.

అతను బీహార్ రాష్ట్రంలోని బోధ గయ ప్రాంతం చేరి అక్కడ ఇరవై ఐదు ఎకరాల భూమి కొన్నాడు.

మహాబోధి మందిరం స్థావరమైన ఆ ప్రాంతంలో అతనికి సాంత్వన లభించింది. తానున్న మునుపటి ప్రాంతాలకు దూరంగా బోధ గయలో అయితే, తన పథకాలు విజయవంతం అవుతాయి

అని భావించాడతను. తనకు నమ్మకస్తుడైన అనుచరులను, పాత ఫోన్లో సంప్రదించి, వారిని బోధ గయకు రప్పించుకున్నాడు. వారికి బౌద్ధ మత ప్రచారకుల ప్రసంగాలు వినిపించి వారిని కూడా బౌద్ధమతానికి అనుకూలంగా మార్చాడు. ఆ తర్వాత స్థానిక సేవకులను, బౌద్ధ మతస్తులు కూడగట్టి తన కలల "దివ్యాంగ్ నికేతన్" కు భూమి పూజ చేశాడు.

రెండేళ్లలో అక్కడ ఐదు వందల మంది దివ్యాంగులు ఉండేలా, విద్యాలయాలు, కాలేజీలు, వృత్తి విద్యా బోధనాలయాలు, అధ్యాపకులకు, విద్యార్థులకు వసతి గృహాలు ఏర్పడ్డాయి. అలాగే పార్కులు ఆరామాలు కూడా ఏర్పాటు చేశాడు పావనం. క్రమక్రమంగా తన వల్ల యాచకులైన పిల్లలకు అక్కడ ఆశ్రయం కల్పించాడు. అంతేకాదు దేశంలోని వివిధ నగరాల్లో ముష్టి మాఫియా బారినపడ్డ దివ్యాంగులకు విడతలవారీగా చేర్చుకోవడానికి ఏర్పాట్లు జరిగాయి. అలా ఆ పిల్లల బంగారు భవిష్యత్తుకు పునాది రాయి పడింది.

పూర్వాశ్రమంలోని కొందరు "ముఠామేస్త్రీ" లు అతని దారికి అడ్డం వచ్చారు. వారిలో కొందరిని పావనం, తనదైన శైలిలో తొలగించి, కొందరిని తన మార్గంలోకి మళ్ళించి తన ప్రయాణం సుగమం చేసుకున్నాడు. సన్మార్గం పట్టిన అతన్ని ఆ దేవదేవుడే కాపాడాడు.

బోధగయ లోని పనులు ఓ కొలిక్కి రాగానే, తన కుటుంబాన్ని కలవడానికి వెళ్లాడు పావనం. అతని ఆకారం, ఆహార్యం చూసి, వారంతా ముక్కున వేలేసుకున్నారు. కొందరు హర్షిస్తే, కొందరు దూషించారు. అతని పెద్ద భార్య మాత్రం తన భర్త మార్గాన్ని ఆమోదించి, బోధ గయ వెళ్లడానికి ఒప్పుకుంది. మిగతా ఇద్దరు భార్యలు, వారి పిల్లలు తమ సౌకర్యవంతమైన జీవన శైలి ని వదిలి రావడానికి ఒప్పుకోలేదు. తన పెద్ద భార్య పిల్లల్ని కార్పొరేట్ రెసిడెన్షియల్ కాలేజీ లో చేర్పించి, పావనం, అతని పెద్ద భార్య, బుద్ధ గయకు ప్రయాణమయ్యారు.

పావనం ఆశయం విజయవంతం కావడానికి ఆ సర్వేశ్వరుడు తోడ్పడ్డాడు. "దివ్యాంగ్ నికేతన్" తలెత్తుకుని నిలబడింది. బుద్ధం శరణం గచ్ఛామి, సంఘం శరణం గచ్ఛామి, శబ్దాలు ఆ ప్రాంగణంలోని ప్రార్థనాలయం నుండి వినబడసాగాయి.

4. ఇంటి పేరు

"రమా! నీ కీ సంగతి తెలుసా?" అడిగింది నమిత.

"ఏ సంగతి? ఐనా నువు చెప్పందే ఎలా తెలుస్తుంది?" రమ ప్రతి ప్రశ్నలు.

"అదే నీ ఎక్స్ గురించి"

"ఎక్స్ గురించి?"

"అతను కరోనా తో పోయాడట."

"అలాగా? లోకానికో పీడ విరగడైంది. ఐనా అతనేమైతే నాకేం?"

"ఎంతైనా కొన్ని సంవత్సరాలు కలిసి కాపురం చేశారు. అతని ప్రతిరూపం నీ దగ్గర పెరుగుతోంది. నీకేం పట్టనట్టు అలా అంటావేం?" నమిత నిలదీసింది.

"అవి, నాకై నేను మూసిన తలుపులు. వాటి లోపల ఇప్పుడేం జరిగినా నాకు అనవసరం. ఏవైతే నేను మరిచిపోయానో, ఆ తలపులు నువ్విప్పుడు రేపుతున్నావ్. ఈ విషయంలో ఇంకే చర్చా వద్దు. దయచేసి నన్నిలా ఉండనీయ్." రమలో మొహమాటం లేదు.

రమ, నమిత, ఒకే కాలేజీలో చదివారు. నమిత, రమ కంటే రెండు సంవత్సరాలు సీనియర్. రమ, నమిత అంతకు ముందు ఒకే కంపెనీలో పని చేసేవారు. అందుకని వారి స్నేహం చాలా ఏళ్లుగా కొనసాగుతోంది. ఒకరికొకరు ఇంటి విషయాలు కూడా పంచుకుంటారు. ఆ చనువుతోనే నమిత, రమ ఇంటికి వచ్చి, ఆమె మాజీ భర్త విషయం కదిపింది. అది రమను కొన్ని సంవత్సరాలు వెనక్కి తీసుకెళ్లింది.

అవి రమ కొత్తగా ఉద్యోగంలో చేరిన రోజులు. అప్పటికే నమిత, ఆ సంస్థలో డెప్యూటీ మానేజర్ గా పని చేస్తోంది. యం.బి.ఎ. పాసైన రమకు, ఆ బహుళ దేశ కంపెనీ క్యాంపస్ ఇంటర్వ్యూలో, అధికారిగా ఉద్యోగ నియామక పత్రం ఇచ్చింది. ఆ కంపెనీ పాలసీలు, ఉద్యోగుల పట్ల ఉదారంగా ఉన్నాయని నమిత చెప్పడంతో రమకు, ఆ సంస్థలో చేరడానికి అభ్యంతరం లేకపోయింది రమకు.

రమ విభాగాధిపతి ఆకాశ్, అందరితో కలుపుగోలుగా ఉంటూ, అందరి తలలో నాలుకలా ఉండేవాడు. తానో విభాగాధిపతిననే గర్వం ఏ మాత్రం ప్రదర్శించకుండా, 'మనందరం సహోద్యోగులం' అని నవ్వుతూ, తుళ్లుతూ ఆఫీస్ లో ఓ ఆరోగ్యకరమైన వాతావరణం సృష్టించాడతను. తన బృంద సభ్యుల్లో, రమ ను ప్రత్యేకంగా చూసేవాడు ఆకాశ్. ఎందుకు చూడడూ? రమది సామాన్యమైన అందమా? ఒక్కసారి చూసిన వాళ్లు మళ్లీ మళ్లీ చూడాలనుకునే రూపం. దానికి తోడు ఎప్పుడూ నవ్వుతూ ఉండే ముఖం. అదీగాక ఏ విషయమైనా ఇట్టే ఆకళింపు చేసుకునే తత్వం. ముఖ్యంగా తన పని పట్ల అంకిత భావం. ఇక ఆకాశ్ ఆమె పట్ల ఆకర్షితుడవడంలో ఆశ్చర్యమేముంది? ఇద్దరూ పనివేళలైంతర్వాత కూడా అప్పుడప్పుడు ఆఫీస్ లో కలిసి పని చేయాల్సి

వచ్చేది. అలా వారి సాన్నిహిత్యం పెరిగి అది ప్రేమకూ, ఆ తర్వాత పెళ్ళికి దారి తీసింది. ఐతే అది అంత సులువుగా జరిగిందని మీ రనుకుంటే 'తప్పు'లో కాలేసినట్టే.

ఆకాశ్ యాదవ్, బీహార్ రాష్ట్రానికి చెందిన వాడు. వారి ఆచార వ్యవహారాలు మనకంటే చాలా భిన్నంగా ఉంటాయనీ, వారితో కలిసిపోవడం కష్టమనీ, రమ తల్లిదండ్రులు మొదట ఒప్పుకోలేదు. రమ పట్టుపట్టి, ఆకాశ్ కుటుంబాన్ని రెండు మూడు సార్లు తమ ఇంటికి భోజనానికి పిలిచి, తమ వారు కొన్ని గంటలు వారితో గడిపేలా చూసింది. అలాగే రమ కుటుంబ సభ్యులు కూడా ఆకాశ్ ఇంటికి వెళ్లి వారి ఆతిథ్యం స్వీకరించారు. అలా ఒకరి కుటుంబం గురించి ఒకరికి అవగాహన వచ్చాక, వారి పెళ్ళికి పచ్చ జండా ఊపారు, ఇరు కుటుంబాల పెద్దలు.

ఓ సంవత్సరం పాటు అంతా సజావుగా జరిగింది. రమ కడుపు పండి, ఆమె ఒక పాపకి తల్లయింది. పెళ్ళి తర్వాత, రమను అదే కంపెనీలో వేరే విభాగానికి బదిలీ చేశారు. రమ చోటులో రష్మీ యాదవ్, ఆకాశ్ బృందంలో చేరింది. రమ ప్రసవ సెలవులో ఉన్న నాలుగు నెలల్లో ఆఫీసులో కొన్ని సంఘటనలు జరిగాయి. ఆ విషయాలు రమకు తెలిసి, ఆమె కలత చెందింది. నమిత కూడా ఆ విషయాలు నిజమేనని ధ్రుఢపర్చింది. ఇంట్లో వేధింపులు మొదలయ్యాయి. తన ఆకాశ్ అంతగా మారిపోతాడని అస్సలూహించలేదు రమ. అది ఆమెకు అఘాతమైంది. ఆమె మనసులో తుఫాను రేగింది. దానికి తోడు, ఆకాశ్ తల్లిదండ్రులు చీటికి మాటికి రమపై విసుక్కోసాగారు. కనీసం అరకోటి కట్నం తేగలిగే తన కొడుకుని అప్పనంగా వలలో వేసుకుందని ఆడిపోసుకోవడం మొదలుపెట్టారు. తమ వంశానికి వారసున్ని కనకుండా ఓ గుదిబండను కన్నదని దెప్పుతూ, సూటి పోటి మాటలతో వేధించారు. రష్మిని బాహాటంగానే ఇంటికి తీసుకువచ్చి, సన్నిహితంగా గడపసాగాడు ఆకాశ్. అతని తల్లిదండ్రులు అతనికి వత్తాసు పలికారు. దానికి ముఖ్య కారణం రష్మి యాదవ్, వారి కులానికి చెందిందే కాక, ఓ ప్రముఖ పారిశ్రామికవేత్త ఏకైక కూతురు కావడమే. రమను, పొమ్మనలేక పొగబెట్టి, భారీ కట్నంతో తమ ఇంటి కోడలుగా చేసుకోవాలని వారి పన్నాగం.

రమకు కూడా ఊసరవెల్లి యాదవ్ కుటుంబంతో కొనసాగడం ఇష్టం లేకపోయింది. ఆమె తన తల్లిదండ్రులతో మొరపెట్టుకుంటే "ఏదో నువ్వు ఇష్టపడ్డావని నీ పెళ్లికి ఒప్పుకున్నాము. వారి విషయంలో మాకెన్ని అనుమానాలున్నా, నీ విచక్షణ పై ఉన్న నమ్మకంతో మేమూ 'సై' అన్నాము. అందుకే అంటారు 'ఎవరిగురించైనా సరిగ్గా తెలుసుకోవాలంటే ఇంట్లో ఉండైనా చూడాలి, వెంట ఉండైనా చూడాలి' అని." నెపం రమ పైకి నెట్టారు వారు. ఏమైతేనేం పెళ్లైన మూడు సంవత్సరాలలోపే రమ పెళ్లి పెటాకులైంది. ఇరు పక్షాల సమ్మతితో తొందరగానే విడాకులు మంజూరయ్యాయి. రమ హాయిగా ఊపిరి పీల్చుకుంది. తన కూతురు అంకిత తోడే జీవితంగా రోజులు వెళ్లదీస్తోంది.

పెళ్లైంతర్వాత ఆఫీసు రికార్డుల్లోగాని, ఆధార్, పాన్ కార్డ్, బ్యాంకు ఖాతాల్లోగాని, తన పేరు మార్చుకోకపోవడం వరమైంది రమకు. ఒక్క అంకిత తప్ప, అమెకు పెళ్లైన ఆనవాళ్లు ఏమీ మిగలలేదు. ఆకాశ్ ఉన్న కంపెనీలో కొనసాగడం ఇష్టంలేక ఆమె, మరో పెద్ద సంస్థలో మానేజర్

హోదాలో, ఎక్కువ ప్యాకేజీతో చేరింది. ఐనా నమితతో తన మైత్రి కొనసాగించింది. "అమ్మా! ఆకలేస్తోంది." అంకిత పిలుపుతో వర్తమానంలోకి వచ్చింది రమ. నమిత సెలవు తీసుకుంది.

అంకితను స్కూల్లో వేసినప్పుడు తల్లిగా తనపేరు మాత్రమే రాసింది రమ. అంకిత యొక్క తండ్రి పేరు అడిగితే అది వారికి అనవసరం అని తోసిపుచ్చింది. ప్రభుత్వ ఆదేశాల ప్రకారం, పిల్లల తండ్రి పేరుకై ఎవరినీ బలవంత పెట్టకూడదనే నియమాన్ని వారి దృష్టికి తెచ్చింది. అలాగే తన పుట్టింటి వారి ఇంటి పేరు గాని, ఆకాశ్ వాళ్ల ఇంటి పేరుగాని, కొనసాగించ దలచుకోలేదు రమ. ఈ విషయంలో ఆమె, తన తల్లిదండ్రులతో భారీ యుద్ధమే చేయాల్సి వచ్చింది. విడాకులైంతర్వాత కూడా రమ, తన పుట్టింటి ఇంటి పేరు తోనే కొనసాగింది. అంకిత పేరుమీద ఆధార్ కార్డ్ తీసుకున్నప్పుడు, ఇంటి పేరు ప్రసక్తి వచ్చింది. రమ – ఆకాశ్ లకు పుట్టిన పాప కాబట్టి, ఆకాశ్ ఇంటి పేరు 'యాదవ్' పెట్టమని బలవంతం చేశారు, రమ తల్లి దండ్రులు. రమ ససేమిరా అంది. ఇంటి పేరు మాట దేవుడెరుగు, అలాంటి కుత్సిత మనుషుల నీడ కూడా తన కూతురిపై పడకూడదంది రమ. కనీసం తమ ఇంటి పేరైనా పెట్టుమని వాదించారు వారు. 'అసలు ఇంటి పేరు ఎందుకుండాలని ఎదురు ప్రశ్న వేసింది రమ. ఇంటి పేరు ఉండబట్టే కదా, ఆడకూతురు పెళ్ళి తర్వాత, ఇంటి పేరు మార్చుకునే అవసరం వచ్చేది? ఇంటి పేరు మార్చుకోవడమంటే ఆడది, తన అస్తిత్వాన్ని కోల్పోవడమే కదా? కేవలం ఆడవారే పెళ్ళి తర్వాత, తమ ఉనికిని ఎందుకు కోల్పోవాలి? తమిళనాడులో అసలు ఇంటి పేరు ప్రసక్తే లేదు. అక్కడ, వారు తమ తండ్రి పేరునో, పెళ్లి తర్వాత, తన భర్త పేరునో తమ పేరుకు జత చేస్తారు. అలా కూడా తనకు ఇష్టం లేదంది రమ.

అసలు ఇంటి పేరు గాని ఇంకే పేరు గాని తమ పేరుకు జత జేయకపోతే వచ్చే నష్టమేముందని బలంగా వాదించిందామె.

ఏ ఆచారాలకైనా ఒక తర్కం ఉండాలి. ఆ తర్కంకు అందని ఆచారాలు పాటించడమెందుకనే అంశం లేవదీసింది రమ. రమ తండ్రి దగ్గర దానికి సమాధానం లేదు. అందుకని అంకిత ఆధార్ కార్డ్ లో, తల్లిగా రమ పేరుంది కాని, తండ్రి పేరు గాని, ఇంటి పేరు గాని లేదు.

తన తమ్ముడి పెళ్లి కాగానే పుట్టినింటి నుండి బయట పడింది రమ. కలసి ఉండి కలతలు చెందడంకంటే, దూరంగా ఉండి అనుబంధాలను కాపాడుకోవడం బావుంటుందని అమ్మా నాన్నలను, తమ్ముడు, మరదలిని అనునయించింది ఆమె. ఆ సరికే, హౌసింగ్ లోన్ తీసుకొని కొన్న తన సొంత ఫ్లాట్ కి మకాం మారిందామె.

ఆకాశ్ చనిపోయిన సంగతి తెలిసిన అమ్మా నాన్నలు, రమను పలకరించడానికి వచ్చారు. ఆకాశ్ మృతి పట్ల తమ సంతాపం తెలిపారు.

"నాన్నా! విడాకులతోనే ఆ బంధం తెగిపోయింది. తెగిన గాలిపటం ఎక్కడ పడితేనేం. దాని వెంటపడి మన సమయాన్ని ఎందుకు వృథా చేసుకోవాలి? దాని గురించి ఆలోచించి మన బుర్ర ఎందుకు పాడు చేసుకోవాలి? ఐనా అతనేమైనా జ్ఞాపకముంచుకోవాల్సినంత గొప్ప ప్రబుద్ధుడా? నా

దృష్టిలో అది మూసేసిన అధ్యాయం. ఈ విషయంలో మీరు గాని నేను గాని బాధపడల్సిన అవసరం లేదు. అతన్ని నేనెప్పుడో మరిచిపోయాను, మీరూ అదే పని చేస్తే మంచిది.” రమ, కట్టె విరిచినట్టు ఖరాఖండిగా చెప్పింది.

“అది కాదు రమా! మన పూర్వీకులు, భర్త చనిపోయింతర్వాత గుండు గొరిగించుకొని, గాజులు పగలగొట్టుకొని, బొట్టు చెరిపేసుకొనేవారు. కాలానుగుణంగా ఆ పద్ధతి మార్పుచెంది, భర్త గతించిన తర్వాత ఇప్పుడు, కేవలం గాజులు తీసేసి ఎర్ర బొట్టుకు బదులు, నల్ల చుక్క మాత్రం పెట్టుకుంటున్నారు. నువ్వూ అలా చేస్తే బావుంటుంది తల్లీ” రమ తల్లి బతిమాలింది.

“అమ్మా! మీరు మళ్లీ మొదటికే వస్తున్నారు. దాంపత్యం కొనసాగిస్తుండగా భర్త మరణిస్తే, మీరన్నది అర్థం చేసుకోవచ్చు. దాన్ని ఒక విధంగా ఒప్పుకోవచ్చు. నా దృష్టిలో అదీ అనవరసరం. కాని నా విషయంలో పెళ్లి తెగతెంపులు చేసుకొని, చట్టరీత్యా విడాకులు పొందాను. ఆ క్షణం నుంచి ఆకాశ్, నా భర్త స్థానం కోల్పోయాడు. మా సంబంధం తెగిపోయింది. దాన్ని మీరు మళ్లీ మళ్లీ రేపడం నాకు నచ్చ లేదు. ఈ విషయంలో నా నిర్ణయానికి తిరుగులేదు.” రమ తన అభిప్రాయం స్పష్టం చేసింది.

“అది కాదు రమా! మంచికో చెడుకో, అనుకునో అనుకోకపోయో, మీరు కొన్ని రోజులు కాపురం చేశారు. దానికి గుర్తుగా అంకిత పుట్టింది. అది కాదనలేని వాస్తవం. అలాంటప్పుడు ఎర్రబొట్టుకు బదులు, కనీసం ఓ నల్ల చుక్క పెట్టుకుంటే బావుంటుంది. కొన్నేళ్లు కొనసాగిన మీ బంధానికి విలువనిచ్చినట్టవుతుంది.” రమ తండ్రి వివరించాడు.

“మీ కోరిక కాదంటున్నందుకు మన్నించండి నాన్నా. కొన్ని మతాల వారు అసలు బొట్టే పెట్టుకోరు. దానికేమంటారు? ఒక వేళ ఈ పాటికే నేను మళ్లీ పెళ్లి చేసుకుంటే అప్పుడూ ఇలాగే అనేవారా? ఇంటి పేరు విషయంలో కూడా మీరిలాగే రాద్ధాంతం చేశారు. ఇప్పుడీ అనవసర విషయంలో కూడా తలదూర్చి పట్టుపడుతున్నారు. మీరు నేర్పించిన చదువు, అలవర్చిన సంస్కారం, ఇంతకంటే ఎక్కువ వాదించ కూడదని నన్ను హెచ్చరిస్తున్నాయి. దయచేసి నన్ను, నాకు తోచిన, నచ్చిన రీతిలో బతకనీయండి.” అని రెండు చేతులు జోడించి వేడుకుంది రమ.

ఇంకా ఏం మాట్లాడలేక, చేసేదేం లేక కళ్ల నిండా నీళ్లతో, నిష్క్రమించారు రమను కన్నవారు.

మనసు అల్లకల్లోలం అయిన రమ, గట్టిగా కళ్లు మూసుకుంది. ఏం జరుగుతుందో తెలియని అంకిత, తన తల్లిని అలా చూస్తూనే ఉండిపోయింది.

(విశాలాక్షి మాస పత్రిక 2021 లో నిర్వహించిన సంక్రాంతి కథల పోటీలో ప్రథమ బహుమతి 5000/–పొందిన కథ, బహుమతి కథల సంకలనం 2021లో ప్రచురితం)

5.నది – కొండ

"కూర్మా! ఉద్యోగరీత్యా నేను ఎన్నో దేశాలు తిరిగాను. ఎన్నో ఉన్నత పదవులు చేపట్టాను. పంచ తారాంకిత హోటళ్లలో బస చేసి తిన్నాను. పార్టీల్లో, పబ్బుల్లో ఆడ, మగ స్నేహితులతో తాగి తందనాలాడాను. అప్పుడది ఎంతో థ్రిల్లింగ్ గా ఉండేది. కాని ఇప్పుడాలోచిస్తే అదంతా క్షణికమని, అసలైన సంతోషం ఇక్కడే ఉందనిపిస్తుంది. ఇక్కడున్నంత ప్రశాంతత నా కెక్కడా లభించలేదు. ఎందుకంటావ్?" చంచలరావు అడిగాడు.

"చంచలా! పేరుకి తగ్గట్టు నీ మనసు చంచలం. నీ జీవితమంతా ఏదో ఓ దానివెంట పరుగులు తీశావు. ఓ మెట్టు ఎక్కగానే ఇంకో మెట్టు, ఒక పదవి రాగానే, దాని పై పదవికై అర్రులు చాచావు. సాధించావు కూడా. ఇంకేం కావాలి?"

" ఏం సాధించడమో కూర్మా? అంతా చేసి చివరకు ఒంట్లో బి.పి., షుగరు తిష్ట వేశాయి. హృదయానికి రంధ్రాలై శస్త్రక్రియ చేయించుకోవాల్సి వచ్చింది. ఒక పూట భోజనం చేయకున్నా పర్వాలేదు కాని మందులు లేకుండా ఉండలేను. పిల్లలు విదేశాల్లో, భార్య దేవుని సన్నిధిలో. చివరకు ఒంటికొమ్ము శొంఠిలా మన ఊరు శరణు జొచ్చాను."

"ఔను. ఈ గాలి, ఈ ప్రకృతి నిన్ను అక్కున జేర్చుకుంది. అందుకే ప్రశాంతంగా ఉన్నావు." కూర్మమూర్తి బదులిచ్చాడు.

"నిజమే కూర్మా! ఇప్పుడాలోచిస్తే ఇన్నాళ్ల నా పరుగుకి అర్థం లేదనిపిస్తోంది. భౌతిక సుఖాల వెంటపడి ఒళ్లు గుల్ల చేసుకున్నాను. అధికార వ్యామోహంతో కళ్ళు మూసుకుపోయి నిరంకుశంగా ప్రవర్తించాను. ఆరోగ్యం నిర్లక్ష్యం చేశాను. ఫలితం ఇప్పుడు అనుభవిస్తున్నాను. లక్షలు ఖర్చుచేసి పిల్లలను చదివించాను. మాకు హోదాకు తగ్గ సంబంధాలు చూసి పెళ్లిళ్ళు చేశాను. నా వారనుకుని వారికి అంతా చేస్తే, వారికి నేనిప్పుడు కాని వాడినయ్యాను. వారి జీవన స్రవంతిలో, అమెరికాలో ఇమడలేక, ఇక్కడ ఒంటరి జీవితం గడుపుతున్నాను. ఆధ్యాత్మిక గ్రంథాలు చదువుతూ నన్ను నేను తెలుసుకునే ప్రయత్నం చేస్తున్నాను. చాగంటి, గరికపాటి వారి ప్రవచనాలు యూట్యూబ్ లో చూస్తూ సేదతీరుతున్నాను. నాకిప్పుడు సంతోషంగా ఉంది." చంచలరావులో సంతృప్తి.

అది పల్లే, పట్నం కాని మండల కేంద్రం. పాఠశాలలు, కాలేజీలు, ఆస్పత్రులు, మార్కెట్లు, సినిమా హాళ్లు, పార్కులు, ఆట మైదానాలు మొదలగు అన్ని హంగులున్న స్వయంసిద్ధ నగరం. అదనంగా దానికి ఆనుకుని ఓ చిన్న కొండ, దానికింద మూడు కాలాలూ ప్రవహించే ఓ నది. నది ఒడ్డున ఓ ఉద్యానవనం. వెరిసి ఆ చుట్టుపక్కలవారికి పర్యాటక ప్రదేశం.

బాల్య మిత్రులైన కూర్మమూర్తి, చంచలరావు తమ విశ్రాంత జీవనంలో ఆ ఉద్యానవనంలో కూర్చుని ఇటు కొండగాలిని, అటు నది ప్రవాహాన్ని ఆస్వాదిస్తూ, గత స్మృతులను నెమరువేసుకుంటున్నారు.

ఇద్దరూ పాఠశాల స్థాయి నుండి డిగ్రీదాకా కలిసే చదివారు. ఆ తర్వాత కూర్మమూర్తి యం.ఏ. వైపు మొగ్గు చూపితే, చంచలరావు యం.బి.ఏ. కు ఓటు వేశాడు. దిగువ మధ్య తరగతికి చెందిన కూర్మమూర్తి, మొదటినుంచి అధ్యాపక వృత్తిపై మక్కువ పెంచుకున్నాడు. యం.ఏ., పి.హెచ్ డి. చేసి కాలేజి లెక్చరర్ కావాలని అతని చిరకాల వాంఛ. ఎన్నో కష్టనష్టాలను ఓర్చుకొని, లెక్కలేనన్ని అవమానాలు సహించి, మొత్తంమీద కూర్మమూర్తి తను అనుకున్నది సాధించాడు. నలభై సంవత్సరాలు ఉద్యోగం చేసి, పి.జీ. కాలేజి ప్రిన్సిపాలుగా రిటైరయ్యాడు.

ధనిక వర్గానికి చెందిన చంచలరావుకు మాత్రం కార్పొరేట్ రంగంలో రాణించాలనే తపన. అందుకే అతను యం.బి.ఏ. లో చేరాడు. యం.బి.ఏ. చేస్తుండగానే క్యాంపస్ ఎంపికల్లో అతనికి ఓ పెద్ద బహుళదేశ సంస్థ నుంచి, మంచి ప్యాకేజితో డిప్యూటి మానేజర్ గా ఉద్యోగ పిలుపు వచ్చింది. ఎగిరి గంతేసి, అతనది అంది పుచ్చుకున్నాడు. అనతికాలంలోనే కార్పొరేట్ సంస్కృతి ఒంటబట్టించుకొని రాటు దేలాడు. కార్మికుల్లో చీలికలు తెచ్చి, వారి యూనియన్ ని నిర్వీర్యం చేశాడు. వారి పొట్టకొట్టి కంపెనీకి లాభాలు కూర్చాడు. పనిలో పనిగా పై అధికారులతో లాలూచీపడి అడ్డదార్లు తొక్కాడు. అందుకు ప్రతిఫలంగా వారికీ, తనకూ గిట్టుబటయేలా చక్రం తిప్పాడు. సొంత ఆస్తులు కూడబెట్టాడు. రాజకీయం చేసి, సాటివారిని అధిగమించి అక్రమ మార్గంలో పదోన్నతులు పొందాడు. మొత్తం మీద హృదయం మాటలు పెడచెవిన పెట్టి, మనసు ఆడించినట్లల్లా ఆడుతూ, అంచెలంచెలుగా పై పదవులకు ఎగబాకాడు. అన్ని అత్యాధునిక హంగులున్న విశాలమైన బంగళాలో విలాసవంతమైన జీవితానికి అలవాటు పడ్డాడు. అతని భార్య చెవినిల్లు కట్టుకొని పోరినా తన నిరంకుశ ధోరణి మార్చుకోలేదు చంచలరావు. మొహం ఎదుట అతనికి గౌరవమిచ్చినా, చాటుగా అతన్ని నిరసించినవారే అధికం.

జీవిత చరమాంకంలో అంతరాత్మ అతన్ని వేధించసాగింది. తను చేసిన అక్రమాలు సినిమా రీళ్లలా కళ్ళముందు కదలాడ సాగాయి. ఆ వేదన తట్టుకోలేక పోయాడతను. ఓ రోజు అలవాటు ప్రకారం నదీ ఒడ్డున ఉద్యానవనంలో ఇద్దరు మిత్రులు కలిసినప్పుడు, తన మనోవేదనను కూర్మమూర్తి తో పంచుకున్నాడు చంచలరావు.

“కూర్మా! నువ్వన్నట్టు నేను సుఖాల ఎండమావుల వెంట పరుగెత్తి, పరుగెత్తి అలసిపోయాను. చేసిన పాపం చెబితే పోతుందంటారు. అది నిజమో కాదో తెలియదు కాని, కొన్ని విషయాలు నీకు చెప్పి నా మనోభారం దింపుకుంటాను. దయచేసి ఓపిక చేసుకొని విను.”

“తప్పకుండా వింటాను చంచలా! మన దార్లు వేరయ్యాక, ఇతరులనుండి నీ గురించి ఏవో విషయాలు తెలిసేవి కాని విపులమైన వివరాలు అంతగా తెలియవు. నీకై నువు చెబితే అంతకన్నా కావాల్సిందేముంటుంది?”

“కొన్ని ఘట్టాలు నన్ను తొలుస్తూనే ఉన్నాయి. మచ్చుకి ఒక ఉదంతం చెబుతాను. మా కంపెనీ కార్మికుడు మిషిన్ పై పనిచేస్తూ ప్రమాదవశాత్తు రెండు చేతులు కోల్పోయాడు. న్యాయంగా అతనికి ఇవ్వాల్సిన నష్టపరిహారానికి గండికొట్టి, ఏదో చిన్న మొత్తంతో సరిపుచ్చాను. యూనియన్

నాయకుడితో లాలూచీపడి, వారినుండి అభ్యంతరం రాకుండా చూశాను. ఫలితం? నాకు ఇంక్రిమెంట్. అలాంటి ఎన్నో అరాచకాలు చేసి కంపెనీ నుండి ఇంక్రిమెంట్లు, ప్రమోషన్లు పొందాను. అప్పుడవి బాగానే ఉన్నా, ఆ కార్మికుల కుటుంబీయుల దీన వదనాలు ఇప్పటికీ నన్ను వెంటాడుతున్నాయి. ఆ సంఘటనలు జ్ఞాపకం వచ్చి నాలో నేనే కుమిలిపోతుంటాను. వారి ఉసురు తగలడం వల్లనేమో నా కుటుంబ జీవితం అస్తవ్యస్తం అయింది. నాకు మనఃశాంతి లేకుండా పోయింది." చంచలరావు కళ్లల్లో చెమ్మ.

"నీ కుటుంబానికేం? పిల్లలు బాగా నిలదొక్కుకున్నారు కదా? విదేశీ సౌకర్యాలనుభవిస్తూ హాయిగా ఉన్నారు ఇంకేం?"

"ఏం హాయో? ఏం సుఖమో? అదంతా లోకానికి కనిపించేది. లోగుట్టు మాకే తెలుసు. కడుపు చించుకుంటే కాళ్ల మీద పడుతుంది. అబ్బాయికి నా మీద కసి. చిన్నప్పటినుండి జైలులాంటి హాస్టల్ లో పెట్టానని కినుక. మా ఆవిడ వద్దన్నా నేనే పట్టుపట్టి క్రమశిక్షణ పేరుతో పిల్లలిద్దరినీ హాస్టల్ లో వేశాను. అందుకని నేనంటే వారికి విపరీతమైన కోపం. వారి అనురాగం, ఆప్యాయత కొరవడ్డ నా జీవితం ఎడారిలా బీటలు వారింది. తను ప్రేమించిన అమ్మాయి కులం, హోదా మాతో ఏ మాత్రం తూగదనే సాకుతో, వేరే ధనవంతుని అమ్మాయితో పెళ్లి చేశానని మా అబ్బాయి ఇప్పటికీ దెప్పుతూ ఉంటాడు. అమెరికాలో కొడుకు, కోడలు కలిసి ఉన్నారన్న మాటే కాని, ఎవరికి వారే యమునా తీరే. ఇద్దరికీ ఒంటినిండా అహం. అలాంటి వాతావరణంలో పెరిగిన పిల్లల సంగతి వేరే చెప్పాలా? వారు తమ తల్లిదండ్రులను మించి పోయారు. ఆడ స్నేహితులతో మనవడు, మగ మిత్రులతో మనవరాలు ఇష్టారాజ్యంగా ఉన్నారు. అదే నావలో ప్రయాణిస్తున్న మా అబ్బాయి, కోడలు వారిని మందలించే స్థితిలో లేరు. మా ఆవిడ చనిపోయాక కొన్ని రోజులు వారితో ఉన్న నేను, హితబోధ చేయ ప్రయత్నిస్తే, నా జాతకం తీసి ఉతికి ఆరేశారు. ఆ వాతావరణంలో ఇమడలేక, చావు తప్పి కన్ను లొట్టపోయి, మన ఊరికి తిరిగి వచ్చాను. ఇదీ నా మేడిపండు జీవితం అసలు రూపం." చంచలరావులో నిస్పృహ.

"నిజం చంచలా! నాకీ సంగతులేవీ తెలియవు. ఏదో పెద్ద హోదాలో సౌకర్యవంతమైన జీవితం గడుపుతున్నావని అనుకున్నాను కానీ లోపలి విషయాలపై అస్సలు అవగాహన లేదు. పోనీ అమ్మాయి జీవితమైనా బాగుంది కదా?"

"బాగుండకేం. పుట్టెడు సమస్యలతో చక్కగా ఉంది! గారాబంగా పెంచడం వల్ల అమ్మాయిలో పెంకెతనం పెరిగిపోయింది. అమెరికా అబ్బాయితో మేము చేసిన పెళ్లి పెటాకులైంది. దానికి కారణం మా అమ్మాయే. అక్కడి సంస్కృతిలో మునిగిపోయి, మా అల్లుడిని ఖాతరుచేయకుండా ప్రవర్తించింది. ఆ అబ్బాయి ఓపికగా ఐదేళ్లు సహించాడు. ఆ తర్వాత మాకు తెలిపాడు. మేమిద్దరం అమెరికా వెళ్లి వారి మధ్య సయోధ్య కుదర్చడానికి శాయశక్తులా ప్రయత్నించాము. అమ్మాయి తన మంకు పట్టు విడువలేదు. చివరకు విడాకులయ్యాయి. ఇక అమ్మాయికి అడ్డు లేకుండా పోయింది. మగ స్నేహితులతో విచ్చలవిడిగా తిరుగుతూ తెగిన గాలిపటమైంది. సహజీవనంలో ఇద్దరు, ముగ్గురిని మార్చి, గత ఆరు నెలలుగా ఓ నీగ్రో అబ్బాయితో ఉందని తెలిసింది.

మేము అమెరికా నుండి తిరిగి వచ్చిన తర్వాత, మా పిల్లల జీవితాలు కుక్కలు చింపిన విస్తరిలా మారడం తలచుకొని, మా ఆవిడ కుమిలి కుమిలి ఏడ్చింది. ఆ బెంగ తో తన ఆరోగ్యం క్షీణించింది. ఎన్ని చికిత్సలు చేసినా కుదురుకోలేదు. మనోవ్యాధికి మందులేదు కదా? చివరకు నన్ను ఒంటరిని చేసి ఆ దేవుని సన్నిధి చేరింది. చూశావా? నేను నా ఉద్యోగ బాధ్యతలు, కెరీర్ పై దృష్టి పెట్టి, కుటుంబాన్ని గాలికి వదిలేయడం వల్ల ఎంత అనర్థం జరిగిందో? అలాగే నేను చేసిన అక్రమాలు కూడా నా కుటుంబం కుక్కలు చింపిన విస్తరి కావడానికి కారణమని ఇప్పుడనిపిస్తోంది." కళ్ల నుండి నీరు కారుతుండగా చంచలరావు ఊపిరి తీసుకున్నాడు. కూర్మమూర్తి తన రుమాలుతో అతని కళ్లు తుడిచాడు.

"అయ్యబాబోయ్! నీ సంగతులు వింటుంటే నాకే అదోలా ఉంది. నువ్వెలా తట్టుకుంటున్నావో? నిజంగా నీ లాంటి పరిస్థితులు పగవారికి కూడా రాకూడదు. నీ దృష్టి ఆధ్యాత్మికతవైపు మళ్లించి మంచి పని చేశావు. ఈ వయసులో అంతకు మించి మరో మార్గం లేదు. నీకు శుభాకాంక్షలు. సూర్యుడు పడమటి కొచ్చాడు. పద బయలుదేరుదాం."

"నా సంగతి సరే. మరోసారి మనం కలిసినప్పుడు నీ విశేషాలు తెలుసుకోవాలని ఉంది." మిత్రులిద్దరూ లేచారు.

ఓ రోజు కూర్మమూర్తి టిఫిన్ చేస్తూ ఆ రోజు వార్తా పత్రిక చదువుతున్నాడు. అంతలో ఫోన్...

విషయం విని అతను లేచి బట్టలు వేసుకోవడం మొదలు పెట్టాడు. అతని భార్య...

" అదేంటండీ! టిఫిన్ చేస్తూ మధ్యలో లేచారు?"

" అక్కడ మా మిత్రుడు చంచలరావుకి హృదయపోటు వచ్చిందట. ఆస్పత్రికి తరలించారట. నేను వెంటనే పోవాలి" అని గడప దాటాడు కూర్మమూర్తి. ఆస్పత్రిలో...

చంచలరావుని ఐ.సి.యు. లో వెంటిలేటర్ పై పెట్టారు. అతని పని వాణ్ణి అడిగితే,

"రాత్రి అమెరికా నుంచి ఏదో ఫోన్ వచ్చింది. ఆ తర్వాత అయ్యవారు చాలా బాధ పడినట్టు కనిపించారు. ఉదయం చూస్తే పడకలో మెలికలు తిరుగుతూ కనిపించారు. నాకు భయమేసి డాక్టర్ గారికి ఫోన్ చేశాను. ఆయన వెంటనే వచ్చి ఈ ఆస్పత్రిలో చేర్చారు." డ్యూటీ డాక్టర్ ని కనుక్కుంటే, బి. పి. హై ఉంది. నలభై ఎనిమిది గంటలు గడిస్తేనే గాని ఏమీ చెప్పలేమన్నారు. ఆయనే ఒక నర్సుని ఏర్పాటు చేసి, ప్రతి అరగంటకు రీడింగ్ లు నోట్ చేయమన్నారు. అక్కడ ఉండి చేసేదేం లేక, ఏమైనా అవసరం ఐతే తనకు కబురు పెట్టమని చెప్పి, కూర్మమూర్తి ఇంటికి బయలుదేరాడు.

నాలుగు రోజుల తర్వాత, చంచలరావు ఆరోగ్యం నిలకడగా ఉండడంతో ప్రత్యేక గదికి మార్చారు. ఆ రోజు సాయంత్రం కూర్మమూర్తి కలిసినప్పుడు చంచలరావు, తన అనారోగ్యానికి దారి తీసిన పరిస్థితులు వివరించాడు.

"మా అమ్మయి ఒక నీగ్రో అబ్బాయితో సహజీవనం చేస్తుందని చెప్పాను కదా? ఆ అబ్బాయి ఒక డ్రగ్ మాఫియాకు చెందిన వాడట. అతనితో పాటు అమ్మాయి కూడా ఆ గ్యాంగ్ లో భాగమైంది. రెండు రోజుల క్రితం అక్కడి పోలీసులు వారిద్దరిని అరెస్ట్ చేశారట. తన చెల్లెలు అలా జైలు పాలవడం తనకు నామోషీగా ఉందని మా అబ్బాయి ఫోన్ చేశాడు. 'నా అపరాధానికి ఇంకెంత శిక్షిస్తావు భగవంతుడా' అని కుమిలి కుమిలి ఏడ్చాను. దాని పర్యావసానంగా బి.పి. పెరిగి, హృదయపోటుకు దారితీసింది. ఏదో ఈ ప్రపంచంలో నాకింకా నూకలు మిగిలి ఉన్నాయి కాబట్టి బతికి బట్ట కట్టాను."

"కర్మ సిద్ధాంతాన్ని బాగా ఒంటబట్టించుకున్నావు. మీ పిల్లల గురించి ఏ మాత్రం ఆలోచించకుండా ఇక నీ శేష జీవితం భగవద్ధ్యానంలో గడుపు. యోగా, మెడిటేషన్ తో నీకు మనఃశాంతి కలుగుతుంది. ఇక విశ్రాంతి తీసుకో. ఓ వారం రోజులు ఈ ఆస్పత్రిలో అబ్జర్వేషన్ లో ఉండాలని డాక్టర్ గారు చెప్పారు. నేను అప్పుడప్పుడు వస్తూ ఉంటాను." అని కూర్మమూర్తి సెలవు తీసుకున్నాడు.

ఇంటికి చేరిన చంచలరావు, తన మిత్రుని సలహా పాటిస్తూ. యోగ, ధ్యానంలో రోజులు గడుపుతూ కుదుట పడ్డాడు. అప్పుడప్పుడు కూర్మమూర్తి తన స్నేహితుణ్ణి కలుస్తూ, అతనికి ధైర్యం నూరి పోశాడు.

ఓ నెల తర్వాత చంచలరావు, కూర్మమూర్తి నది ఒడ్డున ఉన్న పార్కులో తమ మామూలు చోట కలిశారు.

"కూర్మా! ఈ చుట్టు పక్కల ఎక్కడవిన్నా నీ పేరు మారు మోగుతోంది. బీద ప్రజలు గాని, విద్యార్థులు గాని, సమాజ సేవకులు గాని నీ గురించి చాలా గౌరవ పూర్వకంగా మాట్లాడతారు. అదెలా సాధ్యమైంది?"

"అందులో నేను పెద్దగా చెప్పాల్సిందేమీ లేదు. నా స్వభావం ప్రకారం, నలుగురికి మంచి చేయడానికి ప్రయత్నించాను. చాలా మంది సమస్యలకు పరిష్కార మార్గాలు సూచించాను. కొందరికి మాటసాయం, ఇంకొందరికి ఆర్థిక సాయం అందించాను. కొందరికి ప్రత్యక్షంగా, కొందరికి పరోక్షంగా చేయూత నిచ్చాను. నా నలభై ఏళ్ల సర్వీసులో నేను పెద్దగా ఆస్తులు సమకూర్చుకోలేదు. జీవన స్థాయిని అంతగా పెంచుకోలేదు. ఉండడానికి అన్ని వసతులున్న ఇల్లు, నాలుగెకరాల పొలం నా స్థిరాస్తులు. ముగ్గురి పిల్లలకు వారి అభిరుచుల ప్రకారం చదువులు చెప్పించి వారు వారి కాళ్లపై నిలబడేందుకు తోడ్పడ్డాను. వరకట్న ప్రసక్తి లేకుండా మంచి సంబంధాలు చూసి పెళ్లిళ్ళు చేశాను. అమ్మాయిలిద్దరు వారి అత్తవారిండ్లలో ఇమిడిపోయారు. అబ్బాయి, కోడలు మాతో ఉంటూ వారి వారి వృత్తుల్లో హాయిగా ఉన్నారు."

"నీ ఉద్యోగ జీవితం గురించి కూడా చెప్పు. నీ శిష్యులు ఎందరో నీ గురించి గొప్పగా చెప్పగా విన్నాను కూర్మా."

"నా కర్తవ్యం నేను, నిజాయితీగా నిస్పక్షపాతంగా నిర్వహించాను. సందర్భం వచ్చింది కాబట్టి, నేను డిగ్రీ కాలేజి ప్రిన్సిపాల్ గా ఉండగా జరిగిన ఓ సంఘటన గురించి చెబుతాను. కాలేజి లో ర్యాగింగ్ మామూలే కదా? ఓ సంవత్సరం అది శృతి మించింది. హితవు చెప్పిన కొందరు లెక్చరర్లను ఓ ఆకతాయి మూక అవమాన పర్చింది.

వ్యవహారం చేతులెత్తేదాకా పోయింది. ఆ మూకలోని ఆరుగురినీ డిబార్ చేయాలని అధ్యాపక బృందం పట్టు పట్టింది. దాని వల్ల వారి జీవితాలు నాశనం ఔతాయానిపించింది. ఓ సారి ఆ విద్యార్థులతో మాట్లాడి నిర్ణయిద్దామని ఆ సమావేశం ముగించాను. ఆ మూకను నా చాంబర్ కు రప్పించుకొని విషయం తెలుసుకున్నాను. 'ప్రతి సంవత్సరం ఆనవాయితిగానే వస్తున్న విధంగానే ఆ ఏడు కూడా జూనియర్లను ఎంతో కొంత ఇబ్బంది పెట్టాం కాని, అది శృతి మించ'లేదన్నారు. ఆ జూనియర్లలో ఒక లెక్చరర్ బంధువుల అమ్మాయి ఉండడం వల్ల లెక్చరర్లు జోక్యం చేసుకొని తమను తీవ్ర పదజాలంతో దూషించారన్నారు. చాలా అభ్యంతరకరంగా మాట్లాడారన్నారు. అందుకే తాము కూడా ప్రతిస్పందించామన్నారు. నేను వారికి కాలేజి పరిసరాల్లోని సి.సి.టి.వి. ఫూటేజ్ చూపించి తప్పు ఆ సీనియర్ విద్యార్థులదే అని నిరూపించాను. చట్టం ప్రకారం ర్యాగింగ్ నిషిద్ధమనీ, పోలీసులకు గాని ఫిర్యాదు చేస్తే వారి జీవితాలు కుక్కలు చింపిన విస్తర్లమాదిరి ఔతాయని హితబోధ చేశాను. పేచీ వచ్చినప్పుడు రెండు వైపులా ఉద్వేగాలు ప్రబలి గోరంతలు కొండంతలు అయే అవకాశముందని నచ్చజెప్పాను. వివాదాన్ని మొగ్గలోనే తుంచాలని హితవు పలికాను. లెక్చరర్లకు క్షమాపణ చెప్పి, ఇక ముందు అలాంటి సంఘటనలకు పాల్పడమని హామీ పత్రం ఇస్తే, విషయం కాలేజి నాలుగు గోడలు దాటదని నమ్మ పలికాను. లేకపోతే చట్ట ప్రకారం చర్యలు తీసుకోవాల్సి ఉంటుందని సున్నితంగానే హెచ్చరించాను. ఆ మూక నా ప్రతిపాదనను ఒప్పుకోవడంతో సమస్య సామరస్యంగా పరిష్కారమైంది." కూర్మమూర్తి ముగించాడు.

"బీద విద్యార్థులకు ఆర్థిక సహాయం కూడా చేశావని విన్నాను. అదెలా చేశావో చెప్పు" చంచలరావులో కుతూహలం.

"నేను దిగువ మధ్య తరగతి కుటుంబం నుంచి వచ్చాను కాబట్టి సహజంగానే నాకు, అట్టడుగు వర్గాలపై సానుభూతి ఎక్కువ. నేను లెక్చరరుగా ఉన్నప్పటినుండే, నా పదిశాతం ఆదాయం బీద విద్యార్థుల ఆర్థిక సహాయంకై కేటాయించాను. చదువులో చురుకుగా ఉండి, ఆర్థిక ఇబ్బందులవల్ల పై చదువులు కొనసాగించలేని వారికి నా శాయశక్తులా సహాయ పడ్డాను. ఐతే వారికి డబ్బు విలువ తెలియాలని, అప్పుడు అప్పుగా ఇస్తున్నానని చెప్పేవాణ్ణి. వారు సంపాదన పరులయ్యాక ఆ అప్పు తీరిస్తే, అప్పుడు ఇంకొందరికి చేయూత నిచ్చే వీలుంటుందని వివరించేవాణ్ణి. చాలా మంది నా అప్పు తీర్చారు కాని కొందరు మాత్రం ఎగనామం పెట్టారు. నేను అలాంటి వారిపై ఏ చర్యా తీసుకోలేదు. అది నా క్రమశిక్షణ లోపమని సరిపెట్టుకున్నాను. ప్రస్తుతం ఓ ఇరవైమంది బీద విద్యార్థులను దత్తత తీసుకున్నాను. ఇంటర్ నుండి డిగ్రీదాకా వారి చదువుకయ్యే ఖర్చు మొత్తం నేను భరిస్తున్నాను. కాలేజి, పరీక్షఫీజు, పుస్తకాలు మొదలగు వాటికయ్యే ఖర్చంతా నేనే కడుతున్నాను.

రిటైరైన తర్వాత వచ్చిన మొత్తం మదుపు చేసి, దానిపై వచ్చే వడ్డీ లేక డివిడెండ్ ఆ విద్యార్థుల చదువుకై వెచ్చిస్తున్నాను. నెల నెలా వచ్చే నా పెన్షన్ డబ్బులనుంచి కూడా కొన్ని ధర్మ కార్యాలు నిర్వర్తిస్తున్నాను." కూర్మమూర్తి తన ప్రజోపయోగ కార్యాల గురించి వివరించాడు.

"నీ మార్గదర్శనంలో ఎందరో యం.ఫిల్., పి.హెచ్ డి. చేశారని విన్నాను. వారిలో కొందరు నీ గురించి ఎంతగానో చెప్పారు. అలా ఎందరిని తయారు చేశావేమిటి?" చంచలరావులో ఉత్సుకత.

"దాంట్లో చెప్పుకోవడానికేముంది? ప్రతి ప్రొఫెసరూ చేసేదే నేను చేశాను. కాకపోతే కొందరిలా వారిని నేను నా సొంత పనులకు వాడుకోలేదు. వారు ఏ విషయంలో పరిశోధన చేస్తే బాగుంటుందో సూచించి, ఆ తర్వాత వారికి అడుగడుగునా అండగా ఉన్నాను. నా ద్వారా పదహారుగురు యం.ఫిల్., ఇరవైమంది పి.హెచ్ డి. చేశారు. వారందరు ఇప్పుడు మంచి స్థాయిల్లో ఉన్నారు." కూర్మమూర్తి కళ్లల్లో సంతృప్తి.

"సామాజికంగా కూడా నీ సేవలు ఎందరి జీవితాల్లోనో వెలుగులు నింపాయని తెలిసింది. దానికి ప్రేరణ ఏమిటి?

"డిగ్రీ, పీ.జీ. కాలేజిల ప్రిన్సిపాల్ గా చేశానని నీకు తెలుసు కదా? ఆ హోదా వల్ల కొన్ని పరిచయాలు ఏర్పడ్డాయి. వాటి మూలంగా కొందరి సమస్యలు పరిష్కారమయ్యాయి. కొందరు ఇళ్ల, పొలం పట్టాలకోసం నన్ను సంప్రదించేవారు. న్యాయం వారి వైపున ఉంటే, నాకు తెలిసిన నాయకులతో, ప్రభుత్వాధికార్లతో మాట్లాడి వారి సమస్య తీరేలా సహాయ పడ్డాను. కొందరు చదువుకున్న నిరుద్యోగులకు ప్రైవేటు రంగంలో ఉద్యోగాలు ఇప్పించాను. కాలేజి నిర్వహణ లోని నా నైపుణ్యం వల్ల, సంఘంలో నేనంటే గౌరవం ఏర్పడింది. ఆ పరపతితోనే జనాలు నా మాటకు విలువనిచ్చేవారు. ఇతరులకై నేను కోరిన పనులు చేసి పెట్టేవారు. నా పనులకై నేను ఎప్పుడూ ఎవరినీ ఏమీ కోరలేదు. సాధ్యమైనంతవరకు ప్రజలకు మేలు చేసే ప్రయత్నం చేశాను తప్ప, కావాలని ఎవరికీ కీడు చేయలేదు.

అంతెందుకు? ఈ పరిసరాలను, ఈ ఉద్యానవనాన్ని పర్యాటక కేంద్రంగా తీర్చిదిద్దడంలో నా పాత్ర కూడా ఉందని గర్వంగా చెప్పగలను. దీని రూపురేఖలు, పథక రచన, దాని అమలు, అలా ప్రతి అడుగులో నేను సక్రియంగా పాల్గొన్నాను. ఆ భగవంతుడు నాకు శక్తినిచ్చాడు. అలా నేను ముందుకు సాగుతున్నాను." కూర్మమూర్తి ముగించాడు.

మరోసారి ఆ ఇద్దరు మిత్రులు కలిసింతర్వాత, చంచలరావు మొదలు పెట్టాడు.

"కూర్మా! నీ గురించి తెలుసుకున్న తర్వాత, మనిద్దరి జీవితాలను బేరీజు వేశాను. నువ్వు నీ హృదయ స్పందన ప్రకారం నడుచుకుంటే, నేను నా మనసు చెప్పినట్టాల్లా ఆడుతూ పోయాను. బాహ్య రూపురేఖలపై నేను దృష్టి పెడితే, నువ్వు అంతఃసౌందర్యంపై మక్కువ చూపావు. అంతేనా? లేక ఒక ప్రొఫెసరుగా నువు వేరే విధంగా విశ్లేషిస్తావా?"

"చంచలా! ఒక విధంగా నీ విశ్లేషణ సరి ఐనదే. కాకపోతే నీ జీవితం ఈ ప్రవహించే నది లాంటిది. నీ జీవన గమనంలో ఎన్నో అడ్డంకులను ఎదురుకుంటూ ముందుకు సాగావు. చివరికి సముద్రమనే గమ్యం చేరే ముందు నది నడక మందగించినట్టు, ఈ జీవన సంధ్యలో నువు ఆత్మ పరీక్ష చేసుకొని, నీ పరుగుకి కళ్లెం వేశావు. ఆధ్యాత్మికత వైపు మళ్లావు. ఇది మంచి పరిణామం." కూర్మమూర్తి మాట్లాడుతుండగానే, చంచలరావు మధ్యలో అందుకున్నాడు.

"ఇక నేను చెబుతాను. నువు ఆ పక్కనున్న కొండ లాంటి వాడివి. ఉన్న చోటే ఉండి, ఆ పరిసరాలను, చెట్లను, చేమలను సస్యశామలం చేస్తూ, పశుపక్ష్యాదులకు నెలవుగా ఉండి పర్యావరణాన్ని కాపాడే కొండలాగా, నువు కూడా మన జన్మభూమిని అంటిపెట్టుకొని ఉండి, నీ సహృదయతతో చుట్టూ ఉన్న మనుషుల్లో మంచిని పంచుతూ, ఈ ప్రాంత అభివృద్ధికై పాటుపడుతున్నావు. నీ హృదయం చెప్పిన మాటలతో ఏకీభవస్తూ నీ ఉనికితో నలుగురికి మేలు చేస్తున్నావు. 'పరుగెత్తి పాలు తాగేకన్నా, ఉన్నచోటే నీళ్లు తాగడం మేలు' అనే నానుడిని నిజం చేశావు. నేను కూడా నీ దారిలోకి మళ్లాలని అనుకుంటున్నాను. నా సంపత్తిని, ఆస్తులను ప్రజోపయోగ కార్యాలకు వినియోగించాలి. ఈ విషయంలో నీ సలహాలు, సూచనలు నాకు చాలా అవసరం. ఆ విషయం చర్చించడానికి నేను మీ ఇంటికి వస్తాను."

తథాస్తు! అన్నట్టు పడమటివైపు భానుడు బంగారు రంగుకి మారి, తన వేడిమిని తగ్గించి, ఆ ఇద్దరు మిత్రులను దీవించాడు.

(నిత్య అంతర్జాల మాస పత్రిక, ఏప్రిల్ 2022 సంచిక లో ప్రచురితం)

6. గ్రీష్మంలో వసంతం

"మాంగల్యం తంతునానేనా మమ జీవన హేతునా..." పురోహితులు కళ్యాణ మంత్రాలు చదవడం పూర్తి చేయగానే, ఆహుతులు వధూవరులపై అక్షింతలు చల్లారు. ఆ తర్వాత వధూవరులు హోమం చేశారు. దాదాపు మూడు గంటలపాటు జరిగిన పెళ్లి తతంగం పూర్తి కాగానే, బంధు మిత్రులు వధూవరులను కలిసి, వారితో ఫొటోలు దిగి భోజనశాలకు వెళ్లారు. చివరగా వధూవరులు, వారి కుటుంబ సభ్యులు కూడా భోజనాలు చేసి, ఒక ప్రత్యేక ఏ.సి. బస్సులో తమ ఇంటికి బయలుదేరారు.

ఇంటికి చేరగానే, వరుని మేనత్త పెరుగన్నంతో దిష్టి తీసి, కుడికాలు పెట్టి ఇంట్లోకి ఆహ్వానించింది. వధువు ఆడపడచులు మాత్రం, వధూవరులు, తమ సహచరుల పేర్లు చెబితే కాని కొంగుముడి విప్పేదిలేదని పట్టుపట్టారు. కొంతసేపు బతిమాలించుకున్న తర్వాత వరుడు "కృష్ణునికి కూడా దక్కని 'రాధ' నా చెంత చేరడం నా అదృష్టం" అన్నాడు. వధువు రాధ కూడా కాస్త బెట్టు చేసి "నా 'మోహనుడి' తో బంగారు యాత్ర అనన్య సామాన్యం" అంది. కుటుంబ సభ్యుల కిలకిలల మధ్య రాధా మోహన్ లు తమ ఇంట అడుగు పెట్టారు.

ఆ రోజు పెళ్ళి జంట పడక, నాలుగవ అంతస్తు డాబాలోని పెంట్ హౌస్ లో ఏర్పాటు చేశారు. లిఫ్ట్ లో పైకి చేరిన ఆ ఇద్దరు, అక్కడి పరిసరాలను చూసి పరవశించి పోయారు. డిం విద్యుత్ దీపాల వెలుగులో రంగు రంగుల పూల చెట్లతో మిద్దె తోట ఓ వైపు. ఆ చెట్లమధ్య మంగళూరు టైల్స్ కప్పుతో ఉన్న ఊయల మంటపం. ఇంకో వైపు అన్ని వసతులతో కూడిన మూడు గదుల పెంట్ హౌస్. చుట్టు పక్కల అన్నీ ఒంటి అంతస్తుల మేడలవడంతో, పై ఆకాశం తప్ప, వారిని గమనించే వారెవరూ లేరు. పున్నమి చంద్రుడు ఆ జంటపై వెన్నెల వర్షం కురిపించాడు. ఒక అలౌకిక ఆనందంతో తడిసి ముద్దైన ఆ జంట, ఊయలపై ఆసీనులయ్యారు. అక్కడ కూర్చోగానే మోహన్ ఎదపై వాలి, వెక్కి వెక్కి ఏడ్వసాగింది రాధ. మోహన్ గాభరా పడ్డాడు. ఆ ఆనంద సమయంలో తన భార్య కంటనీరు పెట్టడం తట్టుకోలేకపోయాడతను.

"ఏమైంది రాధీ! గీ ఖుషీ టైంల నీ కండ్లల్ల నీల్లేంటికి?"

"ఏం జెప్పాలె సారూ! నాకు యాభై ఎండ్ల కిందటి సంగతి యాదికచ్చింది. అప్పటికి ఇప్పటికి ఎంత ఫరక్? ఇంటికి ఒక పక్క కట్టిన పార్టిషన్ సాటుకు వంట రూంల మనం, మన మొదటి రాత్రి పండుకున్నం. పార్టిషన్ అవతలి సాటుకు అత్త, మామ, మరుదులు, మర్దండ్లు పండుకుండ్రి. సప్పుడు జేత్తే అల్లకు తెలికత్తదని బుగులు బుగులు పట్టుకుంట అములుకుంటిమి. సప్పుడు జేయకుంట ముద్దులాడుకున్నం. ఇగ గా కార్యమైతే ఏదో మొక్కువడికి కానిచ్చినం. అందరు పన్నంక పండుకొని, ఓల్లు లెవ్వక ముందు లేసి, ఇంటి పనిల పడుతుంటి. గంత మందిల మనకు మరుగనేది లేకనే పాయె. కొన్నేండ్లు గట్లనే గడిసె. ఇగ అటెనుక నువ్వు బదిలీలల్ల, వేరె ఊర్లల్ల ఉంటివి. మన

సంసారంల మజా అన్నదే ఎర్క లేకపాయె. గా దినాలు యాదికచ్చి నాకు దుక్కమాగుత లేదు. గీ వైబోగమంత నివద్దే అంటే నమ్మ బుద్దైత లేదు." రాధ వెక్కుతూనే ఉంది. మోహన్ కూడా తన పాత రోజులు జ్ఞప్తికి తెచ్చుకున్నాడు.

మోహన్ తండ్రి వీరయ్య, ఉన్న ఊర్లో ఉపాధి అవకాశాలు కరువై, పొట్ట చేత పట్టుకొని రాష్ట్ర రాజధానికి వలస వచ్చాడు. పదవ తరగతి వరకు మాత్రమే చదివిన ఆయన, ఓ కర్మాగారంలో మెకానిక్ పని నేర్చుకొని, నైపుణ్యం గల పనివాడిగా ఎదిగాడు. అతని భార్య కుట్టుపని చేసి అంతో ఇంతో సంపాదించేది. అప్పుడు కుటుంబ నియంత్రణపై అంతగా అవగాహన లేక, పదిహేను సంవత్సరాల్లో ఎనిమిది మంది పిల్లలను కన్నారు వారు. వారిలో మోహనే పెద్దవాడు. అతనికి ముగ్గురు తమ్ముళ్లు, నలుగురు చెల్లెళ్లు.

ప్రభుత్వ పాఠశాలలో చదువుకుంటునే అతను చిన్న, చితక పనులు చేస్తూ, ట్యూషన్లు చెప్తుతూ, తన తల్లిదండ్రుల వేన్నీళ్ళకు చన్నీళ్లుగా ఆసరా అయ్యేవాడు. చదువులో చురుకైన అతను ఇరవై ఏళ్లకే డిగ్రీ ఫస్ట్ క్లాస్ లో పాసయ్యాడు. వెంటనే ఓ ప్రైవేట్ కంపెనీలో గుమాస్తాగా కొలువుదీరాడు. ఉద్యోగం చేస్తూనే పి.జి. పాసై పోటీ పరీక్షలకు సన్నద్ధమయ్యాడు. అనుకున్నట్టుగానే ప్రభుత్వ రంగంలోని జీవిత భీమా సంస్థలో అధికారిగా ఎంపికయ్యాడు. అతనికి ఇరవై ఐదేళ్లు రాగానే, తెలిసిన, తమ స్థాయి కుటుంబం లోని రాధతో పెళ్లి చేశాడు వీరయ్య. అప్పటికి వారు ఓ పెద్ద గది, మధ్యలో పార్టిషన్ అవతల వంటగది, బాత్ రూం, లెట్రిన్, వసతులున్న ఇల్లు మాత్రమే సమకూర్చుకోగలిగారు. అక్కడే రాధా మోహన్ ల కాపురం మొదలైంది. రెండేళ్లలో వారికి ఓ అమ్మాయి పుట్టింది. అప్పటికే డిపార్ట్మెంటల్ పరీక్షలు పాసైన మోహన్ కు సులువుగానే ప్రమోషన్ వచ్చింది. దాంతో పాటు, వేరే నగరానికి బదిలీ కూడా అయింది. అంత పెద్ద కుటుంబానికి ఒక్క వీరయ్య, అతని భార్యల సంపాదన చాలేది కాదు. మోహన్ ఆ కుటుంబ నిర్వహణ బాధ్యత తన నెత్తిన వేసుకున్నాడు. రాధను, తన కూతురుని తాను బదిలీ ఐన చోటుకి తరలిస్తే, తన తోడ బుట్టినవారి చదువులు అటకెక్కుతాయి. అందుకని ఒక్కడే తాను బదిలీ ఐన నగరానికి వెళ్లాడు. రాధ, తన అత్తా మామలు, మరదులు, మరదండ్ల సేవలో మిగిలిపోయింది. మోహన్, ఏ రెండు, మూడు నెలలకొకసారో తమ కుటుంబం ఉన్న నగరానికి వచ్చి నాలుగైదు రోజులు గడిపేవాడు. అతని తమ్ముళ్లు, చేల్లెళ్ల చదువులు పూర్తయే సరికి ఇరవై ఏళ్లు బదిలీల నగరాల్లోనే గడిపాడతను. ఆ మధ్య, వారికి ఇంకో ఇద్దరు పిల్లలు కలిగారు. అప్పుడతను హౌజింగ్ లోన్ తీసుకుని ఓ రెండు పడక గదుల ఇల్లు సమకూర్చుకోగలిగాడు. ఆసరికి అతని తల్లి దండ్రులు గతించారు. తోడ బుట్టిన వారు కూడా సెటిల్ అయ్యారు.

అప్పుడుగాని తన పిల్లల చదువులపై దృష్టి పెట్టలేకపోయాడు మోహన్. తన ఆర్థిక పరిస్థితిని బట్టి, వారిని ప్రభుత్వ పాఠశాల, కాలేజీల్లోనే చదివించాడు. అమ్మాయి ఎం.ఏ. లో ఫస్ట్ క్లాస్ తెచ్చుకుంటే, అబ్బాయిలిద్దరూ ఇంజినీరింగ్ డిస్టింక్షన్ లో పాసయ్యారు. తమ తాహతుకు తగ్గ సంబంధాలు చూసి వారి పెళ్లిళ్ళు చేశారు రాధా మోహన్ దంపతులు.

పెద్దబ్బాయి అమెరికాలో ఎం.ఎస్. చేసి అక్కడే సాఫ్ట్ వేర్ ఇంజినీర్ గా స్థిర పడ్డాడు. కొందరు కొడుకుల్లా కాకుండా, అతను, కనీసం వారానికొక్కసారి తల్లి దండ్రులతో స్కైప్ లో మాట్లాడుతాడు. వారు నోరు విప్పి అడగకపోయినా అప్పుడప్పుడు కొన్ని డాలర్లు పంపిస్తాడు. ప్రతి రెండేళ్ల కొకసారి కుటుంబంతో వచ్చి తమ వారితో కొన్ని రోజులు గడిపి, తిరిగి అమెరికా వెళతాడు.

సివిల్ ఇంజినీరింగ్ చేసిన చిన్నబ్బాయి మాత్రం, తన తల్లిదండ్రులతోనే ఉన్నాడు. పట్నంలోని కొందరు బిల్డర్ల దగ్గర కొన్ని సంవత్సరాలు సూపర్వైజర్ గా పని చేసి, ఆ తర్వాత సొంతంగా భవన నిర్మాణ గుత్తేదారుడయ్యాడు. ప్రస్తుతం ఓ రెండు వెంచర్లతో బిల్డరుగా ఎదిగాడు. ఇప్పుడు, ఆ అబ్బాయి కట్టిన బంగళాలోనే రాధా మోహన్ దంపతులు ఉంటున్నారు.

ఐదు వందల గజాల ప్లాటులో చుట్టూ చెట్లకు, లాన్ కు స్థలం వదిలి, మధ్యలో స్టిల్ట్ పై, లిఫ్ట్ సౌకర్యంతో కట్టిన నాలుగంతస్తుల భవనమది. మొదటి అంతస్తులో వంటగది, డైనింగ్ హాలు, రాధా మోహన్ ల పడక గది, రెండవ అంతస్తులో వారి చిన్నబ్బాయి ఆఫీసు, మూడవ అంతస్తులో అతని కుటుంబం, నాలుగవ అంతస్తులో మిద్దె తోట, పెంట్ హౌస్. అది వచ్చిపోయే అతిథులకు, లేక కుటుంబ సంరంబాలకు వాడతారు. ఇప్పుడదే రాధా మోహన్ దంపతుల "శోభనం గది" అయింది.

మోహన్ తోడబుట్టిన వారు కూడా వారి వారి జీవితాల్లో బాగానే స్థిరపడ్డారు. తమ అన్నా వదినల త్యాగం పట్ల వారికి కృతజ్ఞత ఉంది. భక్తితో కూడిన గౌరవాలున్నాయి. వారు పండుగలకు పబ్బాలకు, ఒకరింటికి ఒకరు వస్తూ పోతుంటారు. మొత్తం మీద రాధా మోహన్ లు, తమ యవ్వనాన్ని పణంగా పెట్టి చేసిన త్యాగం ఫలించింది. వారి జీవన సంధ్యలో అది వారికెంతో తృప్తినిచ్చే అంశం. తన జ్ఞాపకాల్లోంచి బయటపడ్డ మోహన్...

"పిస రాధీ! గవీ, మన పాత దినాలు. అవి యాదికి దెచ్చుకొని గిప్పటి ఖుశీ దూరం జేసుకుందమా? ఎంకటేసుడి దయతోని మన పిలగాండ్లు మంచిగ దేలింగ్రు. మనల్ని పువ్వులల్ల బెట్టి సూసుకుంటుంగ్రు. గిప్పుడు మనకు గీ యాభై ఏండ్ల లగ్గం పండుగు, ఎంతో వైబోగంగ జేసింగ్రు. యాభై ఏండ్ల కింద మన లగ్గంకు, గీ కర్సుల పదో వంతుగూడా కాలేదు. గందుకనే 'కాలం బ్రహ్మ సరూపం' అన్నరు. నా తోడ బుట్టినోల్లు, నీ తోడ బుట్టినోల్లు, ఇంటోలందరికందరచ్చి మనకు ఏమేమో కానుకలు ఇచ్చి శుభాకాంక్షలు జెప్పిగ్రు. అంతకంటే మనకు ఇంకేం గావాలె? బాగ రాత్రయింది, నడు పండుకుందం" అని రాధ భుజం చుట్టు చేయి వేసి, ఆమెను పెంట్ హౌస్ వైపుకు తీసుకెళ్లాడు మోహన్.

పెంట్ హౌస్ లోపలికి అడుగు పెట్టగానే వారి కళ్లు జిగేల్ మన్నాయి. మెత్తని దూదితో కుట్టిన పరుపంతా మల్లె పూలు, కనకాంబరాలతో మూడంగుళాల మందం నిండి ఉంది. తలగడలపై "శుభ రాత్రి–తీపికలలు" అని ఎంబ్రాయిడరీ చేసి ఉంది. తమ పిల్లల ఏర్పాట్లపై మురిసిపోయారు వారు. ఆనందంగా పడకపై వాలిన రాధలో ఒక అపురూప అనుభూతి. ఆమె పక్కన చేరిన మోహన్ కళ్లల్లో నీళ్లు! రాధ ఆందోళన చెందింది.

"ఏమైంది సారూ! నన్ను ఊకుండబెట్టి నువ్వు ఏడ్వవడ్తివి?"

"వయసుల ఉన్నప్పుడు, ఒంట్లె తాకతున్నప్పుడు, ఏదో రెండు మూడు నెలల కొక్కసారి, దొంగల్లెక్క ఒక్కటైతిమి. నా సగం జిందగీ ఒంటిగనే బదిలీలల్ల పాయె. గిప్పుడు శరీరంల జిగి లేనప్పుడు, ఎన్ని పరుపులుంటేమి? గీ పరుపులనిండ ఎంత వాసన పూలుంటేమి? గీ డెబ్బైఐదేండ్ల వయసుల ఏం జేత్త? ఏం కలుత్త?" మోహన్ లో అసహాయత.

"ఓ గందుకేనా గీ దుక్కం? మనిద్దరం కలిత్తెనేనా సంసారం జేశినట్టు? గిప్పుడు, సప్పుడుజేత్తే ఓల్లు లేత్తరేమో అని ఫికర్ లేకుంట, ఓల్లు జూతరేమో అని బుగులు లేకుంట, మనిద్దరం ఒగల్ల కొగల్లు గట్టిగ అములుకొని ఉంటే ఇగ జూడు మజా?" అని భర్తను గట్టిగా హత్తుకుంది రాధ. అప్పుడు మోహన్ లో కూడా చలనం కలిగింది. అతను ఒక్కొక్కటిగా తన భార్య వలువలు ఒలువ సాగాడు. రాధ కూడా తక్కువ తిన లేదు. ఆమె మోహన్ ఒంటిమీది బట్టలు, ఒకటెనుక ఒకటి ఊడదీసింది. కొన్ని నిమిషాల్లో వారిద్దరూ పసిపిల్లలయ్యారు. ఒకరొకరి అంగాలపై ముద్దులు కురిపిస్తూ పరవశంతో తడిసి ముద్దయ్యారు. సన్నిహిత సాంగత్యంలోని కొత్త ఎత్తులు అధిరోహించారు. తమకంతో ఇద్దరి ఒళ్లూ వేడెక్కాయి. చెమటలు కక్కాయి. పదహారు టెంపరేచర్ లో ఉన్న ఏ.సీ. బిత్తర పోయింది. కళ్లల్లో ఒకరినొకరు చూసుకుంటూ వారు, మాటలు లేకుండానే ఎన్నో ఊసులు చెప్పుకున్నారు. సమాగమం లేకుండా కూడా దాంపత్య సుఖం ఆస్వాదించే వైనం కనుగొన్నారు. అలా ఎంత సేపున్నారో ఆ గది లోని గోడ గడియారం కూడా లెక్క కట్టలేక పోయింది. వారెప్పుడు నిద్రలోకి జారుకొని తీపి కలలు కనడంలో లీనమయ్యారో? వారికీ తెలియదు.

(నిత్య అంతర్జాల మాస పత్రిక, మార్చ్ 2022 సంచిక లో ప్రచురితం)

7.కక్ష వేసిన శిక్ష

వాడంటే నాకు చాలా కోపంగా ఉంది. నా ఈ స్థితికి వాడే కదూ, కారణం? ఎంత దర్జాగా ఉండే వాణ్ణి? ఇప్పుడు? ఉప్పుకు పప్పుకు తడుముకోవాల్సిన పరిస్థితి!

"పైన పటారం లోన లొటారం. సూటూ బూటూ, పేద్ద బంగళా, నౌకర్లూ, చాకర్లూ చూసి మోస పోయాను. నాటకాల్లోని హీరోఇజం కు పడిపోయాను దేవుడో!" అని శ్రీమతి సణుగుడు.

"నాన్నా మమ్మల్ని మునిసిపల్ స్కూల్లో ఎందుకు వేశావ్? మన కాలనీలోని పిల్లలు, రంగు రంగుల యూనీఫాం పై, టై కట్టుకొని స్కూల్ బస్సుల్లో కాన్వెంట్ స్కూళ్లకు పోతుంటే, మేము మాత్రం తెల్ల షర్ట్, ఖాకీ స్కర్ట్ వేసుకొని కిక్కిరిసిన ఆటోలో బడికి పోవాల్సి వస్తోంది. ఆటల్లో మమ్మల్ని ఎవరూ చేర్చుకోవడం లేదు. వేరే దారి లేక మేము, మన కాలనీ పక్క మురికివాడలోని పిల్లలతో ఆడుకుంటున్నాం." పిల్లల ఆక్రోశం.

ఇదంతా 'వాడి' నిర్వాకమే. వాడి మాటలు వినకుండా ఉంటే ఈ రోజు నాకీ గతి పట్టేది కాదు. నిజంగా అవి బంగారు రోజులు. నా మనసులో గతం సుడులు తిరిగింది.

నేను ఎస్.ఎస్.సి. తొంభై మూడు శాతంతో పాసయ్యాను. ఇంటర్ కని నన్ను మంచి కాలేజీలో చేర్చారు. ఆ కాలేజీ ప్రాంగణం చాలా పెద్దది. అక్కడికొచ్చే పిల్లలందరూ డబ్బున్నవారి పిల్లలే. కాలేజీలో ప్రతి నెలా 'సోషల్సని' ఆట పాటలతో కూడిన సమ్మేళనాలుండేవి. ఆడా, మగా అన్న తేడా లేకుండా ఆటలు, పాటలూ, డ్యాన్సులు చేస్తూ బాగా ఎంజాయ్ చేసే వాళ్లం. అప్పటిదాకా చేద బావిలాంటి పాఠశాల వాతావరణంలో పెరిగిన నాకు, ఒక్క సారిగా పెద్ద సముద్రంలోకి దూకిన అనుభూతి కల్గింది. చేతినిండా డబ్బు, ఇంకేముంది, శికార్లు, పిక్ నిక్ లు నిత్యకృత్యాలయ్యాయి. నా పర్సనాలిటీ బాగుండడంతో అమ్మాయిలు నాపై ఆసక్తి చూపసాగారు. వారితో పార్కులు, సినిమాలు, మొదలయ్యాయి. చదువు కాస్త మందగించింది. టర్మినల్ పరీక్షల్లో బోటా బోటీ మార్కులతో గట్టెక్కాను. అమ్మా, నాన్న మందలించారు. ఆట పాటల్లోనే కాకుండా, చదువుపై కూడా శ్రద్ధ పెట్టుమని హితబోధ చేశారు. కాని వాడు? "నువ్వింకా పసికూనవా? నీ పర్సనాలిటీకి సినిమాల్లో ఈజీ చాన్స్ వస్తుంది." అని నూరి పోశాడు. వాడి ప్రభావంలో పడ్డ నేను, అమ్మా, నాన్న మాటల్ని ఈ చెవితో విని, ఆ చెవినుండి గెంటి పారేశాను. నా చదువేతర వ్యాపకాలు కొనసాగించాను.రెండవ సెమిస్టర్ లో నన్ను కాలేజీ డ్రామా గ్రూప్ లో, హీరోగా తీసుకున్నారు. ఇంటర్ కాలేజియేట్ నాటక పోటిల్లో మా నాటకానికి 'ఉత్తమ నాటకం' నాకు 'ఉత్తమ నటుడు' బహుమతులొచ్చాయి. ఆ నాటక పోటీలకు జడ్జిగా వచ్చిన ఒకాయన, వారి నాటక సంస్థలో నాకు హీరో పాత్ర ఆఫర్ చేశాడు. నేను ఎగిరి గంతేశాను. నాకు పట్ట పగ్గాలు లేకుండా పోయాయి. నా విజయంపై ప్రశంసలు కురిపించాల్సింది పోయి, అమ్మా నాన్నలు నాపై చీవాట్ల అక్షింతలు చల్లారు. "నాటకాలు కూడు పెడతాయా? ఏమన్నానా? ఎప్పటికైనా మంచి మార్కులతో డిగ్రీ పాసైతేనే

భవిష్యత్తు బాగుంటుందని చెవినిల్లు గట్టుకొని పోరారు. అప్పుడు వాడు? "నాటకాల్లో నీ పురోగతిపై ప్రోత్సహించాల్సింది పోయి, నీలోని కళాకారున్ని మొగ్గలోనే తుంచేయాలనుకుంటున్న అమ్మా, నాన్నల మాట వింటావో, మున్ముందు వెండితెరపై వెలిగే యోగం కాలదన్నుకుంటావో, నీ ఇష్టం." అని నన్ను ఎగదోశాడు. దాంతో నాలో అమ్మా నాన్నల పట్ల ద్వేషం మొలకెత్తింది. "నీ జీవితం, నీ ఇష్టం, దాంట్లో వారి పెత్తనమేంటి? పెరటి చెట్టు మందులకు పనికి రాదన్నట్టుగా, నీ నైపుణ్యాన్ని వారు గుర్తించడం లేదు. అలాంటప్పుడు నువ్వు వారి మాటెందుకు వినాలి?" వాడు మళ్లీ చెవిలో రొద పెట్టాడు. నేను మరింత మొండిగా తయారయ్యాను. చదువును బొత్తిగా నిర్లక్ష్యం చేసి, నాటకాల వెంట పరుగులు తీశాను. ఫలితం? ఇంటర్ లో తప్పాను. అమ్మ ఏడ్చింది. నాన్న క్లాసు పీకాడు. నేను కిమ్మన లేదు. వాడు మాత్రం, "ఎంతచదివినా ఏదో ఒక ఉపాధి చూసుకోవాల్సిందే కదా? నువ్వో కళాకారుడిగా స్థిర పడాలనుకుంటున్నావు. దాంట్లో తప్పేముంది? రేపు సినిమాల్లో చాన్స్ వస్తే నీకు పట్ట పగ్గాలుంటాయా? అప్పుడు మీ వాళ్లు కాలరెగరేస్తారు. అదంతా వారి నిర్వాకమేనని టాం టాం చేస్తారు. నీకు నచ్చిన వ్యాపకంలో, నీకు ప్రావిణ్యం ఉన్న కళపై దృష్టి పెట్టు. నీ జీవితం పూల పాన్పవుతుంది." అని ప్రోత్సహించాడు. నాకు వాడి మాటలు చాలా నచ్చాయి. పాత కాలపు అమ్మా నాన్నల మాటలు పెడ చెవిన పెట్టి, నాకు నచ్చిన దారిలో నడిచాను. ఓ రోజు అమ్మ నాతో, తన మనసు విప్పింది. "చూడు సుధీ! నువ్వు స్వతహాగా మంచి వాడివి. పదవ తరగతిదాకా బాగానే ఉన్నావు. కాలేజీ నీలో చాలా మార్పు తెచ్చింది. నీ దారి మళ్లింది. పై పై మెరుగులు చూసి, అదే జీవితమనుకుంటున్నావు. నాన్న సంపాదన పై షోకులు చేయడం సులువే. నీకై నువ్వు సంపాదించిన్నాడు, నీకు డబ్బు విలువ తెలుస్తుంది. మేమేం చెప్పినా నీ మంచి కోరే. నీ మీద ప్రేమతోనే, అంతే తప్ప, నీపై ఆంక్షలు పెట్టడం మా అభిమతం కాదు. నా మాట విని డిగ్రీదాకా బాగా చదువు. ఆ పై నీ ఇష్టం. చెట్టంత కొడుక్కి, ఇంతకన్నా ఎక్కువ చెప్పలేను."

"అది కాదమ్మా! అక్కయ్యలకు ఒకరికి డాక్టరు కోర్సు, ఒకరికి ఇంజినీర్ కోర్సు, లక్షలు పోసి చదివిస్తున్నారు కదా? నేనైతే మీ వారసుణ్ణి. ఒక కళాకారుణ్ణి. నా కళను అస్సలు పట్టించుకోకుండా, చదువు, చదువు అని వెంట పడితే ఎలా? అక్కయ్యల అభిరుచి ప్రకారం వారిని ప్రోత్సహిస్తున్నప్పుడు, నన్ను కూడా ఏ యాక్టింగ్ స్కూల్లో చేర్పొచ్చు కదా? నాటకాల్లో నా కెంత పేరొస్తోంది? ఒక్కనాడైనా నువ్వు గాని, నాన్న గాని ఒక్క మెచ్చుకోలు మాటన్నారా? మెప్పు మాట దేవుడెరుగు, నేనేదో కాని పని చేస్తున్నట్టు ఛీత్కరించుకున్నాడు నాన్న. నా ఇష్టానికి విలువ ఇవ్వనప్పుడు, నేను నాన్న గారి మాటెందుకు వినాలి? మీరు గాని నన్ను ప్రోత్సహిస్తే, నేను నా కళకూ, చదువుకూ న్యాయం చేస్తాను. లేదంటే నా దారి నేను చూసుకుంటాను." నేను తెగించి చెప్పాను. "సుధీ! కాస్త మా బాధను కూడా అర్థం చేసుకో. ఏ తల్లిదండ్రులైనా తమ సంతానం అభ్యున్నతి కోరుతారు కాని, వారు పెడదారి పడుతున్నప్పుడు, చూస్తూ చూస్తూ ఊరుకోరు కదా? నువ్వేదో పెద్ద చదువులు చదివి, మంచి ఉద్యోగంలో చేరి, మమ్మల్ని ఉద్ధరించాలనే ఆశ మాకు లేదు గాక లేదు. ఆ భగవంతుని దయవలన, ఒకరి ముందు చేయి చాచే అవసరం రాకూడదనే విధంగా

మా జీవిత ప్రణాళిక వేసుకున్నాము. మేమేది చెప్పినా, నీ మంచి కోరి, నువ్వు బాగుపడాలనే. ఇంటికి ఆఖరు సంతానంగా, నీ మీద మీ నాన్న గారికి అంతులేని ప్రేముంది. వారి మాట కరకు కాని, మనసు వెన్న. ఆడ పిల్లలు బాగా చదువుతుండగా, వంశాంకురం తప్పుదోవ పడుతున్నాడనేదే వారి బాధ. నా మాట విని కనీసం డిగ్రీ దాకా నైనా, శ్రద్ధ పెట్టి చదువు. ఆ తర్వాత, నీకు అభిరుచి ఉన్న వ్యాపకాన్ని ఎంచుకో. దానికి పూర్తి మద్దతు తెలిపే బాధ్యత నాది." అమ్మ మాటల్లో బాధతో కూడిన జీర. అమ్మ మాటలు నాలో కాస్త కదలిక తీసుకొచ్చాయి. నేను, అమ్మ చెప్పినట్టు చేయాలని డిసైడై పోయాను. అప్పుడు వాడు మళ్ళీ సంగీతం మొదలు పెట్టాడు. "వెండి తెరపై వెలిగిన ఏయన్నార్ లాంటి తారలు, ఏ డిగ్రీ పాసయ్యారు? వారి నటనే వారిని ముందుకు నడిపించింది. చదువు వెంట పడి నువ్వు నీ అమూల్యమైన సమయం వృథా చేసుకోకు. నాటకాల్లో పని చేస్తూనే, సినిమాల్లో అవకాశాలకోసం ప్రయత్నాలు చెయ్యి. నీ నైపుణ్యానికి గుర్తింపు తప్పక లభిస్తుంది. వాడు మునగ చెట్టెక్కించాడు. నేను సై అన్నాను. చదువు అటకెక్కించేసి, నాటకాలపైనే దృష్టి సారించాను. ఒక సమాజం అని కాకుండా, ఫ్రీ లాన్సర్ గా వివిధ నాటకాల్లో పని చేశాను. వాటి ద్వారా వచ్చిన పారితోషికం, నా ఖర్చులకు సరిపోయేది. అందుకని నాన్న గారిపై ఆధారపడే బెడద తప్పింది. అవార్డులు పురస్కారాలు చాలానే వచ్చాయి. నా పేరు తెలుగు రాష్ట్రాల్లోనే కాక, ముంబయి, ఢిల్లీ, భోపాల్, బరంపురం, బళ్ళారి లాంటి పట్టణాల్లో కూడా మారుమోగింది. లల్లీతో సాన్నిహిత్యం పెరిగింది. అన్నట్టు, లల్లీ ఎవరో మీకు తెలీదు కదూ? లల్లీ ఉరఫ్ లలన, నా కలల రాణి. నాటకాల్లో నా నాయిక. తల్లిదండ్రుల ఈసడింపుతో బేజారైపోయిన నన్ను, సేదదీర్చిన భామామణి. వెనుకా ముందు బంధువులెవరూ లేని అనాథ. ఓ రోజు, లల్లీని అమ్మా నాన్నలకు పరిచయం చేశాను. దాంట్లో నా ఆంతర్యం తెలుసుకున్న వారు, ఔనన లేదు, కాదన లేదు. లల్లీకి మా వాళ్లు, మా ఇల్లు తెగ నచ్చేసింది. వెంటనే పెళ్లి చేసుకుందామని ప్రతిపాదించింది. ఆ విషయంలో అమ్మను కదిలిస్తే.. "తాడూ బొంగరంలేని నీ జీవితానికి ఓ తోడు కూడానా? నిన్నే కాక, నీ భార్య పోషణ భారం, మా మీదే మోపుతావా? నేనా వంటింటి కుందేలుని. అదేదో మీ నాన్న గారినే అడిగి తేల్చుకో." అమ్మ చేతులెత్తేసింది. ఏమైతే అది ఔతుందని నాన్న గారి చెవిలో వేశాను. "చాలా సంతోషం నాయనా!

మీ ఇద్దరు నాటకాల రాయుళ్లది చక్కని జోడీ. ఐతే మీ ఇద్దరు ఎలా బతుకుదామనుకుంటున్నారు? నా ఒక్కరి సంపాదనపై ఎన్నాళ్లని వెళ్లదీస్తారు? అటు చదువా చట్టబద్ధలైంది. ఇటు నికర ఆదాయం లేని నాటకాలు. నాకైతే నువ్వు, ఇప్పుడే పెళ్లి మాట తలపెట్టడం ఇష్టం లేదు. సంపాదన పరుడవైన తర్వాత పెళ్లి గురించి ఆలోచిస్తే మంచిది. ఇప్పటికే చెయి దాటి పోయావు. నేను మాత్రం నీకే సలహా ఇవ్వను." నాన్న మాటల్లో విసుగు ధ్వనించింది. 'వాడు' మళ్ళీ తయారయ్యాడయ్యాడు. "జీవితాంతం నువు కూర్చుండి తిన్నా తరగని ఆస్తి ఉంది. అదంతా ఇంటికి ఏకైక వారసుడివైన నీకే చెందుతుంది కదా? ఇప్పుడే నువు కోరినట్టు నీ పెళ్లి చేస్తే వారి పరువే దక్కుతుంది. రేపు నీకు సినిమా అవకాశాలు వస్తే కోట్లు గడిస్తావ్. నువ్వూ, లల్లీ మీ ఇష్ట ప్రకారం

నడుచుకోండి. ఆ పాత చింతకాయ పచ్చడి మాటలు ఖాతరు చెయ్యొద్దు." వాడు ఆజ్యం పోశాడు. నేను మండి పోయాను.

ఓ రోజు రిజిస్టరాఫీసులో లలనా, నేనూ భర్యాభర్తల మయ్యాం. మెడలో దండలతో ఇంటికి వెళ్లిన మమ్మల్ని ముభావంగానే స్వాగతించింది అమ్మ. నాన్న దూరం నుండే దీవించారు. నా గదిలో సెటిలయ్యాం. అక్కయ్యలు లలనతో బాగానే మాట్లాడారు. రాత్రి మా పడక గదిని అందంగా అలంకరించారు. అమ్మా నాన్నల నిర్లిప్త ధోరణి మధ్య, గుడ్డిలో మెల్లలా అది మమ్మల్ని ఆనందపర్చింది. మా పడక గదిలో మేము రాజా రాణీలమయ్యాం. అమ్మ చాటుగా ఇచ్చిన దబ్బుతో దార్జిలింగ్ లో హనీమూన్ ఎంజాయ్ చేశాం. తిరిగొచ్చిన తర్వాత మా పనిలో పడ్డాం. నాటకాల్లో వేశాలు వేస్తూనే సినిమా అవకాశాల కోసం ప్రయత్నాలు ముమ్మరం చేశాం. కొందరు దర్శకులు "మీ ప్రొఫైల్ బాగుంది, మా తదుపరి సినిమాకి ఆలోచిస్తాం" అన్నారు. కొందరు "మా దగ్గర సబ్జెక్ట్ ఉంది, నిర్మాతను తీసుకొస్తే మీకు అవకాశం ఇవ్వడంలో మాకభ్యంతరం లేదు" అన్నారు. కొందరు "మీరు ఓ ఐదు కోట్లు పెట్టుబడి తెస్తే, సినిమా మొదలు పెడదాం, ఆ తర్వాత మా సినిమా సత్తా చూసి, మిగతా మొత్తానికి ఏ ఫైనాన్సియరైనా ముందుకొస్తాడు." అని ఊరించారు. సినిమాల్లో అవకాశం అనుకున్నంత సులభం కాదని తేలిపోయింది.

"ఇంటికి కేవలం తినడానికి, పడుకోవడానికి మాత్రమే వస్తున్న నీ కొడుకు, కోడలు ఇదేమైనా లాడ్జి అనుకుంటున్నారా? కోడలుకు దాని మొగుడు తప్ప ఇంకో వ్యాపకం లేదు. ఇంట్లో వాళ్లతో కలివిడిగా ఉండి, వారి పనుల్లో పాలుపంచుకోవాలన్న ఇంగితం లేదు." అని అమ్మపై విరుచుకు పడ్డారట నాన్న. అమ్మ నాతో చెబుతూ కళ్ల నీళ్ళు పెట్టుకుంది. నేను లల్లీతో అంటే, నా మీదికి అంతెత్తున ఎగిరింది. "ఇంట్లో మీ అమ్మగారున్నారు, అక్కయ్యలున్నారు, నౌకర్లున్నారు, ఇక నేను చేసేదేముంది? ఐనా నేనొక కళాకారిణిని. ఇంటి పనులు నా వల్ల కావు." తెగేసి చెప్పింది. మా వాళ్లకి, మాకు, మూన్నెళ్లు కోల్డ్ వార్ నడిచింది.

ఓ రోజు నాన్న గారు "చూడు సుధీర్! నీ వాలకం చూస్తే ఏ బాధ్యతా లేకుండా, పైలా పచ్చీస్ గా రోజులు గడిపేలా ఉన్నావ్. జీవితంలో హక్కులతో పాటు బాధ్యతలు కూడా ఉంటాయి. బాధ్యతలు తెలియాలంటే మీరు వేరు కాపురం పెట్టడం మంచిది. నిన్ను కన్న దోషానికి నీకు కనీస వసతులు కల్పించడం నా బాధ్యత. ఇదిగో నీ పేర కొన్న ఓ డబుల్ బెడ్రూం ఫ్లాట్ కాగితాలు, తాళాలు. ఓ లక్ష రూపాయలు నీ బ్యాంక్ ఎకౌంట్ లో వేశాను. ఇకనుంచి మీ బతుకు మీది. మీకు శుభాకాంక్షలు." నాన్న మాటల్లో బాధ ధ్వనించింది. లల్లీ మొహం మాడ్చుకుంది. 'వాడు' మళ్ళీ రంగ ప్రవేశం చేశాడు. " కోట్ల ఆస్తి అట్టే పెట్టుకుని ముష్టి లక్ష రూపాయలు నీ మొహాన కొడతారా నాన్న? ఓ బంగళా ఇవ్వాల్సిందిపోయి, ఓ రెండు పడక గదుల ఫ్లాట్ లో సర్దుకోమంటారా? నువు ఇలాగే ఊరుకుంటే మీ నాన్న గారు నీకిక చిల్లి గవ్వ కూడా విదిల్చరు. నీ వాటా ఆస్తి అడుగు. అప్పుడు తిక్క కుదుర్తుంది, మీ నాన్నకు." వాడు నన్ను రెచ్చ గొట్టాడు. లల్లీ కూడా వంత పాడింది. మర్నాడు తాడో పేడో తేల్చుకోవాలనుకున్నాను. "మీరు మీకు తోచింది ఇచ్చారు సరే, కాని అవి మా అవసరాలను

తీర్చవు. నా వాటా ఆస్తి, పంపకాలు చేస్తే నా దారి నేను చూసుకుంటాను.” నా వైపు ఓ నిమిషం పాటు చూశారు నాన్న.

“నువు తెలివుండే మాట్లాడుతున్నావా? నీకు ఆస్తి పంచియ్యడానికి ఇదేం మీ తాతలు సంపాదించింది కాదు. నీలా నేను నోట్లో వెండి చెంచాతో పుట్టలేదు. వారాలు చేసుకొని చదివి, నా స్వశక్తిపై ఈ స్థితికి వచ్చాను. ఇదంతా నా స్వార్జితం. నువ్వెక్కువ మాట్లాడావంటే, కట్టు బట్టలతో ఇల్లు వదలాల్సి వస్తుంది, జాగ్రత్త.” నాకు నోట మాట రాలేదు. గత్యంతరం లేని పరిస్థితుల్లో మేము వేరు కాపురం పెట్టాము. అమ్మ వచ్చి, అన్నీ సర్ది, ఓ వారం రోజులుంది.

నాన్న గారిచ్చిన డబ్బు ఐపోగానే మాకు కష్టాలు మొదలయ్యాయి. నాటకాల ఆదాయం కూడా తగ్గింది. వారి వీరి కాళ్లు పట్టుకొని, టీ.వీ. సీరియళ్లలో చిన్న, చితక పాత్రలు చేయ సాగాము. మా అవకాశాలు మధ్యవర్తుల దయా దాక్షిణ్యాలపై ఆధార పడేవి. ఒక్కోసారి ఊపిరి సలపని పని ఉంటే, చాలా సార్లు పనిలేక గోర్లు కొరుక్కునే వాళ్లం. నికర ఆదాయం లేకపోయినా, దాంపత్యం కొనసాగడంతో నాలుగు సంవత్సరాల్లో ఇద్దరు పాపలు పుట్టుకొచ్చారు. ఖర్చు పెరిగినా, ఆదాయం మాత్రం అంతంత మాత్రంగానే ఉండింది. అడపాదడపా అమ్మ చాటుగా, కొంత మొత్తం సర్దేది. పిల్లలకు బట్టలు, ఏవో వస్తువులు, తినుబండారాలు కొనిచ్చేది. అమ్మ మాత్రం ఎంతకని సర్దుతుంది? ఒక్క రోజుతో తీరే సమస్య కాదుగా మాది? అప్పుడు నేను కళ్ళు తెరిచాను. ‘వాడు’ నాకు మళ్లీ నూరిపోయడానికి ప్రయత్నించాడు. అప్పుడు నేను వాడిపై విరుచుకు పడ్డాను.

“ఇదంతా నీ మూలాన్నే. నన్ను తప్పుదోవ పట్టించావు. నీ చెప్పుడు మాటలు విని నేను అమ్మా నాన్నలపై కక్ష పెంచుకున్నాను. ఇప్పుడు శిక్ష అనుభవిస్తున్నాను. వారేది చెబితే దానికి విరుద్ధంగా ప్రవర్తించాను. నువు నాకు వత్తాసు పలికావు. నేనింకా రెచ్చిపోయాను. ఫలితం? పై చదువులు చదివి, ఎయిర్ కండిషండ్ క్యాబిన్ లో, కాలు మీద కాలేసుకునే ఉద్యోగం చేయాల్సిన వాణ్ణి, ‘దిన దిన గండం నూరేళ్లాయుష్షు’ గా రోజులు వెళ్లదీస్తున్నాను. నేను పెంచుకున్న కక్ష, నన్నే కాటేసింది. నాకు హితబోధ చేసిన మా వాళ్లు నన్ను వదిలించుకొని, హాయిగా ఉంటే, నేను మాత్రం ఎన్నో నిద్రలేని రాత్రులతో సతమతమౌతున్నాను. ఇక నుంచి నాకు నీ ముఖం చూపించకు.” వాడు నోరు మూసుకున్నాడు. నేను తెరిపిన పడ్డాను.

ఇంతకీ వాడెవరో చెప్పలేదు కదూ? వాడెక్కడో లేదు. నాలోనే ఉన్నాడు. ఇలాంటి వాడు ప్రతి మనిషిలో ఉంటాడు. తస్మాత్ జాగ్రత్త!

(జాగృతి వార పత్రిక కథల పోటీలో సాధారణ ప్రచురణకు ఎంపికైన కథ – తేది 26-04-2021 – 02-05-2021 సంచికలో ప్రచురితం)

8. బిగ్ బాసూ – హడావుడి రావూ

హడావుడి రావుకి పట్ట పగ్గాల్లేకుండా ఉంది. ఏడో స్వర్గంలో విహరిస్తున్నాడతను. ఇంట్లో, ఆఫీస్ లో, కాలరెగరేసుకొని తిరుగుతున్నాడు. అతని కాళ్లు భూమిపై ఆనడం లేదు. అడిగిన వారికీ అడగని వారికీ అదే విషయం, మార్చి మార్చి చెబుతున్నాడు. తన అభిమాన నటుణ్ణి కలుసుకునే యోగం పట్టిందని ఉబ్బితబ్బిబ్బౌతున్నాడు.

ఇంతకీ విషయం ఏంటంటే తెలుగు బిగ్ బాస్, మొదటి అంకం షూటింగ్ చూసే అవకాశం అతన్ని వరించింది. వరించిందనేకంటే, ఆయా వ్యక్తులకు తీర్థ ప్రసాదాలు సమర్పించుకుని ఆ చాన్స్ కొట్టేశాడనడం సబబు. అలా తన అభిమాన జూనియర్ యన్.టీ.ఆర్. ని ప్రత్యక్షంగా చూసే అవకాశం చేజిక్కించుకున్నాడు. జేబు నుంచి కానీ ఖర్చు పెట్టకుండా షూటింగ్ చూస్తాడతను. పుణేకి దగ్గర్లోని 'లోనావలా'లో, బిగ్ బాస్ సెట్ ఏర్పాటు చేశారు. అక్కడికి ముంబయి నుండి తెలుగు ప్రేక్షకులను తీసుకువచ్చేందుకు ఒక ఆర్గనైజర్ కుదురుకున్నాడు. ఉదయం ఆరు గంటలకు ఓ లగ్జరీ బస్ లో దాదాపు యాభై మందిని తీసుకొని, దార్లో ఓ ధాబాలో టిఫిన్ పెట్టించి, దాదాపు పదకొండు గంటలకు, ముంబయికి నూట ఇరవై కిలోమీటర్ల దూరంలో ఉన్న షూటింగ్ వేదికకి చేరుకోవాలి. పన్నెండు గంటల లోపు, అక్కడ భోజనాలు చేయించి, ప్రేక్షకులను సెట్ లోకి పంపించాలి. దాదాపు ఐదు గంటలకు షూటింగ్ ఐపోగానే తిరిగి బస్సులో ముంబయికి బయల్దేరాలి. ఆ రోజంతా భోజనాదులు ఆర్గనైజరే సమకూర్చాలి. షూటింగ్ కి వెళ్లాల్సిన ముందు రోజు, కొలీగ్స్ అందరూ ఉబ్బేయడంతో వారికి పార్టీ ఇచ్చి, రెండు వేలకు తిలోదకాలిచ్చాడు హడావుడి రావు. తన అభిమాన నటుడ్ని కలిసే అవకాశంతో పోలిస్తే , అదతనికి చిన్న మొత్తంగా తోచింది. మర్నాడు నిర్ణీత చోటుకి, సమయానికి, అరగంట ముందే చేరుకున్నాడు హడావుడి రావు. రెండు గంటలపాటు నుంచుని కాళ్లు పీకాయతనికి. అప్పుడు తాపీగా వచ్చింది అతని శకటం.

"ఏంటి సార్! మమ్మల్ని పెందరాళ ఆరు గంటలకు రమ్మని మీరు ఎనిమిది గంటలకు వస్తారా? ఎక్కడ మీ బస్సు మిస్సౌతానో అని ఐదున్నరకే వచ్చాను. రెండున్నర గంటలు ఇక్కడ ఈడిగిలపడి శోష వచ్చేట్టుంది. ఏదో మా అభిమాన నటుణ్ణి చూడాలని మేము ఆతృత పడి మీకు లోకువయ్యామా?" ఆర్గనైజర్ మీద ఎగిరాడు హ.వి. రావు.

"ఏంటండీ బాగా ఎగుర్తున్నారు? మిమ్మల్ని రమ్మని మీకు బొట్టు పెట్టి పిలువలేదు. మీరే పైరవీలు చేసి మా పిలుపు అందుకున్నారు. మీకు రావాలనుంటే రండి, లేకపోతే ఇక్కడే దిగిపోండి. మీలాంటి వాళ్లతో ఇదే బెడద." ఎదురు దాడి ఎదురైయ్యేసరికి కుక్కిన పేనయ్యాడు హడావుడి రావు. అప్పటికే ఆలస్యం అయిందని దార్లో చేయించాల్సిన టిఫిన్ కి ఎగనామం పెట్టి, టీ నీళ్లతో సరిపుచ్చాడు ఆర్గనైజర్. అక్కడా గొడవ చేశాడు హ.వి. రావు.

హడావుడి రావుని ఆత్మరాముడు గోలపెట్టసాగాడు. అతన్ని, తాను తెచ్చుకున్న బిస్కెట్లు, మంచి నీళ్లతో జోకొట్టి నిద్రపుచ్చాడు. కరువులో అధిక మాసమన్నట్టు, పన్వెల్ దాటగానే ఇక కదలనంది బస్. మెకానిక్ ని తీసుకొచ్చి, రిపేర్ చేయించి, షూటింగ్ చోటుకి చేరే సరికి, పుణ్యకాలం కాస్తా దాటిపోయింది.

యన్. టీ. ఆర్., తన 'జై లవకుశ' నాయికలు రాశీ ఖన్నా, నివేదా థామస్ లతో అప్పటికే బిగ్ బాస్ షూటింగ్ మొదలెట్టాడు. సెట్ గేట్ మూసేశారు. ఇక ఎవరికీ ప్రవేశం లేదన్నారు. ఒక్కసారి యన్. టీ. ఆర్ సెట్ లోకి వచ్చాక ఎవరినీ అనుమతించే ప్రసక్తే లేదన్నారు. చాలా దూరం నుంచి వచ్చామని ఎంత మొరపెట్టుకున్నా పప్పు ఉడకలేదు. ఆలస్యంగా వచ్చినందుకు ఆర్గనైజర్ పై అక్షింతలు పడ్డాయి. అతని పారితోషికానికి కోత పెడతామన్నారు. అతను తన అక్కసు హడావుడి రావు పై తీర్చుకున్నాడు. అతన్ని పేచీకోరని ఇతరులకు చెబుతూ...

"మీ మూలాన మనకు మరింత ఆలస్యం ఐందని" విరుచుకు పడ్డాడు. హ.వి. రావు కిక్కురు మనలేదు.

'ఓ అరుదైన అవకాశం కోల్పోయానే' అని ఎక్కువ మథన పడ్డాడు హడావుడి రావు. అతను మళ్లీ ఆర్గనైజర్ తో పెట్టుకున్నాడు. అంతకు ముందు తనను పేచీ కోరు అనడానికి పగ తీర్చుకున్నాడు.

" మేం గతిలేక వచ్చామా? ఆఫీస్ లో నా హోదా తెలుసా? నా కింద పది మంది పని చేస్తున్నారు. నేనంటె వారికి హడల్! అలాంటి వాణ్ని మీరు, బిచ్చగాడి కంటే అధ్వాన్నంగా చూస్తారా? ఏదో మా అభిమాన నటుణ్ణి కలిసే అవకాశం వస్తోంది కదా? అని ఆఫీసుకు సెలవు పెట్టి మరీ వస్తే, తగిన శాస్తే జరిగింది. మీకూ మీ బస్సుకూ ఓ దండం. నేనిక్కడ ఒక్క క్షణం కూడా ఉండను." అని తిరుగు ముఖం పట్టాడు హడావుడి రావు. ముంబయి పుణే ల మధ్య నడిచే వోల్వో బస్సులో సొంత ఖర్చుతో, అతను తన గూడు చేరుకున్నాడు. మర్నాడు ఆఫీస్ కి ఏ ముఖం పెట్టి వెళ్లాలా? తీవ్రంగా ఆలోచించాడతను. ఏ దారీ కనిపించలేదు. కాసేపు టీ. వీ. చూసే సరికి అందులోని ఓ సన్నివేశంతో అతనికి ఐడియా వచ్చింది. "హుర్రే" అని అరిచాడతను. అతని శ్రీమతి బిత్తర పోయింది. అదేమీ పట్టించుకోకుండా వెంటనే తమ కూతురి గదిలోకి చొచ్చుకుపోయాడు. పాపం ఆ అమ్మాయి గజ గజ వణికింది. అది గమనించే సరికి, హ.వి. రావు ఈ లోకం లోకి వచ్చాడు. వెంటనే తన కూతుర్ని దగ్గరకు తీసుకుని నుదుటిపై ముద్దు పెట్టాడు. అంతా అయోమయంగా ఉంది ఆ అమ్మాయికి. బెదురు చూపులతో తన తండ్రిని అలానే చూస్తుండి పోయింది.

"ఏం లేదమ్మా! నీతో కాస్త పని పడింది. నువు మల్టీమీడియా చేశావు కదా? అది నాకిప్పుడు ఉపయోగ పడబోతోంది."

"ఎలా నాన్నా!" కుదుటపడి అడిగింది.

"చెబుతా, చెబుతా నువు నీ ల్యాప్ టాప్ తెరువు."

" ఆ తెరిచాను. ఇప్పుడేం చేయాలి?"

తనకేం కావాలో చెప్పాడు హ.వి. రావు.

"సరే నాన్నా!" తలూపింది అమ్మాయి. హ.వి. రావులో విజయ దరహాసం!

మర్నాడు ఆఫీస్ లో ..

"అంత మందిలో నాతోనే చేయి కలిపాడు యన్.టీ.ఆర్. తెలుసా? రాశీ ఖన్నా, నివేదా థామస్ లను చూడడానికి రెండు కళ్లు చాలలేదంటే నమ్మండి. ఆ సెట్ వైభవం చూడాలే తప్ప వర్ణించ లేము." తన టీ షర్ట్ కు లేని కాలర్ ఎగిరేస్తూ తన మొబైల్ లోని ఫొటోలు చూపించాడు హడావుడి రావు.

ఒక ఫొటోలో హ.వి. రావుతో కరచాలనం చేస్తూ యన్.టీ.ఆర్! ఇంకో దాంట్లో హ.వి. రావును హత్తుకున్న యన్.టీ.ఆర్.

మరో దాంట్లో యన్.టీ.ఆర్., రాశీ ఖన్నా, నివేదా థామస్ లతో హ.వి. రావు. మరొక ఫొటోలో కేవలం రాశీ ఖన్నా, నివేదా థామస్ లతో హ.వి. రావు! అలా వివిధ భంగిమల్లో అతని ఫొటోలు చూసేసరికి సహోద్యోగుల్లో కొందరు అసూయ పడ్డారు. కొందరు మనస్ఫూర్తిగా అభినందించారు.

"అంత మంచి చాన్స్ కొట్టేసినందుకు మాకు మళ్లీ పార్టీ ఇవ్వల్సిందే" అని పట్టు పట్టారు సహోద్యోగులు.

"మీకు ముందే పార్టీ ఇచ్చాను కదా?" అని వాదించాడు హ.వి. రావు.

"అది యన్.టీ.ఆర్ ను కలువ బోతున్నందుకు. ఇప్పుడు అతనితో కలిసి ఫొటోలు దిగినందుకు. అంతే కాదు బోనస్ గా రాశీ ఖన్నా, నివేదా థామస్ లను తనివి తీరా వీక్షించి, వారితో ఫొటోలు తీసుకున్నందుకు" అని పాయింటు లేవదీశారు తోటి పనివారు. లోలోన ఏడుస్తూ, పార్టీ ఇవ్వడానికి ఒప్పుకున్నాడతను. మరో మూడు వేలకు కాళ్లొచ్చాయి. రాశీ ఖన్నా, నివేదా థామస్ లతో ఫొటోల తతంగంతో ఒన గూరిన అదనపు 'లాభ' మది.

పాపం హడావుడి రావు! నేరక గొప్పలకు పోయి, డబ్బుల కొరివితో తలంటు కున్నానని, తనలో తను కుమిలి పోతూ, పైకి మాత్రం పళ్లికిలించాడు. మున్ముందు భేషజాలకు పోకూడదని తన లెంపలు తనే వాయించుకున్నాడు, మనసులో!

(సంచిక, అంతర్జాల వార పత్రిక తేది 15-01-2023 సంచిక లో ప్రచురితం)

9. గరళ కంఠుడు

"హేయ్! ఎలా ఉన్నారు? చాలా ఏళ్లయింది మనం కలిసి. మనం ఇంట్లో వాళ్లతో, ఇంట్లో వాళ్లు మనతో విసుగెత్తిన సందర్భంలో మన వయస్కులందరిని ఇలా ఒక్క చోట చేర్చడం ఆటవిడుపుగా ఉంది"

"అంతే కాదు. డెబ్బై ఐదు ఏళ్లు పూర్తి చేసుకున్న అందరిని శాలువా, జ్ఞాపికతో సత్కరించ పూనడం మరీ బాగుంది. ఈ వయసులో మనకు ఈ మాత్రమన్నా గుర్తింపు దక్కుతోంది."

"ఔను. మనందరం ఇలా కలిసి మన ఉద్యోగ జీవితాల్లోని తీపి కబుర్లు చెప్పుకోవడం ఆనందంగా ఉంది"

"నాకైతే మళ్లీ యౌవనంలోకి అడుగిడిన అనుభూతి కలుగుతోంది."

"మన వయసు పెరిగింది కాని, మనసింకా ముదియౌవన వసంతంలా తాజాగా ఉంది."

"ఈ శుభ సమయంలో మన బి.పి., మదుమేహం, గుండె జబ్బుల గురించి పట్టించుకోకుండా హాయిగా అన్ని దినుసులు లాగించేయాలనుంది. మనల్ని అడ్డుకునే వారెవ్వరూ లేరిక్కడ."

"నాకు మాత్రం ఆ వృద్ధాశ్రమ జైలు నుంచి బయటపడి, ఈ ఒక్క రోజైనా మీ అందరితో గడపడం మహదానంగా ఉంది"

"మీ వాడు బుద్ధిమంతుడని, చదువులో చురుగ్గా ఉన్నాడని, ఉన్నదంతా ఊడ్చి, మీ వాణ్ణి అమెరికాలో చదివించావుగా? నిన్ను వృద్ధాశ్రమంలో చేర్చడమేంటి?

"కడుపు చించుకుంటే కాళ్లమీద పడుతుంది. మా బుద్ధిమంతుడి భార్యకు మా పొడ గిట్టాలని ఎక్కడుంది?" అని కళ్లు తుడుచుకున్నాడతను.

"నువ్వేంటి రిటైరై పది సంవత్సరాలు దాటుతున్నా, ఇంకా నలభై ఏళ్ల నడివయసులో ఉన్నట్టున్నావ్. దాని గుట్టేమిటి తిరుమలేశా?" నాటక ఫక్కీలో ఒకతనిలో ఉత్సుకత.

"ఏముందీ? రోజూ ఉదయం ఐదు గంటలకు లేచి గంటసేపు యోగాసనాలు చేస్తాను. ఆ తర్వాత స్నానాదులు ముగించి, ఓ గంట సేపు ఆ రోజటి దిన పత్రికను పరామర్శిస్తాను. అల్పాహారంచేసి పది గంటలకల్లా మా ఇంటికి దగ్గరలో ఉన్న సేవా సంఘానికి వెళ్లి, బ్యాంకింగ్ విషయంలో సమస్యలతో వచ్చిన జనాలకి సలహాలిస్తాను. వారికి కావాల్సిన ఉత్తరాలు డ్రాఫ్ట్ చేసి ఆయా బ్యాంకులకు గాని రిజర్వ్ బ్యాంకుకు గాని పంపేలా చూస్తాను. దాంతో నాకు చురుగ్గా ఉండే అవకాశం లభిస్తోంది. ఆ తర్వాత పగలు ఒంటి గంటకి భోంచేస్తాను. భోజనంలో కూడా సాత్విక పదార్థేలే ఉంటాయి. వేపుడులకు దూరంగా ఉంటాను. ఆకుకూరలు, కీరదోస, క్యారెట్ సలాడ్ గా తింటాను. పగలు ఓ గంట కునుకు తీసి లేచింతర్వాత పత్రికలు, పుస్తకాలు చదువుతాను. రాత్రి

ఎనిమిది గంటలలోపు భోంచేసి, కుటుంబ సభ్యులతో పిచ్చాపాటిలో పడతాను. కొంచెంసేపు టీ.వీ. చూసి, రాత్రి పదకొండు గంటలకు పడకేస్తాను.

ఇలా క్రమ బద్ధమైన జీవన సరళి వల్లే ఇంకా మన వయస్సులో వచ్చే బీ.పీ., షుగరు, హృదయపోటు, నా దగ్గరికి రావడానికి జంకుతాయి." చాల సుదీర్ఘ సుత్తి కొట్టాడో శాస్త్రి. అలా జీవన చరమాంకంలో ఉన్నవారు తమ పాత సహచరులతో సుఖ దుఃఖాలు పంచుకుంటున్నారు.

అది "గతిశీలక బ్యాంక్" విశ్రాంత ఉద్యోగుల సంఘ రజతోత్సవ సంరంభం. సంస్థ యొక్క దాదాపు ఐదు వందల మంది విశ్రాంత ఉద్యోగులు సమావేశమయ్యారు. అనుభవంతో తలలు పండిన వారితో ఆ వేదిక కళకళలాడుతోంది. ముఖ్య అతిథి ఐన, బ్యాంకు విశ్రాంత చీఫ్ జనరల్ మానేజర్ ఇంకా రానందున, పాత మిత్రులు పిచ్చాపాటిలో పడ్డారు. అంతలో ఒకతను హడావుడిగా హాల్లోకి వచ్చి అందరినీ పరామర్శించ సాగాడు.

"ఏమోయ్ ఎలా ఉన్నావ్? ఇంత సన్న బడ్డావేంటి? కోడలు సరిగా తిండి పెట్టడం లేదా? ఔనులే నాదీ అదే గతి. ఈ వయసులో వారి దయాదాక్షిణ్యాల మీదే అధారపడాలి మనం. కొడుకు మన వాడు కాని, కోడలు మనదౌతుందా? అందుకే సర్దుకు పోవాలి."

అతను స్పందించేలోగా ఇంకో శాస్త్రి దగ్గరికి వెళ్ళి "కట్టె పుల్లలా ఉండేవాడివి, పిప్పళ్ల బస్తాలా ఊరావేంట్రా? జాగ్రత్త. క్రమం తప్పకుండా యోగాసనాలు వెయ్యి. రోజుకి కనీసం ఐదు కిలోమీటర్లన్నా నడవడం అలవర్చుకో. లేకపోతే ఏ క్షణమైనా గుండె ఆగి పైకి టపా కడతావు." ఎవరా ఇతను? అని అతను ఆశ్చర్యంగా చూస్తుండగానే ఇంకో అతన్ని ఉద్దేశించి.. "నువు మాత్రం మారలేదు సుమా. వెంట్రుకలింకా నల్లగానే ఉన్నాయి. మనలో మన మాట. ఏ రంగు వాడుతున్నావేమిటి? ఇప్పటికీ మిసమిసలాడుతూ పూలరంగడిలా తయారయ్యావు. నిన్ను చూస్తే నాకు యమ ఈర్ష్యగా ఉందంటే నమ్ము. ఇంతకీ ఏ గుళికలు మింగుతున్నావ్?"

"నువ్వేంటి అలా గుడ్లప్పగించి చూస్తున్నావ్? నన్ను గుర్తు పట్టలేదా? మనం మీ ఫలానా బ్రాంచ్ లో కలిసాం. నేనంతగా మారానా? పరవాలేదులే. పండగ చేస్కో."

అలా అందరినీ పలకరిస్తూ కాళ్లకు చక్రాలు కట్టినట్టుగా హాలంతా కలియ తిరుగుతున్న అతన్ని అందరూ ప్రశ్నార్థక మొహాలతో చూస్తున్నారు. ఎవరితను చెప్మా? అని తలలు బద్ధలు కొట్టుకుంటున్నారు. బ్యాంకులో ఎప్పుడు, ఎక్కడ చూశాం చెప్మా? అని బుర్రలు గోక్కుంటున్నారు.

అంతలో ఓ పరిచిత వ్యక్తి ఆ ఆసామి చేయి పట్టుకుని ఓ కుర్చీలో కూర్చుండపెట్టాడు. ఉన్నట్టుండి ఆ అపరిచిత వ్యక్తి ఏడవడం మొదలు పెట్టాడు. వెంటనే అతన్ని బయటకు తీసుకెళ్ళాడు పరిచిత వ్యక్తి. ఓ పదిహేను నిమిషాలు ఊరడించి తిరిగి హాల్లోకి తీసుకువచ్చాడు.

"ఎవరండీ ఇతను? ఎప్పుడూ చూసిన గుర్తు లేదు. ఓ విద్యుల్లతలా మెరిసి, ఎంతో మందిని పలకరించి, అకస్మాత్తుగా ఏడవడమేమిటి?" ఆ పరిచిత వ్యక్తిని అడిగాడు సంస్థ కార్యదర్శి.

ఆయనను పక్కకు తీసుకపోయి...

"ఏం చెప్పమంటారు సర్? ఇతను మా పిన్ని కొడుకు. ఇతనికీ మన బ్యాంకుకీ ఏ సంబంధమూ లేదు. వీడు రాష్ట్ర ప్రభుత్వంలో అధికారిగా చేసి రిటైరయ్యాడు. నేను మన బ్యాంకులో పని చేస్తున్నప్పుడు, అప్పుడప్పుడు నా దగ్గరికి వచ్చేవాడు. అలా మన వాళ్లు కొందరు వీడికి పరిచయం అయ్యారు. ఐతే ఈ మధ్యే వీడికి క్యాన్సర్ చివరి స్టేజ్ లో ఉందని వైద్య పరీక్షల వల్ల తెలిసింది. మహా అంటే ఓ ఆర్నెల్లు బతుకుతాడని డాక్టర్లు తెగేసి చెప్పారు. అప్పటి నుండి వీడు, హైపర్ యాక్టివ్ గా ప్రవర్తించడమో లేక డిప్రెషన్ లోకి వెళ్ళి ఏడవడమో చేస్తున్నాడు. మనందరిని కలిస్తే ఐనా వీడికి కాస్త మనఃశాంతిగా ఉంటుందని ఈ సమావేశానికి తీసుకు వచ్చాను. బతికినన్ని రోజులు వీడు ఆనందంగా గడపాలని నా అభిమతం. ఈ కాస్త సేపైనా తన జబ్బు విషయం మరచి, సంతోషంగా ఉంటాడని ఆశ. మీకు ఇబ్బంది కలిగించినందుకు క్షమించమని వేడుకుంటున్నాను" అని చేతులు జోడించాడు పరిచిత వ్యక్తి.

"ఓహో ఐతే ఇతను గరళకంఠుడన్నమాట!" సంస్థ కార్యదర్శి వ్యాఖ్యానం.

కొందరు అయ్యో! అన్నారు. మరి కొందరి కళ్లలో చెమ్మ!

హాలును నిశ్శబ్దం ఆవహించింది.

10. ఆ రెండు నెలలు

ముంబయిలో గడిపిన ఆ రెండు నెలలను తలచుకుంటే ఇప్పటికీ ఒళ్లు గగుర్పొడుస్తుంది. “దిన దిన గండం, నూరేళ్లాయుష్షు” అంటే ఏమిటో అనుభవానికి వచ్చిన సమయమది. అసలేమయిందంటే..

ప్రభుత్వం ఏదో ముఖ్యమైన ప్రకటన చేయనుందని తెలిసిన మేము, టీ.వీ.కి అతుక్కుని కూచున్నాం. అంతలో ‘దేశమంతా విధించిన మూడు వారాల లాక్ డౌన్ మూలంగా మర్నాటి నుంచి బయలుదేరాల్సిన రైళ్లన్నీ రద్దు’ ప్రకటన. మా నెత్తిన పిడుగు పడింది. మర్నాటికే మా రైలు టిక్కట్ల రిజర్వేషన్! మూడు వారాల లాక్ డౌన్ అంటే మా పని గోవిందా! మా చిన్నన్నయ్య అకస్మాత్తుగా కాలం చేశాడని తెలియగానే మేము ఎక్కడి వస్తువులక్కడ వదిలేసి, హడావుడిగా, ఆరు రోజుల క్రితం ముంబయి వచ్చాము.

మేమొచ్చేదాకా మార్చురీలో ఉంచిన శవాన్ని, మేమొచ్చిన తర్వాత ఇంటికి తీసుకవచ్చి, అంత్యక్రియలు నిర్వహించాము. మేము వెంటనే తిరిగి పోవాల్సి ఉండడంతో, ఐదు రోజుల్లోనే పన్నెండు రోజుల క్రతువులన్నీ పూర్తి చేశాము.

మా ఇద్దరన్నయ్యలు ఉద్యోగరీత్యా ముంబయిలో స్థిరపడ్డా, మేము ఐదుగురు అక్కాచెల్లెళ్లం, మా పెళ్లిళ్ల తర్వాత నిజామాబాద్ జిల్లాలోని వేర్వేరు ఊళ్లల్లో ఉంటాము.

ముంబయిలో అసలే అగ్గిపెట్టెలాంటి వంద చదరపు అడుగుల గదులు. అందులో మేము పదహారు మందిమి, ఇంకా మూడు వారాలు గడపమంటే, అది కత్తిమీద సామే! భగవంతుడా! అసలే మా చిన్నన్నయ్య అకాల మరణంతో పుట్టెడు దుఃఖంలో ఉన్న మాకు, కరువులో అధిక మాసంలా, ఈ కరోనా లాక్ డౌన్ ఏమిటి స్వామీ? మా ఏడుపు అరణ్యరోదనే అయింది. ఐనా పరిస్థితులతో సర్దుబాటుకు సిద్ధ పడ్డాం.

మా పెద్దన్నయ్యది నాలుగు గదుల ఫ్లాట్, కాని అది యాభై కిలోమీటర్ల దూరం, విరార్ లో ఉంది. లోకల్ రైళ్లు, బస్సులు, ఇతర వాహనాలు లాక్ డౌన్ వల్ల స్థంభించి పోయాయి. వాళ్లు మా దగ్గరికి రాలేరు, మేము వారి దగ్గరికి పోలేము.

“అదినే! నువ్వేం ఫికరు జెయ్యకు. ఇంటికి కావలసిన సామాన్లన్నీ, మేమే దెచ్చి అంట సేత్తం. మీకింత పెడుతం, మేమింత దింటం. నువు ‘కృష్ణా, రామా’ అనుకుంట ఒగ పక్కకు కూసో. భగవంతుడు మనకు పరీక్ష పెడుతున్నడు. ఐతాయె. చెట్టంత మనిషిని కండ్లముందు నుంచి గద్ద ఎత్తుకపోయినట్టు పోతే తట్టుకున్నం. గీ కష్టం ఒక లెక్కనా?” నేను మా చిన్న వదినను సాంత్వన పరిచాను.

"(ఏడుస్తూ) అదిగాదు సుధా! మీరు జెల్దీ దేశం పోవాల్నని, ఆగమాగం ఐదు రోజులల్లనే పన్నెండు రోజులకు పెడితిరి. ఇగ ఎట్లన్న ఇంక మూడు వారాలు ఉండాలె. గందుకని, పన్నెండు రోజుల తిథి కూడా మంచిగ జెయ్యుండ్రి. అట్లన్న మీ అన్నకు శాంతి దొర్కుతది."

"అట్లనే అదినే! పన్నెండు రోజులనాడు, మా అన్నకు ఇష్టమైన దినుసులన్ని జేసి, సముద్రంకు పోయి పిండాలు పెడుదం. గట్లనే నెల మాసికం కూడా నలుగురు మెచ్చేటట్టు జేద్దం.

నీకేం గావాలె సెప్పు, మేమన్ని జేసెతందుకు రెడీగా ఉన్నం. నువు మనసు బాధ జేసుకోకు. మేమచ్చిందే మీకు ధీముగా ఉండేతందుకు. నువు జెప్పినట్టే అన్ని తరీకలు(విధులు) సేత్తం." మా వదిన శాంతమయింది.

మా చిన్నన్నయ్యకు ముగ్గురు కూతుళ్లు. ఇద్దరి పెళ్లిళ్లు అయ్యాయి. వారికి చెరో పాప. మూడో అమ్మాయి బీ.టెక్. చేసి, ముంబయి శివార్లలోని ఓ ఇన్ఫర్మేషన్ టెక్నాలజీ కంపెనీలో సాఫ్ట్ వేర్ ఇంజినీయర్ గా ఉద్యోగం చేస్తోంది. పెద్ద పిల్లలిద్దరూ ఒకరు చెన్నైలో, ఒకరు హైద్రాబాద్ లో, వారి భర్తల ఉద్యోగరీత్యా ఉంటున్నారు. ఇంకో ఆర్నెల్లైతే మా చిన్నన్నయ్య , ఓ జాతీయ బ్యాంక్ నుండి రిటైర్ అయ్యేవారు. మా వదినమ్మకు ఫామిలీ పెంషన్ వస్తుంది. దాదాపు ముప్పై ఆరేళ్ల సర్వీసున్న మా చిన్నన్నయ్య ప్రావిడెంట్ ఫండ్, గ్రాచ్యుయిటీ బాగానే రావచ్చు. అవి వారి చిన్నమ్మాయి పెళ్లి ఖర్చులు పోను, ఇంకొంత మిగలచ్చు. అందుకని మా వదినమ్మకు ఆర్థిక ఇబ్బందులేమీ ఉండకపోవచ్చు.

మర్నాటి నుంచి మేము చుట్టుపక్కల వారి దగ్గర, వారి పనుల్లో సహాయపడ్తూ, రోజులు వెళ్లదీయసాగాము. ఏ ఘడియలో మేము ముంబయిలో అడుగు పెట్టామో కాని, వారం రోజులకని వచ్చిన మేము, ప్రభుత్వ నిర్బంధం వల్ల ఒకరి పంచన చేరి, అగ్గిపెట్టెల్లాంటి గదులలో రోజులు వెల్లదీయాల్సిన గతి పట్టింది. భగవంతుని లీలలు మనకు తెలియవు గదా! బెంగుళూరులో సాఫ్ట్ వేర్ ఇంజినీయర్ గా ఉన్న మా అబ్బాయి, తన ల్యాప్ టాప్ లో 'వర్క్ ఫ్రం హోం' చేస్తున్నాడు. అదో నిశ్చింత మాకు.

మా ఇద్దరక్కయ్యలూ, ఇద్దరు చెల్లెళ్ళు, నేను, అదే చాల్లో(బిల్డింగ్)లో పుట్టి పెరగడం వల్ల, అక్కడి నివాసులు చాలా మట్టుకు మమ్మల్ని ఎరిగిన వారే. వారి సహకారంతో అక్కడ మేము సౌకర్యంగానే ఉన్నాము. అయినా మొహమాటం మమ్మల్ని వెనుకా ముందు ఆలోచించేలా చేసింది.

నాలుగైదు రోజుల తర్వాత మా అబ్బాయి, ఓ వార్త మోసుకొచ్చాడు. లాక్ డౌన్ ఏప్రిల్ పద్నాలుగు వరకు ఉండడంతో ఏప్రిల్ పదిహేనో తేదీకి రైలు టిక్కట్లు బుక్ చేసుకోవచ్చని సారాంశం. మా ఆయన వెంటనే పన్నెండు టిక్కట్లు తీయమని పురమాయించాడు. అవి బుక్కయ్యాయి. మాకిక నిశ్చింత! ఈ నిర్బంధం అంతం కానున్నదని భరోసా. మేము రోజులు లెక్కబెడ్తూ దినాలు వెళ్లదీయసాగాము. మేము వేళ్లాల్సింది ఇంకో రెండు రోజులు ఉందనగా, మా నెత్తిన మరో పిడుగు పడింది. లాక్ డౌన్ మరో ఇరవై రోజులు పొడిగించారు. ముంబయిలో, మహారాష్ట్రలో రోజురోజుకు వందల సంఖ్యలో కరోనా పాజిటివ్ కేసులు పెరుగుతుండడమే, 'లాక్ డౌన్ రెండు'కు కారణం. మా రైళ్లు, టిక్కట్లు మళ్లీ రద్దయ్యాయి.

"ఎప్పుడొస్తున్నారని" మా ఊళ్ల నుండి ఫోన్ల పరంపర. ఇక్కడ మహారాష్ట్ర ప్రభుత్వం, అక్కడ తెలంగాణ ప్రభుత్వం, రాష్ట్ర సరిహద్దులే కాదు, జిల్లాల సరిహద్దులు కూడా సీల్ చేశారు. రైళ్లు ఎలాగూ లేవు, ఆర్టీసీ బస్సులు కూడా బంద్. ఏదైనా ప్రైవేట్ వాహనంలో వెళ్దామన్నా, మహరాష్ట్ర, మరియు తెలంగాణ ప్రభుత్వాలు అనుమతులివ్వమని భీష్మించుకు కూర్చున్నాయి. విధి మరోసారి మమ్మల్ని వెక్కిరించింది. ఇక చేసేదేం లేక, పరిస్థితులకు తల ఒగ్గి, రోజులు లెక్కబెట్టసాగాము.

రోజురోజుకు ముంబయిలో కరోనా బాధితుల సంఖ్యపెరుగసాగింది. పదిహేను వందలకు పైగా జనాభా ఉన్న మా చాల్లో, అదృష్టవశాత్తు ఒక్క కరోనా పాజిటివ్ కేసు కూడా నమోదు కాలేదు. కాని చుట్టు పక్కల ఉన్న కొన్ని భవనాల్లో ఎక్కువ కేసులు ఉండడం వల్ల, మా లోవర్ పరేల్ మొత్తం ప్రాంతం, కంటైన్ మెంట్ జోన్ కింద వెల్లడించారు. అందుకని మా రాకపోకలపై మరిన్ని ఆంక్షలు విధించారు. చేతులకు సంకెళ్లు లేవన్న మాటేగాని, ఆ నిర్బంధం, జైలు శిక్షకంటే మిన్నగా అనిపించసాగింది. 'ఏం తప్పు చేశామని మాకీ శిక్ష? అన్నయ్య చివరి చూపు దక్కాలని హుటాహుటిన మేము ముంబయి రావడం మా ప్రాణం మీదికి వచ్చింది'. అటు అకాల మృత్యువు తన భర్తని పొట్టన బెట్టుకున్నదని బాధపడుతున్న మా వదినమ్మను సాంత్వన పరచాలా? లేక ముంబయిలో ఇమడలేక, మా మా నెలవులకు పోలేక, దిన దిన గండం నూరేళ్ల ఆయుష్షుగా ప్రతి నిమిషం నరకయాతన అనుభవిస్తున్న మా కష్టాలను తలచుకుని వగచిపోవాలా? మాకేం అర్థం కావడం లేదు. ఇక చేసేదేం లేక, 'ఇటువంటి కష్టాలు పగవాళ్లకు కూడా రావద్దు భగవంతుడా' అని ప్రార్థిస్తూ రోజులు వెల్లదీయసాగాము.

ముఖానికి మాస్కులు, భౌతిక దూరం పాటించడం, సబ్బుతో పదే పదే చేతులు శుభ్రపరచుకోవడం, పరాయి వ్యక్తులను భవనాల్లోకి అనుమతించకపోవడం, మొదలగు జాగ్రత్తలు ఎన్ని తీసుకున్నా, ముంబయిలో కరోనా కేసులు, లంకలో హనుమంతుని తోకలా పెరుగుతూనే ఉన్నాయి. దినమంతా లాక్ డౌన్, రాత్రి కర్ఫ్యూ, ఏ మాత్రం ప్రభావం చూపడం లేదు. ఫలితం? మూడో లాక్ డౌన్!

మా మా ఊళ్లకు పోవాలని మేమెంత ఉవ్విళ్ళూరుతున్నామో, ఆ ఘడియ మరింత ముందుకు, ముందుకు పోతోంది. మేము ఒడ్డున పడ్డ చేపల్లా గిల గిలా కొట్టుకుపోసాగాము. మూడో లాక్ డౌన్ రోజులు కూడా లెక్క పెడుతూ భారంగా గడుపుతున్నాము. ఆ తర్వాత చిన్న వెలుగు రేక!

"అమ్మా! పెద మామయ్య మెసేజ్ పంపారు. మనం, మన ప్రాంత పోలీస్ నుండి ప్రత్యేక అనుమతి తీసుకొని ప్రైవేట్ వాహనంలో మన ఊరు పోవచ్చట." మా అబ్బాయి శుభ వార్త చెవిన వేశాడు.

"ఏదీ ఆ మెసేజ్ సూడనీ" మా ఆయన తీసుకొని ఆ వాట్సాప్ మెసేజ్ చూశాడు. అందులో ప్రభుత్వ ఉత్తర్వు, నమూనా అప్లికేషన్ ఫారం, జత పర్చాల్సిన దస్తావేజుల వివరాలు అన్నీ ఉన్నాయి. వెంటనే ఆ ఫారాల ప్రింట్ ఔట్ తీసుకుని, మా ఆధార్ కార్డ్ నంబర్లు, మాకు ఏ జబ్బు లేదని డాక్టర్

సర్టిఫికెట్లు, మా ఊళ్ల చిరునామా, మేము వెళ్లబోయే ప్రైవేట్ బస్సు మరియు డ్రైవర్ వివరాలు అన్ని నింపి, మా ప్రాంత పోలీస్ స్టేషన్ లో ఇచ్చాము.

'ఈ విషయంలో మాకింకా ఉతర్వులు రాలేదు. మీరు మూడు రోజుల తర్వాత వాకబు చేయండి' అని చావు కబురు చల్లగా చెప్పారు. మూడు రోజుల తర్వాత వెళితే, "మీ అప్లికేషన్, పై ఆఫీసుకి పంపాము. ప్రస్తుతం మా సర్వర్లు అన్నీ డౌన్ ఉన్నాయి, మీరు మరో మూడు రోజుల తర్వాత రండి" అన్నారు. వారి వాలకం చూస్తే వారు మానుండి ఏదో ఆశిస్తున్నారని అర్థమైంది.

మాతో వచ్చిన స్థానిక పార్టీ నాయకుడు అక్కడేఉన్న ఓ కానిస్టేబిల్ ను లోపాయకారిగా అడిగితే అసలు విషయం బయట పడింది. 'కరువులో అధిక మాసమంటే ఇదే' అని మనసుకు నచ్చజెప్పుకొని, బేరమాడి ఎంతో ఒకంతకు సెటిల్ చేశాము. మర్నాడే మాకు అనుమతి లభించింది. అది తీసుకెళ్లి బస్సు ట్రావెల్ వారికిస్తే తలా ఆరువేల రూపాయలు ముక్కు పిండి మరీ వసూలు చేశారు. నాలుగు వందల రైలు చార్జీ పెట్టి పోవాల్సిన చోట, తలా ఆరువేలు వెచ్చించాల్సి వచ్చింది. "గరుజుకు అక్కల్ లేదంటే గదే" మా ఆయన ఉవాచ. మర్నాడు పగలు రెండు గంటల వరకు వస్తానన్న డ్రైవర్, రాత్రి తొమ్మిది గంటలైనా అజా పజా లేడు. పగలు రెండు గంటల నుండి ఎన్ని ఫోన్లు చేసినా 'నో రిప్లై' చివరికి రాత్రి పది గంటలకు ఫోన్ కనెక్ట్ అయింది.

"మాడం! ఇవాళ అష్టమి కదా, ప్రయాణం మొదలు పెట్టవద్దని మా ఓనర్ ఆదేశం. అందుకని రేపు ఒంటి గంట వరకు వస్తాను. మీరు భోంచేసి, సిద్ధంగా ఉండండి." 'ముంబయిలో మరో రోజు ఉండాల్సిన ప్రాప్తం' అని సమాధానపడి, రాత్రి భోజనానికని కట్టిన టిఫిన్ డబ్బాలు ఖాళీ చేసి రాత్రి భోజనమయిందనిపించాం.

మర్నాడు తొందరగా భోంచేసి, రాత్రి భోజనానికని రొట్టెలు, టమాట కూర, టిఫిన్ డబ్బాల్లో కట్టుకున్నాం. ఒంటి గంటకు రావాల్సిన బస్సు, మూడు గంటలకు వచ్చింది. ముల్లే మూటా సర్దుకొని, నాలుగు గంటలకు బయలుదేరాం. మమ్మల్ని సాగనంపడానికి చాల్ మొత్తం రోడ్డు మీదకు కదిలి వచ్చింది. మా గుండెలు భారమయ్యాయి. అందరి కళ్ళల్లో నీళ్లు! మళ్ళీ ఎప్పుడు ముంబయికి వస్తామో? ఇలా రకరకాల ఆలోచనలు. కొందరు దార్లో తినడానికి చిప్స్ పాకెట్లు తెస్తే, కొందరు నాలుగు క్యాన్ల మంచి నీళ్ల బాటిళ్లు తెచ్చారు. బస్సు మా గమ్యం వైపుకు బయలుదేరింది.

రాత్రి ఓ చోట ఆగి, మేము తెచ్చుకున్న సద్ది మూటల నుండి భోజనం చేశాం. ఉదయం ఏడు గంటలకు మా బస్సు, తెలంగాణ చెక్ పోస్ట్ చేరుకుంది. అక్కడ చాలా వాహనాలు తనిఖీలకని ఆగి ఉన్నాయి. మా వంతు వచ్చేసరికి రెండు గంటలు పట్టింది. బస్సు మొత్తం ఖాళీ చేయించి సానిటైజ్ చేశారు. మా అనుమతి పత్రం, వారి దగ్గరున్న రికార్డులతో సరిచూసుకున్నారు. మా మెడికల్ సర్టిఫికెట్లు చూసి, ఇంటికి వెళ్లింతర్వాత పద్నాలుగు రోజులు క్వారంటైన్ లో ఉండాలని మా చేతి మట్టలపై స్టాంప్ అంటించారు. అనుకున్న సమయం కంటే నాలుగు గంటలు ఆలస్యంగా ఆర్మూర్ చేరుకున్నాం. అక్కడి నుండి మా ఊరు దూదిగామ వెళ్లాలి. మా పెద్దక్క చేపూర్, చిన్నక్క ముప్కాల్, చెల్లెల్లిద్దరిలో ఒకరు ధర్మోరా, ఇంకొకరు శెట్ పల్లి వెళ్ళాల్సి ఉంది. బస్టాండ్ లో

కనుక్కుంటే మా ఊళ్లకు కు బస్సులు లేవన్నారు. మావి వేర్వేరు దార్లయ్యేసరికి వేర్వేరు ఆటోలు తీస్కోవాల్సి ఉంది. ఆటో వాళ్లు కొండెక్కి కూర్చున్నారు. వారిని బతిమాలి, బామాలి ఏదో కాడికి బేరం కుదుర్చుకున్నాం. అనుకున్న దానికంటే ఎక్కువ ఖర్చు మా తిరుగు ప్రయాణానికి జత చేరింది. కరువులో అధిక మాసం ప్రత్యక్షంగా అనుభవానికి వచ్చింది. ఏదోలాగ మా ఊరు చేరుకున్నాం. అక్కడ మాకు ఇంకో అడ్డంకి ఎదురైంది. మా ఊళ్లో కొన్ని కరోనా పాజిటివ్ కేసులు ఉండడంతో దాన్ని కంటైన్ మెంట్ ప్రాంతంగా ప్రకటించారట, అందుకని మాకు ప్రవేశం నిషిద్ధమన్నారు.

అయ్యో దేవుడా! ముంబయి నుండి అష్టకష్టాలు పడి మా ఊరుదాకా వస్తే ఇక్కడా మమ్మల్ని మా ఇంటి పోనియ్యకుండా ఏమిటిది స్వామీ! అని మనసులోనే వాపోయాను. మా ఆయన, సర్పంచ్ గారింటికి వెళ్లి అరగంట వేడుకుంటే గాని మాకు మా ఇంటికి చేరే యోగం కలుగలేదు.

ఇంటికి వెళ్లి స్నానాదులు చేసి టీ తాగుతుండగా, మా పెద్ద చెల్లెలు ఫోన్. వాళ్ల ఊర్లో కూడా మా లాంటి పరిస్థితే ఉండడంతో వాళ్లనీ లోనికి రానీయకుండా అడ్డుకున్నారట. ఫోన్ లో అక్కడి సర్పంచ్ తో మా ఆయన మాట్లాడి సముదాయిస్తే అప్పుడు, ఎన్నో జాగ్రత్తలు తీసుకోవావాలని షరతులు విధించి, వారిని అనుమతించారు.

మొత్తం మీద మా ఊళ్ల నుండి బయలు దేరిన రెండు నెలలకు తిరిగి మా ఊళ్లు చేరుకున్నాము.

మేము మా ఇళ్లకు చేరగానే ఆశా వర్కర్లు, వచ్చి, పద్నాలుగు రోజులు క్వారంటైన్ పీరియడ్ కాబట్టి, ఇంటి బయటకు రావద్దని సూచించారు. ఏమైనా కావాలంటే చుట్టు పక్కల వారి సహాయం తీసుకొమ్మన్నారు. క్వారంటైన్ పీరియడ్ పూర్తి కాగానే చుట్టు పక్కల వారు మూతికి ముసుగు వేసుకొని, ఒక్కొక్కరుగా పరామర్శకు వచ్చారు. మా చిన్నన్నయ్య జ్ఞాపకాలు తలచుకొని శోకాలు తీశారు. మేమూ మా దుఃఖాన్ని ఆపుకోలేక పోయాము. ఇప్పటికీ మా చిన్నన్నయ్య గుర్తులు అప్పుడప్పుడు మనసును కలిచివేస్తునే ఉన్నాయి.

'పోయినవారితో మనమూ పోలేము కదా? మన సమయం వచ్చేదాకా రోజులు వెళ్లదీయాల్సిందే', అని చుట్టు పక్కల వారి సాంత్వన. ఎలాగో మనసును ధృడ పర్చుకొని మా విధుల్లో చేరిపోయాము.

ఇప్పుడాలోచిస్తే, ముంబయిలో మేము గడిపిన గడ్డు రోజుల్లో, కొన్ని తీపి గుర్తులు కూడా ఉన్నాయి. పెళ్లైంతర్వాత ఎన్నడూ ముంబయిలో వారం రోజులకంటే ఎక్కువ ఉన్నది లేదు. ఈ సారి నిర్బంధంగా రెణ్ణెళ్లు ఉండవలసి రావడంతో ఎన్నో పాత సంబంధాలు పునరుద్ధరింప బడ్డాయి. మనుషుల మధ్య దగ్గరితనం పెరిగింది. ఎన్నో చుట్టరికాలు కలిశాయి. కొన్ని కొత్త పరిచయాలయ్యాయి. ఊళ్లల్లో విశాలమైన ఇళ్లల్లో మెసిలే అలవాటున్న మాకు, ఉన్న చోటును ఎలా సద్వినియోగ పరచుకోవాలో, ముంబయి నేర్పింది. ముంబయిలో ఇళ్లు ఇరుకైనా, అక్కడి వారి మనసులు విశాలం అని మరోసారి నిరూపితమైంది.

మా చిన్నన్నయ్య మరణం, ఎన్నో కష్టనష్టలకు గురిచేసినా, మమ్మల్ని మాలోకి చూసుకొనే అవకాశం కల్పించి, ముంబయిని మాకు మరింత దగ్గరిగా చేర్చింది. కుటుంబ సభ్యులతో,

చుట్టుపక్కలవారితో ఎందుకు, ఎంత సఖ్యంగా ఉండాలో తెలియజేసింది. మొత్తంమీద 'ఆ రెండు నెలలు' మా మనసులపై చెరగని ముద్ర వేశాయి.

11. నీవు లేక నేను లేనే లేనులే...

"మనం అనుకున్న విషయం గురించి ఏం ఆలోచించావు దివ్యా?"

"అందులో ఆలోచించడానికేముంది విశ్వం? నేనాడే చెప్పానుకదా అది నా వల్ల కాదని"

"నీ మాట నీదే కాని ఎదుటి వాళ్ల మాట పట్టదా నీకు? నేనెందుకు చెబుతున్నానో కాస్త ఆలోచించు."

"నేనూ అదే అంటున్నాను, నువ్వు కూడా నా వైపు నుంచి ఆలోచించు."

"ఇలా మాటకు మాట తిప్పి కొట్టడమేనా? ఇది ప్రెస్టిజ్ ఇశ్యూగా తీసుకోకు. మన కుటుంబ శ్రేయస్సు కోరి మళ్లీ చెబుతున్నాను. సావధానంగా ఆలోచించు దివ్యా. ఇప్పుడు మనం ఆర్థికంగా మనం బాగా స్థిరపడ్డాం కదా?"

"బాగా ఆలోచించే చెబుతున్నాను. నేను ఉద్యోగం చేస్తున్నది మన ఆర్థిక బలోపేతానికి కాదు. ఉద్యోగంలో ఉన్నందున నాకో గుర్తింపు ఉంది. నా కాళ్లపై నిలబడ్డాననే తృప్తి ఉంది. నా అస్తిత్వానికి ఎసరు పెట్టేందుకు ప్రయత్నిస్తే తాడు తెగుతుంది. కట్టె విరుగుతుంది. అంతే గానీ నా ధోరణిలో మార్పుండదు విశ్వం."

"నిన్ను ఏరి కోరి చేసుకున్నందుకు నాకు తగిన శాస్తి చేస్తున్నావు. బ్యాంకులో మానేజరుగిరీ చేస్తున్నానని విర్రవీగుతున్నావు. నీ మొండితనంతో మన కాపురంలో నిప్పులు పోస్తున్నావు. నీతో వాదించేకన్నా ఆ గోడకు తల బాదుకోవడం నయం." విశ్వం అస్త్ర సన్యాసం చేసి పడక గదిలోకి వెళ్లాడు.

'అలా రా దారికి అనుకుంటూ తల ఊపుతూ దివ్య, ఇంకో పడక గదిలోకి వెళ్లింది.

దివ్య, విశ్వం ప్రేమించి, ఇరు కుటుంబ సభ్యులను ఒప్పించి, పెళ్లి చేసుకున్న జంట. దాదాపు ఆరేళ్లు కాపురం సజావుగా సాగింది. వారి దాంపత్యఫలంగా ఇద్దరు పిల్లలు కలిగారు. వాళ్లు పెరుగుతున్నకొద్దీ భార్యా భర్తల బాధ్యతలు కూడా పెరిగాయి. అక్కడే వచ్చింది పేచీ. ఇంటి బాధ్యతలు ఇద్దరూ సమంగా పంచుకోవాలనేది దివ్య వాదన. వ్యాపార పనుల్లో బిజీగా ఉన్న తనకు అంత తీరిక ఉండదని విశ్వం ప్రతివాదన. అంతగా కావాలనుకుంటే దివ్యను ఉద్యోగం వదిలేయమని పోరు. దానికి ఆమె సిద్దంగా లేదు. విశ్వాన్నే తన వ్యాపార విస్తరణ కార్యక్రమాన్ని విరమించుకోమని సూచించింది. అక్కడ పురుషాధిపత్యం పడగ విప్పింది. మాటా మాటా పెరిగి, చివరకు దివ్య, తమ పిల్లలను తీసుకొని ఇంటిని వదిలేసింది.

విషయం తెలిసిన కుటుంబ సభ్యులు, శ్రేయోభిలాషులు, వారిద్దరి మధ్య సయోధ్య కుదర్చడానికి ఎన్నో ప్రయత్నాలు చేశారు. పిల్లల శ్రేయస్సును దృష్టిలో పెట్టుకొనైనా కలిసి ఉండుమని ఉద్బోధ చేశారు. కానీ ఇద్దరూ తమ తమ పట్టు విడువలేదు సరికదా ఇంకా బిగుసుకు పోయారు.

అంతే కాదు ఆర్నెళ్ల తర్వాత విశ్వం, దివ్యకు తన లాయరు ద్వారా విడాకుల నోటీసు పంపాడు. దివ్యకు మరింత కోపం వచ్చింది.

'నేను విడాకులు ఇవ్వను గాక ఇవ్వను. అతని మరో మనువుకు దారి సుగమం చేసేందుకు' ససేమిరా అంది. తన వ్యాపార విస్తరణలో పడ్డ విశ్వం రెట్టించలేదు.

రెండు సంవత్సరాల్లో రాష్ట్రంలోని పది జిల్లా కేంద్రాల్లో తన వ్యాపార కార్యాలయాలు నెలకొల్పాడు. అడ్డగోలుగా సిబ్బంది నియమించి వ్యాపారాన్ని వారికి వదిలి, అతను క్లబ్బుల్లో, పబ్బుల్లో ఆనందం వెతుక్కో సాగాడు. అప్పుడప్పుడు తన వ్యాపార కేంద్రాలను సందర్శించి తూతూ మంత్రంగా తనిఖీ చేశానని తృప్తి పడేవాడు.

తమ యజమాని నిర్లక్ష్యాన్ని అలుసుగా తీసుకున్న సిబ్బంది తమ చేతి వాటం చూపించారు. క్రమక్రమంగా డబ్బులు కాజేయ సాగారు. నగదు అమ్మకాల మొత్తం బ్యాంకులో జమ చేయకుండా కొంత తమ అవసరాలకు, తమ బంధువుల ఖాతాలోకి మళ్లించారు. ఫలితంగా బ్యాంకు కిస్తీలు, సరఫరాదారుల సొమ్ముల బకాయిలు పెరిగాయి. విశ్వం కళ్లు తెరిచేసరికి పరిస్థితులు చేయి దాటిపోయాయి. సిబ్బంది పత్తాలేకుండా పోయారు. బ్యాంకు నుంచి నోటీసులతో, సరఫరాదారుల ఒత్తిడితో, విశ్వం ఉక్కిరి బిక్కిరయ్యాడు. జిల్లా కేంద్రాల్లో విస్తరించిన శాఖలు మూసేశాల్సి వచ్చింది. కొన్ని ఆస్తులమ్మి బకాయిలు చెల్లించాడు. ఆ పరిస్థితులు, విశ్వం ఆరోగ్యంపై ప్రభావం చూపాయి. మధుమేహం, రక్తపోటు, హృదయపోటు ముప్పేట దాడి చేశాయి. విశ్వానికి ఆస్పత్రిలో చేరాల్సి వచ్చింది. రెండు వారాల చికిత్స తర్వాత, ఆహార నియమాలలో ఎన్నో అంకుశాలు సూచించి, కనీసం నెల రోజులపాటు ఇంట్లో విశ్రాంతి తీసుకోవాలన్నారు డాక్టర్లు.

గత్యంతరంలేని విశ్వానికి, ఇంటికి పరిమితమయే అగత్యం పట్టింది.

ఇంటి పనికి, వంట పనికి మనుషులున్నా, విశ్వంలో ఏదో వెలితి. డాక్టర్లు చెప్పిన ఆహార నియమాలు, పథ్యం, పాటించడం కుదరడం లేదు. అప్పుడతనికి జ్ఞప్తికి వచ్చింది దివ్య. అంతకు ముందు రాలేదని కాదు. కాని అప్పుడు జవసత్వాలు సరిగ్గా ఉండడంతో కొట్టి పరేసేవాడు. తన మనసుసును వ్యాపారంపై మళ్లించి దివ్యను మరిచిపోయే ప్రయత్నం చేశాడు. ఇప్పుడు? తన అనారోగ్యం, అతన్ని భూమి మీదకు తెచ్చింది. దివ్యతో తన ప్రేమ గుర్తుకొచ్చింది. తాము గడిపిన ఆనంద క్షణాలు కళ్ల ముందు కదలాడాయి. పట్టుదలకు పోయి తాను సాధించిందేమిటి? జీవితంలో తాను ఓడిపోయిన భావన మొట్టమొదటిసారి విశ్వం మనసులో చోటు చేసుకుంది.

విశ్వంలో అంతర్మథనం మొదలైంది. అప్పుడనిపించింది, దివ్య తన విడాకుల నోటీసును కొట్టిపారేయడమే మేలైందని. ఆమెను మళ్లీ తన జీవితంలోకి ఆహ్వానించాలి. కాని ఎలా? అహం అడ్డు వచ్చింది. చింత చచ్చినా పులుసు చావలేదు. ఎవరైనా మధ్యవర్తులను సంప్రదిస్తే? కాని ఎవరున్నారు ముందుకు రావడానికి? తాము విడిపోయింతర్వాత కొందరు బంధువులు, స్నేహితులు సయోధ్య కుదర్చడానికి ప్రయత్నిస్తే తానేం చేశాడు? వారిని పాలల్లో పడ్డ ఈగల్లాగ తీసేశాడు. ఇప్పుడు ఏ మొహం పెట్టుకొని వారిని సంప్రదిస్తాడు? ఆలోచించి, ఆలోచించి అతని తల వేడెక్కింది. మందులు

ఏ మాత్రం అతని జబ్బులను తగ్గించక పోగా, మనోవ్యథ వల్ల అవి మరింత వికటించాయి. ఫలితంగా విశ్వం మళ్లీ ఆస్పత్రి పాలయ్యాడు. హృదయంలో పెరిగిన బ్లాకులకు బైపాస్ తప్పనిసరైంది.

అక్కడ దివ్య జీవితం కూడా అంత సజావుగా సాగ లేదు. పదోన్నతిపై వేరే నగర ముఖ్య శాఖకు బదిలీ అయింది. హోదాతో పాటు బాధ్యతలూ పెరిగాయి. తన కింద పనిచేసే వందకు పైగా ఉన్న సిబ్బందిపై ఆజమాయిషీ చేయడం కఠినతరమైంది. అఫ్టరాల్ ఒక ఆడ మనిషికి అణిగిమణిగి ఉండాలా అనే భావన కొందరు కింది తరగతి ఉద్యోగుల్లో పొడచూపింది. వారు ఆమెకు విరుద్ధంగా యూనియన్ నాయకులను ఎగదోశారు.

దాంతో దివ్యపై ఒత్తిడి పెరిగింది. తన సహజ చాకచక్యంతో ఆ పరిస్థితులను సమర్థవంతంగా ఎదుర్కొన్నా, ఆమె మానసికంగా కృంగిపోయింది. దాంతో పిల్లలపై శ్రద్ధ తగ్గింది. వారు చదువులో వెనుక బడ్డారు. అత్తెసరు మార్కులతో ఏదో విధంగా పాసవ సాగారు. ఆ పరిస్థితులతో ఒత్తిడి ఎక్కువై ఆమె ఆరోగ్యం కూడా క్షీణించింది.

అప్పుడు దివ్య ఆలోచనలో పడింది. తను విశ్వంతో వేరుపడి సాధించిందేమిటి? మనఃశాంతి కరువు చేసిన తన ఉన్నత ఉద్యోగంపట్ల విముఖత ఏర్పడసాగింది. తన అనారోగ్య ప్రమాణ పత్రాలు చూపి, నానా తంటాలుపడి, వేరే నగరంలోని బ్రాంచి ఆఫీసునుండి, తమ పట్టణంలోని అడ్ మినిస్ ట్రేటివ్ ఆఫీసుకు బదిలీ చేయించుకుంది. అక్కడ పని ఒత్తిడి తగ్గటంతో భౌతిక బాధ తగ్గింది కాని, మానసిక వ్యథతో దివ్య, రోజు రోజుకి క్షీణించ సాగింది. ఆరేళ్ల తమ దాంపత్య జీవితం కళ్లముందు కదలాడ సాగింది. విశ్వం పదే పదే జ్ఞాపకం రాసాగాడు. అంతలో ఎవరో, విశ్వం ఆస్పత్రి పాలయ్యాడనే వార్త చేర వేశారు. ఇక ఆలోచించ లేదు దివ్య. హుటాహుటిన ఆస్పత్రిలో వాలిపోయింది. అప్పటికి మూడు రోజుల క్రితమే బైపాస్ శస్త్ర చికిత్సకు లోనైన విశ్వం, ప్రత్యేక గదిలో సేద దీరుతున్నాడు.

దివ్యను చూడగానే అతని కళ్లల్లో ఆశ్చర్యానందం! అతనికి తెలియకుండానే కళ్లు వర్షించసాగాయి. అటు దివ్య పరిస్థితి కూడా వేరుగా లేదు. విశ్వం పట్ల ఆమెలో ఉన్న కల్మషం, కన్నీళ్ల రూపంలో బయటికి వెళ్ల సాగింది. ఓ పది నిమిషాలు వారిద్దరి మధ్య మౌన సంభాషణ. ఆ తర్వాత దివ్య, విశ్వం చేతిని తీసుకుని తన పెదవులకు అంటించుకుంది. విశ్వంలో దుఃఖం ఇనుమడించింది. బాధ, ఆనందం మిళితమైన ఒక అపురూప సందర్భమది. అతని కళ్లల్లో పశ్చాత్తాపం ప్రస్ఫుటమైంది. అదే సమయంలో దివ్య అభయహస్తం ఊరట కలిగించింది. దివ్య, తన కొంగుతో విశ్వం కళ్లు తుడిచింది.

"ఇప్పుడు నేనొచ్చాను కదా? మీరు తొందరగానే కోలుకుంటారు. మీకు సమ్మతమైతే మనం మళ్లీ కలిసుందాం." దివ్య.

"అంతకంటే భాగ్యమా? మీ కొరకు మన ఇంటి తలుపులు ఎప్పుడూ తెరిచి ఉంటాయి." విశ్వం కళ్లలో మెరుపు.

"సరే. మీరు ఆస్పత్రి నుంచి వచ్చేసరికి నేను, పిల్లలు మీ స్వాగతానికి సిద్ధంగా ఉంటాం."

ఆ మర్నాడే దివ్య, పిల్లలతో తమ ఇంట్లోకి మారింది. బ్యాంకుకి రెండు వారాల సెలవు పెట్టి, అస్తవ్యస్తంగా ఉన్న ఇల్లు సర్దడంలో మునిగిపోయింది. ఆ తర్వాత విశ్వం రాకకై ఎదురు చూడ సాగింది. ఆస్పత్రినుంచి వచ్చిన తమ నాన్నను చూసి పిల్లలు కూడా సంతోష పడ్డారు. దివ్య శుశ్రూషతో, పిల్లల సాంగత్యంలో విశ్వం తొందరగానే కోలుకున్నాడు. ఆ తర్వాత, దివ్య, విశ్వం లు మనసువిప్పి మాట్లాడుకున్నారు. తాము వేరుగా ఉన్న రోజుల్లోని అనుభవాలు, ఒకరికొకరు పంచు కున్నారు. అప్పుడు వారిద్దరి మనసులు తేట పడ్డాయి.

విశ్వం, కొన్ని రోజులు విశ్రాంతి తీసుకుని క్రమక్రమంగా తన వ్యాపారంపై దృష్టి సారించాడు. ఐతే లావాదేవీలు పరిమితం చేశాడు. ప్రొద్దున పది గంటలకు క్యారేజీ తీసుకొని పోయి, సాయంత్రం ఆరు గంటలకల్లా ఇంటికి చేరుకుంటున్నాడు. ఆ తర్వాత భార్యా పిల్లలతో గడప సాగాడు. తండ్రి శ్రద్ధ తీసుకోవడంతో, పిల్లల చదువులు గాడిన పడ్డాయి. వారికి మంచి మార్కులు రాసాగాయి. బ్యాంకులో తన ఇరవై సంవత్సరాల సర్వీస్ పూర్తి కాగానే, దివ్య వాలంటరీ రిటైర్ మెంట్ తీసుకుంది. తన పూర్తి సమయం కుటుంబానికే కేటాయించింది.

వారం రోజుల్లో తమ పెళ్ళి రోజు ఉందని గుర్తు చేసింది దివ్య. కొన్నేళ్ళ తర్వాత తామిద్దరు కలిసి ఉన్నందున దగ్గరి బంధువుల, సన్నిహితుల మధ్య ఓ హోటల్లో భారీగా జరుపుకుందామన్నాడు విశ్వం. దివ్య తలూపింది. ఇంకేం, విశ్వం విజృంబించాడు. ఓ స్టార్ హోటల్ లో బ్యాంకెట్ హాల్ బుక్ చేశాడు. దాదాపు యాభై మంది బంధువులకు, మిత్రులకు వాట్సాప్ లో ఆహ్వానాలు పంపారు దివ్య, విశ్వంలు.

ఆ రోజు రానే వచ్చింది. ఆహుతుల్లో వారి కుటుంబ సభ్యులు, దివ్య గత ఆఫీస్ సహచరులు, విశ్వం వ్యాపార సన్నిహితులున్నారు. వారందరు కుటుంబ సమేతంగా రావడంతో పిల్లలకు మంచి ఆటవిడుపయింది. కొందరు యువతీ యువకులు సంగీతానికనుగుణంగా డ్యాన్స్ చేయసాగారు. మొత్తం మీద అక్కడ ఓ ఆహ్లాదకరమైన వాతావరణం నెలకొంది. కాసేపయింతర్వాత, తమ ఆహ్వానాన్ని మన్నించి హాజరైనందుకు ఆహుతులకు తమ కృతజ్ఞతలు తెలిపారు దివ్య, విశ్వం లు. అప్పుడు, అందరిని ఉద్దేశించి విశ్వానికి బాబాయి వరసయే గుర్నాథం గారు మాట్లాడారు.

“మన దివ్య, విశ్వం ల పెళ్ళిరోజు సంరంభానికి రావడం, నాకెంతో ఆనందంగా ఉంది. మామూలుగా ఇలాంటి ఉత్సవాలు ఇంట్లోనే చేసుకుంటారు, కాని ఇది ఒక ప్రత్యేక సన్నివేశం. కొన్ని సంవత్సరాలు ఏవో కారణాలతో విడిపోయి, విడాకుల వరకు వెళ్ళిన వారు, సర్దుబాటు చేసుకుని మళ్ళీ ఒకటయ్యారు. అదీ ఈ సెలిబ్రేషన్ కి కారణం. ఈ సందర్భంలో వేమన గారి స్ఫూర్తితో ఆచార్య బేతవోలు రామబ్రహ్మం గారు రాసిన ఓ పద్యం జ్ఞప్తికి వస్తోంది.

“భార్య యనెడు నొక్క భారంబు లేనిచో, పులియాకువోలె పురుషుడెగురు,
దారి తప్పునీని దైవమ్ము భార్యరా, విశ్వదాభిరామ వినురవేమ”

అంటే భర్త అనే విస్తరిపై భార్య అనే బరువు లేక పోయిన సందర్భంలో, అతను దారి తప్పుతాడు. భర్తకు స్థిరత్వం కూర్చేది భార్య. భర్త జీవితాన్ని చక్క దిద్దేది భార్య అని భావార్థం.

అందుకని ప్రతివారు తమ అర్ధాంగి పట్ల గౌరవంగా ఉండి దాంపత్య జీవిత శకటాన్ని జోడెద్దులుగా ముందుకు నడిపించాలి. హాజరైన మీ అందరికి ధన్యవాదాలు, దివ్య, విశ్వం కుటుంబానికి శుభాకాంక్షలు." అందరు చప్పట్లు కొట్టారు. ఆ తర్వాత దివ్య బ్యాంకు పూర్వ సహచరులు దివ్య పనితనాన్ని కొనియాడుతూ మాట్లాడారు. ఎన్నో పదార్థాలతో భారీగా ఏర్పటు చేసిన విందు భోజనం ఆరగించి దివ్య, విశ్వం ల కుటుంబానికి శుభాకాంక్షలు తెలుపుతూ ఆహుతులంతా సెలవు తీసుకున్నారు.

పార్టీ నుంచి ఇంటికి చేరుకున్న దివ్య, విశ్వం లు, వారిలో ఆనందం తొణికిసలాడుతుండగా, చాలా ఏళ్ల తర్వాత పడకగదిలో జతకూడారు. ఒక్క బెడ్ లైట్ తప్ప లైట్లన్నీ ఆఫ్ అయ్యాయి. ఇద్దరిలో ఏదో ఉద్వేగం. వారి మధ్య, గాలి కూడా చొరబడడానికి వెనకాడింది.

"నీవు లేక నేను లేనే లేనులే... అదీ నిజములే" తెరిచి ఉన్న కిటికీ నుంచి గాలితో పాటు వచ్చిన ఆ పాట, వారిద్దరి భావాలకు అద్దం పట్టింది.

12. ప్రార్థించే పెదవుల కన్నా- - -

"హల్లో! ఎవరు?

"మేడం! నేను జీవన్. రేపు ఉదయం పదకొండున్నరకు ప్రసాద్ రికార్డింగ్ సుడియోలో డబ్బింగ్ రికార్డింగ్ ఉంది. తప్పక వస్తారు కదూ?"

"సరే. రేపు పదిన్నరకల్లా కారు పంపించండి. నేను సిద్ధంగా ఉంటాను."

సుచరిత ఆర్నెళ్ల క్రితం జరిగిన సంఘటనలు నెమరు వేసుకుంది. అప్పటికి, ఇప్పటికి ఎంత మార్పు? జీవితంలో సర్వం కోల్పోయిన తనకు, జీవితం అంతం చేసుకోవాలనుకోవడంలో తప్పు లేదు. కాని తనతో పాటు, ఇద్దరు చిన్నారుల భవిష్యత్తు కాలరాసే హక్కు ఉందా? లేదంది అంతరాత్మ. అప్పుడు మొదలైంది తనలో "ఎలా బతకాలి" అనే లక్ష డాలర్ల ప్రశ్న.

అప్పుడు రంగ ప్రవేశం చేసింది పొరుగింటి మహిమ. "అక్కయ్యా! ఇలా ఎంతకాలమని నీలో నువ్వే కుములుకుంటూ కుంగి కృషించి పోతావ్? నీ అసహాయతను ఉటంకిస్తూ నీ గళంలోని వీడియో, ఫేస్ బుక్ లో పోస్ట్ చేస్తాను. ఏ దాతకైనా నీ మీద దయకలిగి నీకు, నీ పిల్లల పోషణకై ఏవో వనరులు సమకూర్చకపోదు.

"మన పోస్ట్ ఎవరు చూస్తారు మహిమా? అథవా చూసినా, స్పందించే హృదయం అందరికీ ఉంటుందా? నాకైతే నేను బజారున పడడం తప్ప ఎవరైనా సహాయం చేస్తారనే నమ్మకం లేదు." సుచరితలో నిరాశ.

"మరీ అంత నిరాశ పడవద్దక్కయ్యా. లోకంలో మంచి వాళ్లు ఉన్నారు. మనం మానవ ప్రయత్నం చేద్దాం. ఆ పైన దేవుని దయ." మహిమలో, ఏదో విచిత్రం జరిగి, సుచరిత జీవితంలో ఏదో మేలు కలుగుతుందనే భావన.

చిట్ట చివరకు సుచరిత, ఫేస్ బుక్ వినియోగదారుల ఉద్దేశించి ఈ కింది విధంగా తన గోడు వినిపించింది.

"దయగల నా అమ్మలారా! నాన్నలారా! నమస్కారం. ఈ మధ్యే నా కుటుంబంపై ఓ పెద్ద పిడుగు పడింది. విధి మాపై కోలులోలేని దెబ్బ తీసింది. ఓ ఆస్పత్రిలో వార్డ్ బాయ్ గా పని చేసే నా భర్త, గత సంవత్సరం నుండి కరోనా రోగులకు తన సేవలందిస్తున్నాడు. నా మరియు నా పిల్లల క్షేమ కోరి వారానికి ఒక్క సారే వస్తూ, మిగతా సమయంలో ఆస్పత్రిలోని రోగులకు తన శాయశక్తులా సేవ చేసి తరించాడు. పదిహేను రోజుల క్రితం, ఆస్పత్రి నుంచి ఫోన్. నేను భయపడ్డంతా అయింది. నా భర్తను కరోన కబళించింది. నాకు చివరి చూపు కూడా దక్కలేదు. ఆస్పత్రి వారే అంత్యక్రియలు నిర్వహించి, చితాభస్మం మాత్రం నాకు పంపించారు." ఏడుస్తూ "ముక్కుపచ్చలారని ఈ చిన్నారులను చూడండి. వారెంత వాడిపోయారో? ఇప్పుడు మా భృతి నిర్వాహణ సమస్య నన్ను వేధిస్తోంది. ఏదో వానాకాలం చదువులు చదివిన నాకు ఎవరుద్యోగం ఇస్తారు? నాకొక కుట్టు మిషను

గనుక ఎవరైనా దాతలు కొనిస్తే, బట్టలు కుడుతూ, నా పిల్లలను చదివిస్తాను. పోషిస్తాను. మీరు ఈ దిగువ ఇచ్చిన నా మొబైల్ కు కాల్ చేసి, నా చిరునామా తీసుకొని, నా పరిస్థితిని చూడండి. ఆ తర్వాతే మీకు తోచిన సహాయం చేయండి. మా కుటుంబ భవిష్యత్తు ఇప్పుడు మీ చేతిలో ఉంది. లేకపోతే నాకు, నా పిల్లలకు ఆత్మహత్యే శ్రరణ్యం. రోడ్డున పడ్డ మా బతుకులకు ఆసరా ఇవ్వండి. దేవుడు మీకు అంతకు పదింతల మేలు చేస్తాడు." ఇట్లు మీ కూతురు కాని కూతురు. 'సుచరిత'.

ఫేస్ బుక్ లో పెట్టిన పోస్ట్, చాలా మందిని ఆకర్శించింది. కొందరు సుచరిత పై సానుభూతి చూపిస్తే, కొందరు ఆమెపై ఇదంతా అబద్ధమని నిందలు మోపారు. కొందరు ఫేస్ బుక్ లో "అమ్మా! నీ విషాద గాథ చదివి, మా మనసు చలించింది. నీ సమస్యని సానుకూలంగా పరిష్కరించాలని ఆ దేవున్ని ప్రార్థిస్తున్నాము. మా ప్రార్థన సఫలమౌతుందని ఆశిస్తున్నాము" అని పోస్ట్ చేసి చేతులు దులుపుకున్నారు. ఒక లాభాపేక్ష లేని సంస్థవారు –ఎన్.జి.ఓ , తమ కార్యాలయం చిరునామా ఇచ్చి, ఉదయం పది గంటల నుండి ఐదు గంటల లోపల ఎప్పుడైనా ఫోన్ చేసి రావచ్చని తెలిపారు. మహిమను తోడుగా తీసుకొని సుచరిత ఆ సంస్థ కార్యాలయానికి వెళ్లింది. ఆ కార్యాలయ ట్రస్టీ, మొదట మర్యాదగానే మాట్లాడి, అసలు విషయానికి వచ్చాడు.

"మీకు ఓ కుట్టు మిషను కొనివ్వడం మా సంస్థకు పెద్ద విషయం కాదు, ఐతే మాకేంటి?" అనే ధోరణిలో మాట్లాడాడు.

"మీకివ్వడానికి మా దగ్గరేముంది సర్? మాది దీన పరిస్థితి కాబట్టే మీ దగ్గరకు సహాయానికై వచ్చాం" మహిమ అంది.

"లేకేం మీ దగ్గర, మాకెవరికీ లేని వనరులున్నై", అని సుచరిత వైపు వెకిలిగా చూశాడు ఆ అరవై ఏళ్ల ట్రస్టీ. అతనిపై ఓ చెంపదెబ్బ వేసి, కాళికా మాత అవతారం ఎత్తింది సుచరిత. మహిమ కల్పించుకొని, ఆమెను బయటకు తీసుకెళ్లింది.

మర్నాడు మరో ఫోన్ "అమ్మా! నా పేరు జీవన్. మీ ఫేస్ బుక్ ప్రకటన నా మనసును కదిలించింది. ఆ విషయంలో మీతో మాట్లాడాలి. మీ చిరునామా చెబుతారా?"

"ఏ విషయమైనా ఫోన్ లో చెప్పొచ్చు. అంత దానికి ప్రత్యక్షంగా రావడమెందుకు?" సుచరితలో అనుమానం.

"ఫోన్ లో ఐతే కష్టం అమ్మా! వ్యక్తిగతంగా కలిస్తేనే నా ప్రణాళిక బాగా వివరించగలను." జీవన్ మాటల్లోని నిజాయితీ సుచరితను ప్రభావితం చేసింది. తన చిరునామా ఇచ్చి, ఆరోజు సాయంత్రం ఇంటికి రమ్మంది ఆమె.

ఆ రోజు సాయంత్రం నాలుగు గంటల యాభై నిమిషాలకు మహిమను తమ ఇంటికి రప్పించుకుంది సుచరిత.

గడియారం ఐదు గంటలు కొట్టగానే డోర్ బెల్ మోగింది. జీవన్ ను చూస్తే "ఈ ఇరవై ఏళ్ల కుర్రాడు నాకేం సహాయం చేస్తాడు లే' అనుకుంది సుచరిత. పరిచయాలైంతర్వాత, అసలు విషయానికి వచ్చాడు జీవన్.

"అమ్మా! నేనొక అనాథని. ఉదయం, వార్తా పత్రికలను పంచుతాను. పగలు సినిమాలకు సంగీతం సమకూర్చే దర్శకుల దగ్గర, తబలా వాయిస్తాను. సాయంత్రం, మాఇంటి దగ్గరి మురికివాడల పిల్లలకు చదువు చెబుతాను. అలా ఎవరికైనా సహాయం చేయడం నా కిష్టం. నాకు వారం రోజులు కూడా వయసు లేనప్పుడు, మా అమ్మ నన్ను ఓ అనాథాశ్రమం గేటు ముందర వదిలి, తన దారి తను చూసుకుందిట. ఆమెది ఏ బలహీనతో? తొమ్మిది నెలలు మోసిన నన్ను, ఆమె వదులుకుందంటే ఏదో బలమైన కారణం ఉండే ఉంటుంది. అందుకే ఒకనాడు ఆమెను కలవాలనే కోరిక ఉండేది. ఫేస్ బుక్ లో మీ మొహం చూడగానే నాకు, ఎప్పుడూ చూడని మా అమ్మ జ్ఞప్తికి వచ్చింది. నేడు మన సినిమాల్లో, తెలుగు రాని నాయికలదే రాజ్యం కదా? వారికి డబ్బింగ్ చెప్పే వాళ్ల కొరత ఉంది. మీ గళం వీనులవిందుగా ఉంది. అది వినగానే, మిమ్మల్ని ఎలాగైనా, డబ్బింగ్ కళాకారిణిగా చూడాలనిపించింది. గౌరవప్రదమైన ఉపాధితో పాటు, మీకు మంచి ఆదాయ వనరు సమకూరుతుంది. మా సార్ తో మాట్లాడితే, ఆయన దర్శకునితో మాట్లాడి, మీ ఆడిషన్ ఏర్పాటు చేశారు. రేపు ఉదయం పదకొండు గంటలకు తప్పకుండా మీరు ప్రసాద్ రికార్డింగ్ స్టుడియో కి రావాలి. బ్రహ్మచారి ఐన నాకు, ఖర్చులంతగా ఉండవు. నేను ఆదా చేసిన మొత్తం, ఎవరి ఆపదలోనైనా, ఆదుకోవడానికి ఉపయోగిస్తాను. మీకు కుట్టు మిషను కొనియ్యడం నాకు కష్టం కాదు. కానీ, డబ్బింగ్ ఆర్టిస్ట్ గా మీరు ఎక్కువ సంపాదించగలరు. అలాగే ప్రకటనలకు, కథలకు, వాయిస్ ఓవర్ ఆర్టిస్ట్ గా కూడా మీకు అవకాశాలు రావచ్చు. సుచరిత, మహిమ కాసేపు జీవన్ ప్రతిపాదనలపై తర్జన భర్జన చేసి, జీవన్ కు పచ్చ ఝుండా ఊపారు.

మర్నాడు జరిగిన ఆడిషన్ లో, వివిధ హావభావాలు పలికించే ఈ కింది సంభాషణలు పలికించారు.

"హ హ హ నేనేదో నవ్వులాటకన్నాను రవీ! నువ్వు నాకు నచ్చావ్"

"లేదు మామయ్యా! ఈ పసికందు నిజంగా మీ వంశాకురమే. ప్రమాదంలో చనిపోయిన మీ అబ్బాయి మీద ఒట్టు"

"నీ పాపపు కుండ నిండింది భుజంగం. నిన్ను తలదన్నేవాడు ఇంకాసేపట్లో ఇక్కడుంటాడు."

"సరళమైన వేలుతో నెయ్యి తీయలేము మూర్ఖుడా. నీ లాంటి వంకర వాళ్లనుండి నిజం రాబట్టడానికి నేనూ వంకర కాక తప్పలేదు."

ఆడిషన్ లో సుచరిత నెగ్గింది. ఇంకేముంది? డబ్బింగ్ ఆఫర్లు చుట్టుముడుతున్నాయి. ఆమెకు అదంతా కలగా ఉంది.

మహిమగాని తన వ్యథని ఫేస్ బుక్ ద్వారా లోకానికి తెలుపకుంటే? తన పరిస్థితి ఎలా ఉండేది? ఏదో కుట్టు పని చేస్తూ తన పిల్లలను పోషించుకోవాలంటే దేవుడు ఏకంగా జీవన్ రూపం లో వచ్చి, తన జీవన స్థాయిని ఎత్తుకు తీసుకెళ్లాడు. అసలు మహిమ, జీవన్ సాధారణ వ్యక్తులు. వారు అంతగా ఉన్నవారు కారు. కాని వారిలో తన లాంటి వారికి చేయూత ఇవ్వాలనే గొప్ప మనసుంది.

ఫేస్ బుక్ వినియోగదారుల్లో ఎందరో కోటీశ్వరులుండొచ్చు, కాని వారిలో బీదవారి పట్ల స్పందించే గుణం లేకపోయింది. కొందరు మొక్కుబడిగా సానుభూతి చూపించి చేతులు దులుపుకుంటే, ఇంకొందరు నా కొరకు ప్రార్థన చేసి తమ పని ఐపోయిందనుకున్నారు. "ప్రార్థించే పెదవుల కన్నా, చేయూత నిచ్చే చేతులు ఎప్పుడూ గొప్పవే." అది తన విషయంలో స్పష్టంగా ఋజువయింది. తన జీవితంలో మళ్లీ వెలుగు నింపినందుకు ఆ దేవదేవునికి మనసులోనే దండం పెట్టుకుంది సుచరిత.

(బి.ఎస్.ఎస్. మూర్తి నవరస కథల పోటీలో ప్రత్యేక బహుమతి పొందిన కథ, ధర్మశాస్త్రం, మార్చ్ 2022 సంచిక లో ప్రచురితం)

13. హమ్మయ్య, స్థిర పడ్డాను!

హమ్మయ్య! దారం లేని గాలిపటంలా ఉన్న నా జీవితానికి ఓ ఆలంబన దొరికింది. చివరాఖరికి నేను స్థిర పడ్డాను.

నా జీవితాన్ని పునరావలోకనం చేసుకుంటే...

నా యం.సి.ఏ. పూర్తికాకముందే కాంపస్ ఇంటర్వ్యూలో ఒకానొక ప్రసిద్ధ బహుళజాతి కంపెనీలో మంచి జీతంతో ఉద్యోగం వరించింది. ఇంకేముంది? నేను నేలపై నడవడం మానేశాను.

మా తల్లిదండ్రులు ఏడు వందల కిలోమీటర్ల దూరంలోని విశాఖపట్నంలో ఉంటే, నేనొక్కదాన్నే హైద్రాబాద్ లో మా ఆఫీసుకు ఐదు కిలోమీటర్ల దూరంలో ఉన్న ఓ లేడీస్ హాస్టల్లో ఉండేదాన్ని.

ఫణి, నా టీం లీడర్, ఉద్యోగంలో నాకెన్నో విషయాలు నేర్పి, నా ప్రతి అడుగులో అండగా ఉన్నాడు. పనిలో అతని చురుకుదనం, నిబద్ధత నన్ను ముగ్ధురాలిని చేసింది. సహజంగానే నేనతని వైపు ఆకర్శితురాలినయ్యాను. అతను ఎంత రిజర్వ్ గా ఉన్నా, నేనే చొరవ తీసుకుని అతనికి దగ్గరవ్వాలని ప్రయత్నించేదాన్ని. బహుశా నా లేత వయసు ఆకర్శణకు లోనయ్యానేమో? అతను మాత్రం తన పనేంటో ? తనేంటో? అన్నట్టుండేవాడు.

ప్రాజెక్ట్ పనిలో పడి మేము గడియారం చూడాలనే ధ్యాస కూడా లేకుండా, మధ్యరాత్రి దాకా పనిలో మునిగిపోయే వాళ్లం. ఆ తర్వాత ఫణి తన కారులో నన్ను మా లేడీస్ హాస్టల్ వద్ద దింపేవాడు. చాలా సార్లు నన్ను ఆఫీసుకి కూడా తన కారులో తీసుకెళ్లేవాడు. అప్పుడప్పుడు కంపెనీ ఖర్చుతో స్టార్ హోటల్లో డిన్నర్ కూడా చేసేవాళ్లం. ఆ సాన్నిహిత్యం వల్ల నేను అతని పట్ల మరింత ఆకర్శింపబడ్డాను. అతనికి మా కుటుంబ వివరాలన్నీ చెప్పాను. అతను మాత్రం తన వ్యక్తిగత వివరాలస్సలు తెలుపలేదు. అతను చెప్పలేదనేకంటే, నేనే అతని గురించి అడగలేదనడమే సబబు. అతని సాన్నిధ్యంలో నేనేదో లోకంలో విహరించేదాన్ని. మా బంధం ప్రేమగా మారింది. అలా నా కనిపించింది. అతను మాత్రం నోరు విప్పి ఎప్పుడూ నా పట్ల తన భావాన్ని వ్యక్త పరచలేదు. ఆఫీసులో, ఆఫీసు బయట, ఫణి నా పట్ల కనబర్చిన శ్రద్ధవల్ల, అతను కూడా నన్ను ప్రేమిస్తున్నాడనే అనుకున్నాను. ఓ సారి ఆఫీస్ పనిపై ఢిల్లీ వెళ్లిన మాకు ఒకే హోటల్లో మరింత సన్నిహితంగా గడిపే అవకాశం లభించింది. అందుకనే అన్ని జాగ్రత్తలు గాలికి వదిలేసి, అతనికి మరింత దగ్గరయ్యాను. అతనూ సానుకూలంగా స్పందించాడు. ఇక చెప్పేదేముంది? నేను, అతని రూంలో, అతనిలో కలసిపోయాను. మా బంధం, మరింత గట్టి పడింది. నేను పెళ్ళి సంగతి ఎత్తితే, త్వరలో తమకు అమెరికా అవకాశం రానుందనీ, అది తేలింతర్వాతే పెళ్లి గురించి ఆలోచిద్దామని నన్ను బుజ్జగించాడు. ప్రేమ మైకంలో పడ్డ నేను గుడ్డిగా అతన్ని నమ్మాను.

హైద్రాబాద్ కి రాగానే నేను, హాస్టల్ రూం ఖాళీ చేసి, ఓ అపార్ట్మెంట్ లో ఫ్లాట్ అద్దెకు తీసుకున్నాను.

ఇక ఫణి రాకపోకలకు అడ్డు లేకపోయింది. వయసు ప్రభావం వల్ల నాలో, ఇంకా ఏదో కావాలనే తపన. మన్మథుడు తన పని చేశాడు. నాకు నేను అతనికి పూర్తిగా సమర్పించుకున్నాను. అతని సాంగత్యంలో నేను శయ్యా సుఖాన్ని బాగా ఆస్వాదించాను. అదుపులేని మా కలయిక రోజు రోజుకు మరింత కొత్త పుంతలు తొక్కసాగింది. మాలో ఉత్సాహం ఉరకలు వేసింది. అది మా వృత్తి జీవితంలోకి కూడా పాకింది. అనుకున్న సమయానికి ముందే మేము ప్రాజెక్టు పూర్తి చేసి మరింత చాలెంజింగ్ గా ఉన్న కొత్త బాధ్యతలు స్వీకరించాము.

మా సహజీవనం, రెండేళ్లపాటు నిరాటంకంగా కొనసాగింది. కంపెనీ తరఫున మమ్మల్ని అమెరికా పంపే సూచనలేవీ అగుపడలేదు. అప్పుడు నాకు ఫణి ఉద్దేశ్యం పై అనుమానం కలిగింది. వాకబు చేస్తే ? మిన్ను విరిగి మీద పడింది.

ఫణి, వివాహితుడే కాదు, ఇద్దరు పిల్లల తండ్రని తేలింది. అతన్ని నిలదీస్తే, నన్నే తప్పుబట్టాడు. నా దేహదాహం తీర్చడానికి తానెంతో త్యాగం చేయవలసి వచ్చిందట! నా వల్లే అతని భార్యా పిల్లలకు అన్యాయం జరిగిందన్నాడు. అతని వల్ల ఉద్యోగంలో నేనెంత లబ్ది పొందానో ఏకరువు పెట్టాడు. అతని 'విశాల హృదయం' వల్లే నేను వ్యక్తిపరంగా, ఎదిగానని దెప్పిపొడిచాడు.

ఇప్పుడాలోచిస్తే ఫణి, ఓ పథకం ప్రకారం నన్ను వాడుకున్నాడనిపిస్తోంది. తన రిజర్వ్ స్వభావంతో నన్ను ఆకర్షించి, ఓ ఉన్నత వ్యక్తిగా మార్కులు కొట్టేశాడు. వృత్తిపరంగా నాకు సహాయం చేసి, నన్ను తన వైపుకు తిప్పుకున్నాడు. ఇరవై రెండేళ్ల యవ్వన ప్రాయంలో ఉన్న నన్ను, చాలా చాకచక్యంగా అతని మైకంలో పడేలా చేశాడు. కెరీర్ లో రాణించాలనే మత్తులో నేను, అతని వలలో పడ్డాను. అతను ఆడించినట్టల్లా ఆడాను. అతని అసలు రూపం బయట పడ్డాక ఒక్క క్షణం కూడా వృథా చేయలేదు.

ఫణితో నా తెగతెంపులయ్యాక నన్ను, వేరే టీం కు బదిలీ చేయించాడతను. వారికి ఏం నూరి పోశాడో ఏమో, వారు నన్ను సతాయించడం మొదలుపెట్టారు. నేను డిప్రెషన్ లో కూరుకుపోయాను. దాంతో పనిపై ధ్యాస తగ్గింది. సహజంగానే, తప్పులు దొర్ల సాగాయి. వాటికి సంజాయిషీ ఇవ్వమని మెమోలిచ్చారు. నేనింకా కృంగిపోయాను. చివరికి ఉద్యోగానికి తిలోదకాలివ్వాల్సి వచ్చింది.

విశాఖపట్నం చేరిన నన్ను చూసి మా అమ్మ ఆందోళన చెందింది. హైద్రాబాద్ లో నాకు హోం సిక్ నెస్ గా ఉండి, తిరిగి వచ్చానని చెప్పాను. అప్పటికి ఊరుకున్నా, రెండు రోజుల తర్వాత, మా అమ్మ నిలదీసింది. అప్పుడు నేను అమ్మను గట్టిగా వాటేసుకుని, ఏడ్చాను. అమ్మ నన్ను సాంత్వన పరచింది. ఆ తర్వాత, ఫణి ఉదంతం మొత్తం చెప్పేశాను. మొదట మెత్తగా చీవాట్లు పెట్టినా, ఆ తర్వాత నన్ను అర్థం చేసుకుంది. అది ఓ పీడ కలగా భావించి, జీవితంలో ఓ కొత్త అధ్యాయం ప్రారంభించమని ఉద్బోధ చేసింది. ఎంతైనా అమ్మ అమ్మే కదా!. అమ్మ తప్ప, ఓ ఆడపిల్లను ఎవరు

అర్థం చేసుకుంటారు? నాన్నతో నా కంత చనువు లేదు. అందుకే నా వివరాలన్నీ అమ్మతో పంచుకునేదాన్ని.

నాలో అంతర్మథనం మొదలైంది. ఫణితో అన్ని రోజులు సహజీవనం చేసినా, నాకు గర్భం రానందుకు ఆ భగవంతునికి మనసులోనే ధన్యవాదాలు తెలిపాను. అక్కడ కూడా ఫణి చాలా తెలివిగా వ్యవహరించాడు. కుటుంబ నియంత్రణ పద్ధతులు పాటించి, తనపై ఏమీ నెపం రాకుండా జాగ్రత్త పడ్డాడు. ఒకందుకు అది నాకు మంచే చేసింది. నేను కొత్తగా జీవితం మొదలుపెట్టాలని నిశ్చయించాను. మా వృత్తిపరమైన సాంకేతికత లో కొత్తగా వచ్చిన మార్పులు అధ్యయనం చేసి ఉద్యోగ ప్రయత్నాలు చేయసాగాను. రెండు నెలల లోపే మేముండే విశాఖపట్నంలోనే, నా అర్హతలకు తగ్గ ఉద్యోగం, నేననుకున్న జీతంతో దొరికింది. నా నైపుణ్యంతో, ఉద్యోగం పట్ల అంకితభావంతో అనతికాలంలోనే నేను ప్రాజెక్ట్ మానేజర్ స్థాయికెదిగాను. బతుకు బండి తిరిగి గాడిలో పడింది. లోకం ఇప్పుడు మళ్లీ పచ్చగా కనిపించసాగింది. పెళ్లి చేసికోమని ఇంట్లో ఒత్తిడి మొదలైంది.

“యవ్వన మొదటి దశలో దారి తప్పావు. అలా అని జీవితాంతం దాన్నే ఆలోచిస్తూ మథనపడడం బాలేదు. ఇప్పుడు నువ్వు ముప్పైలలో ఉన్నావు. ఉద్యోగంలో స్థిరత్వం వచ్చింది. ఇకనైనా పెళ్లి చేసుకోకపోతే మరీ ఆలస్యమై తగిన వరుడు దొరక్కపోవచ్చు. నువ్వు ఊ అను, నీకు తగిన సంబంధం తెచ్చే పూచీ నాది” అమ్మ చెవినిల్లు కట్టుకుని పోరింది.

“అది కాదమ్మా, ప్రేమలో ఒకసారి దెబ్బ తిన్నాక, మళ్లీ ఎవరినో పెళ్లి చేసుకుని మోసగించే ప్రసక్తే లేదు. ఆ తర్వాత నా గతం గాని తెలిస్తే ఆ వివాహబంధం మూన్నాళ్ల ముచ్చటౌతుంది. నా తప్పిదానికి ప్రాయశ్చిత్తంగా ఓ స్వచ్ఛంద సంస్థలో నా వంతు సేవా కార్యాక్రమాలు చేస్తున్నాను. అది నాకు ఉపశమనం కల్గిస్తోంది. అందుకని, నాకెవరైనా నచ్చితే, నా గతంతో సంబంధం లేకుండా నన్ను నన్నుగానే స్వీకరిస్తే అప్పుడు పెళ్లి గురించి ఆలోచిస్తాను.” నా మనసు విప్పాను. బీద పిల్లల జీవనస్థాయి పెంచడానికి కృషి చేస్తున్న స్వచ్ఛంద సంస్థకు రెండు కంప్యూటర్ సిస్టమ్స్ బహూకరించి, ఆ చుట్టుప్రక్కల నివసిస్తున్న బీద పిల్లలకు కంప్యూటర్ ఆపరేషన్స్ లో శిక్షణ ఇవ్వసాగాను. వారానికి మూడు రోజులు సాయంత్రం రెండు గంటలు, శనివారాలు నాలుగు గంటలు ఆ కార్యక్రమంలో లీనమయ్యాను.

అదే సంస్థలో వివేక్, బీద పిల్లలకు పోటీ పరీక్షలకై సన్నద్ధం చేసేవాడు. దినమంతా ఏదో పని చేస్తూ కుటుంబ ఆదాయ చన్నీళ్లకి వేడినీళ్లు అందించే బీద పిల్లలకు తన వంతు సహకారంగా రాత్రిళ్లు ట్యూషన్ చెబుతుండేవాడు వివేక్. వారిని పై చదువులకు, పోటీ పరీక్షలకు సన్నద్ధం చేసేవాడు.

మేమిద్దరం కలిసి, మురికివాడల్లో నివసించే అట్టడుగుకు చెందిన పిల్లల కుటుంబ జీవనస్థాయి పెంచే ప్రయత్నం చేసేవాళ్లం. ఆ సంస్థ చేసే కొన్ని పథకాలకు ప్రభుత్వ, ప్రభుత్వేతర సంస్థల ఆర్థిక సహాయం అందేది. మేము మాత్రం ఏ ప్రతిఫలం తీసుకోకుండా మా సేవలందించే వాళ్లం.

అతని ఇంటి నుండి మా సేవా కార్యక్రమ ప్రాంతానికి, అక్కడినుండి తిరిగి వాళ్లింటికి నా

కార్లో లిఫ్ట్ ఇచ్చేదాన్ని. దాంతో మా మధ్య సన్నిహితం పెరిగింది. మాటల్లో, నా ఫణి ఉదంతం వివరించాను. అతను సానుభూతి కనబర్చాడు. అలా అని నేను అనుకున్నాను.

ఆ సందర్భంలో ఫణిని, వివేక్ ని పోల్చకుండా ఉండలేకపోయాను. ఫణి ధూర్తుడు, పక్కా వ్యాపార ధోరణి కల్గినవాడు. ఓ పథకం ప్రకారం మనుషుల్ని బుట్టలో వేసుకునే వాడు. మరోవైపు వివేక్, ఏ మాత్రం ప్రతిఫలం ఆశించకుండా అందరిపట్ల ప్రేమ, ఆప్యాయత కనబర్చేవాడు. క్రమక్రమంగా నేనతని వైపు ఆకర్శింపబడ్డాను. మా అమ్మకికూడా పరిచయం చేసి, ఆమెకు వివేక్ పట్ల నా స్పందన తెలియజేశాను.

“వివేక్ ని అడిగావా?” మా అమ్మ ప్రతిక్రియ.

“ లేదమ్మా. ముందు నీ అభిప్రాయం తెలుసుకుని అతణ్ణి అడగాలని ఉంది.”

“వారి స్థాయి, మన స్థాయిలో హస్తిమశకాంతరం. అదీ గాక, నీ వెనక ఓ కథ ఉంది. అది తెలిసీ అతను నిన్ను అంగీకరిస్తాడనుకోను. అయినా అన్ని విషయాలు ముందే చెప్పి, అతను మనస్ఫూర్తిగా అంగీకరిస్తే, నాకభ్యంతరం లేదు వాళ్ల పెద్దలను కలిసి మాట్లాడతాను.” అమ్మ బంతిని నా ద్వారా, వివేక్ కోర్ట్ లోకి నెట్టింది.

ఓ నాడు వివేక్ ని నాతో కలిసి షాపింగ్ కి రమ్మన్నాను. అదొక మిష మాత్రమే. నిజానికి, నాపై అతని ఉద్దేశ్యం తెలుసుకోవడం, అసలు కారణం. షాపింగ్ మాల్ లోని ఫుడ్ పార్క్ లో మేమొక బెంచీపై కూర్చుని ఏవో దినుసులు తినడం ప్రారంభించాము. మెల్లగా నేను విషయంలోకి వచ్చాను.

“వివేక్ ! నాపై నీ అభిప్రాయం ఏమిటి?”

“ఏ విషయంలో మేడం?”

“సాధారణంగా నేనంటే నీకు ఇష్టమా?”

“ఇష్టమా అంటే మీరంటే నాకు చాలా గౌరవముంది. సంపన్న కుటుంబానికి చెందినా, బడుగు బలహీనుల పట్ల సానుభూతితో, వారి అభ్యున్నతికి పాటు పడడం మామూలు విషయం కాదు.”

“గౌరవం విషయం కాదు నేననేది. నన్ను పెళ్లి చేసుకోవడం నీకిష్టమేనా?” నేను సూటిగా ప్రశ్న సంధించాను.

అతను ఆశ్చర్య పోయాడు. నేనంత స్పష్టంగా అడుగుతానని ఊహించలేదేమో?

“నేనంతదూరం ఆలోచించలేదు మేడం. ఒకటి, మీకు మాకు నక్కకు నాక లోకానికి ఉన్నంత దూరం. రెండు, మీ జీతంలో పావువంతు కూడా లేదు నా ఆదాయం. మూడు, మీ జీవనశైలికి, మేముండే విధానానికి అస్సలు పొంతన లేదు. ఇవన్నీ దృష్టిలో ఉంచుకునే మీరెంత చనువిచ్చినా, నా హద్దుల్లో నేనున్నాను.”

అది మాత్రం నిజం. నేను ఏకవచనంలో సంభోదించినా, అతను మాత్రం నాతో మన్ననగానే మాట్లాడేవాడు.

“అదంతా మరిచిపో వివేక్. నా పట్ల నీకు ప్రేముందా లేదా? నిస్సంకోచంగా చెప్పు. నేనేమీ

అనుకోను”

“మీ పై నాకు అమితమైన ప్రేమ ఉంది, కాని నేను మీకు అర్హున్నా? అని కూడా ఆలోచించాలి కదా? నేను నా ప్రేమను వ్యక్తం చేస్తే, మీరు అపార్థం చేసుకునే అవకాశం ఉంది. మీ ఆస్తిపై, మీ ఆదాయంపై ఆశతో నేను మీమ్మల్ని కోరుకుంటున్నానని పొరపడే అవకాశం ఉంది. అందుకే నా భావాలు మీతో పంచుకోలేదు. అంతే కాదు. నాకు కొన్ని బాధ్యతలున్నాయి.

మా చెల్లి చదువు పూర్తి కావాలి, ఆమె మంచి ఉద్యోగంలో స్థిరపడాలి, ఆ తర్వాత ఆమె పెళ్లి చేయాలి. అప్పుడు గాని నేను నా పెళ్లి గురించి ఆలోచించలేను. వీటన్నింటికి కొన్ని సంవత్సరాలు పట్టవచ్చు. అంతదాకా ఆగే ఓపిక మీకుందా?” నా నోట మాట రాలేదు. ఒక్క విషయం మాత్రం స్పష్టమైంది. అతనికి నాపై ఎంత ప్రేమ ఉన్నా, అతని స్థాయి, బాధ్యతల దృష్ట్యా వెనుకాడుతున్నాడు. వివేక్ తో నా సంభాషణ, మా అమ్మతో పంచుకున్నాను. ఆమె నిర్ణయం నాకే వదిలిపెట్టింది. నేను కొంతకాలం వేచి చూడాలని నిశ్చయించాను.

అంతలోనే మా ఆఫీసు వాతావరణంలో ఓ విద్యుత్తు ప్రవేశించింది. సౌరభే ఆ విద్యుత్తు. అతను మా టీం లో చేరాక, ఓ కొత్త రక్తం మా నరాల్లోకి ఎక్కినట్లైంది. పనిలో అతను చురుకుగా ఉంటూ, మా సమస్యలకు సత్వర పరిష్కారాలు సూచించసాగాడు. దాంతో, అప్పటిదాకా బోరింగ్ గా ఉన్న పని, ఆసక్తికరంగా మారింది. అంతేకాదు, వారాంతంలో ఏవో రిసార్ట్ లకు ఔటింగ్ ఏర్పాటు చేస్తూ, మమ్మల్ని ఓ కొత్త లోకంలోకి నెట్టాడు.

సౌరభ్ తో కొన్ని వారాంత, గ్రూప్ పిక్ నిక్ లకు వెళ్ళాక, నేను సౌరభ్ వైపు ఆకర్షింప బడ్డాను. నా జీవితం మళ్లీ చిగురించిందనిపించింది. వివేక్ పట్ల నా అనుభూతులు వెనక్కి నెట్టివేయ బడ్డాయి. నా సమాజసేవ కూడా చాలా వరకు తగ్గింది. అప్పుడు, సౌరభ్ సాన్నిహిత్యమే నాకు పరమావధి అయింది. ప్రతి సాయంకాలం అతనితో గడపసాగాను. పడకపై, ఫణిని మించిన తృప్తిని కలిగించాడతను. నేను సౌరభ్ తో ఉన్నప్పుడు అంతకంటే స్వర్గం వేరే లేదనిపించేది.

ఉన్నట్టుండి ఓ రోజు సౌరభ్, పెళ్లి ప్రస్తావన తీసుకొచ్చాడు. నేను మొదట ఆశ్చర్యపోయాను. ఆ తర్వాత, ఎగిరి గంతేశాను. నాకు అంతకన్నా కావాల్సిందేముంది? కాని అతని తల్లిదండ్రులు అడ్డుపడ్డారు. కారణం, సౌరభ్, నా కంటే నాలుగేళ్లు చిన్నవాడు కావడమే. ప్రేమకు వయసు అడ్డుకాదని మేమెంత వాదించినా ప్రయోజనం లేకపోయింది. సునిల్ దత్ – నర్గిస్ నుండి, సచిన్ తెండుల్కర్– అంజలి, ప్రియాంక చోప్రా–నికొలస్ జోనస్ దాకా ఎన్ని ఉదాహరణలు పేర్కొన్నా, వారు తమ మంకు పట్టు విడువలేదు.

నాకా వయసు పైబడుతోంది. వ్యక్తిగత జీవితంలో స్థిరపడే సమయమాసన్నమయింది. వర్తమానాన్ని ఆస్వాదించడమే నా ధ్యేయం. నాకు ఆనందం కావాలి. అది నాకు సౌరభ్ లో కనిపించింది. ఫణితో నా అనుభవం తర్వాత నేను మళ్లీ ప్రేమలో పడతానని అస్సలూహించ లేదు. ఓ సారి భంగ పడ్డాక, మళ్లీ ప్రేమలో పడే సాహసం చేయరంటారు. నా విషయంలో మాత్రం అది తప్పని నిరూపమయింది. ఇంతకూ నాది ప్రేమేనా? ఏమో తెలియదు. చిత్తం నైజమే చంచలత్వం కదా!

సౌరభ్ తల్లిదండ్రులు సమ్మతించకపోవడంతో నేను అతన్ని వదిలివేయలేదు. ఎవరేమనుకున్నా నేను అతనితో సహజీవనానికి కూడా తయారయ్యాను. మా అమ్మ ఔనన లేదు, కాదన లేదు.

"నీ జీవితం, నీ ఇష్టం. నువు బాగా చదుకున్నావ్, ఉద్యోగంలో స్థిర పడ్డావ్. నీ బాగోగులపై నిర్ణయించుకునే శక్తి నీ కుందనుకుంటాను. నీకేది యోగ్యమనుకుంటే అదిచెయ్" నిర్ణయం నాకే వదిలింది అమ్మ.

ఫణి, వివేక్ ఉదంతాల తర్వాత నేను పెళ్లికి అంత సుముఖంగా లేను. బతికినన్ని రోజులు ఏ బాదరబందీ లేకుండా జీవితాన్ని ఆస్వాదించడమే నా ధ్యేయం. అందుకే సౌరభ్ తో సహజీవనం వైపు మొగ్గు చూపాను.

కాని అనూహ్యంగా సౌరభ్ ఒప్పుకోలేదు. అతని తల్లిదండ్రులు ఒప్పుకోకపోయినా, పెళ్లే చేసుకుందామని ప్రతిపాదించాడు. "చూడు సౌరభ్! నేను నీకంటే పెద్దదాన్ని. నాకో గతం ఉంది, కాని నాకు నువు కావాలి. నువ్విచ్చే శయ్యాసుఖం కావాలి. పెళ్లి చట్రంలో బంధించి నిన్ను నాకే సొంతం చేసుకోవాలనే దురాశ నాకు లేదు. నువు వేరే అమ్మాయిని ఇష్టపడి పెళ్లి చేసుకునే దాకా మనం కలిసుందాం. ఆ తర్వాత నీ దారి నీది, నా దారి నాది." నేను కుండ బద్దలు కొట్టాను.

"అదికాదు సుమా!(సుమనశ్రీ అనే నన్ను సౌరభ్, సుమా అని పిలవడం వీనులవిందుగా ఉంటుంది) నాకు నువు మొత్తం కావాలి. అందుకు పెళ్లి చేసుకోవడమొక్కటే మార్గం. మన సమాజంలో పెళ్లికి ఓ పవిత్రత ఉంది.

పెళ్లితో మన సంబంధం మరింత గట్టిపడుతుంది. మన వారసత్వాన్ని అంది పుచ్చుకునే సంతానం కల్గుతుంది. పెళ్లి తర్వాత సహజ పరిణామం పిల్లలు పుట్టడం కదా? ఒక విధంగా అదే పరమావధి. వారి రాకతో మన బాధ్యత పెరుగుతుంది. మన జీవితానికి సార్థకత ఏర్పడుతుంది. బాధ్యలేని జీవితంలో జీవం ఉండదు. పిల్లల రాకతో మన జీవితాల్లో ఓ కొత్త వెలుగు ప్రసరిస్తుంది. పెళ్లితో మన పిల్లలకు న్యాయపరమైన హక్కులు వస్తాయి. సమాజం మనల్ని వేలెత్తి చూపదు. సహజీవనం వల్ల, తాత్కాలిక సుఖం పొందగలమేమో గాని, అది మన జీవితాలకు సంపూర్ణత కూర్చదు. మనం ఒకరికై ఒకరు జీవిస్తున్నామనే అనుభూతినివ్వదు. పెళ్లైంతర్వాత మనం, మన కష్టసుఖాలు పంచుకోవడంలో ఓ వినూత్నమైన ఆనందం ఉంటుంది. సహజీవనంలో యాంత్రికత ఉంటే, పెళ్లిలో జీవకళ ఉట్టిపడుతుంది. నాకు అదే కావాలి."

నేను పొంగిపోయాను. వెంటనే సరేనన్నాను.

ప్రతీది తేలిగ్గా తీసుకుంటూ, ప్లేబాయ్ లా ఉండే సౌరభ్ లో ఎంత పరిణతి? నా దృష్టిలో సౌరభ్, ఆకాశానికెదిగాడు. అతను అంత లోతుగా ఆలోచిస్తాడని నేను అస్సలూహించలేదు. అతని ముందు నేను మరుగుజ్జు నయ్యాను. నేనెంత హ్రస్వ దృష్టితో ఆలోచించానో తలచుకుంటే నా మీద నాకే రోత పుడుతోంది. నేను మళ్లీ అమ్మను సంప్రదించాను.

"సుమా! నేనింతకుముందే చెప్పాను. 'నీ జీవితం, నీ ఇష్టం, నీకేది యోగ్యమనుకుంటే

అదిచెయ్' అని. ఇన్నాళ్ళకు నీకు సరిఐన జీవిత భాగస్వామి దొరికినందుకు సంతోషం. ఫణి ఉదంతం నాకు తెలియకుండా జరిగింది. ఎదిగిన బిడ్డ ఏమంటే ఏ అఘాయిత్యం చేసుకుంటుందో అని నేను ఊరుకున్నాను. ఆ తర్వాత వివేక్ వెంట పడ్డావ్. అతను స్పందించక పోయే సరికి సౌరభ్ ను పట్టావ్. అసలు నీ జీవితంలో నిలకడ అనేది ఉందా? తాడు లేని బొంగరంలా తిరగడమేనా? తక్కువ వయసులో ఊహించని ఆదాయం కళ్లజూసే మీ యువతకు, జీవన పోరాటంలోని ఆటుపోట్లు అవగాహనకు రావు. మా చిన్నతనంలో తిండికి, బట్టకు కటకటగా ఉండేది. మీకా సమస్యలు లేవు, కాని మీకు మీరే లేని సమస్యలను సృష్టించుకుంటున్నారు. మీ జీవితాల్లో ఏ చిన్న అవాంఛనీయ సంఘటన జరిగినా డిప్రెషన్ లోకి వెళ్లి, ఒక్కోసారి ఆత్మహత్యకు కూడా పాల్పడుతారు. స్త్రీ స్వేఛ్ఛ అంటే విచ్చలవిడితనం కాదు. జీవన భాగస్వామి అంటే కేవలం శరీర అవసరాలు తీర్చే యంత్రం మాత్రమే కాదు. నీ కష్టాల్లో, సుఖాల్లో నీతో అండగా ఉండి, నీతో గడిపే జీవితంలోని ప్రతి క్షణం, ఆస్వాదింపజేసే వాడిగా ఉండాలి. నిన్ను గౌరవిస్తూ నీ ప్రతి ఆలోచనకు సరిఐన అభిప్రాయంతో నిన్ను ముందుకు నడిపించాలి. నువ్వు కూడా అదే ప్రవర్తన ఆచరించాలి. ఇప్పటిదాకా నువ్వు జీవితాన్ని చాలా తేలికగా తీసుకున్నావు. ఇక నుంచయినా సౌరభ్ లాంటి ఉన్నతమైన వ్యక్తి సహకారంతో, జీవితానికో గమ్యం ఏర్పరచుకుని ముందుకు సాగిపో. నా ఆశీర్వాదాలు నీ వెంటే ఉంటాయి." అమ్మ మళ్లీ క్లాసు తీసుకుంది. ఐనా నాకది నచ్చింది. అమ్మ నా కళ్లు తెరిపించింది.

ఇక సంఘటనలు చకచకా జరిగాయి. మేమిద్దరం డైరెక్టర్లుగా ఓ సాఫ్ట్ వేర్ కంపెనీ రిజిస్టరయింది. మా అదాయంలోని కొంత భాగం సమాజ హిత కార్యక్రమాలకు కేటాయించాలని నిర్ణయించాం. దానికి వివేక్ ని సలహాదారునిగా ఉండమన్నాం. ఆ తర్వాత, ఆర్య సమాజ పద్ధతిలో పెళ్లి చేసుకొని రిజిస్టర్ చేశాం. సౌరభ్ ఇంటివారెవరూ మా పెళ్లికి రాలేదు. పెళ్లి పెద్ద మా అమ్మ ఐతే, కొందరు దగ్గరి స్నేహితులు, స్వచ్ఛంద సేవా సంస్థ సిబ్బంది, పిల్లలు మమ్మల్ని ఆశీర్వదించారు. రిసెప్షన్ లో పిల్లలు ఆడి పాడి, ఆహుతులను అలరించారు. వారి కళ్లలోని మెరుపులోనే మేము మా భవిష్యత్తును చూసుకున్నాం. నా జీవితంలో స్థిరత్వం వచ్చిందనే అనుకున్నాను.

మా మొదటి రాత్రి---

నాలో చిత్రమైన భావనలు! ఆ అనుభవం కొత్త కాకపోయినా ఏదో సంకోచం. ఓ కొత్త విద్యుత్తు! అంతకుముందు ఫణి, సౌరభ్ లతో పడక పంచుకున్నా, అప్పుడు నా స్పందన వేరు. ఆ అనుభవం ఆస్వాదించాలన్న యావ తప్ప, వేరే ఆలోచన లేదు. కాని ఇప్పుడు? అదే సౌరభ్. అదే పడక. కాని ఏదో సంకోచం. ఏదో ఆతృత. నా మనసులో ఒక మధురానుభూతి. ఏదో కొత్త శక్తి నాలో ప్రవేశించిన భావన . సౌరభ్ అన్నట్టు వివాహబంధంలోని పవిత్రత మహత్యమేమో అది. సౌరభ్ సన్నిధిలో, అతనిలో లీనమైపోయాను. నా జీవితంలో ఓ కొత్త అధ్యాయం మొదలైంది.

(తపస్వి మనోహరం వార పత్రిక తేది 31-07-2022 సంచిక లో ప్రచురితం)

14. అప్పుల వల

కేంద్ర గృహ మంత్రి ఫోన్ రింగయింది. అవతల గృహ మంత్రిత్వ శాఖ సెక్రెటరీ.

"సర్! దేశ మొత్తం మీద ఏదో పెద్ద ఆర్థిక స్కాం జరిగినట్టుంది. దేశం లోని పది నగరాల్లో ఒకే విధమైన ఫిర్యాదులు నమోదయ్యాయి. చూస్తే మన కేంద్ర బలగాలు రంగంలోకి దింపాల్సి వస్తుందేమో"

" సరే. రేపు ఉదయం ఆఫీసులో కలిసి వివరాలు చెప్పండి.

ఆ మర్నాడు వార్తా పత్రికల్లో ---

"చెన్నై లోని ఓ ఫైనాన్స్ కంపెనీ, దాని డైరెక్టర్లు, వారి బంధువుల నివాసాలపై ఇంకంటాక్స్ డిపార్ట్ మెంట్ దాడులు"

వివరాలకు వెళితే.... చెన్నైలోని ఓ ఫైనాన్స్ కంపెనీ దారుణ ఆర్థిక నేరాలకు పాల్పడి కొన్ని వందల కోట్లు స్వాహా చేసిందని తెలిసింది. కొన్ని కంపెనీల వివరాలు ఈ మెయిల్ ద్వారా తీసుకొని, చాలా కంపెనీల యజమాన్లను ముఖాముఖికై చెన్నైకి పిలిచారు. అలా వచ్చిన వారికి, వారికి అవసరమైన అప్పు ఇస్తామని ఆ ఫైనాన్స్ కంపెనీ అధ్యక్షుడు హామీ ఇచ్చాడు. ఐతే కంపెనీ బృందం ఆయా కంపెనీలను, వారి లెక్కలను, వారి అప్పుకట్టే స్థోమతను తనిఖీ చేసి వారికి మంజూరు పత్రం జారీ చేస్తామని చెప్పాడు. తనిఖీ బృందానికి అయ్యే విమాన ఖర్చులు, హోటల్ ఖర్చులు, స్థానిక రవాణా ఖర్చులన్నీ, అప్పు అర్జీదారులు పెట్టుకోవాలన్నారు. వారం రోజుల్లో తనిఖీలన్నీ పూర్తిచేసి చాలా కంపెనీలకు, కొన్ని నిబంధనలతో అప్పు మంజూరు పత్రాలు ఇచ్చారు. ఆ నిబంధనలు సమ్మతమైతే కంపెనీ వివరాల పట్టికలు తీసుకొని, మంజూరు నంతర విధి విధానాలు పూర్తి చేయడానికి పూర్వ అనుమతి తీసుకొని చెన్నైలోని ఫైనాన్స్ కంపెనీకి రావాలని షరతు విధించారు. ఒక ముఖ్యమైన షరతు, మంజూరైన అప్పుపై ఆర్నెళ్ల వడ్డీ ముందస్తుగానే బ్యాంకు ద్వారా కట్టాలని. ఆ తర్వాత వెంటనే బ్యాంకు బదిలీ ద్వారా అప్పు బట్వాడా ఔతుందన్నారు. అసలే ఖాయిలా పడ్డ వాళ్లం, కొన్ని కోట్ల అప్పు మొత్తంపై అంతంత వడ్డీ ఎలా కడతామని కొందరు వెన్నక్కి తగ్గారు.

"మేము మిమ్మల్ని నమ్మి కొన్ని కోట్లు అప్పు ఇవ్వడానికి సిద్ధమైనప్పుడు, మీరి మేము ఇవ్వబోయే అప్పుపై కేవలం ఇరవయ్యో వంతు ఆర్నెళ్ల వడ్డీ, ముందస్తుగా కట్టడానికి ఒప్పుకోనట్లైతే, మీ కంపెనీ ఆర్థిక స్థోమతపై మాకు నమ్మకం ఎలా కలుగుతుంది?" అని ఎదురు ప్రశ్న వేశారు ఆ ఫైనాన్స్ కంపెనీ అధికారులు.

దాంతో కొందరు ఆశావహులు మాత్రం, అప్పో సప్పోచేసి మంజూరైన అప్పుపై ఆర్నెళ్ల వడ్డీ కట్టడానికి సిద్ధమయ్యారు.

అలా సిద్ధమై చెన్నై కార్యాలయానికి వచ్చిన వాళ్లనుండి కొన్ని ఖాళీ ప్రామిసరీ పత్రాలపై, ఋణ పత్రాలపై సంతకాలు తీసుకున్నారు. అంతే కాదు, అప్పు తీసుకునేవారి కంపెనీల నుండి

సంతకాలు చేసిన ఖాళీ లెటర్ హెడ్లు కూడా తీసుకున్నారు. ఆ తర్వాత ఆర్నెళ్ల వడ్డీ ముందస్తుగానే బ్యాంకు ద్వారా బదిలీ చేయించుకున్నారు. ఇక అప్పు బట్వాడా విషయానికి వచ్చేసరికి, రిజర్వ్ బ్యాంక్ అనుమతికి రెండు రోజులు పట్టవచ్చనీ, ఆ తర్వాతే బ్యాంకు ద్వారా మంజూరైన అప్పు బదిలీ చేస్తామని నమ్మబలికారు. రెండు రోజులు కాదు కదా, రెణ్ణెళ్లు గడిచినా ఏవో సాకులు చెప్పి అప్పు బట్వాడా చేయకపోయే సరికి ఆ కంపెనీలు, చీటింగ్ కేసులకింద పోలీసులకు ఫిర్యాదు చేశాయి. దేశ మంతటి ప్రధాన నగరాలనుండి అలాంటి ఫిర్యాదులే రావడంతో విషయం కేంద్ర గృహ మంత్రి వరకు వెళ్లింది. వారు వెంటనే విచారణకై ఆదేశించారు.

మూడు రోజులు సాగిన ఆదాయపు శాఖ దాడుల్లో చెన్నై కంపెనీ పెద్ద ఎత్తున మనీ లాండరింగ్ కు పాలపడిందని తేలింది. అప్పుడు ఎన్ ఫోర్స్ మెంట్ డైరెక్టొరేట్ (ఇ.డి.) రంగం లోకి దిగింది.

వారి తనిఖీల్లో, ఆ ఫైనాన్స్ కంపెనీ భారీ ఎత్తున స్మగ్ లింగ్, మాదక ద్రవ్యాల రవాణా మొదలగు అసాంఘిక కార్య కలాపాలకు పాల్పడే విషయం బయట పడింది. వారి నల్ల ధనం, హవాలా మార్గాల్లో విదేశాలకు పంపి, అదే మొత్తం, మన దేశంలో అప్పులు ఇవ్వడానికనే నెపంతో తిరిగి రప్పించేవారు. అప్పులకై అర్జీలు పెట్టుకున్న వారి వివరాలు ఇచ్చి, తమ కంపెనీ ఖాతాలోకి జమ చేయడానికి రిజర్వ్ బ్యాంక్ అనుమతి పొంది, ఆ డబ్బు, అప్పులు బట్వాడా చేయకుండా, స్మగ్ లింగ్, మాదక ద్రవ్యాల రవాణా మొదలగు అసాంఘిక కార్య కలాపాలకు మళ్లించే వారని తేలింది. నేరస్తులైన కంపెనీ చైర్మన్, యం.డీ., ఇతర అధికార్లను అరెస్ట్ చేసి, ఆ తర్వాత కెసు, సీ.బీ. ఐ. కి బదిలీ చేయబడింది. వారి విచారణలో అలాంటి ఇతర కంపెనీల బండారం కూడా వెలుగులోకి వచ్చింది.

సీ.బీ. ఐ. విచారణ మొదలు పెట్టింది.

ఆ ఫైనాన్స్ కంపెనీకి అప్పుకొరకై అర్జీలు పెట్టిన వారిని ప్రశ్నించడంతో విచారణ మొదలుపెట్టారు.

హైద్రాబాద్ లోని ఓ కంపెనీ విచారణ ఇలా కొనసాగింది.

“మీరు అప్పుకోసం, హైద్రాబాద్ నుండి చెన్నై వరకు ఎందుకు వెళ్లారు? ఇక్కడే ఎన్నో బ్యాంకులున్నాయి కదా?”

“సర్! కరోనా లాక్ డౌన్ వల్ల, మా ఉత్పత్తి స్థంబించి పోయింది. ఫలితంగా మా అమ్మకాలు జరుగ లేదు. అందుకని బ్యాంకు నుండి తీసుకున్న అప్పుపై కిస్తీలు కట్టలేక పోయాం. దానివల్ల, మా అప్పులను బ్యాంకులు “నిరర్థక ఆస్తులు” గా పరిగణించాయి. ఒకసారి పరిగణించిన బ్యాంకు యొక్క నిరర్థక ఆస్తిపై ఆ బ్యాంకేకాదు, ఇంకే బ్యాంకు కూడా కొత్త అప్పు ఇవ్వకూడదని రిజర్వ్ బ్యాంక్ నిబంధన. కొత్త అప్పు తీసుకుంటే కాని మా కర్మాగారంలో ఉత్పత్తి తిరిగి మొదలుపెట్టలేని పరిస్థితి. అలాంటి సందర్భంలో మా ఆర్థిక సలహాదారు చెన్నై కంపెనీ గురించి చెప్పారు. వారి షరతులు మా కంపెనీకి అనుకూలంగా ఉండడంతో మేము వివరాలన్నీ ఈ మెయిల్ ద్వారా ఆ కంపెనీకి పంపాము. నడి నదిలో చిక్కుకు పోయిన వారికి గడ్డిపోచ దొరికినా, దాని సహాయంతో

ఒడ్డుకు రావాలని ప్రయత్నిస్తారు కదా సర్? మా పరిస్థితి అందుకు భిన్నం కాదు. ఎన్నో బ్యాంకులు, ఆర్థిక సంస్థలతో లావాదేవీలు నడిపిన మా ఆర్థిక సలహాదారుపై నమ్మకంతో మేము చెన్నై కంపెనీని ఆశ్రయించాల్సి వచ్చింది." సంస్థ యం.డీ. వివరించాడు. అప్పుడు, అక్కడే ఉన్న ఆర్థిక సలహాదారు వైపు తిరిగి, సీ.బీ. ఐ. ఆఫీసరు...

"చెన్నై లోని ఫైనాన్స్ కంపెనీ గురించి మీకెలా తెలుసు?"

"ఆ కంపెనీ దేశంలోని ఉత్తరాది రాష్ట్రాల్లోని ప్రముఖ వార్తా పత్రికల్లో సులభ షరతులపై, తక్కువ వడ్డీకి తమ ఋణ సదుపాయం గురించి ఆకర్శణీయమైన ప్రకటనలు జారీ చేసింది. కరోనా లాక్ డౌన్ వల్ల వ్యాపారాలు కుదేలై, బ్యాంకుల్లో కిస్తీలు కట్టలేక అవి నిరర్థక ఆస్తులుగా పరిగణింపబడిన వారికి కూడా, అప్పులు కట్టడానికే కాక, ఉత్పత్తి మొదలుపెట్టడానికి అవసరమైన దీర్ఘకాలిక అప్పులు కూడా ఇస్తామని ఊదరగొట్టింది. ఆ ప్రకటణల ఆధారంగా నేను ఆ సంస్థతో పత్ర వ్యవహారం జరిపాను. వారి షరతులు, మా ఈ క్లైంట్ అవసరాలకి ఉపయోగపడేలా ఉండడంతో నేను వీళ్లకి ఆ కంపెనీని శిఫారసు చేశాను."

"మీరు ఆ కంపెనీతో ఇంతకు ముందు లావాదేవీలు చేశారా? వారు ఖచ్చితంగా అప్పు బట్వాడా చేస్తారని మీ కెలా నమ్మకం కలిగింది?"

"లేదు. ఆ కంపెనీతో నేనెన్నడూ డీల్ చేయలేదు. వీరి అప్పుకై నేను అంతకు ముందు ఎన్నో ఇతర బ్యాంకేతర ఆర్థిక సంస్థలను సంప్రదించాను, కాని వారెవరూ వీరి సహాయానికై ఆసక్తి చూపలేదు. మేము చెన్నై ఆఫీసుకు వెళ్లగా దేశం నలుమూలలనుండి అవసరార్థులు చెన్నైకి వరుస కట్టారు. ఒక లిమిటెడ్ కంపెనీపై ఆ మాత్రం నమ్మకం ఉంచాలనే సదుద్దేశ్యంతో వీరికి శిఫారసు చేశాను."

"ఆ కంపెనీ ఇంతకు ముందు ఖాయిలా పడ్డ ఏ పరిశ్రమకైనా అప్పు ఇచ్చిన సంగతి మీరు తనిఖీ చేశారా?"

"ఔను. ఇంతకుముందు నిరర్థక ఆస్తులపై అప్పు ఇచ్చారా? అని ఆ కంపెనీ యం.డీ. ని అడిగాను. వారు గత ముప్పై సంవత్సరాలుగా ఫైనాన్స్ వ్యాపారంలో ఉన్నామనీ, ఎన్నో మూతబడ్డ కంపెనీలకు అప్పులు ఇచ్చి ఆదుకున్నామని చెప్పారు. ఒక కంపెనీ విషయాలు ఇంకో కంపెనికి ఇవ్వకూడదనే గోప్యం పాటించాల్సి ఉన్నందున అలాంటి వారి పేర్లు చెప్పలేమని చేతులెత్తేశారు. కంపెనీ రిజిస్ట్రార్ ఆఫీస్ వెబ్ సైట్ లో తనిఖీ చేస్తే అది నిజమేనని తేలింది. ఆ దస్తావేజుల్లో కంపెనీ గురించి ఏ నెగెటివ్ రిమార్క్ లేదు. అందుకని చెన్నై కంపెనీపై నమ్మకం ఉంచాల్సి వచ్చింది."

"ఒక బాధ్యతగల చార్టెడ్ ఎకౌంటెంట్ గా మీరు ప్రవర్తించలేదని ఖచ్చితంగా అనిపిస్తోంది. మీ గురించి మేము తర్వాత విచారణ చేపడుతాం. ప్రస్తుతం మీ క్లైంట్ నుంచి ఇంకా వివరాలు రాబట్టాలి. మీరు బయట వేచి ఉండండి."

ఆర్థిక సలహాదారు బయటికి వెళ్లిన తర్వాత, సీ.బీ. ఐ. అధికారి విచారణ కొనసాగించారు.

"మీరు మొదటిసారి చెన్నై వెళ్లింతర్వాత జరిగిన సంఘటనలన్నీ వివరంగా చెప్పండి."

"వారు ఇచ్చిన తేదీన, ఇచ్చిన సమయానికి నేనూ, మా ఆర్థిక సలహాదారు, ఆ కంపెనీ చెన్నై కార్యాలయానికి వెళ్లాం. ముందుగా వారి అధికారి, మేము మెయిల్ ద్వారా పంపిన దస్తావేజుల అసలు ప్రతులను తీసుకున్నారు. అవి సరిగ్గా ఉన్నాయని ధృఢ పరచుకున్నాక, వారి యం.డీ. దగ్గరికి పంపించారు. ఆయన మా కంపెనీ విషయమై కొన్ని ప్రశ్నలు అడిగి తన సందేహాలు తీర్చుకున్నారు. ఆ తర్వాత మమ్మల్ని వారి అధ్యక్షుని వద్దకు తీసుకెళ్లారు. ఆయన కూడా, మా దస్తావేజులు పరిశీలించి, కొన్ని ప్రశ్నలు అడిగారు. వాటికి మేము అసలున్న పరిస్థితులను వివరించాము. మా కంపెనీ బ్యాంకు కిస్తీలు ఎందుకు చెల్లించలేకపోయిందో సంజాయిషీ ఇచ్చాము. అయన వెంటనే మాకు సంవత్సరానికి ఆరు శాతం వడ్డీ ధరతో ఇరవై కోట్ల రూపాయల అప్పు మంజూరు చేస్తామని చెప్పారు. ఆ అప్పుపై మొదటి రెండు సంవత్సరాలు ప్రతి ఆర్నెళ్లకి వడ్డీ మాత్రం చెల్లించాలనీ, ఆ తర్వాత ఎనిమిది సంవత్సరాలు వడ్డీతో పాటు అసలు కూడా ప్రతి ఆర్నెళ్ల కోసారి సమాన వాయిదాలలో చెల్లించాలన్నారు. మొదటి ఆర్నెళ్ల వడ్డీ మాత్రం ముందస్తుగా కట్టాలన్నారు. మా కంపెనీ వ్యవహారాలు తనిఖీ చేయడానికి, వారి అధికారిని ఎప్పుడు రమ్మంటారో చెబితే, అతడిని పంపిస్తామన్నారు. అతని రానూ పోనూ విమాన ఖర్చులు, హైద్రాబాద్ లో ఒకరోజు బసకి అయ్యే ఖర్చూ, స్థానిక రవాణాకి టాక్సీ ఖర్చులూ మేమే భరించాలన్నారు. వాటన్నింటికి ఒప్పుకొని మేము హైద్రాబాద్ తిరిగి వచ్చాము. ఆ తర్వాత, ఆ నాటి మా సమావేశపు మినిట్స్ మాకు ఈ మెయిల్ ద్వారా పంపారు. నాలుగు రోజుల తర్వాత వారి సాంకేతిక అధికారి వచ్చి మా దస్తావేజులు, కర్మాగారపు పని తీరు, చేతిలో ఉన్న ఆర్డర్లు, మొదలగునవి తనిఖీ చేశాడు.

అతని రిపోర్ట్ మాకు అనుకూలంగా ఉందనీ, కొన్ని షరతులతో కూడిన మంజూరు పత్రం రిజిస్టర్డ్ పోస్ట్ లో పంపారు. ఆ షరతులకు కావలసిన దస్తావేజులతో, ఆర్నెళ్ల వడ్డీ ముందస్తు వడ్డీ కట్టడానికి సన్నాహాలు చేసుకొని, అప్పు పత్రాలపై సంతకాలు చేయడానికి వారి కార్యాలయానికి పిలిచారు. దాని ప్రకారం మేము అన్ని సన్నాహాలు చేసుకొని, మా ఆర్థిక సలహాదారుతో కలిసి వారి కార్యాలయానికి చేరుకున్నాము.

అక్కడ నా నుండి వారి అప్పు అంగీకార పత్రంపై సంతకాలు తీసుకున్నారు. అంతేగాక కొన్ని ఖాళీ ప్రామిసరీ నోట్లపై, మా ఖాళీ లెటర్ హెడ్లపై నా సంతకాలు తీసుకున్నారు. దానికి నేను ప్రతిఘటిస్తే, 'మేము మీపై ఇరవై కోట్ల రూపాయలకై నమ్మకం పెడుతున్నప్పుడు, మీరు మాపై ఆ మాత్రం నమ్మకం ఉంచకపోతే ఎలాగ? అని ఎదురు దాడికి దిగారు. మా అప్పుపై వడ్డీ, అసలు కిస్తీలు క్రమం తప్పకుండా కడితే ఈ కాగితాలతో మాకేం పని ఉండదు. మీరు గాని మా డబ్బు సకాలంలో చెల్లించకపోతేనే వీటిని ఉపయోగించాల్సి వస్తుంది.' అని నమ్మ బలికారు. అవసరం మాది కాబట్టి, వారు చెప్పిందానికల్లా తలాడించాల్సి వచ్చింది. వారన్నట్టు, ఇరవై కోట్లపై ఆర్నెళ్ల వడ్డీకి గాను అరవై లక్షల రూపాయలు, బ్యాంకు బదిలీ ద్వారా వారి ఖాతాకు పంపించాను. మర్నాడు పగలు పన్నెండు గంటలలోగా ఇరవై కోట్ల రూపాయల అప్పు, మా ఖాతాకి బదిలీ చేస్తామని నమ్మ బలికారు."

"మీ దసలే ఖాయిలాపడ్డ పరిశ్రమ కదా? అరవై లక్షల రూపాయల వడ్డీ ఎలా కట్ట గలిగారు?"

"వారు ఇవ్వబోయే ఇరవై కోట్ల రూపాయల అప్పుపై భరోసాతో మా వినియోగదారులనుండి పది రోజులకని తాత్కాలిక అప్పు తీసుకున్నాను. ఐతే అక్కడే నేను మోసపోయాను. నేను ఆ వడ్డీ మొత్తం కట్టి మూన్నెళ్లు గడిచినా వారు అప్పు విడుదల చేయలేదు. రిజర్వ్ బ్యాంక్ నుండి అనుమతి రాలేదని కొన్ని నెలలు ఏవో సాకులతో మభ్య పెట్టారు. ఇక్కడ నాకు మా వినియోగదారుల ఒత్తిడి మొదలైంది. నా పని విడిచిపెట్టి, చెన్నై తిరగడంలోనే సరిపోయింది. వర్కింగ్ కాపిటల్ కరువై నా కంపెనీ ఉత్పత్తి దెబ్బతింది. నాకు సహాయం చేసిన వారి సూటి పోటి మాటలకు తట్టుకోలేక, ఒక బలహీన క్షణంలో ఆత్మహత్య చేసుకుందామనే ఆలోచన కూడా వచ్చింది. ఐతే నా శ్రీమతి ధైర్యం నూరి పోసింది. సమస్యలకు ఆత్మహత్య పరిష్కారం కాదని, వాటిని ఎదుర్కొని నిలబడడంలోనే జీవితానికి అర్థం ఉందని బోధించింది. ఆ కంపెనీపై ఆశలు పెట్టుకోవడం అర్థం లేనిదని పోలీసులకు ఫిర్యాదు చేశాను. ఆ తర్వాత దర్యాప్తు మొదలైంది. మీరెలాగైనా నా డబ్బు నాకు ఇప్పిస్తే అదే పదివేలు. బ్యాంకు నుండి నేను ఎలాగో ఇంకొంత గడువు తీసుకొని నా అప్పు గడువును పొడిగించమని అభ్యర్థిస్తాను. నన్ను ఎలాగైనా మీరు గట్టెక్కించాలి."

"ప్రస్తుతానికి ఆ కంపెనీ బ్యాంక్ ఖాతాలు, లాకర్లు, అన్నీ సీల్ చేశాము. ఇంకం టాక్స్ వారి దాడుల్లో కొన్ని వందల కోట్ల నల్ల ధనం బయటపడింది. దాని నుంచి మీ డబ్బు వచ్చేలా శిఫారసు చేస్తాము. మీరేం కంగరు పడకండి" సీ.బీ. ఐ. అధికారి భరోసా ఇచ్చాడు.

ఆ ఫైనాన్స్ కంపెనీ బారిన పడ్డ ఇతరుల విషయంలో కూడా దాదాపు అదే జరిగింది. కొన్ని కేసుల్లో ఆయా కంపెనీలు తమ అప్పు అర్జీలు వెనక్కి తీసుకొని, తమ డబ్బు తిరిగి ఇవ్వమంటే, కట్టిన మొత్తం నుండి పాతిక శాతం మినహాయించుకొని, మిగిలిన మొత్తానికి మూన్నెళ్ల వాయిదాలో మూడు పోస్ట్ డేటెడ్ చెక్కులు ఇచ్చారు. ఆ షరతుకు అంగీకరిస్తున్నట్టు, ఆయా కంపెనీల లెటర్ హెడ్లపై వారే టైప్ చేసుకున్నారు. సంతకాలు చేసిన ఖాళీ లెటర్ హెడ్లు అలా వాడుకున్నారన్న మాట. దాదాపు సంవత్సరం పాటు విచారణ చేసి, సీ.బీ. ఐ. ఆ చెన్నై కంపెనీపై, వారి అధికారులపై చార్జ్ షీట్ ఫైల్ చేసింది. ఆ లోగా కంపెనీ అధికారులకు బెయిల్ దొరుకకుండా జాగ్రత్తలు తీసుకుంది. మొత్తానికి ఓ పెద్ద ఆర్థిక స్కాం పై తెర పడింది.

15. బస్సు – మిస్సా?

ఆ వేళ నేను చాలా ఆనందపడ్డాను. నా చీకటి రోజులు ముగిసిపోయాయని సంతోషించాను. అసలు సంగతేంటంటే..

మేము మా ఇంటి నుండి దాదాపు నలభై కిలోమీటర్ల దూరంలో ఉన్న ఓ ఫంక్షన్ హాలుకు, ఓ మిత్రుని చెల్లెమ్మ పెళ్లికి వెళ్లాం. పెళ్లి బాగా జరిగింది. అంత దూరం నుండి కుటుంబ సమేతంగా వచ్చినందుకు ఆ మిత్రుడు చాలా సంతోషించాడు. పెళ్ళి కాగానే తృప్తిగా భోంచేశాము. ఆ మిత్రుడికి చెప్పి మా ఇంటికి బయలుదేరాము. అదృష్టవశాత్తు, మేము వెళ్లాల్సిన బస్సు ట్రాఫిక్ లో ఇరుక్కుపోయి కనిపించింది. పరుగెత్తుకుంటూ వెళ్లి బస్సులోకి చొరబడ్డాము. వెంటనే టిక్కట్లు తీశాను. మా ఐదుగురికి రెండు వందల యాభై రూపాయల పైనే అయింది. తీరా సీట్లో కూచున్న తర్వాత, నా చేతి సంచీ లేదని జ్ఞాపకం వచ్చింది. దాంట్లో రెండు వేల రూపాలకు పైగా ఉన్న నా పర్స్, కళ్లద్దాలు, నీళ్ల బాటిల్, ఓ తెలుగు పత్రిక ఉన్నాయి. అప్పటికే నా షర్ట్ జేబులోని డబ్బులతో టిక్కట్లు తీశాను. నేను దిగి ఆ సంచీ తెచ్చే లోపల బస్సు తుర్రు మంటే? బస్సు కిరాయికి నీళ్లొదులుకోవాలి. రెండొందల యాభై పై మాట, ప్రాణం ఉస్సూరుమంది. ఆలోచించడానికి సమయం లేదు. ఏమైతే అయిందని మేము బస్సు దిగాము. మా వాళ్లని బస్సు దగ్గరే ఉంచి, నేనొక్కణ్ణే ఫంక్షన్ హాలు వైపు పరుగెత్తాను. మేము భోంచేసిన చోటు రెండవ అంతస్తులో ఉంది. అక్కడే ఒక కుర్చీపై నా చేతి సంచి పెట్టినట్టు జ్ఞాపకం. నాకు బైపాస్ ఐనందున మెట్లు తొందర తొందరగా ఎక్కకూడదు. ఐనా ఒక్కోసారి రెండు–మూడు మెట్లు ఎక్కుతూ పరుగెత్తాను. అక్కడ నేను పెట్టిన చోట నా సంచీ లేదు. నా పై ప్రాణాలు పైనే పోయాయి. ఓ కుర్చీలో కూలబడ్డాను. ఎగస్వాస పీలుస్తూ ఐదు నిమిషాలపాటు, నన్ను నేను అదుపులోకి తెచ్చుకునే ప్రయత్నం చేశాను. అలా చేస్తూ, చుట్టుపక్కల దృష్టి సారించాను. ఓ మూలన నా బుజ్జి ముండ కనిపించింది. నా ప్రాణం లేచి వచ్చింది. వెంటనే సీటు మీంచి లేచి అటు ఉరికాను. సంచీ తెరిచి చూస్తే? నా వస్తువులు చెక్కు చెదరకుండా ఉన్నాయి. ఏ ప్రబుద్ధుడో నా సంచికి స్థానభ్రంశం కల్పించాడు అంతే. నేను స్థిమిత పడ్డాను. వెంటనే కిందికి వెళ్లడానికి బయలుదేరాను. అంతలో నా మిత్రుడు నన్ను చూసి..

"ఇందాకే వెళ్ళారు కదా? మళ్ళీ ఏంటి? అని నా దారికి అడ్డం వచ్చాడు.

"నా సంచీ మరిచాను. బస్సు.. వెళ్ళిపోతోంది.. నేను వెంటనే వెళ్ళాలి.." అని చెబుతూ మెట్లవైపు పరుగు తీశాను. ఆ మిత్రుడు అలా చూస్తుండి పోయాడు.

కిందకు వచ్చి చూస్తే ఏముంది?

నేను వెళ్ళాల్సిన బస్సు ? ఓ ముప్పై అడుగుల దూరంలో ఉంది!

మా వాళ్లు దాని ప్రవేశ ద్వారం దగ్గర ఉన్నారు. నేను వెంటనే వెళ్ళి, మా వాళ్లతోబాటు బస్సెక్కేశాను. నా టిక్కట్ల డబ్బు వృథా కాలేదు. నా ప్రాణం కుదుట పడింది. ఓ రెండు నిమిషాలు కళ్లు మూసుకుని నిశ్చలంగా ఉన్నాను. శ్వాస

మామూలుకి వచ్చింది.

ఆ సందర్భంలో నేను అహమ్మదాబాద్ లో పని చేస్తున్నప్పుడు జరిగిన సంఘటన జ్ఞప్తికి వచ్చింది.

అప్పుడు అహమ్మదాబాద్ నుండి చెన్నైకి 'నవ్ జీవన్ ఎక్స్ ప్రెస్స్' రైలు, వారానికి ఒక సారే నడిచేది. ఉదయం ఆరు గంటలకి బయలుదేరే ఆ రైలులో చెన్నైకి, అక్కడినుండి రామేశ్వరానికి వేరే రైలుకి టిక్కట్లు బుక్ చేసుకున్నాము. రైల్లో తినడానికి ఫలహారాలు, క్రితం రోజే చేసుకున్నా, భోజనం మాత్రం పెందరాళే లేచి, ఆ రోజే వండారు మా వాళ్లు. మేముండే చోటు, అహమ్మదాబాద్ స్టేషన్ కి ఆరు కిలోమీటర్ల దూరం. మా అమ్మగారు, నా భార్య, మూడేళ్ల మా అమ్మాయి, నేను ఉదయం ఐదు గంటలకే బయలుదేరాం. అంత ప్రొద్దున మాకు తొందరగా ఆటో దొరకలేదు. తీరా మేము ప్లాట్ ఫాం పై అడుగు పెట్టేసరికి, పుణ్యకాలం కాస్తా మించిపోయింది. మేమెక్కాల్సిన రైలు మా కళ్ల ముందే ప్లాట్ ఫాంపై పరుగులు తీస్తోంది. మళ్లీ వారానికి గాని చెన్నై వెళ్లే రైలు లేదు. ఉసూరంటూ అంత లగేజి మోసుకుంటూ మా ఇంటికి తిరుగు పయనం కట్టాము. ఆ టిక్కట్లు రద్దు చేయడానికి ఒరిజినల్ మనీ రసీదు అడిగారు. బ్యాంకు ఎల్.టీ.సీ. సౌకర్యంతో మేము రామేశ్వరం వెళ్లాలని అనుకునందువల్ల అది బ్యాంకులో ఇచ్చి అడ్వాన్స్ తీసుకున్నాను. ఆ అసలు మనీ రసీదుకొరకు మా ఇంటి నుంచి పన్నెండు కిలోమీటర్ల దూరం మా ఆఫీసుకు వెళ్లి, ఆ రోజుకి క్యాజువల్ లీవ్ తీసుకుని మరుసటి వారానికి నవ్ జీవన్ ఎక్స్ ప్రెస్ కి రైలు టిక్కట్లు తీసుకోవడానికి స్టేషన్ కి పరుగు తీశాను. నా ఆరు రోజుల సెలవు రద్దు చేసుకుని మర్నాడు డ్యూటీలో చేరాను. రామేశ్వరం వెళ్లడానికి నా సెలవు, మరుసటి వారం నుంచి తీసుకున్నాను.అప్పటి నుంచి జీవితంలో ఎన్నో ఒడిదుడుకులు ఎదుర్కొన్నాను. అందులో, ఒక్క మార్కుతో తప్పిపోయిన నా ప్రమోషన్ ఒకటి. కుటుంబ జీవితంలో కూడా చాలా ఇబ్బందులకు గురయ్యాను.

ఇందాక చెప్పినట్టు నేను సమయానికి స్టేషన్ వెళ్తే, రైలు లేటయ్యేది. ఓ సినీ కవి అన్నట్టు, నేనెక్కాల్సిన రైలు ఓ జీవిత కాలం లేటన్నట్టుండేది. అదే నేను ఒక్క నిమిషం ఆలస్యంగా స్టేషన్ చేరినా, రైలు ఠంచనుగా అది బయలుదేరాల్సిన సమయానికి బయలుదేరేది. నడుస్తున్న రైలును అలా చూడాల్సి వచ్చేది.కాని అవాళ? ట్రాఫిక్ పుణ్యమా అని, నేను తిరిగి వచ్చేసరికి పన్నెండు నిమిషాలైనా, బస్సు కేవలం ముప్పై అడుగులు ముందుకు పోయి, నా కొరకేమోనని వేచి ఉంది. అందుకే నా చీకటి రోజులు ముగిసిపోయాయేమోనని మురిసిపోయాను. నాడు తప్పిపోని బస్సుతో నా దశ తిరిగిందనిపించింది. ఆ తర్వాత జరిగిన సంఘటనలు, నా ఊహ నిజమేనని నిరూపించాయి. నా జీవితంలో స్థిరత్వం ఏర్పడింది. పథకం ప్రకారమే నా తర్వాతి జీవితం సాగింది. రోజులు సాఫీగా గడిచాయి.

ఒక్కోప్పుడు భగవంతుడు, మనకై వేచి ఉన్న ఫలితాల గురించి ముందస్తు సూచనలిస్తుంటాడు. అది నా జీవితంలో చాలా సార్లు ఋజువయింది. అందుకే నేను నా ప్రయత్నాలు చేస్తూ, ఫలితాల విషయమై దేవునిపై భారం వేస్తుంటాను. ఆ గీతాకారుడు చెప్పినట్టు, మన చేతిలో

కర్మ మాత్రమే ఉంది. ఫలితం దైవాదీనం. నేనెన్ని ఇక్కట్లు ఎదుర్కొన్నా, చివరాఖరికి ఆ సర్వాంతయామి నన్ను గట్టెక్కిస్తుంటాడు. అదే ఆ భగవంతుని లీల!

16.నీలి నీడలు..

హైవే పై ఓ జంట హత్య...

"గత రాత్రి మూడు గంటలకు ఓ పోలీస్ వాహనం గస్తీ తిరుగుతుండగా నగర శివార్లలో హైవేపై ఓ యువతి, యువకుని శవాలు కనుగొన్నారు. యువతి శవం పై గాయాలు పరిశీలిస్తే, ఆమెపై అత్యాచారం చేసి, హత్య చేసినట్టు తెలుస్తోంది. యువకునిపై కత్తి గాయాలు ఉండి, అతని గొంతు కోసి హత్య చేసినట్టుంది. వారి పక్కన ఉన్న సంచీ లోని పత్రాల ద్వారా వారు నగరంలోని ఆజాద్ నగర్ కు చెందిన భార్యాభర్తలుగా గుర్తించారు. వారు పక్క ఊరు నుండి వస్తుండగా దుండగులు ఆ ఘాతుకానికి పాల్పడ్డారని తెలుస్తోంది. శవాలను పోస్ట్ మార్టంకి పంపి పోలీసులు దర్యాప్తు చేస్తున్నారు."

నగరంలోని అన్ని పత్రికల్లో, టీ. వీ. చానెల్లలో వచ్చిన పై వార్త, నగరంలో సంచలనం సృష్టించింది. అలాంటి సంఘటన నాలుగోది కావడం, అంతకు ముందు మూడు కేసుల నిందుతులపై చార్జి షీట్ కూడా ఫైల్ చేయకపోవడంవల్ల ప్రజలు, పోలీస్ వ్యవస్థపై అనుమానాలు వ్యక్తం చేశారు. నిందితులు అధికార పార్టీకి, దాని అనుబంధ మైనారిటీ వర్గ పార్టీకి చెందిన వారు కావడం వల్ల దర్యాప్తులో అలసత్వం జరుగుతోందనే వాదన ప్రబలంగా ఉంది. నిందితులు అధికార పార్టీకి సంబంధించిన వారు కావడం వల్ల, కావాలనే ఆ కేసులను నీరు గారుస్తున్నారనే అభిప్రాయం కూడా బలంగా ఉంది.

మర్నాడు పోస్ట్ మార్టం రిపోర్ట్ లో ఆ యువతిపై గ్యాంగ్ రేప్ జరిగిందని నిర్ధారించారు. ఆమె భర్తని ఓ చెట్టుకు కట్టివేసి, అతని ఎదుటనే యువతిపై అత్యాచారం చేసి హత్య చేశారని, హైవేపై ఉన్న సి.సి.టీ.వీ. ద్వారా స్పష్టమైంది. ఘటనా స్థలంపై అప్పుడు ఉన్న కారు నెంబర్ ప్రకారం, అది నగరానికి చెందిన అధికార పార్టీ కార్పొరేటర్ కుమారుడికి చెందినదని తేలింది. అధికార పార్టీ వారి ఆగడాలకు అంతు లేకుండా పోయిందని మానవ హక్కుల సంఘం, మహిళా సంస్థలు తీవ్ర నిరసన ప్రకటించాయి. విధిలేని పరిస్థితుల్లో రాష్ట్ర గృహ మంత్రి, అఘాయిత్యానికి పాల్పడ్డవారిని కస్టడీలోకి తీసుకొని, దర్యాప్తు చేయవలసిందని పోలీస్ శాఖను ఆదేశించారు.

దుండగుల్లో నలుగురు, నగర శివార్లలోని ఇంజినీరింగ్ కాలేజి విద్యార్థులనీ, ఐదో అతను వారి మిత్రుడైన సైబర్ కాఫే యజమాని అని తేలింది. వారందరు అతని సైబర్ కాఫేలోనే ఆ రాత్రి మద్యం సేవిస్తూ నీలి చిత్రాలు చూసి ఉత్తేజితులయ్యారని తెలిసింది. ముందే కోతి, ఆ పై కల్లు తాగిన చందంగా, నీలి చిత్రాలు చూస్తూ మద్యం సేవించడం వల్ల, ఆ మూడ్ లో వారు హైవే పై కాపుకాసి, రాత్రి దాదాపు పదకొండు గంటల ప్రాంతంలో పక్క ఊరి నుండి స్కూటర్ పై వస్తున్న జంటపై దాడి చేశారని నిర్ధారణ అయింది.

కాలేజీలో విచారణ చేయగా, వారొక ఆకతాయి మూకకు చెందిన వారనీ, వారు అమ్మాయిల ఫోన్లకు అశ్లీల చిత్రాలు పంపి వేధించే వారని తెలిసింది. నిందితుల నుంచి సేకరించిన సెల్ ఫోన్లలో కొన్ని వందల పోర్న్ చిత్రాలు లభ్యమయ్యాయి. అవన్నీ ఐదో నిందితుని సైబర్ కాఫేలో అప్ లోడ్ చేయబడ్డాయి. ఆ అల్లరి గ్యాంగ్ ఒక్కో తరగతి రెండు, మూడు సంవత్సరాలు చదువుతూ ఎన్నో ఏళ్లుగా ఆ కాలేజీలో తిష్ట వేశారని కాలేజీ యాజమాన్యం తెలిపింది.

ఆ కాలేజీ అధికార పార్టీకి చెందిన నాయకుని యాజమాన్యంలో ఉండడం, ఆ అల్లరి మూక తల్లిదండ్రులు అదే పార్టీకి చెందిన వారు కావడం వల్ల, వారు ఆడింది ఆట, పాడింది పాటగా సాగింది.

ఇంకేముంది? టీ.వీ. చానెల్లకు పండగైంది. అవి చర్చా సత్రాలు ప్రారంభించాయి. సెల్ ఫోన్లవల్ల యువత భ్రష్టుపడి పోతుందని ఒకరంటే, అది తల్లిదండ్రుల నిర్లక్ష్యం వల్లనేనని ఇంకొకరు, అసలు సైబర్ కాఫేలపై నియంత్రణ లేకపోవడానికి ప్రభుత్వ పాలసీలే కారణమని మరొకరు వాదులాట మొదలు పెట్టారు. కొన్ని రోజులు జనాల మెదడుకి మేత అయింది. పైసా ఖర్చులేని వినోదం దొరికింది.

మొత్తంమీద ఆ సంఘటన, టీవీ చానెల్ల టి.ఆర్.పి. రేటింగులు పెంచడానికి మాత్రం పనికి వచ్చింది. ఐతే నిందితులు మాత్రం బెయిల్ పై విడుదలై బాహాటంగా తిరుగుతున్నారు. వారి ప్రవర్తనలో మార్పు లేదు. అదే ఆకతాయి తనం. విచ్చలవిడి విహారం. నిరసన తెలిపిన సంఘ సభ్యులపై దాడులు. ప్రజలు, పత్రికలు, టి.వీ. చానెల్లు ఎంత మొత్తుకున్నా పరిస్థితుల్లో ఎలాంటి మార్పు లేదు.

దిల్లీలోని ఒక బస్సులో ఒక యువతిపై అత్యాచార ఉదంతంతో 'నిర్భయ చట్టం' తీసుకొచ్చింది కేంద్ర ప్రభుత్వం. ఐనా ఆడపిల్లలపై, ఆడపడచులపై అత్యాచారాలకు అంతులేదు. పన్నెండేళ్ల యువకుని నుండి, పండు ముదుసలి వారి వరకు వావి వరుసలు చూడకుండా అత్యాచారాలకు పాల్పడేవారే. వెలుగులోకి వచ్చే సంఘటనలు కొన్నైతే, రిపోర్టు చేయని ఉదంతాలు ఇంకెన్నో. రాజకీయ నాయకుల బంధువులు, నేర సామ్రాజ్యానికి చెందిన మైనారిటీ వర్గానికి చెందిన ఎక్కువ శాతం మంది, అలాంటి అఘాయిత్యాలు చేసే వారిలో ముఖ్యులు. అందుకే 'నిర్భయ చట్టం' సరిగా అమలు జరగడం లేదని విశ్లేషకుల అభిప్రాయం.

మైనారిటీ వర్గ యజమానికి చెందిన ఆ సైబర్ కాఫేపై దాడి చేయగా, కంప్యూటర్ హార్డ్ డిస్క్ ల్లో, పెన్ డ్రైవ్ ల్లో కొన్ని వేల నీలి చిత్రాలు నిలువ చేయబడినట్టు కనుగొన్నారు. అక్కడ భారీ రుసుము తీసుకొని, ఆ నీలి చిత్రాలను జనాల, ముఖ్యంగా స్కూల్ కాలేజీ విద్యార్థుల సెల్ ఫోన్లలో అప్ లోడ్ చేసే వారని తెలిసింది. అలాగే అక్కడ ఉన్న కంప్యూటర్లపై ఎక్కువగా విద్యార్థులే గంటలకు గంటలు నీలి చిత్రాలు చూసే వారని తేలింది. తత్ఫలితంగా వారు విచ్చలవిడి లైంగిక ఆకృత్యాలకు పాల్పడేవారు. అలాగే వివాహానికి పూర్వమే లైంగిక సంబంధాలు ఏర్పరచుకునే వారని పోలీసుల దర్యాప్తులో వెల్లడైంది.

అంతకు నాలుగు నెలల ముందు ఔటర్ రింగ్ రోడ్ పై ఓ యువతిపై జరిగిన అత్యాచారం కేసులో ఓ లారీ డ్రైవర్ నీలి చిత్రాలు చూసి ఉత్తేజితుడై, ఫుల్లుగా మద్యం సేవించి ఆ ఘాతుకానికి పాల్పడ్డాడనే విషయం జనాలు గుర్తుకు తెచ్చుకున్నారు. ఆ విషయాలపై స్పందించిన ప్రజల్లో ప్రభుత్వం పట్ల అసహనం పెల్లుబికింది. ఎప్పుడు సమ్మెకు పిలుపునిచ్చి నగరాన్ని స్థంబింపజేద్దామా? అని ఎదురుచూసే ఉద్యమ పార్టీ, ఆ అవకాశం అందిపుచ్చుకుంది.

'అబలల పట్ల అత్యాచారాలు అరికట్టాలి' అనే ఉద్యమానికి తెర తీసింది. ఎన్నికలు దగ్గరలో ఉన్నందున, ప్రభుత్వానికి కఠిన చర్య తీసుకోవడం వినా గత్యంతరం లేకపోయింది. తత్ఫలితంగా హైవేపై భార్యాభర్తల హత్యకు సంబంధించి నిందితులపై చార్జ్ షీట్ దాఖలైంది. ఆ కేసు విచారణకై ఓ ప్రత్యేక కోర్ట్ నెలకొల్పారు.

అంతలో మరో ఉదంతం వెలుగులోకి వచ్చింది.

నైజీరియాకు చెందిన దుండగులు, స్థానిక అసాంఘిక శక్తులతో కలిసి, పెద్ద ఎత్తున డ్రగ్స్ వ్యాపారం మొదలు పెట్టారు. అందులో ముఖ్యంగా సినీ పరిశ్రమకు చెందిన వ్యక్తుల, రాజకీయ నాయకుల ప్రమేయం ఉందని తేలింది. అలాగే స్కూల్ కాలేజీ విద్యార్థులను పావులుగా వాడుకుంటున్నారని స్పష్టమైంది. పాఠశాల, కళాశాలల దగ్గరలోని పాన్ షాపుల్లో, కిరాణా దుకాణాల్లో ఆ డ్రగ్స్ అందుబాటులో ఉంచేవారు. ఆ పద్ధతిలో డ్రగ్స్ మాఫియా రాష్ట్రమంతా విస్తరించింది. దానిపై దర్యాప్తు చేయడానికి ఓ ఐ.పి.ఎస్. ఆఫీసర్ ని నియమించారు. అతని బృందం ఎందరినో విచారించి, వారి వాంగ్మూలం తీసుకుంది. ఆ తర్వాత వాటిని క్రోడీకరించి వారు తమ రిపోర్ట్ ను ప్రభుత్వానికి అందించారు. అధికార పార్టీకి చెందిన బడా నాయకుల ప్రమేయం ఆ రిపోర్ట్ లో ఉండడంతో అది బుట్ట దాఖలైంది.

మొత్తానికి రాష్ట్రాన్ని నీలి చిత్రాలకు, డ్రగ్స్ కి బానిసలుగా చేసి, దేశాభివృద్ధిని అడ్డుకునే దిశగా అంతర్జాతీయ కుట్ర జరుగుతోందని విశ్లేషకుల అంచనా.

వివిధ రాష్ట్రాల్లో ఆడవారిపై అత్యాచారాల ఉదంతాలు పెరుగుతుండడంతో వాటిని ఎలాగైనా అరికట్టమని రాష్ట్రాలకు గట్టి తాకీదు నిచ్చింది కేంద్రం. దాంతో అప్రమత్తమైన రాష్ట్ర ప్రభుత్వం స్పెషల్ కోర్ట్ విచారణను వేగవంతం చేసింది.

ఆ సందర్భంలో, భార్యా భర్తల హత్య కేసులోని నిందితుల్ని జైలు నుంచి కోర్టుకు తీసుకువెళ్లసాగారు. నిందితులు, తమ ఇతర గ్యాంగ్ సభ్యుల సహాయంతో తప్పించుకునే ప్రయత్నం చేశారు. ఆ పరిస్థితుల్లో పోలీసులు ఫైరింగ్ చేసి వారిని మట్టు పట్టారు. అది ఎన్ కౌంటర్ కాదు, హత్య అని మళ్ళీ ఉద్యమ పార్టీ గగ్గోలు పెట్టింది. ఐనా ఎక్కువ శాతం ప్రజలు పోలీసుల చర్యని సమర్థించారు. కొందరు కుహనా మేధావులు, తథాకథిత బూటక ఎన్ కౌంటర్ విషయంలో ప్రభుత్వంపై, పోలీసులపై కేసు దాఖలు చేశారు. దానిపై విచారణ చేయడానికి ఒక విశ్రాంత న్యాయమూర్తి అధ్యక్షతన కమిటీని ఏర్పాటు చేసి ఆరు నెలల్లో రిపోర్ట్ సమర్పించాలని కోర్ట్

ఆదేశించింది. అలా రామాయణంలో పిడకల వేట మొదలైంది. ఇక విషయం పక్క దారి పట్టిందని జనాలు చెవులు కొరుక్కున్నారు.

కేంద్ర ప్రభుత్వం కొన్ని పోర్న్ సైట్లను నిషేధించినా, కొత్త నీలి సైట్లు పుట్టుకొచ్చి, ప్రజలను తమకు బానిసలుగా చేసుకుంటూనే ఉన్నాయి. అలాగే డ్రగ్ మఫియా కూడా దేశమంతా తన పంజా విసిరింది. ఆ నీలినీడలను అరికట్టితేగాని, మన యువత బాగుపడదని మేధావుల అభిప్రాయం. మన దేశానికి అసలు సంపద ఐన యువతవల్లే దేశ ప్రగతి సాధ్యమని కేంద్ర ప్రభుత్వం కూడా భావిస్తోంది. ఆ అరాచకాలను అరికట్టే దిశగా పాఠశాల ఉపాధ్యాయులు, కళాశాల ఆచార్యులు నీలి చిత్రాల, మత్తు మందుల అనర్థాలను విద్యార్థులకు బోధించి, వారు వాటికి బానిసలుగా మారకుండా చర్యలు తీసుకోవాలని సామాన్య ప్రజలు కోరుతున్నారు. వారి కోరిక తీరేనా?

17.కాళేశ్వరానికి దారేది?

ఛత్రపతి శివాజి అంతర్జాతీయ విమానాశ్రయం, సహార్ లో దిగిన ఎల్లప్ప, బయటికి రాలేక పోయాడు. అలా అని అతనేదో సామాను స్మగుల్ చేశాడనుకుంటే, మీరు పప్పులో కాలేసినట్టే. కరోనా వైరస్ పరీక్షలో పాజిటివ్ అని తేలడం వల్ల, అతన్ని లోపలి నుంచే మరోల్ లోని సెవెన్ హిల్స్ ఆస్పత్రికి తరలించారు. అక్కడ పద్నాలుగు రోజులు క్వారంటైన్ లో ఉండి, చికిత్స చేసుకోవాలని కఠిన నిబంధన.

ఆస్పత్రి గదిలోకి చేరిన ఎల్లప్ప తలపట్టుకున్నాడు. 'దుబాయ్ కెల్లి సక్కగ ఐద్రాబాద్ పోక, వర్లీ బీ.డీ.డీ. చాల్లోని తన మేనల్లుడి పుట్టిన రోజుకని ముంబయి అచ్చినందుకు మంచి సిచ్చ యేసినవు బగవంతుడా' అని వాపోయాడు. ఐతే హైద్రాబాద్ లో కూడా కరోనా వైరస్ పరీక్షలు జరుగుతున్న సంగతి ఎల్లప్పకు తెలియదు. తన గ్రహచారం అని సమాధానపడి, మొబైల్ లో తన మేనల్లుడికి సంగతి వివరించి, సామాజిక మాధ్యమాల్లో ఆడుకోవడం మొదలుపెట్టాడు. దాదాపు గంట తర్వాత, విసుగనిపించి, మొబైల్ చార్జింగ్ లో పెట్టి నిద్రకుపక్రమించాడు. నిద్రాదేవి కరుణించనంది. అతని మనసు గతంలోకి పయనించింది.

ఎల్లప్ప ముంబయిలోని ఓ బట్టల మిల్లులో నేతగానిగా పని చేసేవాడు. దాదాపు ముప్పై ఎనిమిదేండ్ల క్రితం, డా. దత్తా సామంత్ ఆధ్వర్యంలో రెండు సంవత్సరాలకు పైగా సాగిన బట్టల మిల్లుల సమ్మె వల్ల, మిగతా ఎనభై మిల్లులతో పాటు, అతను పనిచేస్తున్న 'కమల మిల్లు' కూడా మూసేశారు. ముంబయిలోని వస్త్ర పరిశ్రమ కుదేలయింది. మిల్లులున్న ప్రాంతాలు రియల్ ఎస్టేట్ కు ఆలవాలమయ్యాయి ముంబయిలోగాని, తన తెలంగాణాలో గాని ప్రత్యామ్నాయ ఉపాధి అవకాశాలు లేకపోవడంతో ఎల్లప్ప, దుబాయ్ బాట పట్టాడు. అప్పుడక్కడ వృత్తి కార్మికులకు మంచి డిమాండ్ ఉండేది. అనతి కాలంలోనే, తన కులవృత్తి వడ్రంగంలో మంచి నైపుణ్యం సంపాదించాడతను. సంపాదన కూడా బాగానే ఉండింది. అతను పొదుపు చేసిన మొత్తం వెంటది వెంట భార్యకు పంపడతో ఆమె, వారి ఊళ్ళో సొంత ఇల్లు కట్టించడమే కాక, ఐదెకరాల పొలం కూడా కొన్నది. అదిప్పుడు కాళేశ్వరం ప్రాజెక్టు ఆయకట్టు ప్రాంతంలో ఉంది.

రాను రాను ఇతర దేశాల నుండి తక్కువ కూలీకి జనాలు రావడం పెరిగినకొద్దీ దుబాయ్ లో జీతాలు తగ్గిపోయాయి. కాంట్రాక్ట్ పనులు గిట్టుబాటు కాకపోవడంతో, ఎల్లప్ప పనిచేసిన బ్రిటీష్ కంపెనీ దుబాయ్ నుండి బిచానా ఎత్తేసింది. ఎల్లప్పకు ఆజాద్ విసా ఉండడంతో అతను ఇంకో కాంట్రాక్టర్ దగ్గర, తనకు అంతకు ముందున్న జీతంకంటే చాలా తక్కువ జీతంకు కుదురుకున్నాడు. ఓ సంవత్సరం అయ్యేసరికి కొత్త కాంట్రాక్టర్, పొమ్మనలేక పొగపెట్టడం మొదలు పెట్టాడు. ఆ యాతన తట్టుకోలేక, కుటుంబం నుండి దూరం ఉన్నది చాలు, సొంత ఊళ్లో వ్యవసాయం చేసుకునైనా బతకొచ్చనే ఉద్దేశ్యంతో ఈ ప్రయాణం పెట్టుకున్నాడతను. కాళేశ్వరం ప్రాజెక్టుకు నీళ్లు వచ్చిన

సందర్భం, అతని ఆలోచనకు ఊతం ఇచ్చింది. కరోనా పుణ్యమా అని ముంబయిలో చుక్కెదురైంది. అలా ఆలోచిస్తూ ఎల్లప్ప, నిద్రలోకి జారుకున్నాడు.

చాలా కష్టం మీద, పద్నాలుగు రోజుల క్వారంటైన్ ముగిసింది. ఆ వ్యవధి చివరలో, రెండు రోజుల అంతరంతో చేసిన టెస్ట్ లు, అదృష్టవశాత్తు నెగెటివ్ అని వచ్చాయి. 'బతుకు జీవుడా' అని ఎల్లప్ప, ఆస్పత్రి నుండి బయట పడ్డాడు.

బయటికి వచ్చి చూస్తే ఏముంది? ఆటోలు లేవు. బస్సులు లేవు. మెట్రో, లోకల్ (సబర్బన్) రైళ్లు కూడా బంద్. మహారాష్ట్రంతటా కర్ఫ్యూ విధించారు. మహారాష్ట్ర- తెలంగాణ సరిహద్దులు మూసేశారు. జిల్లాల సరిహద్దులు సీల్ చేశారు. ఇదేం తిప్పలురా భగవంతుడా! అని ఎల్లప్ప, ఆస్పత్రి బయట ఓ మూల, తన సామాను పెట్టుకుని కాళేశ్వరానికి దారేదీ? అని ఆలోచనలో పడ్డాడు. ' ఈ పరిస్థితిలో తన మేనల్లుని ఇంటికి పోవడం మూర్ఖత్వం అవుతుంది. నేరుగా తమ ఊరికి పోవడమే ఉత్తమం. కాని ఎలా?' ఓ పెద్ద ప్రశ్న అతన్ని అతలాకుతలం చేసింది. అంతలో తన క్వారంటైన్ గదిలో సేవ చేసిన వార్డ్ బాయ్ కనిపించాడు. అతన్ని పిలిచి తన గోడు వినిపించాడు ఎల్లప్ప. అతను ఎవరికో ఫోన్ చేసి కనుక్కుంటే, ఓ వెలుగు కనిపించింది. ఐతే అది అంత ఆధారపడ్డ దగ్గది కాదు. ప్రమాదం తో కూడుకున్నది. పైగా చాల డబ్బు వెచ్చించాలి. కర్ఫ్యూ విధించి, జిల్లాల సరిహద్దులు కూడా సీల్ చేసిన సందర్భంలో, సాధారణంగా ఏ టాక్సీవాలా ప్రయాణానికి సాహసించడు. కాని, ఆ వార్డ్ బాయ్ పక్కింటి ప్రైవేట్ టాక్సీ ఓనరు, కిరాయిలు లేక, చాలా ఆర్థిక ఇబ్బందుల్లో ఉన్నాడు. అతను మామూలు కంటే మూడింతల బాడుగకు, తన కార్లో ఎల్లప్పను, అతని ఊరు చేర్చడానికి ఒప్పుకున్నాడు. ఎల్లప్ప మనసులో 'గరజూకో అక్కల్ నహీ' (అవసరార్థికి తెలివుండదు) అనుకుని, టాక్సీవాలా చెప్పిన బాడుగకు ఒప్పుకున్నాడు. తన మేనల్లుడికి, వాళ్లింటికి రావడం లేదని చెప్పి, ఓ గంటలో భోంచేసి, ప్రైవేట్ టాక్సీలో తన ఊరికి బయల్దేరాడతను.

జిల్లా, జిల్లాకు ఉన్న చెక్ పోస్టుల్లో మళ్ళీ తనిఖీలు, ఆరాలు. కొన్ని చోట్ల బామాలి, బతిమాలి, కొన్ని చోట్ల ముడుపులు చెల్లించి, ఎలాగోలాగ మర్నాడుదయం నాందేడ్ చేరుకున్నాడు ఎల్లప్ప. అక్కడ ఓ హోటల్లో కాలకృత్యాలు తీర్చుకుని, అతనూ డ్రైవర్, టిఫిన్ చేసి ముందుకు సాగారు.

మళ్లీ నాందేడ్ చెక్ పోస్ట్ దగ్గర చుక్కెదురైంది. మహారాష్ట్ర వాహనం తెలంగాణాకు పోవడానికి అనుమతి ఇవ్వమంటే, ఇవ్వమని, అక్కడి అధికారులు భీష్మించుకు కూర్చున్నారు. బతిమిలాటకు గాని, డబ్బులకు గాని అస్సలు లొంగలేదు. ఎక్కువ వాదిస్తే బొక్కలోకి తోస్తామని బెదిరించారు. గత్యంతరంలేని పరిస్థితుల్లో, తాను వచ్చిన టాక్సీకి అనుకున్న మొత్తం కిరాయి చెల్లించి, తిప్పి పంపాడు ఎల్లప్ప. ఆ రోజుకతను నాందేడ్ లోని ఓ హోటల్లో బస చేశాడు.

సర్దార్జీ ఐన ఆ హోటల్ యజమానికి తన పరిస్థితి వివరించి, ఎలాగైనా తనను తెలంగాణ చేర్చమని వేడుకున్నాడు ఎల్లప్ప. సానుకూలంగా స్పందించాడు ఆ సర్దార్జీ.

మర్నాడు నిజామాబాద్ నుండి సరుకులతో వచ్చిన ఓ టెంపోలో, ఎల్లప్ప సూట్ కేసులను సరుకుల మధ్య దాచిపెట్టి, అతన్ని క్లీనరుగా మార్చాడు టెంపో డ్రైవర్. దానికతను తీసుకున్న మొత్తం

తక్కువేమీ కాదు. ఐనా ఎల్లప్ప తలవంచాడు. నిజామాబాద్ నుండి తమ ఊరు వెళ్ళే సమస్య మళ్లీ ఎల్లప్పకు ఎదురైంది. తెలంగాణ ప్రభుత్వం మొత్తం రాష్ట్రంలో లాక్ డౌన్ ప్రకటించింది. ఆటోలు, బస్సులు అన్నీ బంద్. అక్కడి ఓ మిత్రునికి ఫోన్ చేస్తే పరిష్కారం దొరికింది. ఓ డాక్టర్ ప్రైవేట్ కారు ఏర్పాటైంది. ఇంకో డ్రైవర్ ని కూడా కుదిర్చాడు ఆ మిత్రుడు. దీజిల్ నింపుకుని, తన ఊరు చేరింతర్వాత మళ్లీ ట్యాంక్ ఫుల్ చేయించి పంపాలని శరతు. చెక్ పోస్టుల్లో ముడుపులు, టోల్ చార్జీలు ఎల్లప్పే భరించాలి. అంతే గాక, డ్రైవర్ కు భోజన సదుపాయంతో పాటు, వేయి రూపాయలు భత్తా చెల్లించాలి. 'గరజూకో అక్కల్ నహీ' ఎల్లప్ప మనసు మళ్లీ మూలిగింది. 'తాను రెన్నెళ్లు కష్టపడి సంపాదించిన జీతం, ముంబయి నుండి తన ఊరుకు చేరే సరికి హాం ఫట్ అయ్యేట్టుందే' అని లోలోపల వాపోయడతను.

జయశంకర్ భూపాలపల్లి జిల్లా చెక్ పోస్ట్ లో చివరి ఆమ్యామ్యా కు తిలోదకం వదిలి, ఎలాగైతేనేం తన ఇల్లు చేరాడు ఎల్లప్ప. శార్వరి ఉగాదికి ఒకరోజు ముందే తన భార్యా పిల్లల్ని కలుసుకున్న ఆనందంలో తను పడ్డ శ్రమ, వెచ్చించిన డబ్బు గురించిన చింత, అన్నీ హుష్ కాకయ్యాయి. అతని జీవితంలో ఓ కొత్త అధ్యాయం మొదలైంది.

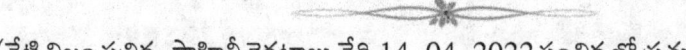

(నేటి నిజం పత్రిక–సాహితీ కెరటాలు తేది 14-04-2022 సంచిక లో ప్రచురితం)

18. వెన్నెల వెలుగులో

కిష్టయ్యకు అసహనంగా ఉంది. ఉండదూ మరి? ఓ పేద్ద జున్ను ముక్క ఇచ్చినట్టే ఇచ్చి వెంటనే లాక్కుంటే?

ఇంతకీ కథేంటంటే పాతికేళ్ల కిష్టయ్య కు ఇరవై ఒక్క ఏళ్ల రుక్కవ్వతో ఇటీవలే పెళ్లైంది. శోభనమై ముచ్చటగా మూడు రాత్రులు కాగానే రుక్కవ్వ మూలన కూర్చుంది. ఆ తర్వాత నేనున్నానంటూ ఆషాఢ మాసం వచ్చేసింది. ఇంకేముంది? రుక్కవ్వ పుట్టింటికి, కిష్టయ్య విరహతాపంలోకి.

ఆషాఢంలో అత్తా-కోడలు ఒకే గడప తొక్కొద్దనే ఆచారం ఎలా మొదలైందో కాని, అది వేసవిలో పెళ్లైన ఎన్నో జంటల పట్ల శాపమై కూర్చుంది. కిష్టయ్య – రుక్కవ్వ కూడా దానికి బలయ్యారు. రుక్కవ్వ, స్త్రీ సహజ బిడియం వల్ల బయటపడలేదు కానీ, కిష్టయ్య మాత్రం తన నిరసనని బాహాటంగానే వ్యక్త పరిచాడు. కాని అతని పప్పు ఉడక లేదు.

ఆ దంపతులకు ఈ మధ్యే పెళ్లైనా, వారిది ఆరేళ్ల అనుబంధం. ఉండేది ఇరుగు పొరుగు ఊళ్లల్లో ఐనా, వారు కలుసుకున్నది మాత్రం జిల్లా కేంద్రం లోని ప్రభుత్వ కాలేజీలో. రుక్కవ్వ, కిష్టయ్యకు రెండేళ్లు జూనియర్. కాలేజీ సాంస్కృతిక కార్యక్రమాల్లో భాగంగా వేసిన నాటకంలో వారు, శకుంతల, దుష్యంతుల పాత్రలు పోషించారు. ఆ నాటకం ప్రేమ, వారి నిజ జీవితాల్లోకి కూడా పాకింది. అది ఆరేళ్లపాటు దినదినప్రవర్ధమానంగా వెలిగి పరాకాష్టకు చేరుకుంది. ఇద్దరి సామాజిక వర్గం, స్థాయి ఒకటైనందున వారి పెళ్లికి ఏ ఆటంకం లేకపోయింది. రుక్కవ్వ డిగ్రీ పూర్తి కాగానే వారిద్దరి పెళ్లి కనుల పండువలా జరిగింది. ఐతే ఆషాఢ మాసం సైందవుడిలా అడ్డు పడింది.

ఆ పరిస్థితి నుండి ఎలా బైట పడాలా? అని ఆలోచించడంలో వారిద్దరి బుర్రలు వేడెక్కాయి. సెల్ ఫోన్ చాట్లు, వాట్ సాప్ సందేశాలతో ఎంతసేపని కాలక్షేపం చేస్తారు? కైపెక్కించే చిత్రాలతో, వీడియోలతో వారి సెల్ ఫోన్ల మెమొరీ నిండి పోయింది. అదనపు టాక్ టైం, డాటాకి వేల రూపాయలకు రెక్కలొచ్చాయి, ఐనా మనసులు పొడిగానే ఉన్నాయి. పరిష్కార మార్గం కనుచూపుమేర కనిపించ లేదు. ఓ రాత్రంతా తీవ్రంగా ఆలోచించాడు కిష్టయ్య. చిట్ట చివరకు, చీకటి సొరంగం చివర, వెలుగు పురి విప్పింది. హుర్రే అని గట్టిగా అరిచాడతను. అంత రాత్రి ఏమైందో అని ఇంట్లో వాళ్లు ఆందోళన చెందారు. వారికి సంజాయిషీ ఇచ్చేసరికి కిష్టయ్య తల ప్రాణం తోకకొచ్చింది.

★★★

"అయ్యగారూ! నాకు పది దినాలు రజ (సెలవు) కావాలె" కిష్టయ్య తండ్రిని అడిగాడు వారి పాలేరు ఆశయ్య.

"గన్ని దినాలేంటికిరా?" గర్జించాడు కామందు.

"మా ఇంటి దానికి యేడు నెలలు పడ్డె దొరా! తొలుత కాన్పుకు దాని పుట్టింటికి తోలియ్యాలె గదా? గందుకని"

"గదానికి పది దినాలేంటికి రా? పోను ఒక దినం, రాను ఒక దినం, మీ అత్తగారింటికాడ ఒక దినం. మూడు దినాలు సాలు. పది దినాలేంటికి రా?

"శాన నెలలకు పోతున్న గదా? నేనాడుండంగనే పోశవ్వకు, మైశవ్వకు సేసుకుంటరట. గందుకని పది దినాలన్న రజ ఇయ్యుంగ్రి దొరా."

" నువ్వు పది దినాలు లేకుంటే, రాత్రి తోటల కావలికి ఓల్లు పోతర్రా? ఓ నాలుగు దినాలల్ల వాపస్ రా."

"పోక పోక మా అత్త గారింటికి పోతున్న. ఎట్లన్న ఒక పది దినాలు రజ ఇయ్యుంగ్రి. నీ కాల్మొక్త బాంచెన్ దొరా."

"ఆశయ్య గంతగానం బతిమిలాడుతున్నడు, సరే అను బాపూ. ఆల్లు గూడా మనుషులే కదా? ఆల్లకు గూడా సుట్టరికం, బంధురికం ఉంటయి. అంత లావుంటే గా పది దినాలు తోటలకు నేను కావలికి పోతా." అక్కడే ఉన్న కిష్టయ్య, అన్నాడు.

"డిగ్రీ నేర్సినోడివి. నీకు కావలికి పోయే గాశారం ఏంటికి బెటా? నేనే ఏదన్న బందవత్తు జేత్త."

"మన తోటల మనం కావలికి ఉండకపోతే ఎట్ల బాపూ? రాత్రికి కావలికి పోతే నాకు సుదా అనుబగమత్తది. నువ్వేం ఫికరు జెయ్యకు, అంత నేను జూసుకుంట గదా?" అన్నాడు కిష్టయ్య.

"సరే మంచిది బేటా!"

"ఆశయ్యా! పది దినాలల్ల ఎట్లన్న రావాలె. ఏదో మా కిష్టయ్య అన్నడని గన్ని రోజులు రజ ఇత్తున్నా. పో పోయి దొరసానిని పిలు." దొరసాని రాగానే.." ఇగో ఆశడి పెండ్లం పొట్టతోనున్నదట. కాన్పుకు పుట్టింటికి పోతదట. ఆడికి తవ్వెడు నువ్వులు, ఇంత బెల్లం, శేరు సింతపండు, గొంత వక్క కారం, ఇయ్యి. యాద్ జేత్తరు."

★★★

"మా దోస్తు పక్కూరి సెంద్రవ్వ, దాని బిడ్డె బార్సకు(బారసాలకు) ఓ పది దినాలు ఆల్ల ఇంటికి రమ్మన్నదవ్వా!" రుక్కవ్వ వాళ్ల అమ్మకు టెండరేసింది.

"బార్సకు ఒక్క దినం సరిపాయె, గన్ని రోజులేంటికే?"

"దాని మొగడు మస్కట్ ల ఉన్నడు గదా? బార్స ఇన్తెజాం జేసెతందుకు ఓల్లు లేరు. నాకు గుడా ఈడ ఏం తోత్త లేదు. బాగ దినాలకు నా సిన్నప్పటి దోస్తుకు గొన్ని దినాలు సాయంగ ఉంట."

"కొత్తగ లగ్గమైందానివి. గన్ని దిన్నాలు పరాయోల్లింట్ల ఉంటే మందేమనుకుంటరు? మీ అత్త గారికి గిన తెలిత్తే మర్యాదుంటదే?" రుక్కవ్వ తల్లిలో సంకోచం.

"నేనేం పరాయి దేశం పోతున్ననా? పక్కూర్లె మా సిన్నప్పటి దోస్తింటికి పోతాంటున్న. ఇండ్ల మందనేదేమున్నది? సెంద్రవ్వ, ఆల్ల అత్త ఇద్దరు ఆడోల్లేనాయె. ఎదో ఇంత సదుకున్నదాన్ని.

నాలుగు ముచ్చట్లు తెలిసిన దాన్ని. అల్లకు ఆసర గమ్మని బతిమిలాడింద్రు. అల్లకు సాయం బోతె అరిగి పోతనా? కరిగి పోతనా?" రుక్కవ్వ దబాయించింది.

"ఏమోనెవ్వ. నీ తోని మాట్లాడుడు నాకు శాత గాదు. మీ నాయినను అడిగి యాడికి పోయేదుంటే ఆడికి పో" రుక్కవ్వ తల్లి కూడా తక్కువ తిన లేదు. రుక్కవ్వ ఖంగు తింది. ఆమె తండ్రి అసలే కోపిష్టి. ఆయన ససేమిరా ఒప్పుకోడు. అందుకే రుక్కవ్వ కాళ్ల బేరానికి వచ్చింది.

"అవ్వ, అవ్వ! నీ కాల్మొక్తనే. నువ్వే ఎట్లన్న నాయిన్నకు జెప్పి నన్ను సెంద్రవ్వ ఇంటికి పోనియ్యే."

"అట్లనే. అట్నే. రాత్రి మీ అయ్యతోని మాట్లాడ్త. గీ బియ్యం ఏరు. నాకు సాయిమాన్ల(వంట గదిలో) పనున్నది."

★★★

కిష్టయ్య భోంచేసి రాత్రి తొమ్మిది గంటలకు తమ తోటలోని మంచె మీదికి చేరుకున్నాడు. అక్కడి ఏర్పాట్లతో తృప్తి చెంది, కిందకు దిగి, కారును సెంద్రవ్వ ఊరు వైపు పరుగెత్తించాడు. అర గంటలో రుక్కవ్వతో తిరిగి వచ్చాడు. మంచెపై నవారు మంచం. దానిపై మెత్తని పరుపు. పరుపునిండా పరుచుకున్న మల్లె పూలు. రుక్కవ్వ కళ్లు విప్పారాయి. అభినందిస్తున్నట్టుగా కిష్టయ్య వైపు ఓరగా చూసింది. అతని మనసు నిండింది. ఇద్దరిలో ఏదో ఉద్వేగం. దేని కొరకో తహ తహ.

ఇగ ఆగలేనట్టు కిష్టయ్య, రుక్కవ్వను గట్టిగా హత్తు కున్నాడు. వారి మధ్య చొరబడడానికి గాలి కూడా సాహసించలేకపోయింది. ఇద్దరిలో పరవశం. అలాగే వారు పరుపుపై వాలారు. కౌగిలి ఏ మాత్రం సడలించలేదు. పైన పున్నమి చంద్రుడు నవ్వి, మేఘం చాటుకు తప్పుకున్నాడు. చుక్కలు మాత్రం మినుకు మినుకు మంటూ ఆ జంటను చోద్యంగా చూస్తున్నాయి.

కిష్టయ్య చేతులకు పని చెప్పాడు. రుక్కవ్వ కూడా ఏ మాత్రం తగ్గ లేదు. ఇద్దరూ ఒకరినొకరు తడుముతూ స్పర్శాలోకంలో తేలియాడాదారు. మధ్యలో వలువలేందుకున్నారేమో? వాటిని వదిలించుకోవడానికి పరస్పరం సహరించుకున్నారు. ఒక్కొక్క వస్త్రం విడివడ్డప్పుడల్లా ఏదో తన్మయత్వం. ఇంకా ఏదో కావాలనే తపన. ఎదో సాధించాలనే పట్టుదల. వెన్నెల చల్లదనం, వారి శరీరాల్లోని వేడికి తట్టుకోలేక పోతోంది. ఎలాగైతేనేం, వారు తమ మొదటి పుట్టిన రోజుకి మారారు. ఒకరిలో ఒకరు లీనమయ్యారు. ఉప్పెనలా పొంగిన కడలి, కాసేపైన తర్వాత శాంతించింది. వారు కొంతసేపు సేద దీరారు. నిద్రలోకి జారుకున్నారు. నిద్రనో, మెలకువనో తెలియని స్థితిలో వారు రాత్రంతా మళ్లీ మళ్లీ ప్రణయాంబుధిలో జలకాలాడారు. కోడి కూసేసరికి ఇహలోకంలోకి వచ్చారు. మామూలు బట్టల్లోకి మారి మంచె దిగారు. కిష్టయ్య, రుక్కవ్వను సెంద్రవ్వ ఇంట్లో దింపి తమ ఇంటికి చేరాడు.

ఆశయ్యకు ఇంకో ఐదు రోజులు సెలవు పొడిగించమని ఫోన్ చేశాడు కిష్టయ్య. అదే అదనుగా ఆశయ్య అత్తవారింట్లో అల్లుడి మర్యాదలు పొందుతూ రోజూ విందులతో తూలతూగాడు.

కిష్టయ్య తన తండ్రితో ఆశయ్య తరపున వాదించాడు. రుక్కవ్వ కూడా తన తల్లికి ఏదో సాకుతో నెచ్చెలి ఇంట్లో తన మకాం పొడిగించింది. ఇంకో ఐదు రోజులు బోనస్ గా లభించాయి ఆ జంటకు.

అలా వారు పదిహేను రోజులపాటు, వెన్నెల వెలుగులో తమ దాంపత్య సామ్రాజ్యాన్ని అదిరోహించారు. ఏ ఐదు నక్షత్రాల హోటలు గదిలో కూడా లభించని శయ్యాసుఖం, వారికి ఆ ప్రకృతి ఒడిలో సమకూరింది. ఆ విధంగా వారు ఆషాఢమాసం అడ్డకిని అధిగమించగలిగారు.

తన ప్రోద్బలంతోనే తమ పాలేరు పది రోజుల సెలవుపై వెళ్లాడని తన తండ్రికి తెలియకుండా జాగ్రత్త పడ్డాడు కిష్టయ్య.

అలాగే సెంద్రవ్వ కూతురి బారసాల కూడా కట్టు కథ అని తన తల్లి దండ్రులకు తెలియకుండా చూసింది రుక్కవ్వ,

వారిద్దరికీ తెలియని విషయం ఏమంటే, వారి నిర్వాకం రెండు రోజుల్లోనే ఇరు కుటుంబాలకు తెలిసింది. పల్లె టూరిలో అలాంటి విషయాలు దాగుతాయా? క్షణాల్లో దావానలంలా పాకుతాయి. కామందుల కుటుంబాలు కాబట్టి జనాలు పెద్దగా చెవులు కొరుక్కోలేదు. పెళ్లైన దంపతులే కదా? కొత్తగా పెళ్లైన జంటకు ఆ మాత్రం ఆత్రం సహజమే అని మిన్నకున్నారు వారు.

19. నడుం(డ్రి పల్లెల లగ్గం సూద్దం---

ఇప్పుడంటే ఉన్నోల్లు, లేనోల్లు ఫంక్షన్ హాల్లల్ల లగ్గాలు జేత్తునరు గని మునుపు పల్లెలల్ల, ఆల్ల ఇంటిముందే మామిడాకుల పందిరికింద లగ్గాలు అయితుండే. గిది దగ్గరిదగ్గర యాభై ఏండ్లకింది ముచ్చట. ఆ ఊరు పేరు ధర్మోరా. గది నిజాంబాద్ జిల్లా, మోర్తాడ్ మండలంల ఉన్నది. గదే పిల్లగాడి ఊరు. ఇగ పిల్లోల్లది చౌట్ పెల్లి, కమ్మరిపెల్లి మండలం, నిజాంబాద్ జిల్లా. రెండూర్ల మధ్య దూరం, పదియోడు కిలోమీటర్లే, గని పోయెతందుకు రెండు గంటలు కావాలె. ధర్మోరా నుంచి దొనుకంటి ఐదు కిలోమీటర్లు బస్సు మీద, ఆడికెల్లి కమ్మర్ పెల్లి దాక ఆరు కిలోమీటర్లు ఇంకో బస్సు మీద, ఆడికెల్లి పొత్తుల ఆటోల చౌట్పెల్లిదాక ఆరు కిలోమీటర్లు. బస్సులు మన టైంకు ఉంటయే? అవ్విట్ల టైం కు మనం పోవాలె. అయినా పోయెతందుకు రెండు గంటలకెక్క సమయం పడుతుండె. గిప్పుడంటే ఇంటింటికి స్కూటర్లు, మోటర్ సైకిళ్లు ఉన్నై గని యాభై ఏండ్ల కింద యాడుండె? ఊరు కొక్కటి రెండు బండ్లుంటే మాయక్క. గీ కత లోపలికి పోయేముందు ఒక నాలుగైదు నెలలు యెనుకకు పోవాలె.

పిలగాడి పేరు సుధీర్. అల్లది మమ్మయి(ముంబయి) ల స్థిరపడ్డ కుటుంబం. అమెరికల ఉన్న తెలుగోల్లు, మనదేశంల ఉన్న ఆల్ల ఊరు దిక్కు పిల్లలను లగ్గం జేసుకున్నట్లు, ముంబయిల ఉన్న తెలుగోల్లు కూడా తెలుగు రాష్ట్రాలలోని తమ జిల్లా దిక్కు పిల్లకొరకు జూత్తరు. అట్ల జేత్తె, ఆల్ల ఇంటి పద్ధతులు కలుత్తై అనుకుంటరు. సుధీర్ యం.ఏ. పాసై ఏదో గవర్మెంటు కొలువు జేత్తున్నడు. ఇరువై యోడేండ్ల పిల్లగానికి లగ్గం జెయ్యాలని ఆల్ల అవ్వ భూదెవ్వ, బాపు భూమయ్య, అనుకున్నరు. ఎండాకాలం తాతీల్లల్ల లగ్గం జెయ్యాలని, ఒక నెలముందే దేశం పొయింది సుధీర్ తల్లి. ముగ్గురు నలుగురు పిల్లలను జూత్తే సుధీర్ పొయి ఒక పిల్లను పసంద్ జేత్తడని ఆల్లు అనుకున్నరు. మంగళసూత్రం, పాట్నీలు, సెపులారు ఇంక గొన్ని సొమ్ములు దీసుకొని భూదెవ్వ దేశం గాడెక్కింది. పంచాంగం జూసే సుధీర్ తండ్రి భూమయ్య, లగ్గం మూర్తం కూడా చూసి తన భార్యకు చెప్పిండు. అంటే పిల్ల ఖర కాలేదు గని లగ్గం మూర్తం ఖరైందన్న మాట!

అనుకున్నట్టుగనే భూదెవ్వ కొందరు సుట్టాలను అర్సుకొని ముగ్గురు పిల్లలను సూసి పెట్టింది. సుధీర్ ఆఫీస్ ల నలుపై దినాలు రజ దీసుకొని దేశం పోయిండు. ఒక ఆటో రిక్షా మాట్లాడుకొని మూడు దినాలల్ల, ఆల్ల అవ్వ పసంద్ జేసిన పిల్లలను జూసిండు. సుట్టాలతోని ఇశారం జేసి చౌట్ పెల్లి పిల్లను పసంద్ జేసిండు. పిల్లకు పిల్లగాడి నౌకిరి నచ్చింది. ఇంకా ముంబయిల ఉండుడంటే శాన ఖుషీ అయింది. ఆ అమ్మయికి ఏదన్న పెద్ద సిటిల ఉండాలని సిన్నప్పటినుంచి ఖాయిష్. ఇంకేం? లగ్గం పనులు మొదలైనై. మర్నాడు పిల్లోల్లు పిల్లగాడి ఇల్లు జూసెతందుకు ధర్మోరా అచ్చింద్రు. ఆడ జూత్తే ఏమున్నది? పిల్లగాడికి ఆల్ల ఊర్లె ఇల్లే లేదు. ఆల్ల పెద్ద బాపు ఇంట్ల లగ్గం జేత్తమని జెప్పింద్రు. కొందరు ఓరలేనోల్లు, గా ఇల్లు లేనోల్లింటికి మీ పిల్లలిత్తరా? అని ఉప్పేసింద్రు.

'మీక్కావాలంటే మా ఊర్లె ఇంక మంచి సదుకున్న పిల్లగాండ్లున్నరు, పట్నంల నౌకిరిలు జేత్తున్నరు' అన్నరు. గది ఇని, పిల్ల తల్లిదండ్రులు నారాజ్ అయిండ్రు. మరి లగ్గం ఖర జేసుకుందమా? లేదా? అని ఇశారంల వడ్డరు. ఆల్లతోని అచ్చిన కులం పెద్ద మనిషి,

"పిల్లగాడి తండ్రి ముప్పై ఏండ్ల నుంచి ముంబయిలున్నడు. ఆడ ఆల్లకు సంతంగ కొటీడున్నది. పిల్లగాడికి మమ్మయిలనే సర్కారి నౌకిరి ఉన్నది. గీ ఊర్లె ఉండవోయిండ్రా? ఏమన్నానా? ఐనా ఆల్లకు, ఈ ఊర్లె ఇల్లుగట్టుకునెతందుకు పిలేట్ జాగ ఉన్నది. రేపు తెల్లారి దేవుడు ఎత్తుకుంటే, ఈడ పెద్ద ఇల్లు గట్టుకుంటరు. ఈడ బీడీల కంపిన్ల ప్యాకింగ్ జేసెటోల్లే లక్షలకు లక్షలు ఉండావను(వరకట్నం) అడుగుతున్నరు. గీల్లు పైస కట్నం దీసుకుంటలేరు. ఈడైతే గా సర్కారి నౌకిరి జేసే పిల్లగాడు ఇరువై లక్షలు వోసినా గాని రాడు. నా మాటిని పిల్వకుంట అచ్చిన లచ్చిమిని మర్లగొట్టకుండ్రి. ఓరలేనోల్లు ఎన్నన్న జెప్పుతరు. మనకు లేకుంటే ఆల్లు తెచ్చిత్తరా?" అని నచ్చజెప్పిండు. గప్పుడు పిల్ల అవ్వ, బాపుకు తిరమైంది. పెట్టుపోతలు మాట్లాడుకొని, సమ్మందం ఖర జేసుకున్నరు. బామనాయినకు జూపిత్తె, భూమయ్య సెప్పిన మూర్తమే మంచిగున్నదన్నడు. నాలుగు రోజులైనంక సక్కరి పుడిగె (నిశ్చితార్థం) అనుకున్నరు. ఆనాడు, పిల్లగాడోల్లు ఓ పదిమంది పిల్ల ఇంటికి పోయి పిల్ల మెడల సెపులారు (బంగారం చైన్) ఏసి 'మా పిల్ల సునీత అని పేరు వెట్టుకున్నరు. మర్నాడు పది మంది పిల్లోల్లు పిల్లగాడి ఇంటికచ్చి అత్తులం ఉంగురం సుధీర్ కు తొడిగి, భోంచేసి పోయిండ్రు.

ఇగ పిలగాడు తన మ్యాన బావను తీస్కొని ఆర్మూర్ పోయిండు. ఆడ తెలుగుల, ఇంగ్లీషుల లగ్గం పత్రికలు ఛపాయించె తందుకు ఇచ్చి, పెండ్లి బట్టల కొరకు నిజాంబాద్ పొయిండ్రు. ఆడ పిల్ల జెప్పిన రంగు పట్టు శీరె తీస్కొని ఆమె కొలుతకు జాకెట్ కుట్టెతందుకు ఇచ్చిండ్రు. అట్లనే పిల్లగాడికి సూట్ బట్ట తీస్కొని అక్కడి మంచి దర్జీ దగ్గర పట్టేసిండ్రు. లగ్గం తారీకు కంటే నాలుగు దినాల ముందు పొద్దుగాల్ల ట్రయల్ ఇంకా అదే రోజు సాయంత్రం వరకు ఫైనల్ కుట్టి ఇత్తామని ఆ దర్జీ వాద జేసిండు. సుట్టాలకు పెట్టే బట్టలు గూడా తీసుకొని ఆర్మూర్ పోయి ఛపాయించిన పెండ్లి పత్రికలు తీస్కొని రాత్రి వరకు ధర్మోరా జేరిండ్రు.

తెల్లారి తెలుగు పెండ్లి పత్రికలు సదిపిచ్చుకున్న భూదేవ్వ, ఒక కొత్త రాగం ఎత్తుకున్నది. నా కొడుకు లగ్గం పత్రికల నా పేరు లేకుంటెట్ల? ఆ ప్రెస్ ల ఉన్న నమూనా పత్రిక ప్రకారం, "మత్ జ్యేష్ఠ పుత్రుండగు సుధీర్..." అని వేసి ఆహ్వానించు వారిగా కేవలం భూమయ్య పేరు వేయడం జరిగింది. భూదేవ్వ మాటను తీసెయ్యలేక, దేవుడాంట, ఆమె పేరు కూడా భూమయ్య పేరుపైన పెన్నుతో రాసుడైంది. మున్నూరు పత్రికలమీద భూదేవ్వ పేరు రాసేతలికి గంటకంటే ఎక్కసేపే పట్టింది. స్త్రీవాద గంధం కూడా తెలియని ఒక పల్లెటూరి వనిత తన గుర్తింపుకోసం పడ్డ తపనకు అదొక ఉదాహరణ.

ఇగ లగ్గం పత్రికలు సుట్టాలకు పంచెతందుకు నలుగురు మనుషులు నాలుగు దిక్కులకు పోయిండ్రు. దగ్గరి సుట్టాలను మూడు నాలుగు దినాల ముందే రమ్మన్నరు. పిల్లగాడి ఆఫీసు దోస్తులకు

గొన్ని ఇంగ్లీష్ పత్రికలు రజిస్ట్రర్ పోస్ట్ ల పంపిండ్రు. ఇంక ముంబయిల ఉన్న దగ్గరి సుట్టాలకు గుడా పోస్ట్ ల పంపిండ్రు.

పిల్లగాడి తండ్రి భూమయ్య, లగ్గం యోడు దినాల ముందు ముంబయికెల్లి అత్తనని కారటు రాసిండు. గప్పుడు ఊర్లె ఫోన్లు లేవు. సెల్ ఫోన్లైతే అస్సలు లేవు.

ఇంట్ల గాసం నింపిండ్రు. లగ్గం కంటే ముందటి ఐతారం పోషవ్వకు బోనం పెట్టిండ్రు. లగ్గం రెండు దినాలముందు, కులపోల్లచ్చి, ఇంటి ముందట మామిడాకుల పందిరేసిండ్రు. పందిరి పోషవ్వకు బోనం పెట్టినంక, భోంచేసి పోయిండ్రు. గా రీతి రివాజులు జూసి, పెండ్లి పిల్లగాడు హైరత్ అయిండు. ముంబయిల పుట్టి పెరిగినోడికి అవన్ని ఇసిత్రంగ ఉన్నయ్. అయినా సుధీర్ కు అవి మంచిగనిపిచ్చినయ్. తన మూలాలకు పొయే మౌకా అచ్చినందుకు ఖుశీ అయిండు. కాని అయనకు ఒకటే చింత వట్టుకున్నది. లగ్గం కంటే ముందు పెండ్లి పిల్లతోని మాట్లాడే సందు దొరుకక పాయె అని.

'గదే ముంబయిల ఐతే ఎట్లన్న ఆమెను కల్సుకొని మాట్లాడే చాన్స్ దొరుకిచ్చుకుంటుంటి' అని మనుసుల అనుకున్నడు. పెండ్లి పిల్లగాన్ని జేసినంక ఎటు పోరాదాయె. కట్టేసినట్టయింది సుధీర్ కు.

ఆట్టిట్ల లగ్గం ఒక్క దినంలకచ్చె. మంగళాయినను పిల్సి, పందిరి కింద మైలపోలు(గోర్లు) తీసిండ్రు. కుమ్మరోల్లింటికెల్లి అయినార్ల కుండలు ఎదుర్కచ్చిండ్రు. అటెనుక కులం భోజనం పెట్టిండ్రు. లగ్గం పిల్లోల్ల ఇంట్ల ఉంటదని, లగ్గం కంటె ఒక దినం ముందు ఊర్లె ఉన్న కులపోల్లందరికి పిలగాడోల్లు దావత్ ఇచ్చుడు రివాజు.

లగ్గం, మర్నాడు పొద్దుగాల్ల పదేంగ. గందుకని ఒక రోజు ముందే పిలగాన్ని పిల్లింటికి కార్ల తీస్కపోవుడు పద్ధతి. మర్నాడు సుట్టాలందరు లగ్గం టైముకు బస్సుల పోవాలె. కిరాయికి బస్సు దొరుకలేదు గందుకని ఒక లారి మాట్లాడిండ్రు. లారీలకు లగ్గం పార్టి ని తీసుకపోయేతందుకు పర్మిషన్ ఉండది. గందుకని ముందురోజు రాత్రి పోలీసోల్ల బుగులుండది. పిల్లగాన్ని, లగ్గం సుట్టాలను లారీలనే పంపియ్యాలని అనుకున్నరు. అదక్కడ మామూలే.

రాత్రి తొమ్మిది వరకు, పిలగాడోల్లు భోంచేసి తయారుగ ఉన్నరు. ఇగ లారీ రాంగనే పోదామని, దగ్గరి దగ్గర నూట యాభై మందిని తయారు సేసిండ్రు. పిల్లగాడికి బాశింగాలు కట్టి ఇంటి దగ్గరి హనుమంతుని గుడిదాక డప్పులతో తీసుకపోయిండ్రు. దగ్గర దగ్గర పదేంగ సిన్నాగు గడ్డకాడినుంచి హారణ్ ఇనవడ్డది. లారి అచ్చిందని అందరు లేసి ఆల్ల సామాన్లు సదురుకుంటున్నరు. అంతట్ల ఒకాయాన అచ్చి, లారి ఉసికెల దిగవడ్డది, దాన్ని గుంజెతందుకు కొందరు మనుషులను పంపుమన్నడు. ఆ ఆగుల ఆనకాలం, ఒక రెన్నెల్లు నీళ్లుంటై. మిగిలిన పది నెల్లు ఉసికెనే. ఆడ వంతెన కట్టుమని ఊరోల్లు ఎన్ని అర్జిలు పెట్టుకున్నా, పట్టిచ్చుకొనెటోడు లేడు. అందరు నిరాశతోని మల్ల కూసున్నరు. కొంచెం బలంగున్న అయిశి పిల్లలు వాగ్గడ్డకు లారీ గుంజెతందుకు పోయిండ్రు. ఆల్లు పొయి గంటకెక్క టైమైనా లారీ ఉసికెలకెల్లి ఎల్లనట్టున్నది. పన్నెండు గొట్టినంక హారణ్ ఇనిపించింది.

లారీ ఉసికెల కెల్లి ఎల్లిండచ్చు అనుకొని అందరు, హనుమంతుని గుడి నుంచి సిన్నాగు దిక్కు నడుసుడు సురూ జేసింద్రు.

ఎప్పుడు అంగి లాగు తొడుక్కునే సుధీర్ కు దోతి గట్టుకొని నడుసుడు తిప్పలుగున్నది. బాసింగాలు కట్టుకున్నంక బట్టలు మారద్దని పెద్ద మనుసులు జెప్పిరి. ఎట్లనో దోతి అంచు సేతుల పట్టుకొని మెల్లగ అడుగు మీద అడుగేసుకుంట, నడిసిండు సుధీర్. సిన్న పిల్లగాండ్లు నిద్రచ్చి జోగుతున్నరు. ఆల్లను ఎత్తుకోలేక ఆల్ల తల్లిదండ్రులు అపసోపాలు పడ్డరు. ఎన్నేండ్లైనా సిన్నాగు మీద వంతెన కట్టనందుకు గౌర్మెంటును తిట్టుకున్నరు. ఊరి సర్పంచు ఏం జేత్తున్నడని కొందరు సవాల్ జేసింద్రు. లారి దగ్గరికి పొయి సూత్తె ఏమున్నది? లారీ ఇంకింత ఉసికెలోపలికి దిగవడ్డది. లారీ డ్రైవర్ సేతులెత్తేసిండు. ఇంకో లారి మాట్లాడుకోమన్నడు. గంత రాత్రి, పల్లెటూల్లె ఏ లారి దొర్కుతది? అందరికి సింతవట్టుకున్నది. గంత మంది తొమ్మిది కోసులు నడిసే పరిస్థితి లేకపాయె. పిల్లగాడికి కారు పంపించినా, ఆయనన్న యాల్లకు చౌట్ పెల్లి సేరుతుండె. అందరు ఇశారంల వడ్డరు. గప్పుడు ఒకాయినకు యాదికచ్చింది. పక్కనున్న శెట్ పెల్లి ల ఒక తెలిసినాయినకు లారీ ఉన్నదని. ఎక్కడికి బాడిగెకు పోకపోతే గది దొరుకుతదని ఆశ పుట్టింది. ఎంటనే ఇద్దరిని సైకిల్ మీద శెట్ పెల్లికి రవాణ జేసింద్రు. పెండ్లికి తయారైనోల్లు ఆగ్గడ్డ దగ్గరి రాజేసుని గుడికి పోయి కూసున్నరు. రెండు బిజిలిలు తెప్పిచ్చి ముట్టిచ్చింద్రు. పిల్లగాడు సుధీర్ కూ యాష్టచ్చి, ఆల్ల అవ్వ, బాపు మీద ఎగిరిండు. “ముంబయిల లగ్గం బెట్టుకుంటె గీ తిప్పలుంటుండెనా? నా రజ గుడా బచాయిస్తుండె. దేశంల మనోల్లందరి ముందు లగ్గం జేత్తే అదొక సంబురమని గీడికి దెత్తిరి. గీడ టైముకు బస్సులు దొరుకై, కార్లు దొరుకై, గీ లారీ గుడా దగా ఇచ్చే.”

“గీ లారి ఉసికెల దిగవడ్తదని మేం కల గన్నమా? మనది పెద్ద బలుగమాయె. ఈల్లందరు మమ్మయత్తే ఆల్లను యాడ దించుతం? మనయే అగ్గిపెట్టసుంటి రూములాయె. ముప్పై ఏండ్ల సంది మమ్మయిలుంటిమి. ఇంటికి పెద్దకొడుకువు, నీదే మొదటి లగ్గమాయె. గిట్ల లగ్గాలల్ల కలుత్తెనే మనోల్లు మీకు గుర్తుంటరు. లేకుంటే ఆల్లోల్లో, మనమోల్లమో అన్నట్టుంటది.” భూమయ్య కొడుకును మందలించిండు. సుధీర్ గమ్మునున్నాడు. దగ్గరి దగ్గెర రెండేంగ శెట్ పెల్లి నుంచి లారీ అచ్చింది. అందరి పానాలు తిరమైనై. మామూలుకంటే రెండింతలు బాడిగె, గా లారీ అయిన అడిగిండు. గర్జుకు అక్కల్ లేదు. ఏం జేత్తరు? దేవుడాంట ఒప్పుకున్నరు.

ఆడ చౌట్ పెల్లిల పిల్లోల్లు పరేశాన్. రాత్రి పది పదకొండుకు రావాల్సిన లారీ మూడెగినా రాలేదంటే ఏమై ఉంటది? ఏమన్న యాక్సిడెంట్ అయిందే? రెండూర్లల్ల ఫోన్లు లేవు. ఏ మత్ లబు తెలక ఆల్లు కిందా మీదైతున్నరు. అట్లిట్ల పెండ్లి లారీ పొద్దుగాల్ల నాలుగేంగ చౌట్ పెల్లి సేరింది. అందరి మనుసులు శాంతమైనయ్. పిల్లగాడోల్లను పద్మశాలి సంగం నివాసం ల దిపింద్రు. పిల్లగాడికి ఆడనే ఒక రూం ఇచ్చింద్రు. ఇద్దరు ముత్తైదువలు పెరుగు సద్ది, చుడ్వ ఫలారం సుధీర్ కు తినవెట్టింద్రు. రెండు మూడు గంటలు అరాం జేసినంక యోడేంగ చాయ్ దీస్కొని అత్తమని జెప్పి ఆల్లు పోయింద్రు. సుధీర్ పండుకున్నడు. కని నిద్ర రాలే. అటు ఇటు పొర్లి, ఆరేంగ బయటికి పొయి, పండ్లు

తోముకున్నడు. గప్పుడు చాయి ఫలారం అచ్చింది. అవైనంక స్నానం జేసిండు. అటెనుక ఐదుగురు ముత్తైదువలు పిలగాడికి బాశింగాలు కట్టి, రెండు పిడికిల్ల బియ్యం పట్టుకొని మోకాల్లకు, భుజాలకు, నొసలికి జూపిచ్చి నెత్తిమీద పోసింగ్రు. ఇగ పిల్లగాడు లగ్గంకు తయారైనట్టే. పిల్లోల్లచ్చి, అయినార్లు ఎదుర్కొని, డప్పుల బాజాతోని, సుధీర్ ను హనుమాండ్ల గుడికి తీసుకపోయింగ్రు.

కొందరు పెద్ద మనుషులు పైడు ముడుపుకు పిల్లోల్ల ఇంటికి పొయిగ్రు. మగ పెండ్లోల్లు, ఆడ పిల్లోల్లు సిన్న సిన్న రాల్లతోని కొట్టుకున్నరు. అటెనుక సక్కరి, బిస్కిట్లు ఒకరి నోట్లె ఒకరు పోసుకొని కలిసిపోయిగ్రు. లగ్గంల అదొక పద్ధతి, తంతు. పైడిముడుపు అయింది. అదువరకు మూర్తం టైం దగ్గరికచ్చింది.

పిలగాన్ని డప్పులతోని హనుమంతుని గుడికెల్లి సైకిల్ మీద లగ్గం పందిరికి తీసుకచ్చింగ్రు. 'గుఱ్రం మీద, కారు మీద పిలగాడు రాంగ జూసినం గని, సైకిల్ మీద అచ్చుడు పైలసారి జూత్తున్నం' అని కొందరు నగిగ్రు. 'పల్లెలల్ల గివన్ని మామూలే' అని ఇంకొందరు అన్నరు.

ఏమైతేం, మూర్తం టైముకు తలువాలు(అక్షింతలు) పడ్డయ్. అందరు అంతకు ముందు రాత్రి పడ్డ పరేశానీ యాది మర్శింగ్రు. లగ్గంకు సుధీర్ సిన్నప్పుడు ముంబయిల సదుకొని, గప్పుడు దేశంల తిరమైన కొందరు దోస్తులు గుడా అచ్చింగ్రు. పెండ్లి పిల్లాగాడు బాగ ఖుశీ అయిండు. లగ్గంల ఎందరో గుర్తున్నోల్లు బాగ ఏండ్లైనంక కలుసుకొని అలాయ్ బులాయ్ దీసుకున్నరు.

లగ్గమైనంక అందరు భోజనాలకు లేసింగ్రు. గిప్పట్లెక్క సేతుల ప్లేట్లు పట్టుకొని తిన్నట్టు గాకుంట, యత్మినాన్ తోని బంతి భోజనం, అందరు ఇష్టాంగ తిన్నరు.

గా టైంల బామనాయిన పిల్ల, పిలగాడితోని హోమం జేపిచ్చిండు. మల్ల నాగెల్లి బట్టలు తొడుక్కొని వధూవరులు, బైటూరి సుట్టాలనుంచి, కట్నాలు తీసుకున్నరు. అటెనుక పిల్లోల్లు, పిలగాడి ఇంటోల్లు, లగ్గం పందిరి కిందనే భోజనాలు జేసింగ్రు.

ఒక గంట అరాం జేసి ఒడి బియ్యం మలిపింగ్రు. పిల్లోల్ల బియ్యం ఒక ఇంట్ల, పిల్లగాడి బియ్యం ఇంకోల్ల ఇంట్ల పెట్టి, అక్కడి బియ్యం ఇక్కడ, ఇక్కడి బియ్యం అక్కడ, పిల్ల ఒడిల పోసి, ఇద్దరి బియ్యం కలిపింగ్రు. అంటే రెండు కుటుంబాలు కల్సిపోయింగ్రన్నమాట. గా బియ్యం, తర్వాత ఇంటోల్లు, దగ్గరి సుట్టాల ఇయ్యల్సాన్న అయినమప్పుడు, అండుతరు. గా పద్ధతులన్ని సుధీర్ కు ఇశిత్రంగా అనిపించినయ్. కాని అవి పసందైనయ్.

గప్పుడు గా పల్లెటూర్ల ఫోటోగ్రాఫర్లు లేరు. సుధీర్ ఆర్మార్ లోని మంచి ఫోటోగ్రాఫర్ ను మాట్లాడుకున్నడు. ఐతే అప్పుడు మన దేశంకు రంగుల ఫోటోలు రాలేదు. గందుకని అవి తెల్ల–నల్ల ఫోటోలే. పగలు నాగెల్లి బట్టలమీద సుట్టాలందరి ఫోటోలు దీపిచ్చిండు సుధీర్. పిల్లక్కడోల్లు, పిల్లగాడక్కడోల్లు అందరు ఫొటోలు దిగిగ్రు. గా నిషాన్లు ఇప్పటికి సూసుకుంట అందరు సంబుర పడ్తరు. అట్టిట్ల ఆరెగినై. చాయి ఫలారం జేసింగ్రు. పిల్లలు, ముసలోల్లు బువ్వదిన్నరు.

ఇగ పిల్ల ఇంట్ల అప్పగింతల ముచ్చట సురూ అయింది. పిల్ల, ఆల్ల అవ్వ, బాపు, ఇంక మేనత్తలు అందరి కండ్లల్ల నీల్లు. ఒక్కొక్కల్లు సునీత సేతును, పిలగాడి తల్లి, తండ్రి, సుధీర్ సేతులపెట్టి,

'మా బిడ్డను మీ బిడ్డె లెక్క జూసుకొంండ్రి' అని సెప్పుడు, 'గది మీరు జెప్పాల్నా, ఇయ్యాలటికెల్లి సునీత మా బిడ్డనే, మీరేం ఫికరు జేయకుండ్రి' అని పిల్లగాడోల్లు అనుడు, గట్ల గొంత సేపు, పిల్ల దగ్గరి సుట్టాలంత పిల్లను అప్పగిచ్చిన్రు. ఆడికెల్లి హనుమంతుని గుడి కాడికి పోయి, ఆడ పిల్ల, పిల్లగాన్ని మొక్కిపిచ్చి, లారీ కాడ ఇడిసిపెట్టిండ్రు.

గా లారీ ధర్మోరా సేరెతందుకు పదెగినయ్. ఆడ హన్మాండ్ల గుడికాడ మొక్కిపిచ్చి, పిల్ల, పిల్లగాన్ని ఎదుర్కొనుడు మొదలైంది. డప్పులు గొట్టెటోల్లకు ఒశ్కె(బహుమానాలు డప్పు పైన పెట్టి, అవి కింద పడేదాక కొట్టుడు) లేసుకుంట, గది రెండు గంటలు నడిసింది. సుధీర్ కు క్రితం రాత్రి నిద్ర లేదు. ఆ నాడు కూడా తిరం లేకుంట లగ్గం విధివిధానాలు పాటించే సరికి బాగ థకాయించిండు. కాని ఊరి వారి సంబురం మీద నీళ్లు సల్లలేడు. ఎట్లనో ఓర్సుకొని అట్లిట్ల ఆల్ల ఇంటికి జేరిండ్రు. అందరు అలిసి పోయిండ్రు, ఎంటనే పక్కలు పర్సుకొని పన్నరు. కుతిదీర నిద్ర వట్టింది. తెల్లారి లేసి ఇంక లగ్గం తర్వాతి పనులు మొదలు వెట్టిన్రు.

ఆటెనుక ఇయ్యల్సాంల అయినం, సుట్టాలకు కట్నాలు వెట్టుడు, పిల్ల, పిల్ల గాడు దగ్గరి సుట్టాలింటికి భోజనానికి పోవుడు, గిట్ల లగ్గం అయినంక పదారు రోజులు సంబురాలు నడిసినై. అంతట్ల సుధీర్ రజ(సెలవు) కూడా అయిపోవచ్చింది. పల్లెల లగ్గం బలుగం అందరిని దగ్గరికి దెచ్చింది. అందరిని సంతోష పర్సింది.

పల్లెల లగ్గం, ముందుగల్ల గొన్ని తిప్పలు వెట్టినా, మొత్తం మీద గొన్ని దినాలు యాదుండేటట్టు అయింది.

సుధీర్ – సునీతల సంసారం కూడా మంచిగనే నడిసింది. ముగ్గురు పిల్లలు పుట్టిన్రు. ఆల్ల సదులు, లగ్గాలు, అన్ని ఏం కొదువ లేకుంట యాల్లకు అయినయ్.

ఇగ సునీత, సుధీర్, మనుమండ్లు, మన్మరాండ్లతోని, ఆల్ల లగ్గం గోల్డెన్ జూబిలీ కొరకు ఎదిరి సూత్తున్నరు.

(సినీవాలి వార పత్రిక కథల పోటీలో బహుమతి పొందిన కథ- 22 వ సంచిక, తేది 12-11-2021 లో ప్రచురితం)

20. తనకు మాలిన ధర్మం

"అగర్వాల్ గారికి కూడా పాజిటివ్ వచ్చిందట. ఇప్పుడు ఆస్పత్రిలో వెంటిలేటర్ పై ఉన్నారట" జోసెఫ్ వార్త చెప్పాడు.

"మొన్న ఆదివారం నాడు మనతో పాటు ఉన్నాడుగా? అప్పుడే ఏమైంది?" రసూల్ భాయ్ లో ఆందోళన.

"సోమవారం, వారి పక్క ఫ్లాట్ లోని అరోరా గారికి కరోనా సూచనలు కనపడగా, వారింట్లో మగవారెవరూ లేనందున, వారిని తీసుకొని కార్పొరేట్ ఆస్పత్రికి అగర్వాల్ గారే తన కార్లో తీసుకెళ్లారట. అక్కడ అరోరాగారికి పాజిటివ్ అని తేలగానే అక్కడే అడ్మిట్ చేసి తిరిగొచ్చారట. మంగళవారం, అగర్వాల్ గారికి దగ్గు, జ్వరం, శ్వాస తీసుకోవడానికి ఇబ్బంది మొదలయ్యాయట. వెంటనే వారి అబ్బాయి అగర్వాల్ గారిని అదే కార్పొరేట్ ఆస్పత్రిలో చేర్చాడట. అప్పుడు ఆయనకి కరోన సోకిందని నిర్ధారించారట. శ్వాస తీసుకోవడానికి ఇబ్బంది కొనసాగడంతో వెంటిలేటర్ పై పెట్టారట. పరిస్థితి కాస్త సీరియస్ గానే ఉందట" అగర్వాల్ గారి పొరుగింటి రుద్రరాజు గారు చెప్పారు.

"మంచి చేయబోతే చెడు ఎదురైందన్న మాట." జోసెఫ్ తన అభిప్రాయం వెలిబుచ్చాడు.

"అందుకే అంటారు, 'తనకు మాలిన ధర్మం మొదలు చెడ్డ బేరం కలదా?' అని" గిరి ప్రసాద్ కుండ బద్దలు కొట్టాడు.

అవధాని, అగర్వాల్, అరోరా, రుద్రరాజు, జోసెఫ్, రసూల్ భాయ్, నగర శివార్లలో ఉన్న కాలనీ నివాసులు. అంతా అరవై సంవత్సారాలు పైబడి ఉద్యోగాల నుంచి రిటైరైన వారే. కరోనా లాక్ డౌన్ కాలంలో ఇంటి దిగ్బంధంలో ఉన్నవారే. అన్ లాక్ డౌన్ ప్రక్రియ మొదలై ఓ వారం రోజులు గడిచాక, ఇంటివారు ఎన్నో జాగ్రత్తలు చెప్పగా, ముక్కుకు, నోరుకు మాస్క్ వేసుకుని భౌతిక దూరం పాటిస్తూ, రెక్కలు తొడిగిన పక్షుల్లా, తమ కాలనీలోని పార్క్ సన్నిధిలోని చెట్లచెంత, వారంతా వాలిపోవడం మొదలుపెట్టారు. అగర్వాల్, అరోరా ఆస్పత్రి పాలవగా తక్కిన నలుగురు స్వచ్ఛమైన గాలి పీల్చడానికి పార్క్ లో కొలువుదీరారు. తనకు మాలిన ధర్మం అనే మాట వినగానే రుద్రరాజు, తనకూ అలాంటి అనుభవం ఎదురైందన్నాడు. "ఏంటది? చెప్పు, చెప్పు" అని అందరూ కోరస్ పాడారు.

"ఇది జరిగి దాదాపు పది సంవత్సరాలు కావస్తోంది. మా అమ్మగారు 'నాకు కాశీ చూడాలని ఉంది రుద్రా' అని ఎన్నో ఏళ్లు ప్రాధేయ పడింది. నా ఉద్యోగ బాధ్యతల వల్ల, సెలవుకు ఇబ్బందిగా ఉండడం వల్ల మా కాశీ ప్రయాణానికి వీలు కాలేదు. ఓ సారి మా అమ్మకు తీవ్ర జబ్బుచేసి ఆస్పత్రిలో చేర్చాల్సి వచ్చింది. వారం రోజులు ఆస్పత్రిలో ఉండి వచ్చాక ' నేను ఇంకెన్ని రోజులు బతుకుతానో తెలియదు. ఇప్పుడన్నా నాకు కాశీ చూపించరా!' అని దీనంగా అడిగింది. అప్పుడు నా

కళ్లలో నీళ్లు తిరిగాయి. ఉద్యోగ బాధ్యతలకు అంతు ఉండదు. మా అమ్మ కోరిక ఎలాగైనా తీర్చాలనే ఉద్దేశ్యంతో మా అమ్మగారితో పాటు మా కుటుంబమంతా కాశీ యాత్ర చేయడానికి ప్లాన్ చేశాము. ఆ సంగతి తెలుసుకున్న మా పక్కింటి పెద్దమ్మ, తనని కూడా కాశీ తీసుకెళ్లమని మా అమ్మతో రాయబారం నడిపింది.

"ఆమె కొడుకు ముంబయిలో ఉంటాడు. ఈ పెద్దమ్మ అక్కడి ఇరుకింటిలో ఇమడలేక పోయింది. పైగా ఆ కోడలుకి అత్త పొడ గిట్టదు. అందుకే కాళ్లూ చేతులూ ఆడుతున్నాయి కాబట్టి, ఒక్కతే తమ ఇంటి ఓ భాగం అద్దెకిచ్చి, ఆ అద్దె డబ్బులతో రోజులు వెళ్లదీస్తోంది. పెద్దావిడను మనతో పాటే తీసుకెళితే, ఆమెకు కాశీ విశ్వేశ్వరుని దర్శనభాగ్యం కలుగుతుంది, ఆమెకు ఆ అవకాశం కల్పించినందుకు, మనకూ అంతో ఇంతో పుణ్యం దక్కుతుంది." శ్రీమతి సిఫారసు చేసింది. హోం మినిస్టర్ మాటకు ఎదురు చెప్పే దమ్ము లేకపోయింది. 'సరే' అన్నాను. రానూ పోనూ రైలు టిక్కట్లు తీసాను. కాశీలో మన తెలుగువారి సత్రంలో దిగి, అక్కడి పురోహితున్ని కుదుర్చుకున్నాం. అతను మాకు కాశీ విశ్వేశ్వరుడు, అన్నపూర్ణ, భైరవనాథ్ మొదలగు మందిరాల దర్శనం చేయించాడు.

ఆ తర్వాత గంగా తీరంలో మా పూర్వీకుల పిండదానానికి ఏర్పాటు చేశాడు. గంగా నదిలో స్నానాలు చేసి కొంత సేపు గంగా విహారం కూడా చేశాము. నదీ తీరంలోని మణికర్ణికా ఘాట్ లో కొన్ని శవాలు దహనం చేయడం చూశాము. ఆ తర్వాత సాయంత్రం గంగా హారతి కనుల పండుగలా తిలకించాము. ఆ హారతిచ్చే యువకులు మా తెలుగువారని తెలిసి ఆనంద పడ్డాం. ఆ తర్వాత విడిదికి వచ్చాం. మర్నాడే మా తిరుగు ప్రయాణం. అప్పుడు వచ్చింది సమస్య." రుద్రరాజు మంచి నీళ్ల బాటిల్ నుండి నీళ్లు తాగాడు.

" ఆ తర్వాత? అసలు వచ్చిన సమస్యేమిటి? " జోసెఫ్ లో కుతూహలం.

" చెబుతా, చెబుతా నన్ను కాస్త ఊపిరి పీల్చుకోనియండి. మాతో వచ్చిన పెద్దమ్మకు ఆ రాత్రి గుండెపోటు వచ్చింది. మా పై ప్రాణాలు పైనే పోయాయి. మర్నాడు ప్రయాణం అనుకుంటే ఇవేం తిప్పలురా నాయనా! అనుకున్నాను. ఆ సత్రం వారి సహాయంతో పెద్దమ్మను అక్కడి ప్రైవేట్ ఆస్పత్రిలో చేర్చాము. వారు డిపాజిట్ కట్టమంటే నా క్రెడిట్ కార్డ్ తో కట్టాను. ఇరవై నాలుగు గంటలు గడిస్తేనే కాని, ఏమీ చెప్పలేమన్నారు. పెద్దమ్మ ఐ.సీ.యూ. లో ఉంటే, నేనూ, శ్రీమతీ బయట జాగారం చేశాము. మర్నాడు ఉదయమే మా అబ్బాయిని రైల్ టిక్కట్లు రద్దు చేయడానికి పంపించాను. ఆ రోజు సాయంత్రానికి టెస్ట్ రిపోర్ట్ లు వచ్చాయి. గుండెలో కొన్ని బ్లాకులు ఉండడంతో రక్త ప్రసరణ సరిగా కావడం లేదన్నారు. స్టెంట్ లు వేయాలి కాబట్టి ఆపరేషన్ చేయడం తప్పదన్నారు. గాలికి పోయే కంపను ఒంటికి చుట్టుకున్నట్టయింది. ఆ పెద్దమ్మ కొడుకుతో మాట్లాడితే 'ఆపరేషన్ అక్కడ వద్దు, మా ఆఫీస్ మెడిక్లెయిం సౌకర్యంతో ముంబయిలోనే చేయిస్తాను. మీరెగైనా హైద్రాబాద్ తీసుకువస్తే, నేను ముంబయి తరలించి అక్కడే ఆపరేషన్ కి ఏర్పాటు చేస్తానన్నాడు.' పెద్దమ్మ ఆరోగ్యం ప్రయాణానికి అనుగుణంగా లేకపోవడంతో, అమెను నాలుగైదు రోజులు ఆస్పత్రిలోనే ఉంచి చికిత్స చేయించాల్సి వచ్చింది.

జబ్బు మనిషితో రైలులో సుదీర్ఘ ప్రయాణం చేయలేకా, ఏసీలో కూడా రైలు టిక్కట్ల రిజర్వేషన్ దొరుకక, విమానంలో తిరుగు ప్రయాణం చేయాల్సి వచ్చింది. నా సెలవు ఇంకో వారం పొడిగించాను. కాశీలో పొడిగించిన మా బసకూ, విమాన టిక్కట్లకూ నా బడ్జెట్ లో యాభై వేల రూపాయల బొక్క పడింది. పెద్దమ్మ చికిత్సకు ఖర్చు పెట్టిన మొత్తం ఆమె సుపుత్రుడి నుండి రాబట్టడానికి ఏడు చెరువుల నీళ్లు తాగాల్సి వచ్చింది. 'అసలు నన్ను సంప్రదించకుండా అంత ఖరీదైన ఆస్పత్రిలో ఎందుకు చేర్చారు?' అని పేచీ పెట్టాడు. అప్పటి నుండి 'తనకు మాలిన ధర్మం చేయకూడదని చెవులు పట్టుకున్నాను" రుద్రరాజు తన సుదీర్ఘ ఏకరువు ముగించాడు.

"మానవత్వంతో నువు ఆమెకు చేసిన మేలు ఎన్నటికీ వృథా పోదు. ఆ దేవుడు నిన్ను తప్పక కరుణిస్తాడు" జోసెఫ్ ఉవాచ.

"అలాంటి అనుభవం నాకూ ఎదురైంది. కాకపోతే అది, అంత ఖర్చుతో కూడుకున్నది కాదు." రసూల్ భాయ్ అన్నాడు.

" నువ్వూ కానీయ్ రసూల్ భయ్యా!" గిరి ప్రసాద్ లో ఉత్సుకత.

"అవి నేను ముంబయిలో పని చేస్తున్నప్పటి రోజులు. నా జీతానికీ అక్కడి ఖర్చులకీ పొంతన కుదరక, కుటుంబాన్ని హైద్రాబాద్ లోనే ఉంచి నేనక్కడ బ్యాచిలర్ జీవితం ఆస్వాదించే వాణ్ణి. రెండు మూన్నెళ్ల కొకసారి, సెలవులు, శని, ఆదివారాలు కలసి వచ్చినపుడు, హైద్రాబాద్ వచ్చే వాణ్ణి. అలా ఓ సారి హుసేన్ సాగర్ ఎక్స్ ప్రెస్ లో హైద్రాబాద్ బయలుదేరాను. నాకు ఎస్. మూడులో బర్త్ రిజర్వ్ అయింది. నా బర్త్ లో ఓ పెద్దావిడ కూచొనుంది.

అది నా బర్త్ అని చెప్పడం తో ఓ యువకుడు 'సర్! మా అమ్మ గారికీ నాకు టిక్కట్లు తీసినప్పుడు వెయిటింగ్ లిస్ట్ లో ఉన్నాయి. ఇప్పుడు కన్ఫర్మ్ అయ్యాయి కాని మా అమ్మకు ఇక్కడ, నాకు ఎస్. పదకొండులో బర్త్ లు దొరికాయి.

మీకు అభ్యంతరం లేకపోతే ఎస్ పదకొండు లోని నా బర్త్ తీసుకోండి. అప్పుడు మా అమ్మతో నేను ఉండవచ్చు. ఆమె ఆరోగ్యం అంతంత మాత్రంగా ఉంది. నేను తనతో ఉండడం తప్పనిసరి. మీరొక్కరే కాబట్టి, దయచేసి అక్కడికి మారండి' అని విన్నపం చేశాడు.

ఒక సాటి ప్రయాణీకుడిగా ఆ మాత్రం సర్దుకుంటే పోయేదేముంది? అనుకుని నేను 'సరే' నన్నాను. అదే నా ప్రాణం మీది కొచ్చింది. ఛత్రపతి శివాజి టర్మినస్ నుండి బయలుదేరిన హుసేన్ సాగర్ ఎక్స్ ప్రెస్, దాదర్, ఠాణే లో ఆగకుండా, నేరుగా కళ్యాణ్ లోనే ఆగుతుంది. కోచ్ లోపల జనాలు నిండా ఉండడంతో నా సూట్ కేస్, చంక బ్యాగ్ పట్టుకుని ప్లాట్ ఫాం పై దిగాను. అప్పుడుగాని తెలియలేదు, నేనెంతటి సాహసానికి ఒడిగట్టానో. స్టేషన్ నిండా జనం, వారి సామాన్లూ, పిల్లా పాపలతో పరుగెడుతున్నారు. పద్మవ్యూహం కంటే జటిలంగా ఉన్న ఆ జన సమూహాన్ని నా బరువైన లగేజితో పాటు ఛేదించడం చాలా కష్టమైంది. రైలు కదిలే లోగా ఎస్ పదకొండుకి చేరడం అసంభవ మనిపించింది. ఐనా ఎలాగో ముందుకు సాగాను. అంతలో రైలు కదలడానికి సిద్ధంగా ఉన్న సూచనగా విజిల్ వినపడింది. వెంటనే నాకు దగ్గర్లో ఉన్న కోచ్ లో దూరాను. రైలు కదిలింది.

తీరా చూస్తే అది ఎస్. ఆరు కోచ్. అంటే కోచ్ లోపలినుంచే, ఇంకా ఐదు కంపార్ట్ మెంట్లు దాటాలి. రైలు తప్పి పోతుందేమో అన్న టెన్షన్ ఒకపక్కా, లగేజి మోయడంతో నీరసం ఇంకో పక్కా నన్ను ఉక్కిరి బిక్కిరి చేశాయి. ఓ ఐదు నిమిషాలు నుంచుని సేద తీరాను. ఆ తర్వాత నా సామాను మోస్తూ, జనాల్లోంచి సందు చేసుకొని ముందుకు సాగాను. నా సామాను తమకు తగిలిందనే వారి తిట్లు తింటూ అవి నన్ను కాదని అనుకుంటూ, ఎలాగోలా ఎస్. పదకొండు కోచ్ లో నా బర్త్ దగ్గరికి చేరుకున్నాను. అదృష్టవశాత్తు టి.సీ. అక్కడే ఉన్నాడు. ఆ బర్తు శాల్తీ రాలేదని చూడడంతో అది ఆర్.ఏ. సీ. వారికి కేటాయించడానికి సిద్ధంగా ఉన్నాడు. నేను టిక్కట్టు చూపించేసరికి అది ఎస్. మూడు గదా అన్నాడు. నేను బర్త్ మార్పిడి సంగతి వివరించి అతన్ని ఒప్పించేసరికి తాతలు దిగి వచ్చారు. ఆ కోచ్ టీ.సీ. వేరు, నేను వేరు. ఇలా మీలో మీరే బర్త్ లు మార్చుకుంటే మేము డ్యూటీ ఎలా చేసేది? అని మండి పడ్డాడు. చివరికి కొన్ని గాంధీ తాతలు చేతులో పడే సరికి శాంతించాడు. ఆ గంట సేపు నేను పడ్డ యాతన, శ్రమ గుర్తుకు వస్తే ఇప్పటికీ ఒళ్లు గగుర్పొడుస్తుంది. ఆ మనఃస్తాపం మాటల్లో వర్ణించలేను. ఏదో మానవతా దృక్పథంతో ఒకరికి సాయం చేయాలనుకుంటే ప్రత్యక్ష నరకం కళ్ల జూడాల్సి వచ్చింది. అప్పటి నుంచి తనకు మాలిన ధర్మం చేయకూడదని నిశ్చయించాను.” రసూల్ భాయ్ తన కథనం ముగించాడు.

“మీరు చెబుతుంటే నాకూ అలాంటి ఘటన జ్ఞప్తికి వస్తోంది.” గిరిప్రసాద్, తన అనుభవం నెమరు వేసుకున్నాడు.

“మనం ఇళ్ళకు బయల్దేరడానికి ఇంకా బోలెడు సమయముంది. నువ్వా కానీయ్” రుద్రరాజు ఉత్సహ పరిచాడు.

“ఎనిమిది సంవత్సరాల క్రితం నేనిక్కడ మా కంపెనీ, దాక్షిణాత్య రాష్ట్రాల జోన్ కు అధినేతగా ఉండేవాణ్ణి. ఉద్యోగ రీత్యా పలు చోట్లకు తనిఖీకి వెళ్లే పని ఉండేది. కంపెనీ కారు, డ్రైవర్ ను కూడా సమకూర్చింది.

ఓ రోజు నా మిత్రుడు, తన చెల్లి పెళ్ళి ఆహ్వాన పత్రిక తీసుకుని ఇంటికి వచ్చాడు. పెళ్లికి తప్పకుండా రావాలని చెబుతూనే ఇంకో విన్నపం చేశాడతను.

పెళ్ళికి వచ్చే బంధువుల రాకపోకలకు సౌకర్యంగా ఉండేందుకు గాను, రెండు రోజులపాటు నా కారు, డ్రైవర్ ను పంపమన్నాడు. నేను తటపటాయించాను. వ్యక్తిగత అవసరాలకు కంపెనీ కారు వాడటం నాకు ఇష్టముండదు. అదే ఆ మిత్రునికి చెప్పాను. అంతలో మా శ్రీమతి జోక్యం చేసుకుంది.

‘ఆ రెండు రోజులు మీకు సెలవులే కదా? పాపం అన్నయ్య గారు నోరు తెరిచి అడిగారు. ఐన వారికి ఆ మాత్రం సాయపడకుంటే ఎలా? కారు, మన ఇంటి గ్యారేజీలో ఉండే బదులు వారి అక్కరకు పనికొస్తుంది. మీరు ఒప్పుకోండీ” అంటూ దిర్ఘాలు తీసింది. అన్యమనస్కంగానే తల ఊపాను.

'కార్లో పెట్రోల్ మేమే పోసుకుంటాం. తిరిగి ఇచ్చేటప్పుడు ట్యాంక్ నింపి అప్పజెప్పుతాం. డ్రైవర్ కి భోజన పానీయలతో పాటు బేటా కూడా ఇస్తాం.' అన్నాడా స్నేహితుడు.

'కారు సరే. కాని వ్యక్తిగత పనులకు కంపెనీ డ్రైవర్ ని వాడుకోవడం నాకు ఇష్టముండదు. మీరు వేరే డ్రైవర్ ను మాట్లాడుకుంటే మంచిది. కారుకి మాత్రం ఏ చిన్న దెబ్బ తగిలినా మా హెడ్ ఆఫీస్ తో మాట పడాల్సి వస్తుంది. జాగ్రత్త.' నేను హెచ్చరించాను. 'అలాగే. అలాగే' అంటూ తెగ ఆనంద పడ్డాడతను.

పెళ్లికి మేము టాక్సీలో వెళ్లాల్సి వచ్చింది. ఐనా ఓర్చుకున్నాను. రెండు రోజుల తర్వాత, ఆఫీసుకు తీసుకెళ్లడానికి మా డ్రైవర్ వచ్చాడు, కాని కారు పత్తా లేదు. 'ఉదయం ఎనిమిదింటికల్లా కారు మీ ఇంట్లో ఉంటుందని' చెప్పిన మిత్రుని ఫోన్ స్విచాఫ్! నాకు బి.పి. పెరిగిపోతోంది. కంపెనీ కారు ఎందుకిచ్చానా? అని పశ్చాత్తాపం మొదలైంది.

'నువు చెప్పావని ఇచ్చానని' శ్రీమతి పై విరుచుకు పడ్డాను. ఆమె మాత్రం ఏం చేస్తుంది? నా ఆతృత నాది. గడియారం పది గంటలు కొట్టింది. ఇక ఆగలేకపోయాను. నేనూ, డ్రైవర్, ఆటోలో ఆఫీసుకి బయలుదేరాం. దారి పొడుగునా ఆ మిత్రున్ని తిడుతూనే ఉన్నాను, మనసులో. నన్ను నేను కూడా తిట్టుకున్నాను. చేతులు కాలాక ఆకులు పట్టుకుంటే ఏం లాభం? చివరాఖరికి పగలు రెండు గంటలకి ఆ మిత్రుని ఫోన్. నేను అతనిపై విరుచుకు పడ్డాను. అతను మాత్రం శాంతంగా 'నేను చెప్పేది విను గిరీ! పెళ్ళి హడవుడిలో ఫోన్ చార్జింగ్ లో పెట్టడం మరిచి పోయాను. అందుకే అది నీకు స్విచ్ఛాఫ్ అని వచ్చింది. ఉదయం ఏడు గంటలకే మేము కుదుర్చుకున్న డ్రైవర్ ను మీ కారుతో పాటు మీ ఇంటికి బయలు దేరాము. తొందరగా మీ ఇంటికి వచ్చి, మళ్ళీ తన డ్యూటికి వెళ్లాలనే హడావుడిలో అతను కాస్త స్పీడ్ గానే బండి నడిపాడు. అంతలో ఓ ఆవు అడ్డమొచ్చింది. దాన్ని తప్పించడానికి స్టీరింగ్ తిప్పితే కారు పోయి డివైడర్ కి గుద్దుకుంది. ఇంకేముంది పోలీస్ కేసు, పంచనామా, ఆ తర్వాత డ్రైవర్ ను ఆస్పత్రి లో చేర్చి, కారు రిపేర్ కు ఇచ్చి, నీకు ఫోన్ చేసే సరికి ఇంత టైం పట్టింది. చాలా చాలా సారీ గిరీ! సారీ గిరీ! సారీ గిరీ!' అని అతను పలు మార్లు తన విచారం వ్యక్తం చేశాడు. అతను పదే పదే సారీ చెప్పినా, నా మీద 'స్వారీ' చేసిన మనఃస్తాపం ఏ మాత్రం తగ్గలేదు. మొదటి సారి నా సిద్ధాంతానికి విరుద్ధంగా ప్రవర్తించినందుకు తగిన శాస్తే జరిగింది. దాదాపు వారం రోజుల తర్వాత, కారు మా ఇంట్లో వాలింది. దాంట్లో ఉన్న రెండు లీటర్ల మోటర్ ఆయిల్, ఇంకా కొన్ని స్పేర్ పార్ట్ లు మాయమయ్యాయి. కారుకు పడ్డ సొట్టలు అదనం. ఏం చెప్పేది? ఎవర్ని నిందించేది? మళ్లీ నన్ను నేనే తిట్టుకున్నాను. కారు ప్రమాదానికి గురైనందుకు మా హెడ్డాఫీసుకు సంజాయిషీ ఇవ్వాల్సి వచ్చింది. గుడ్డిలో మెల్లగా, ఇన్స్యూరెన్స్ వాళ్లు ఇచ్చిన డబ్బుపోగా, కారు రిపేరుకి ఐన ఖర్చు, ఆ మిత్రుడే భరించాడు. ఐతే వారం రోజులు నా రాకపోకలకి ఐన ఖర్చు నేనే నా నెత్తిన వేసుకున్నాను. అది కూడా నా మిత్రుడు ఇస్తానన్నాడు కాని నా అంతరాత్మ ఒప్పుకోలేదు.

అప్పటినుంచి, తనకు మాలిన ధర్మం కూడదని ఒట్టు పెట్టుకున్నాను." గిరి ప్రసాద్ తన అనుభవాన్ని ముగించాడు. అంతా విన్న అవధాని గారు మొదలు పెట్టారు.

"మీ అందరి అనుభవాల వల్ల మీరు, మీకు మాలిన ధర్మం కూడదని అనుకోవడం సబబే. కాని లోకంలో మానవత్వం అనేదొకటుంది. దాని ప్రభావంతో మనలో చాలా మంది, సాటి వారి కష్టాల్లో, వారిని ఆదుకోవాలనుకుంటారు. మీ లాంటి వారి అనుభవాల వల్ల ఆ తర్వాత సహాయం చేయడానికి వెనకాడతారు. అది సరి కాదు. మీకు ఎదురైన సంఘటనలు, మీ నుండి సహాయం పొందిన వారు కావాలని సృష్టించినవి కావు. దైవ సంకల్పంతో అవి అనుకోకుండా జరిగినవి తప్పితే, ఎవరో మీకు నష్టం కలిగించాలనే ఉద్దేశ్యంతో చేసినవి కావు. మీకు జరిగిన నష్టం, కలిగిన మనస్తాపం, అన్నీ కాకతాళీయమే, తాత్కాలికమే, కాని మీ నుండి సహాయం పొందిన వారి మనసులో మాత్రం ఆ కృతజ్ఞతాభావం ఆజన్మాంతం ఉంటుంది. వారికి మీరు చేసిన ఉపకారం, ఏదో రూపంలో మీకు తిరిగి చేరుతుంది. 'అపకారికి ఉపకారం నెపమెల్లక చేయువాడు నేర్పరి' అన్నాడు సుమతీ శతకాకారుడు. ఆ మధ్య వాట్సాప్ లో ఓ ఉదంతం చదివాను. ఇన్ఫోసిస్ ఫౌండేషన్ అధినేత్రి శ్రీమతి సుధా మూర్తి గారు రైల్లో, దీన పరిస్థితిలో ఉన్న ఓ బాలికను చేరదీసి ఆ అమ్మాయికి చదువు, వసతి కల్పిస్తారు. ఆ తర్వాత మరిచిపోతారు. కొన్ని సంవత్సరాల తర్వాత శ్రీమతి సుధా మూర్తి గారు ఏదో సమావేశంలో పాల్గొనడానికి అమెరికా వెళతారు. అక్కడి ఆమె హోటల్ బిల్లు వేరెవరో చెల్లించారని తెలుస్తుంది. ఎవరు చెల్లించారని ఆరా తీయగా ఓ యువతి తనే చెల్లించానని చెబుతుంది. ఆ యువతి ఎవరో కాదు, రైల్లో శ్రీమతి సుధా మూర్తి గారు చేరదీసినప్పుడు దీన పరిస్థితిలో ఉన్న బాలిక! శ్రీమతి సుధా మూర్తి గారి చలవతో, పై చదువులు చదివి, అమెరికాలో ఉన్నత స్థాయి వరకు ఎదిగిన యువతి! ఇంతకూ చెప్పేదేమంటే మనం చేసిన మేలు వృథా పోదని. ఇది నా స్వానుభవంతో కూడా చెబుతున్నాను. నాకూ మీలాంటి అనుభవాలు ఎదురయ్యాయి. అలా అని నేను నా శాయశక్తులా ఇతరులకు చేయూత నీయడం మానలేదు. నేను చేబదులుగా ఇచ్చిన సొమ్ము, నాకు అవసరమున్నప్పుడు తిరిగి రాక, నేను ఎక్కువ వడ్డీకి అప్పు చేసి నా మాట నిలబెట్టుకున్నాను. అవి జీవితంలోని భాగాలుగా పరిగణించాను తప్పితే, మనసులో ఉంచుకుని బాధ పడలేదు.

అందుకని నేను మీకు విన్నవించేదేమంటే, మనం మన శాయశక్తులా తోటి వారికి సహాయ పడదాం. ఒక్కోసారి మనకు మనఃస్థాపం కలిగినా ఓర్చుకుందాం. మనలోని మంచిని పెంపొంద్దిద్దాం. ఈ జీవన సంధ్యలో సమాజానికి చేతనైన సహాయం చేద్దాం." అవధాని గారు కాస్త పెద్ద క్లాసే తీసుకుని, బయల్దేరడానికి లేచారు. తక్కిన వారు దాన్ని సహేతుకంగా తీసుకుని, ఆయన చెప్పిన అంశాలను నెమరువేసుకుంటూ, తమ తమ నెలవులవైపు అడుగులు వేశారు.

(నేటి నిజం పత్రిక – సాహితీ కెరటాలు తేది 09-12-2022 న ప్రచురితం)

21.తాడు సాగదీస్తే...

శృతికి అసహనంగా ఉంది. పది నిమిషాలకొకసారి వచ్చే 22 నెంబరు బస్సు, అరగంట సేపైనా అయిపు, సయిపు లేనందుకు కోపంగా ఉంది.మండుటెండలో చిరుజల్లులా.....' ఏమండీ! 22 నెంబరు బస్సు వెళ్ళిందాండి?'సులోచనారాణి, నవల్లోని హీరోలా ఉన్న అతని పలకరింపుకి ఒళ్లు జలదరించింది. ఎన్నో రోజులు గా తన మనసులో అణిగి వున్న కోరిక తీరడంతో మనసు పులకించింది."నేను అదే బస్సు కొరకు అరగంట నుండి వేచి ఉన్నానండీ, ఎప్పుడొస్తుందో? ఏమో?"

పవన్ ప్రాణం కుదుట పడింది. తను లేటైనా బస్సు మిస్సవనందుకు సంతోషం కల్గింది. రోజూ బస్సు క్యూలో, బస్సులో, చూసే అమ్మాయిని మొదటిసారిగా పలకరించగల్గి నందుకు తనను తానే అభినందించుకున్నాడు పవన్. ! ఆ అమ్మాయి కూడా మొహం చిట్లించుకోకుండా సవ్యంగా జవాబు చెప్పినందుకు మనసు పులకాంకితమైంది. ఆశ చిగురించింది.

ఇక చెప్పేదేముంది?శృతి – పవన్ బాతాఖానీ లోకి దిగిపోయారు. ఆ రోజు, ఆ తర్వాతి రోజులూ 22 నెంబరు బస్సు ఎంతలేటైనా పట్టించుకోని ఒక అలౌకిక స్థితికి చేరిపోయారు.

"ఓ కరెంట్ ఎకౌంట్ తెరవాలండీ"

"మానేజర్ గారిని కలవండి" "నమస్కారం సార్""నమస్కారం. కూచోండి."

"ఓ కరెంట్ ఎకౌంట్ ఓపెన్ చేయాలండీ' పవన్ అడిగాడు,

"మీరేం బిజినెస్ చేస్తున్నారు?"

'కంప్యూటర్ స్టేషనరీ. జనరల్ స్టోర్ ఓపెన్ చేస్తున్నానండి.""ఎక్కడ మీ షాపు?""మీ బ్యాంకు పక్క సందులోనే మా మేడ ఉంది. క్రింద షాపు, పైన ఇల్లు" చెప్పాడు. సదానందం.

"ఈ వ్యాపారంలో మీకేమైనా అనుభవ ముందా మా బ్యాంకి నుంచి లోనేమైనా కావాలా?" మేనేజర్ అడిగాడు."ప్రస్తుతానికి లోనేమీ అక్కరలేదండీ. అర్నెల్లు, సిటీలోని మా బాబాయి ఆఫీసులో పని చేశాను. ఆయన స్టేషనరీ హోల్సేల్ డీలరు. డిగ్రీ చేసిన రెండెళ్ళయింది. ఉద్యోగం వచ్చే సూచనలు కనిపించడం లేదు. మా బాబాయి ప్రోత్సాహంతో ఆతని అండతోనే ఈ వ్యాపారం మొదలుపెట్టాను".

"మీ ఎక్కౌంట్ ఎవరు ఇంట్రడ్యూస్ చేస్తారు ?"

"గత అయిదేళ్లనుంచి నా సేవింగ్స్ ఎక్కౌంట్ మీ బ్యాంకులోనే ఉంది. అది చాలదా?" సదానందం.'కరెంట్ ఖాతా తెరవడానికి మా ఖాతాదార్ల, అదీ కరెంట్ ఖాతాదార్ల పరిచయమే కావాలి' బ్రాంచి మానేజరు స్పష్టం చేశాడు."సరే ఫారం ఇవ్వండి – నేనెలాగో మానేజ్ చేస్తాను."ఫారం తీసుకుని సదానందం 'ఫ్యూచురా కంప్యూటరీ స్టేషనరీ' పేర ఖాతా తెరిచాడు. ఆ తర్వాత షాపు కూడా తెరిచాడు. బ్యాంకులో అతని లావాదేవీలు మొదలయ్యాయి.

'నటరాజ్లో దిల్తో పాగల్ హై చూద్దామా'బస్ స్టాప్ బాతాఖానీతో ఎన్ని రోజులు

సరిపెట్టుకోవడం? అని మనసులో అనుకుంటూ."లేదండీ- `టైటానిక్' చూడాలనుంది." శృతి తన ఇష్టం తెలిపింది.

'మీరు ఇంకా చూడలేదా? నేనెప్పుడో మా కొలీగ్స్ తో కలసి వెళ్ళాను. మీ కంపెనీ ఉంటే మళ్ళీ చూడడానికి నాకే అభ్యంతరమూ లేదు.' పవన్ చాన్స్ వదలి పెట్టుకోదలచ లేదు. సినిమా ఎవరు చూడబోయారు?

అని మనసులో అనుకుంటూ,"సరే వచ్చే ఆదివారం సెకండ్ షోకి టిక్కట్లు బుక్ చేయించండి" శృతి గ్నీన్ సిగ్నల్ ఇచ్చింది.పవన్ మనస్సు పవనం కంటే వేగంగా పయనించి శృతితో కలసి సినిమా చూస్తూ శృతిలయతో నాట్యం చేసింది. ఏమేమో ఊహించుకుంది.ఏవో విన్యాసాలు చేసింది. ఆ థ్రిల్ లోంచి తేరుకోవడానికి చాలా టైమ్ పట్టింది పవన్ కు.

'ఫ్యూచురా కంప్యూటర్ స్టేషనరీ' వ్యాపారం బాగా పుంజుకుంది. నెలసరి లావా దేవీలు లక్షలకు చేరాయి. బ్యాంకు ఖాతాలో దాదాపు లక్ష రూపాయల దాకా నిలువ వుంటోంది. బ్రాంచి మానేజరు, సదానందం మంచి మిత్రు లయ్యారు. క్లియర్ కాని చెక్కుల డబ్బులు డ్రా చేసుకోనివ్వడం, డి.డి. కమిషన్లలో రాయి తీలు – ఇలా బ్యాంకు విలువైన ఖాతాదార్ల కిచ్చే అన్ని సౌకర్యాలు 'ఫ్యూచురా కంప్యూటర్ స్టేషనరీ' ఖాతాకు లభిస్తున్నాయి. పండగ సందర్భాల్లో బ్యాంకు స్టాపుకు చిన్న చిన్న బహుమతులివ్వడం, బ్రాంచి మానేజరుకు ఎ.సి. హోటల్లో పార్టీ లివ్వడం- ఇలా చేసి బ్యాంకులో మంచి పరపతి సంపాదించాడు సదా నందం.

పవన్–శృతిల కలయిక బస్సు స్టాపు నుంచి సినిమాలకు, పార్కులకు, షాపింగ్ సెంటర్ లకు ఎదిగింది. చిన్న, చిరు బహుమతులతో మొదలై, ఖరీదైన బంగారు ఆభరణాలు వరకు పవన్ నుండి శృతికి లభించాయి. శృతి కూడా తన జీతం రాగానే జీన్సు, టైలు, షర్టులు పవన్కు ఇవ్వసాగింది. ఓ రోజు పార్కులో...."ఎన్నాళ్ళిలా ఊరిస్తావు?" గారం పోయాడు పవన్."ఏమిటి నేనూరించేది? నేను నోరు తెరచి చెప్పాలా" "ఆడదాన్నైన నాతోనే చెప్పించాలని చూస్తున్నావా పా?"మన పెళ్ళికి మీ వాళ్ళొప్పుకుంటారంటావా శృ? పవన్ డైరెక్టుగా విషయంలోకి దిగాడు."అడిగితే తెలుస్తుంది. మరి మీ వాళ్ళ మాటేమిటి?" శృతి తక్కువ తినలేదు. "మా వాళ్ళతో చూచాయ గా కదిపాను. పెద్ద అభ్యంతరం ఉండేట్లు లేదు. మాట్లాడడానికి మీ ఇంటికి ఎప్పుడు వచ్చేది?" పవన్ తొందర పవన్ ది.'మా ఇంట్లో నా మాట కాదనరు. మా నాన్న నడిగి మీరెప్పుడు రావాలో రేపు శనివారం మనం కలిసినప్పుడు చెబుతాను"“శనివారం నీ రాకకై వేయి కన్నులతో ఎదురు చూస్తాను."

''దిల్ ఖుష్ ' హోటల్ బార్ రూం.బ్యాంక్ బ్రాంచి మానేజరు, సదానందం ఓ మూల సీట్లో కూర్చుని మందు మంతనాలు చేస్తున్నారు. రెండో రౌండ్ నడుస్తోంది."ఈ మధ్య కంప్యూటర్ వాడకం చాలా పెరిగిపోయిందండీ, దాంతో మా స్టేషనరీకి కూడా విపరీతమైన డిమాండ్ వచ్చింది. కాని కాంపిటీషను కూడా పెరగటంతో ధరలు తగ్గించి అమ్మాల్సి వస్తోంది. టర్నోవరు పెరిగినా లాభాలు తగ్గాయి."మా బంధువు ఒకాయన కంప్యూటరు ఇంజినీయరు. కంప్యూటర్ల తయారీలో మంచి

అనుభవముంది. కంప్యూటర్ ఎసెంబ్లీలో మంచి లాభాలుంటాయని ఓ కంప్యూటర్ మాన్యుఫాక్చరింగ్ కంపెనీ పెడదామని ప్రతి పాదించాడు". "ఇక ఆలోచించేదేముంది? మొదలు పెట్టండి." మందు పని చేస్తోంది. బ్యాంకు మానే జరుకు హుషారొచ్చింది.: "అది ఎక్కువ పెట్టుబడితో కూడుకున్న వ్యవహారం. దానికి మీ సహకారం కావాలి. మీరు లోనిస్తానంటేనే నేను అందులోకి దిగు తాను. అంత పెట్టుబడి నా ఒక్కనితో కాదు సదానందం ముగ్గు మొదలు పెట్టాడు. "మీ లాంటి వాళ్ళకి లోను ఇవ్వడానికి కాకపోతే మా బ్యాంకు లెందుకున్నాయి చెప్పండి? మీ ప్రాజెక్ట్ రిపోర్టు ఇవ్వండి. మా రీజనల్ ఆఫీస్ కి తప్పకుండా రికమండ్ చేస్తాను." – బ్రాంచి మానేజరు ముగ్గులోకి దిగాడు.

"మనమెంత అదృష్టవంతులం శృ! ఏ మాత్రం రాద్ధాంతం లేకుండా ఆటంకం రాకుండా మన ప్రేమ ఫలవంతమవడం కలలోలా లేదూ?""అవును పా! నాకూ ఇది నమ్మశక్యంగా లేదు. ఇదంతా నా అదృష్టమనుకుంటున్నాను."నీ ఒక్కదాని అదృష్టమేనేమిటి? మనిద్దరి అదృష్టం. పెళ్ళి రోజు ఎప్పుడా అని ఎదురు చూస్తున్నాను. మన ప్రేమను పరాకాష్ట చేర్చడానికి ఉవ్విళ్ళూరుతున్నాను""నేనూ అంతే పా! అవునూ, హనీమూన్ కి ఊటీ వెళదామా"."ఛ.చ. సగటు వాళ్ళలా ఊటీ ఏమిటి కులూ, మనాలీ వెళదాం. వస్తూ సిమ్లా, మసూరీ కూడా చూద్దాం. కాశ్మీరు గొడవలో ఉందిగానీ లేకపోతే దాల్ లేక్ లోని హౌస్బోటు లోనే మకాం వేసేద్దును.""ఓ! థాంక్యూ పా!" కృతి పవన్ను కరచుకుంది.శృతి భార్యా భర్తలుగా హనీమూన్ కి కూలూ మనాలీ వెళ్ళారు. తిరిగి వస్తూ వస్తూ సిమ్లా, మసూరీ కూడా చుట్ట బెట్టారు. చంద్రుని తేనె జుర్రుకుని వచ్చి గృహస్థాశ్రమంలో స్థిరపడిపోయారు.

"మీ స్టాక్సు, రిసీవబుల్సే కాకుండా ఏదైనా స్థిరాస్తి సెక్యూరిటీగా కావాలని మా రీజనల్ ఆఫీసు నుండి లెటరొచ్చింది." తన చేంబర్ లోనికి అడుగు పెట్టిన సదానందంతో అన్నాడు బ్రాంచి మానేజరు."దాందేముంది? మన మేడ ఇద్దాం. కాని అది మా నాన్నగారి పేరున ఉంది." "పరవాలేదు. మీ కంపెనీలో ఆయనా డైరెక్టరేగా! మీ నాన్నగారి సమ్మతి ఉంటే చాలు. తనఖాకి సంబంధించిన దస్తావేజులో ఆయన సంతకం చేస్తారు గదా?" బ్రాంచి మానేజరు అడిగాడు."ఒక్కగా నొక్క కొడుకుని. నా వ్యాపార వృద్ధికి ఆ మాత్రం సహాయం చేయకపోరు మా నాన్న. మీకు కావలసిన దస్తావేజులు చెప్పండి. అవన్నీ రెండురోజుల్లో అందజేస్తాను."'ఫ్యూచురా కంప్యూటర్ హార్డ్ వేర్ ప్రైవేట్ లిమిటెడ్' కంపెనీకి బ్యాంకు లోను మంజూరు చేశారు. ఫ్యాక్టరీ ప్రారంభోత్సవం అట్టహాసంగా చేశారు. బ్యాంకు రీజనల్ మానేజర్ రిబ్బన్ కత్తిరించారు. బ్రాంచ్ మానేజర్ ముఖ్య అతిధిగా వచ్చారు. స్టార్ హోటల్లో బ్యాంకు అధికారులకు ఇతర సిబ్బందికి మందు–విందు ఆర్భాటంగా ఏర్పాటు చేశాడు సదానందం. అతని వ్యాపార జీవితంలో మరో పర్వం మొదలైంది.

పవన్, శృతి సంసార జీవితంలో అప్పు డప్పుడు కొన్ని అపశృతులు పలికినా, మొత్తం మీద కొన్నేళ్ళు సాఫీగానే సాగింది. మూడేళ్ళ తేడాలో వారికో అబ్బాయి–అమ్మాయి పుట్టారు. ఆ తర్వాత 'ఎర్ర త్రికోణం! వారి అబ్బాయి స్కూలుకి వెళుతున్నాడు. ఇప్పుడు వారి జీవితంలో ఏ ప్రత్యేకతా లేదు. అందరిలా ఓ సగటు కుటుంబం వారిది.

నగరంలోని ప్రముఖ వ్యాపారవేత్తల్లో ఒకడిగా గుర్తింపబడ్డాడు సదానందం. అతని వ్యాపార పరిధి, చుట్టుపక్కల నగరాలకు పాకింది. కొన్ని బ్రాంచీలు తెరిచాడు. కొందరిని డీలర్లుగా నియమించాడు. ఇప్పుడతను రోజూ ఆఫీసుకు వెళ్ళడం లేదు. ఆ అవసరమూ లేదు. ఏ వారం రోజుల కొకసారో ఆఫీసుకు వెళ్ళి అమ్మకాలు, కొనుగోళ్ళ వివరాలు చూస్తాడు. చెక్కులపై సంతకాలు చాలా మట్టుకు ఇంట్లోనే చేస్తాడు. అవసరమైతే బకాయి వసూళ్ళకు ఫోన్లు చేస్తాడు, అంతే గాని చాలా మట్టుకు తన స్టాఫును పంపిస్తాడు.సదానందం తన మకాం నగర శివార్ల లోని తన సొంత బంగళాకి మార్చాడు. వ్యాపారాన్ని విస్తరింపజేయడానికి అతను తరచు క్యాంపులు వేస్తుంటాడు.ఇప్పుడు బ్యాంకుకు కూడా అతను పోవాల్సిన అవసరం లేదు. అతని సిబ్బంది ఆ వ్యవహారాలన్నీ చూసుకుంటారు.ఇప్పుడో కొత్త మానేజరు వచ్చాడు. అతని గాఢ మిత్రుడైన బ్రాంచి మానేజరు, ప్రమోషనుపై వేరే రాష్ట్రానికి బదిలీ అయ్యాడు. కొత్త మానేజరుతో ముఖ పరిచయం తప్ప, అంత సాన్నిహిత్యం ఏర్పడలేదు సదానందానికి. ఇప్పడతను మానేజరు కంటే పై స్థాయిలో ఉన్నాడు. నాలుగుసార్లు ఫోను చేస్తే, ఒకసారి లైన్లోకి వస్తాడు. టూకీగా మాట్లాడి ఫోను పెట్టేస్తాడు..భర్తగా మారిన పవన్ కు ఇద్దరు పిల్లల తల్లిగా రూపొందిన శృతి పై మోజు తీరింది. ఆఫీసులో హోదా పెరగడంతో హోటళ్ళలో పార్టీలిచ్చే పార్టీలు పెరిగారు క్లబ్బులో పేకాట అలవాటైంది. డిన్నరు రోజూ బయటే కానిస్తున్నాడు. రాత్రి పన్నెండుకులోపు అతను ఇంటికి చేరే రోజులు చాలా తక్కువ. అదంతా శృతికి బాధాకరంగా ఉంది. జీవితం సాఫీగా గడుస్తోంది గదా? అని అబ్బాయి పుట్టిన తర్వాత ఉద్యోగానికి రాజీనామా చేసింది. ఇప్పుడు? అసహాయురాలైంది.పవన్ నిర్లక్ష్యం పెరిగింది. వారంలో రెండు మూడు రోజులు వరుసగా ఇంటికి రావడం కూడా మానేశాడు. వాళ్ళ ఆఫీసులోని స్టెనోతో సన్నిహితంగా ఉంటున్నాడని వినికిడి.

తన వ్యాపార సామ్రాజ్య విస్తరణపై దృష్టి కేంద్రీకరించిన సదానందం, ఉన్న వ్యాపారం పై శ్రద్ధ చూపడం తగ్గించాడు. అతని ఉద్యో గులను అదుపులో ఉంచేవారు లేక పోయారు. లెక్కల్లో అవక తవకలు ఎక్కువయ్యాయి. బ్యాంకు వడ్డీ బకాయి పడింది. లోను వాయిదాలు కూడా కట్టలేని పరిస్థితి ఏర్పడింది. బ్రాంచి మానేజరు ఇరకాటంలో పడ్డాడు. పై ఆఫీసుల్లో, ఆఫీసర్లతో మంచి పరపతి ఉన్న మనిషి సదానందం. అతన్ని అగౌరవపరిస్తే తన సీటుకే మోసం రావొచ్చు. అందుకని తన పరిధిలో ఓవర్ డ్రాఫులు అలౌ చేశాడతను. సున్నితమైన నోటీసులు పంపాడు. ఒక్కసారి ఖాతాలను ఫ్రీజ్ చేస్తే పరిస్థితి ఇంకా విష మించవచ్చు. సాధ్యమైనంత ఓర్పుతో సదానందం కంపెనీలకు ఆర్థిక సహాయం కొన సాగించాడు బ్రాంచి మానేజరు. కాని రాను రాను పరిస్థితి విషమించ సాగింది. ఆ బ్యాంకులో ఇక తన పప్పులుడకవని, సదానందం వేరే బ్యాంకులో ఇంకో పేరుతో ఖాతా తెరిచాడు. స్టాకులు, మెషీన్లు వేరే చోటికి తరలించి ఆ షాపు, ఫ్యాక్టరీ మూసి వేశాడు. తన భార్య పేర వేరే షాపు తెరిచాడు. ఓ పెద్ద ప్రాజెక్టు సన్నాహాల్లో ఉన్నాడు. దానికి లోన్లు మంజూరు చేయించడానికి ఓ కన్సల్టెంటును నియమించాడు.చివరి ప్రయత్నంగా మానేజరు సదానందానికి ఓ ఎ.సి. హోటల్లో మందు పార్టీ ఏర్పాటు చేశాడు. బ్యాంకుతో పేచీ మంచిది కాదని సముదాయించాడు. మొహమాటానికి మానేజరు

చెప్పిన వాటికి 'ఊ' కొట్టాడు సదానందం కాని మనసులో...... 'సొసైటీ లోమంచి పలుకుబడి ఉన్న తనను బ్యాంకు వాళ్ళు, ఏం చేయగలరు? తను సెక్యూరిటీగా ఇచ్చిన ఆస్తులు అమ్మినా, బకాయి పడ్డ సొమ్ము సగం కూడా తీరదు. మిగతా సొమ్ము తనిస్తేనే కదా వాళ్ళు తీసుకునేది?' బ్యాంకు లోన్లతో వచ్చిన డబ్బు, పక్కదారి మళ్ళించి తన వాళ్ళ పేరు మీద ఆస్తులు కూర్చుకున్నాడు తను. బ్యాంకు వాళ్ళు. కోర్టులో దావా వేసినా, కేసు పది సంవత్సరాల దాకా సాగదీయవచ్చు. ఆ తర్వాత కూడా తను చెల్లించే పరిస్థితిలో లేననీ, వాయిదాలపై తీరుస్తాననవచ్చు. వడ్డీ కాకుండా అసలుకు కూడా ఎగనామం పెట్టవచ్చు. కోర్టు ద్వారా రాయితీలు పొందవచ్చు. తనకు తెలిసిన వారు ఎందరు అలా చేయలేదు గనుక!'సదానందం ఆలోచిస్తానని మానేజరుతో సెలవు తీసుకు న్నాడు. కాని తన మాట నిలుపుకోలేదు.సదానందం బ్యాంకు ఎక్కౌంట్లు ఎన్.పి.ఏ. గా (నాన్ పర్ఫార్మింగ్ అస్సెట్స్-వడ్డీ కూడా రాని ఆస్తులు) పరిగణింపబడ్డాయి

"ఏమండీ ఇలా ఎన్ని రోజులు?" మూడు రోజుల తర్వాత, క్రితం రాత్రి ఇంటికి వచ్చిన పవన్ కు మర్నాడు ఉదయం టీ, టిఫిన్ ఇస్తూ అంది శృతి."ఏం. ఇప్పుడేమైంది?""ఏమైందో, ఏమౌతోందో మీకు తెలియదా? మనం కలలు గన్న జీవితమిదేనా?""మన జీవితానికి కొచ్చిన లోటేమిటిప్పుడు? ఇల్లుంది. కారుంది. ఇంట్లో అన్ని హంగులూ ఉన్నాయి. నీకింకేం కావాలి?""ఇవన్ని ఉండగానే సరా? నా పట్ల, మన పిల్లల పట్ల ప్రేమ, ఆప్యాయత కొంతైనా మిగిలి ఉందా మీలో? పెళ్ళి కాక ముందటి మీ వాగ్దానాలు, పెళ్ళైన తర్వాత మూడు నాలుగేళ్ళ మన జీవితం జ్ఞప్తికి తెచ్చుకోండి" శృతి కళ్ళలో నీళ్ళు."అప్పటి నా హోదాకీ, ఇప్పటి నా పొజిషన్ కీ తేడా లేదూ? బాధ్యతలు పెరిగింతర్వాత ఖచ్చితమైన వర్కింగ్ అవర్స్ అంటూ ఉండవు. జీవితంలో ఇంకా పైకెదగడానికి నిరంతరం శ్రమ పడాల్సిందే. మును పటిలా ఆరు గంటలకే ఇంట్లో ఉండాలంటే కుదురుతుందా"?

"రాత్రి పన్నెండు దాకా మీ ఉద్యోగ బాధ్యతల్లోనే ఉంటున్నారా?""కాక""నా నోటితోనే చెప్పించాలని చూస్తున్నారా?""ఏమిటి నువు చెప్పేది? మగాడన్న తర్వాత సవాలక్ష పనులుంటాయి. వాటన్నిటినీ నీ ముందు ఏకరువు పెట్టే అవసరం నాకు లేదు. నీకు, నీ పిల్లలకు ఏదైనా లోటుచేస్తే అప్పుడడుగు. అంతేగాని నీకు అవసరం గాని విషయాలపై రాద్ధాంతం చేయకు" అని విస విసా బయటికెళ్ళాడు పవన్.'నా పిల్లలా? ఆయనకు మాత్రం పిల్లలు కారా' నోరు తెరచి, విస్సహాయంగా నిలుచుంది శృతి.

బ్యాంకు సదానందం పై, అతని కంపెనీల పై దావా వేసింది. మంచి లాయరును పెట్టాడు సదానందం.ప్రభుత్వ రంగంలోని ఆ బ్యాంకు సిబ్బందికి వాళ్ళ జీతాలు, సౌకర్యాలు, పెంచమని సమ్మెలు చేయడంలో ఉన్న శ్రద్ధ,

బ్యాంకు ఋణాలు వసూలు చేయడంలో ఉంటుందా? కేసు వాయిదాల చుట్టూ తిరుగుతోంది సదానందం కుటుంబ సభ్యులు డైరెక్టర్లుగా ఓ కొత్త కంపెనీ పెద్ద ఎత్తున ఏర్పడింది.

దానికి మరో బ్యాంకు భారీ లోను మంజూరు చేసింది ఇప్పుడు సదానందం వారి విలువైన క్లైంట్. మరోచరిత్ర మొదలైంది.

పవన్ ప్రవర్తనలో మార్పు రాకపోగా పరిస్థితి మరీ విషమించింది. ఇప్పుడతను శృతిని, పిల్లలను అస్సలు ఖాతరు చేయడం లేదు. ఏ వారం రోజులకొకసారో వస్తే వచ్చినట్టు, లేకపోతే లేదు. ఇక్కడ శృతి ఏడ్పులు, ఎక్కిళ్ళు తప్ప అతనికి ఏమి మిగిలి ఉన్నాయి గనక!అతనికి తన స్టెనో సాన్నిత్యమే స్వర్గంగా ఉంది. శృతి ఇక ఊరుకోలేక పోయింది. పిల్లలతో తన పుట్టిల్లు చేరింది. అది పవన్ పట్ల వరమైంది. అతనికి అడ్డు తొలగింది. కోరుకున్న స్వాతంత్ర్యం లభించింది. కట్టె విరగ కుండా పాము చావడంతో తన స్టెనోతో సొంత ఇంట్లోనే బాహాటంగా కాపురం పెట్టాడు పవన్. శృతి అన్యమనస్కంగా ఉన్నా, వాళ్ళ నాన్న మాత్రం ఊరుకోలేక పోయాడు. పవన్ను కోర్టు కీడ్చాడు. పవన్ కి కూడా విడాకులు అవసరం ఉండడం వల్ల కొద్దిపాటి భరణం పారేయడానికి పెద్ద కష్టమనిపించలేదతనికి. కోర్టు విడాకులుమంజూరు చేసింది. పవన్–శృతి బంధం అధికారికంగా కూడా తెగింది.

ఇక పవన్– స్టెనోల మురిపెం ఎన్నాళ్ళో!ముగింపు:ఒక వైపు కేసు నడుస్తున్నా. బ్యాంకు వాళ్ళు సదానందంతో సంప్రదింపులు మొదలెట్టారు. వాళ్ళు కేసు వాపసు తీసుకుంటే ఎదోకాడికి సెటిల్ చేయడానికి తను సిద్ధమని సదానందం తెలియ పర్చాడు. కేసు సాగదీసి లాయర్ల జేబులు నింపడం కన్నా, ఎవో కొన్ని రాయితీలిస్తే బ్యాంకు డబ్బు వసూలౌతుంది. అది ఇంకొకరి కిచ్చి వడ్డీ పొందవచ్చని బ్యాంకు వాళ్ళనుకుంటే, బ్యాంకు నుండి చాలా మొత్తం రాయితీలు పొంది, తన ఆస్తులు విడిపించుకుని, కేసు ద్వారా తన పేరుకు వచ్చిన మచ్చని తొలగించు కోవచ్చని సదానందం ఎత్తు.

తన పరపతి, పైరవీలు ఉపయోగించి..... బకాయి పడ్డ అసలు మొత్తంలో కూడా సదానందం రాయితీ పొందాడు. కొంత డబ్బు అధికారుల చేతులు మారింది. కోర్టులో సమ్మతి పత్రం కాఖలు చేయబడింది. ఒప్పందం ప్రకారం సదానందం డబ్బు కట్టాడు. దానికి వేరే బ్యాంకు నుండి అప్పు తీసుకున్నాడు. అది వేరే సంగతి. మొత్తం మీద సదానందం, కేసు పీడ వది లించుకున్నాడు. తనఖాలో ఉన్న ఆస్తులు విడి పించుకున్నాడు.ఆ బ్యాంకుతో అతని సంబంధానికి మంగళం పాడాడు. ఇక ఇంకో బ్యాంకుతో అతని హనీమూన్ ఎన్నాళ్ళో!ఇంకో ముగింపు :సహనం, నేర్పరితనం, నైపుణ్యం తగు పాళ్లల్లో ఉన్న భార్య, తన భర్తను అదుపులో పెట్టగలుగుతుంది. ఆమె, అవసరాన్ని బట్టి ప్రేమతో అలరిస్తుంది. అలిగి సాధిస్తుంది. మరీ తప్పనప్పుడు కోపం ప్రదర్శిస్తుంది. మన వివాహ వ్యవస్త పటిష్టమైనది.సంసారంలో ఎన్ని కలతలున్నా అవన్నీ సహిస్తూ, భరిస్తూ, అసంతృప్తితోనైనా దాంపత్య జీవితం కొనసాగుతుంది. బహు కొద్ది జంటలు తాడును తెగే దాకా సాగదీస్తారు.డిపాజిట్లు, లోన్లు, కూడికలు, తీసివేతలు వీటన్నిటితో కూడిన బ్యాంకింగులో కూడా " ప్రేమ" కోణం ఉంది. సహనం, నేర్పరితనం నైపుణ్యం ఇక్కడా అవసరమే. మానేజరు విజయవంతం కావాలంటే ఇవి అలవర్చు కోవాలి. ఎప్పుడేది అవసరమో అది ఉప యోగించే విజ్ఞత ఉండాలి. లేకపోతే సదానందం లాంటి "భర్తలు" మోసం చేయడానికి అస్కారం ఉంది. సాధారణంగా అందరూ మంచి భర్తలే! (పై పై

చూపులకైనా) భార్యా విధేయులే! అయితే పరిస్థితులు సానుకూలపడితే అడ్డదారి తొక్కే ప్రమాదం ఉంది. అప్పుడే పవన్ లూ, సదానందాలూ తయారైతారు. అది జరుగకుండా చూడడంలోనే నేర్పు ఉంది. అలా పవన్-శృతి, బ్యాంకు-సదానందం ల సంబంధం కొనసాగే వీలు ఉండింది.మరో ముగింపు : భరత వాక్యం:- చూశారా! అరుదుగానైనా తరచూ తారసపడే సంసార జీవిత పర్యవసానం! మన వివాహ వ్యవస్థలోని ఒక పార్శ్వం!

నిస్సారమైన కూడికలు, తీసివేత లతో కూడిన బ్యాంకింగ్ వ్యవస్థకూ, వివాహ వ్యవస్తకు ఉన్న సామ్యం!బ్యాంక్ పని సానుకూలతకు కంప్యూటర్ ప్రోగ్రాములున్నాయి. పవన్-సదానందం లాంటి వాళ్ళతో వేగడానికి కూడా ఓ సాఫ్ట్ వేర్ ఉంటే? ఈ విషయంలో మీరేమైనా సహాయం చేయగలరా?........

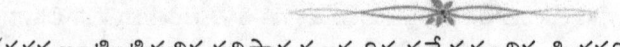

(రచన ఇంటింటి పత్రిక ప్రతిష్టాత్మక జన్మదిన ప్రత్యేక సంచిక-ఫిబ్రవరి- 1999)

22. బంధాలన్నీ ఆర్థికమే

యాదయ్య బయటి నుండి వచ్చే సరికి తల్లీ కొడుకులు పెళ్లి కానుకలుగా వచ్చిన డబ్బు, కవర్ల నుండి తీయడంలో నిమగ్నమై ఉన్నారు. యాదయ్య మనసులో 'వాళ్ల వాలకం చూస్తే, ఎవరెంత డబ్బు కట్నంగా ఇచ్చారో, ఓ పట్టిక తయారు చేయాలనే ఇంగితం కూడా లేనట్టుంది.'

"మంగా! నేనొచ్చేదాకా ఆగలేకపోయారా? ఈ కవర్లు ఇప్పుడే చించడానికి అంత తొందరేమొచ్చింది?"

"ఎప్పుడైనా కానుకలుగా వచ్చిన డబ్బు, లెక్క చూసుకోవాల్సిందే కదా? మీరు మాత్రం తర్వాత వేరే ఇంకేం చేసేవారు?" పుత్రరత్నం జవాబు.

"అది కాదు సాయీ! ఈ డబ్బు, ఓ పద్ధతి ప్రకారం లెక్క పెట్టాలి. ఎవరెంత ఇచ్చారో ఓ పట్టికలో రాసి, వారింట్లో ఏదైనా శుభకార్యం జరిగినప్పుడు, అంతేనో లేక అంతకంటే కొంత ఎక్కువో చదివించవచ్చు. అప్పుడు మనం ఎవరికీ రుణపడి ఉండం" యాదయ్య అన్నాడు.

"మీవన్నీ చాదస్తపు ఆలోచనలు నాన్నా! ఈ రోజుల్లో అలాంటివెవరూ పట్టించుకోవడం లేదు." సాయిరాం మొండి వాదన.

"నీ మొత్తం పెళ్లి ఖర్చు నేనే పెట్టాల్సి వచ్చింది. దానికి కొంత అప్పు కూడా చేయాల్సి వచ్చింది. పెళ్లిలో కానుకలుగా వచ్చిన డబ్బుతో అంతో ఇంత అప్పు తీరుతుందని ఆశలు పెట్టుకున్నాను. మీ వాలకం చూస్తుంటే నా నెత్తిన శఠగోపం పెట్టేట్టున్నారు." యాదయ్యలో ఆక్రోషం.

"అలా అనడానికి నీకు సిగ్గూ, శరం లేదూ? కన్న పాపానికి, పిల్లలను పెంచి పెద్దజేయడం, ఇంటికి పెద్దగా అది మీ బాధ్యత. ఈ డబ్బు మీద, నేనూ సాయి కూడా ఆశలు పెట్టుకున్నాం. మా పుట్టింటి పెట్టుపోతలకు నేనూ, తమ హనీమూన్ ఖర్చులకు సాయీ చెరిసగం తీసుకోవాలని ఎప్పుడో అనుకున్నాం. మీ అప్పులు, మీ బాధ్యత. వాటికీ ఈ డబ్బుకీ లంకె పెట్టకండి." మంగమ్మ కట్టె విరిచింది.

యాదయ్య తన కుటుంబ నేపథ్యంలోకి పరుగెత్తాడు. వెనుకబడ్డ ప్రాంతంలోని ఓ మారుమూల పల్లెలో పుట్టిన తన తండ్రి మైసయ్య, తన కుటుంబపోషణకై తమ కులవృత్తి దర్జీ పనిపైనే ఆధారపడ్డాడు. ఆ పల్లెటూర్లో తగినంత పనిలేక, కుటుంబాన్ని తమ ఊర్లోనే ఉంచి పొరుగు రాష్ట్రానికి వలస వెళ్లాడు మైసయ్య.

యాదయ్య స్కూల్ ఫైనల్ అయ్యేసరికి తన తోబుట్టువుల పెళ్లిళ్లు చేసి మైసయ్య చితికి పోయాడు. యాదయ్య చదువు అటకెక్కింది. తన తండ్రికి తోడుగా దర్జీ పనిలోనే స్థిరపడ్డాడు యాదయ్య. స్వతహాగా చురుకైన వాడవడంతో యాదయ్య, అనతికాలంలోనే మంచి కటింగ్ మాస్టరుగా ఎదిగాడు. తన నైపుణ్యంతో ఉన్నత వర్గాలవారిని ఆకట్టుకుని, ఎక్కువ కూలీ సంపాదించే స్థాయికి చేరుకున్నాడు. దర్జీపనితో పాటు బట్టలుకూడా అమ్మడం మొదలుపెట్టాడు. నాణ్యమైన

బట్టలు, వేరే షాపులకంటే చవకగా లభ్యం కావడంతో జనాలు అక్కడే బట్టలుకొని, కుట్టడానికిచ్చేవారు. తన చిరునవ్వుతో కూడిన మాటలతో, సరళ స్వభావంతో డబ్బున్న క్లైంట్లను ఆకర్షించాడు యాదయ్య. తన నలుగురు అత్తయ్యల పెట్టుపోతలకు సహాయపడటమేగాక, ముగ్గురు సొంతకూతుళ్లకు కూడా మంచి సంబంధాలు చూసి పెళ్లిళ్ళు చేశాడు. కొడుకును మంచి కార్పొరేట్ కాలేజిలో యం.బి.ఏ. చదివించాడు. కొడుకు సాయిప్రసాద్ తన యం.బి.ఏ. తర్వాత ఓ బహుళదేశ కంపెనీలో డిప్యూటీ మానేజరుగా చేరి, రెండేళ్లలో మేనేజర్ గా ప్రమోషన్ పొందాడు. సాయి, తన తల్లిదండ్రులకు శ్రమ కల్గించకుండా, ఓ అమ్మయిని ప్రేమించి, వారికి తెలిపాడు. ఆ అంతర్మత పెళ్ళికి అమ్మాయి తల్లిదండ్రులు ససేమిరా అనడంతో, యాదయ్యే వారి పెళ్ళి భారం తన నెత్తిన వేసుకున్నాడు. ఇప్పుడు సాయి, తన పెళ్ళికి వచ్చిన కానుకల డబ్బుపై కన్నేశాడు. దానికి యాదయ్య భార్య మంగ వత్తాసు. మంగకు ఖర్చు చేయడం మాత్రమే తెలుసు. దర్పానికి పోయి, తమ కూతుళ్ల పెళ్ళిళ్లకు కూడా ఎన్నో వ్యర్థ ఖర్చులు పెట్టించింది మంగమ్మ. మాట ఇచ్చినట్టు, తన పెళ్లికి,ఆర్థికంగా తన కొడుకు సహాయ పడకపోవడంతో యాదయ్యకు అప్పు చేయాల్సి వచ్చింది. అది తీరే మార్గం కూడా మూసుకుపోయింది. దీనంతటికీ తానిచ్చిన అలుసే కారణమా? తాను, తన పనిపై పెట్టిన శ్రద్ధ, కుటుంబ వ్యవహారాలపై పెట్టక పోవడంతో, వారు ఆడింది ఆట, పాడింది పాట అయింది. ఇంటి ఖర్చులు అదుపులో పెట్టుమని, తమ దాంపత్య మొదటి రోజుల్లోనే మంగను కట్టడి చేసుంటే, తనకు ఈ ఆర్థిక ఇబ్బందులు రాకపోవునేమో? అలాగే కొడుకు ఉద్యోగంలో చేరగానే, ఇంటి ఖర్చులకని నెలకింత ఇవ్వుమని నిలదీస్తే వాడి విచ్చలవిడితనానికి హద్దుండేదేమో?

తన బాధను ఎవరితోనైనా పంచుకుంటే తప్ప, ఉపశమనం కలిగేట్టు లేదు. వెంటనే బట్టలేసుకుని బయటికి నడిచాడు యాదయ్య. తమ ఇంటికి దగ్గర్లోని వైన్ షాపులో ఓ అర బాటిల్ విస్కీ, ఆ పక్క షాపులో, నంజుకోవడానికి కావలసిన వస్తువులు కొని, ఆ నగరంలో తనకున్న ఒకే ఒక ఆప్తమిత్రుడు, నరహరి ఇంటి వైపుకు అడుగులు వేశాడతను. ఇద్దరు మిత్రులు ఓ గదిలో సెటిలై, మందు సీస మూత తీశారు. ఒక్క పెగ్ లోనికి పోగానే, యాదయ్యలోని ఆవేదన బయటికి వచ్చింది. "నరహరీ! మా వాళ్లు నన్ను నట్టేట ముంచిగాని, తృప్తి పడేట్టు లేరు. ఒంటి చేత్తో ఈ సంసార నావ ఎన్నాళ్లని నడపను?" యదయ్యలో మందు, తన ప్రభావం చూపిస్తోంది.

"ఇప్పుడంత కష్టమేమొచ్చింది యాదయ్యా? నీ షోరూం బాగానే నడుస్తోందిగా?"

"అంత సీన్ లేదు నరహరీ! ఇప్పుడు చాలామంది, బ్రాండెడ్, రెడీమేడ్ దుస్తులవైపు మొగ్గు చూపుతున్నారు. దానివల్ల మా వ్యాపారం మందగించింది. మా ఖర్చులకు తగ్గ ఆదాయం మాత్రం వస్తోంది. ఈ పరిస్థితుల్లో మా అబ్బాయి పెళ్ళికని చేసిన అప్పు తీర్చడం గగనంగా ఉంది."

"అదేంటి ! మీ అబ్బాయికి, ఇంటి అప్పు తీర్చే బాధ్యత లేదా?" నరహరి మరో ప్రశ్న సంధించాడు.

"వాడిలో అంత జవాబుదారీతనమే ఉంటే, ఇలా నీ ముందు బయటపడేవాడినా? పెళ్లి కాక ముందే ఒక్క పైసా విదిల్చనివాడు, పెళ్లైన తర్వాత మాత్రం నా బాధ్యతలో పాలు పంచుకుంటాడా?"

"అలా నీకు నువ్వే అనుకుంటే ఎలా? అప్పు తీర్చడానికి నెలకింత ఇవ్వాలని ఖండితంగా షరతు విధించు. నీ మాట వినకపోటే నాలాంటి వాళ్లని నలుగురిని పిలువు. మేమతన్ని ఇంటి బాధ్యత వహించేలా ఒప్పించే ప్రయత్నం చేస్తాం. ఐనా వినకుంటే, తాడో, పేడో తేలుద్దాం" నరహరిలో ఉద్రేకం.

"అలా అంటే వేరు పడడమేగా? తల్లిదండ్రులతో పొసగక వేరుపడ్డ పిల్లలను చూశాను కాని, తండ్రే పిల్లలను ఇంటినుండి గెంటేసిన ఉదంతాలు చూడలేదు."

"నీ కొడుకు తానుకూడా సంపాదిస్తున్నప్పుడు, ఇంటి బాధ్యతలో కూడా పాలు పంచుకోవడం సమంజమే. ఇక లోకులంటావా? వారు నీవెలా ఉన్నా విమర్శిస్తారు" నరహరి కుండ బద్దలు కొట్టాడు.

"ముందే మా ఆవిడకు నేనంటే అలుసు. ముగ్గురు ఆడ కూతుళ్ళ తర్వాత పుట్టాడని, అబ్బాయిని చిన్నప్పటినుంచే గారాబం చేసింది. వాడిని నేనేమన్నా అంటే మా మధ్య సంబంధాలు ఇంకా చెడుతాయి."

"చూడు యాదయ్యా! లోగడ కార్ల్ మార్క్స్ అనే మహానుభావుడు "లోకంలో ఉన్న బంధాలన్నీ ఆర్థిక బంధాలే" అని సూత్రీకరించాడు. ఊరికే నీకు నీవే మథన పడుతూ నీ భార్యా, కొడుకును అదుపులో పెట్టక పోతే జీవితాంతం బాధ పడవలసి వస్తుంది.

అలాగే ఎదుటి వారికి, వారి బాధ్యత పై అవగాహన కల్పించాలి.లోకంలో, నడిచే ఎద్దునే పొడిచే అలవాటుంది. దానికి ఎదురు తిరగడమొక్కటే మార్గం." నరహరి విశదీకరించాడు. అప్పటికి బాటిల్ ఖాళీ అవడంతో యాదయ్య మంచి జోరు మీదున్నాడు.

"నరహరీ! ఇక చూసుకో నా తడాఖా!" అంటూ తన ఇంటి వైపుకు అడుగులు వేశాడతను. అతని అడుగుల్లో ఓ కొత్త బలం. అది కేవలం అతను పుచ్చుకున్న మందు వల్ల మాత్రమే వచ్చింది కాదు.

(నేటి నిజం పత్రిక-సాహితీ కెరటాలు తేది 05-05-2022 సంచిక లో ప్రచురితం)

23. నాన్నలంతా ఒకటేనా?

"నువ్వెన్నైనా చెప్పు మౌళీ! నాకు మాత్రం మా నాన్నంటే ప్రాణం. లోకంలో జనాలందరూ అమ్మలను అందలాలెక్కిస్తారు కానీ, నాకు మాత్రం మా నాన్నంటేనే ఇష్టం. నేనండిగిందే ఆలస్యం, ఏదైనా వెంటనే తెచ్చిచ్చే వారు నాన్న."

"అదృష్టవంతుడివి సూరీ! నాకు మాత్రం నాన్నంటే హడల్. రోజూ తాగొచ్చి అమ్మను కొట్టే నాన్నంటే ఏవగింపు. తన సంపాదనే కాదు, అమ్మ కూడబెట్టిన సొమ్ము కూడా వెతికి మరీ చీట్లపేకలో తగలేసిన నాన్నంటే జుగుప్స."

"మా నాన్న మాత్రం నిండుకుండ. తన పనేమో, తానేమో. జీతం రాగానే తన ఖర్చులకు ఉంచుకొని, మిగతాది అమ్మకిచ్చేవారు. ఇంటి ఖర్చులతో పాటు మా పాలన, పోషణ, చదువులు, వీటన్నింటినీ అమ్మే చూసుకునేది. అంతే కాదు, మా పేర నెలకింతని బ్యాంకులో జమ చేసేది. మా అమ్మ ప్లానింగ్ వల్లే మేమిద్దరన్నదమ్ములం పీ.జీ. చేసి మంచి ఉద్యోగాల్లో స్థిరపడ్డాం." భరణి, తన తల్లిదండ్రులతో తన అనుబంధాన్ని వివరించాడు.

"మనం చాలా కథల్లో రిక్షా, నడిపేవాళ్లు తాగుబోతులనీ, భార్యలపై చేయి చేసుకుంటారనీ, వారికి లేని వ్యసనముండదనీ, చదువుతాం. కాని మా నాన్న, ఆటో రిక్షా నడుపుతూ నన్నూ, మా చెల్లినీ చార్టెడ్ ఎకౌంటెన్సీ దాకా చదివించాడు. ఒకే సంవత్సరం మేమిద్దరం సి.ఏ. పరీక్ష పాసైనప్పుడు, మాతో పాటు తన ఫోటో పత్రికల్లో, టీ.వీ.లో చూసుకొని ఎంత సంబర పడ్డాడో?" సుందరం కళ్లల్లో వెలుగు!

సూర్యం, చంద్రమౌళి, భరణి, సుందరం, నగరంలోని ఓ మగవారి హాస్టెల్ లో సహచరులు. వేరు వేరు ఊళ్లనుండి, భిన్న నేపథ్యాల్లోంచి వచ్చిన వారు, రెండు సంవత్సరాలుగా ఏవో ఉద్యోగాలు చేస్తూ సివిల్స్ కి ప్రిపేరౌతున్నారు. తమ మాతృభాష తెలుగులో ఐ.ఏ.ఎస్. పరీక్ష రాయాలనుకోవడం వారిని కలిపింది. ఒకే హాస్టల్ లోకి చేర్చింది. "కుటుంబంలో నాన్న పాత్ర" అనే అంశంపై చర్చిస్తూ, వారు తమ, తమ అనుభవాలు పంచుకుంటున్నారు.

"మా నాన్న ఇంటికి పెద్ద. నాకు ముగ్గురు బాబాయిలు, నలుగురు అత్తయ్యలు. మా తాతయ్య జిల్లా కేంద్రంలో కిరాణా కొట్టు నడిపేవాడు. అంత పెద్ద కుటుంబానికి ఆ సంపాదన గొర్రె తోక బెత్తెడు మందంగానే ఉండేది. చదువుకుంటూనే మానాన్న, మాతాతకు కొట్టులో చేదోడు వాదోడుగా ఉండేవాడు. అప్పుడు ఉద్యోగాలకు ఇంత పోటీ లేకపోవడంతో, మా నాన్న ఇంటర్ పాసవగానే అదృష్టవశాత్తు ప్రభుత్వోద్యోగం వరించింది. అందులో చేరి పీ.జీ. దాకా ప్రైవేటుగా చదివి, డిపార్ట్ మెంటల్ పరీక్షలు పాసై, అంచెలంచెలుగా పదోన్నతులు పొందారు. మా బాబాయిల, అత్తయ్యల చదువులు అన్నీ మా నాన్న కష్టార్జితంతోనే పూర్తయ్యాయి. అంతేకాదు, మా అత్తయ్యల పెళ్లిళ్ళయ్యేదాకా, నాన్న గారు పెళ్ళి చేసుకోలేదు. బాబాయిలు రెక్కలొచ్చింతర్వాత, వారి దారి వారు

చూసుకుంటే, నాన్నగారే మా తాతయ్యగారి పిల్లల భారం వహించారు. తాను మైనం వత్తిలా కరిగిపోతూ మా కుటుంబానికి వెలుగునిచ్చారు. ఆస్తులేమీ కూడబెట్టకపోయినా, మాకు ఏ లోటూ లేకుండా పెంచారు నాన్న. సాధారణంగా మగవారు 'అమ్మకూచి' అంటారు కాని, నేను మాత్రం 'నాన్న కూచి'నే." సూర్యం తన నాన్న జీవిత రేఖా చిత్రాన్ని మిత్రులముందు ఉంచాడు.

"నా అనుభవం నీ దానికి విరుద్ధం. నా దృష్టిలో మా నాన్న ఓ విలన్. అదృష్టవశాత్తు నాకు పన్నెండేళ్లప్పుడే కాలేయం పాడవడంతో పైకి పోయాడు కాని, ఇప్పటిదాకా ఉంటేనా? నేనే అతన్ని చంపే వాడినేమో? అంత అక్కసు నాకు మా నాన్నపై. మా అమ్మ ఎన్నో అగచాట్లుపడి, నన్ను, చెల్లిని డిగ్రీదాకా చదివించింది. మా చెల్లి మనసునర్థం చేసుకొని, తను ప్రేమించిన అబ్బాయి పూర్వపరాలు తెలుసుకొని, తృప్తిచెంది, వారి పెళ్లి చేసింది. నేను మాత్రం సివిల్స్ తేల్చుకుంటేగాని పెళ్ళి చేసుకోనని మా అమ్మకు చెప్పేశాను." చంద్రమౌళి తన నేపథ్యం ఆధారంగా కుటుంబంలో తండ్రి పాత్రపై తన అభిప్రాయం వెలిబుచ్చాడు.

భరణి చెప్పిందాని ప్రకారం, కుటుంబంలో అతని తండ్రిది ప్రేక్షక పాత్ర. అతని బాధ్యత సంపాదన మట్టుకే. మిగతా కుటుంబ వ్యవహారాలన్నీ వారి అమ్మే చక్కబెట్టేది. ఒక విధంగా భరణి తండ్రి స్థితప్రజ్ఞుడు. అతను ఆధ్యాత్మిక ధోరణిలో సాగుతూ, ఇహలోక విషయాలను అంతగా పట్టించుకునేవాడు కాదు. అందుకని భరణికి అతని తండ్రి పట్ల ఏ భావమూ లేదు. అందుకే తన తండ్రి 'నిండుకుండ' అన్నాడతను.

ఇక సుందరం తండ్రి ధర్మయ్య విషయానికి వస్తే, తొలుత సైకిల్ రిక్షా తొక్కిన అతను, కాలానుగుణంగా ఆటో రిక్షా డ్రైవర్ అవతారమెత్తాడు. ధర్మయ్య గారి తండ్రి సగటు సైకిల్ రిక్షా కూలి. సకలగుణాభిరాముడు. సాధారణంగా రిక్షాతొక్కేవాళ్లకుండే అన్ని అలవాట్లూ అతనికుండేవి. తాగి తందనాలాడే రకం. తండ్రితో, తన తల్లి పడ్డ అగచాట్లు ప్రత్యక్షంగా చూసిన ధర్మయ్య, జన్మలో సారా ముట్టుకోకూడదని ఒట్టు పెట్టుకున్నాడు. తోటివారు గేలిచేసినా లెక్కచేయక తానేమో, తన ఆటో రిక్షానేమో అని రాత్రింబగలు కష్టపడి తన పిల్లల్ని ఉన్నత చదువులు చదివించాడు.

ఆ నలుగురు మిత్రుల చర్చలో తేలిందేమంటే, తొమ్మిది నెలలు తన కడుపులో మోసిన అమ్మలందరూ సాధారణంగా మమకారమయమై ఉంటారు. తమ పిల్లలకు అప్యాయానురాగాలు పంచుతారు. అదే తండ్రులు మాత్రం, అందరూ ఒకే రకంగా ఉండరు. వారి వారి నేపథ్యాలనిబట్టి భార్యాపిల్లల పట్ల వారి ప్రవర్తన మారుతూ ఉంటుందీ అని.

(నేటి నిజం పత్రిక-సాహితీ కెరటాలు తేది 24-03-2022 సంచిక లో ప్రచురితం)

24. జమా – ఖర్చుల చిట్టా

"ఆఫీసర్ గార్రై ఉండీ క్లర్క్ చేసే పని చేయడం నామోషీగా లేదూ? మేము చేసిన పనిని మీరు చెక్ చేయాలే తప్ప,లెడ్జర్ లో డెబిట్, క్రెడిట్ వౌచర్లు పోస్టు చేయడం మీ పని కాదు." యూనియన్ లీడర్ వెక్కిరింత.

"ఇందులో నామోషీ ఏముంది? ఇది మన సంస్థ పని. దానికి మీరు 'వర్క్ టు రూల్' పాటిస్తే, ఆఫీసర్లమైన మేము ఆ పని పూర్తి చేసే బాధ్యత తీసుకోవాలి కదా? ఐనా మా ఆఫీసర్లకు మీలా వర్క్ టు రూల్ పాటించే వెసులుబాటు లేదు" నేను శాంతంగా జవాబిచ్చాను.

"ఎందుకు లేదు? మీరూ మా లాగా ఉద్యోగులే కదా? మా పాక్షిక సమ్మెను మీరిలా నీరుగార్చడం ఏం బాలేదు. మీ లాంటి మానేజ్ మెంట్ తొత్తుల వల్లే మా నిరసన వీగి పోయేట్టుంది. దీని పరిణామాలు తీవ్రంగా ఉంటాయి. ఏదో ప్రమోషన్ పై పక్క రాష్ట్రం నుంచి వచ్చారు కదా అని ఇన్నాళ్లు మీకు సహకరించాం. ఇక మీదట మీరు మా మరో రూపం చూస్తారు." యూనియన్ లీడర్ హెచ్చరిక.

"మీ సహకారానికి ధన్యవాదాలు. మా ఆఫీసర్లకు మీలా లేబర్ చట్టాల రక్షణ లేదు. మేము కూడా మానేజ్ మెంట్ లో భాగం కాబట్టి, కస్టమర్లకు సేవ చేయడానికి అవసరమైనప్పుడు క్లరికల్ పనులు కూడా చేయాల్సి ఉంటుంది. లేకపోతే మా మీద క్రమశిక్షణ చర్య తీసుకుంటారు. రేపు మీరు కూడా ఆఫీసర్ అవుతారు. పరిస్థితిని అర్థం చేసుకుని నా బాధ్యత నెరవేర్చనివ్వండి" నాలో అదే శాంతం.

"మీరు ఇక్కడ ఎలా నెగ్గుకొస్తారో మేమూ చూస్తాం. ఈ ప్రమోషనొద్దు బాబోయ్, అని మీ సొంత రాష్ట్రానికి పరుగుపెట్టేలా చేస్తాం." అని వేలెత్తి చూపుతూ వెనుతిరిగాడు ఆ యూనియన్ లీడర్.

ఆ గండం నుంచి ఎలాగో గట్టెక్కాను. ఒకడుగు ముందుకేసి, స్థానిక మానేజ్ మెంట్ చేత వారి కొన్ని డిమాండ్లను ఒప్పుకునేలా ప్రయత్నం చేశాను.

ఆ తర్వాతి రోజుల్లో నా ప్రవర్తనతో, వాళ్లచేతే 'మంచి మానవత్వమున్న అధికారి' అనిపించుకుని అక్కడ, నా మూడేళ్ల సర్వీస్ ముగించుకుని, ఇంకో ప్రమోషన్ పై, నా సొంత రాష్ట్రానికి తిరిగి వెళ్లాను.

అలా నా నాలుగు దశాబ్దాల ఉద్యోగ పర్వం డెబిట్ క్రెడిట్ల మధ్యలోనే గడిచింది. అదేం ఉద్యోగమబ్బా? అని తలలో లేని పేన్లను గోక్కుంటున్నారా? మీ కంత శ్రమ అక్కరలేదు లెండి, నేనే చెప్పేస్తున్నాను. నేను వెలగబెట్టింది ఓ జాతీయ బ్యాంక్ లోని కొలువు.

ఓ జాతీయ బ్యాంక్ లో గుమాస్తాగా మొదలుపెట్టి, అంచెలంచెలుగా ఎదిగి, నలభై ఏళ్ల తర్వాత జనరల్ మానేజరుగా పదవీ విరమణ చేశాను. నా సుదీర్ఘ సర్వీస్ లో కొన్నివేల వినియోగదారులు, కొన్ని వందల తోటి ఉద్యోగులు, నా జీవితంలోకి తొంగి చూశారు. నిజం

చెప్పాలంటే నేనే వారి జీవితాల్లోకి చొచ్చుకుపోయాను. దేశంలోని దాదాపు అన్ని ప్రాంతాలు చుట్టబెట్టాను. ఆయా వాతావరణాలకి అలవాటు పడ్డాను. ప్రతి పరిస్థితికి అనుగుణంగా నన్ను నేను మలుచుకున్నాను. ఫలితంగా ఉద్యోగంలో చేరిన నా తొలినాటి భావాలు పదవీ విరమణ వచ్చేసరికి ఎంతో మార్పుచెందాయి. కొన్ని ఆలోచనలైతే మొత్తం తారుమారయ్యాయి. అనుభవాల ఉలి నన్నో సుందర శిల్పంలా చెక్కింది. అలా అని, అన్నీ మంచి అనుభవాలే కలిగాయని మీరనుకుంటే, 'తప్పు' లో కాలేసినట్టే. చాలా తీయని జ్ఞాపకాలతో పాటు కొన్ని చేదు సంఘటనలు, అన్నంలో రాళ్లలా వచ్చి, మనసును కలచివేశాయి. ఇంతకు ముందు ఉటంకించిన సంఘటన అలాంటిదే. ఐతే మొత్తం మీద నా ఉద్యోగపర్వం విజయవంతంగానే ముగిసిందని చెప్పడంలో నాకెలాంటి సంకోచం లేదు. నా జీవిత బ్యాలెన్స్ షీట్ లో అప్పులకంటే ఆస్తులే ఎక్కువున్నాయి. ఖర్చులతో (డెబిట్లతో) పోలిస్తే జమలు (క్రెడిట్లు) ఎక్కువగానే ఉన్నాయి. ఆ పుటల్లోని కొన్ని ముఖ్యమైన ఎంట్రీలు మీతో పంచుకుంటున్నాను.

ఉద్యోగంలో చేరే దాకా ఎన్నో డెబిట్ ఎంట్రీలతో ఉక్కిరి బిక్కిరైన నాకు, జీవితంలో మొదటిసారి ఓ పెద్ద క్రెడిట్ ఎంట్రీ నా జీవిత పుటల్లోకి ఎక్కింది. అప్పటివరకు బ్యాంకులో దాచుకోదగ్గ డబ్బులేక, బ్యాంకు ఖాతా కూడా తెరువలేకపోయిన నాకు, అనుకోకుండా ఓ జాతీయ బ్యాంకులో ఉద్యోగావకాశం తలుపుతట్టింది.

అప్పటికింకా డిగ్రీ కూడా పూర్తి చేయని నాకు ఉద్యోగం, అదీ ఓ జాతీయ బ్యాంకులో, ఏ ఉత్తర, దక్షిణాలు లేకుండా రావడానికి నా కృషికి, భగవంతుని అనుగ్రహం కూడా తోడైందని ఒప్పుకోక తప్పదు. ఐతే అక్కడ కూడా చిన్న మెలిక మొలకెత్తింది. నా డిగ్రీ రెండవ సంవత్సరాంత పరీక్షలు ఇంకా పదిరోజుల్లో ఉన్నాయనగా ఉద్యోగంలో చేరమని నియామక పత్రం లభించింది. ఉద్యోగం వచ్చిన సంతోషం ఓ వైపు కాగా, మరో పది రోజుల తర్వాత జరుగబోయే

పరీక్షలకు సెలవు దొరుకుతుందో లేదో అనే భయం ఇంకో వైపు లాగ సాగింది. ఓ పది నిమిషాలు తర్జనభర్జన పడి, ఏమైతే అదవుతుందని తెగించి, నా సమస్య అక్కడి అధికారికి వివరించాను. సహృదయులైన ఆ ఆఫీసర్ గారు సానుకూలంగా స్పందించారు. పరీక్షలైన తర్వాత ఉద్యోగంలో చేరడానికి అనుమతించారు. ఐతే నా సీనియారిటీ ఓ నెలరోజులు వెనక్కి పోతుందని చెప్పారు. ఒక సంవత్సరం చదువు వృథా అవడం కంటే ఓ నెల సీనియారిటీ పోయినా పరవాలేదని మనసుకు నచ్చజెప్పుకొన్నాను. సంతోషంగా ఇంటికి బయలుదేరాను.

విషయం చెప్పగానే ఇంట్లో వాళ్లు అంతెత్తున ఎగిరి పడ్డారు. చేతికందిన ఓ జాతీయ బ్యాంక్ ఉద్యోగావకాశం జారవిడుచుకున్నందుకు చీవాట్లు పెట్టారు. చదువు ఓ సంవత్సరం పోతే పోయింది, అంత మంచి ఉద్యోగం ఎవరైనా వదులుకుంటారా? అని కోప పడ్డారు. 'ఓ నెల తర్వాత ఆ ఉద్యోగం ఇస్తారని గ్యారంటీ ఏమిటి? నీకు హామీ ఇచ్చిన ఆ ఆఫీసర్ బదిలీ ఐతే ఏంటి గతి? పొదలో ఉన్న రెండు పక్షులకంటే చేతిలో ఉన్న ఒక పక్షితో సరిపెట్టుకోకూడదా?' అనే ఓ ఇంగ్లీషు సామెతను తెలుగులో ఉటంకించి హితబోధ చేశారు. చేతి నుండి బాణం సంధించాను, ఇక అది తిరిగి వచ్చే

అవకాశం లేదని వారికి అర్థమయ్యేలా చెప్పేసరికి నా తల ప్రాణం తోకకొచ్చింది. ఇక ఆ విషయానికి స్వస్తి పలికి నా పరీక్షలకు సన్నద్ధం కావడంలో నిమగ్నమయ్యాను. ఉద్యోగం వచ్చిన ఉత్సాహంతో శ్రద్ధగా చదివి, పరీక్షలు బాగా రాశాను. అవి పూర్తైన మర్నాడే బ్యాంకులో వాలిపోయాను. ఆ తర్వాత?

పగలు దాదాపు ఒంటి గంట ప్రాంతంలో మొహం వేళ్లాడేసుకొని ఇంటికి వెళ్లాను. నన్ను ఆ స్థితిలో చూసి ఇంట్లో వాళ్లు ఆందోళన చెందారు. తలుపుతట్టిన అదృష్టదేవత మొహంమీదే తలుపుమూసినందుకు నిందించారు. మా అమ్మ మాత్రం "పర్వాలేదు కొడుకా! అంతకంటే మంచి నౌకిరీ నీకు రాసి పెట్టున్నదేమో? పొద్దుగాల్ల చాయి బిస్కిట్లు తిని పోయిన నువ్వు మల్ల ఏం తిన్నట్టు లేదు, మొకం జూడు ఎంత గుంజుక పొయిందో? సేయి కడుక్కొని రా. ఇంత సల్లవడి ఆరాం జెయ్యి." అని పన్నీటిజల్లు కురిపించింది. ఎంతైనా అమ్మ అమ్మే కదా? కడుపునిండా తిని " నేను బ్యాంకు నౌకిరిల సేరినా" అని గట్టిగా అరిచాను. అప్పుడంతా అవాక్కయ్యారు.

"బ్యాంకుల సేరినంటవ్, మల్ల పగలు ఇంటికచ్చినవేంది?" అందరూ మూకుమ్మడిగా అడిగారు.

అప్పుడు, నా బనీనుకు, లేని కాలరెగిరేసి ...

"తినెతందుకచ్చిన. మాది, మన ఇంటికి దగ్గరున్న బ్రాంచి. అది రొండు పయిలీలల్ల(షిఫ్టుల్లో) పనిజేత్తది. పొద్దుగాల్ల తొమ్మిదినుంచి పన్నెండున్నరదాకా, అటెన్క పగలు మూడున్నర నుంచి యొడెగెదాకా. గిప్పుడు గొంత ఆరాం జేసి లేసి చాయిదాగి, మూడేంగ ఎల్తినంటె, మల్ల ఎనిమిది లోపలస్త" అని అసలు విషయం బయట పెట్టాను. అలాగే నా బ్యాగులోని మిఠాయి పొట్లం కూడా తీశాను. అప్పుడు? మా ఇంట్లో వాళ్లందరి కళ్లల్లో మెరుపు.

ఆ ఆనందం ఇప్పటికీ నా కళ్లకు కట్టినట్టుంది. చేజారిపోయిందనుకున్న పెన్నిధి మళ్లీ చేతి కొస్తే ఆ సంతోషమే వేరు కదా! అలా నా ఉద్యోగ ప్రస్థానం, ఓ పెద్ద క్రెడిట్ తో మొదలైంది.

అంకిత భావంతో అటు ఉద్యోగం, ఇటు చదువు, అనే జోడు గుఱ్ఱాలపై స్వారీ ప్రారంభించాను. ఏడేళ్లలో ఉదయపు కాలేజీలో గ్రాడ్యుయేషన్, ఎల్ఎల్.బి. తో పాటు, బ్యాంకు పరీక్షలైన సి.ఎ.ఐ.ఐ,బి, రెండు భాగాలు పూర్తి చేశాను. అదే సంవత్సరం నన్ను ఆఫీసర్ ప్రమోషన్ వరించింది. అప్పటివరకు కేవలం సీనియారిటీ ద్వారా ఇచ్చే ప్రమోషన్లలో కొంత శాతం మెరిట్ ద్వారా కూడా ఇవ్వాలని నిర్వాహక మండళి మరియు కార్మిక సంఘం, ఒక అవగాహనకు వచ్చాయి. ఆ విధి విధానాల ప్రకారం నాకు బ్యాంక్ లో జరిగిన మొట్టమొదటి మెరిట్ పరీక్షకు హాజరయ్యే అవకాశం వచ్చింది. అందులో కూడా నా ఖాతాలో క్రెడిట్ ఎంట్రీ పడింది. నా రొట్టె విరిగి నేతిలో పడింది. ఐతే ఆ నెయ్యి, గుజరాత్ లో ఉందని తేలింది. అది కాస్తా డెబిట్ అని నిరాశపడ్డా, కాలక్రమంలో దాన్ని క్రెడిట్ గా మార్చుకోవడంలో కృతకృత్యున్నయ్యాను.

గుజరాత్ లో పని చేసిన మూడేళ్లలో రాష్ట్రమంతటావ్యాపించిన , ఆ బ్యాంకు యొక్క ఇరవై ఒక్క బ్రాంచీల్లో పనిచేసే అవకాశం కలిగింది. పనిలో ఆల్ రౌండర్ గా గుర్తింపు పొందిన నన్ను,

రిలీవింగ్ బ్రాంచ్ మానేజరుగా పంపేవారు. అంటే ఆ రాష్ట్రంలోని ఏ బ్రాంచ్ మానేజర్ సెలవుపై వెళ్ళినా నా లాంటి వాళ్లని రిలీవర్లుగా పంపేవారు.

ఆ బ్రాంచ్ లో అంటీ అంటనట్టుండకుండా నేను, రోజువారీ విధులు నిర్వహిస్తూనే పెండింగ్ పనులు కూడా చక్కబెట్టేవాణ్ణి. స్థానిక ప్రజలతో మమేకమై వారి ఇబ్బందులు, ఇక్కట్లు తీర్చడానికి ప్రయత్నం చేశాను. ఇంట్లో డబ్బులు దాచుకునేవారిని ఒప్పించి, వారిని బ్యాంక్ లో ఖాతాలు తెరిచి, ఆ ఖాతాల్లో తాము పొదుపు చేసిన డబ్బును జమ చేసేలా ఒప్పించాను.

ఓ గ్రామీణ బ్రాంచ్ లోని అనుభవం ఇప్పటికీ నన్ను పులకింపజేస్తుంది. అది నలభై ఏడేళ్లక్రితం నాటి మాట. అప్పుడు గ్రామాల్లో సెల్ ఫోన్లు కావు కదా, మామూలు ఫోన్లు కూడా లేని పరిస్థితి. అలాంటి ఓ గ్రామీణ బ్రాంచ్ కి నన్ను రిలీవింగ్ ఆఫీసర్ గా పంపారు. ఆ బ్రాంచ్ లో అప్పుడు, ముగ్గురంటే ముగ్గురే ఉద్యోగులు. బ్రాంచ్ మానేజర్- కం- అకౌంటెంట్, క్లర్క్- కం- కాషియర్, ప్యూన్- కం- వాచ్ మన్. దాదాపు ఐదు వందల గడపలున్న ఆ ఊర్లో, ఒక్కటంటే ఒక్క టెలిఫోన్ కూడా లేదు. జిల్లా కేంద్రంలో ఉన్న మా పై ఆఫీసుకి ఏ సందేశం పంపాలన్నా, దాదాపు పది కిలోమీటర్ల దూరంలో ఉన్న జిల్లా కేంద్రానికి మనిషిని పంపడమొక్కటే మార్గం. లేకపోతే పోస్ట్ ద్వారా ఉత్తరాలు పంపడం. బ్రాంచ్ లో మాకు తరచూ మా పై ఆఫీసును సంప్రదించే అవసరం పడేది. అప్పుడు సైకిల్ పై మా ప్యూన్ ని పంపి ఆ పనులు చక్కబెట్టుకునేవాళ్లం.

ఆ పరిస్థితిని చూసి నేను వెంటనే టెలిఫోన్ విభాగంతో ఉత్తరాల పరంపర మొదలుపెట్టాను. ఓ జాతీయ బ్యాంక్ లావాదేవీలకు ఫోన్ ప్రాముఖ్యాన్ని వివరిస్తూ ప్రభుత్వ టెలిఫోన్ ప్రాంతీయ కార్యాలయానికి రాశాను. దాని కాపీలు, రాష్ట్ర రాజధాని టెలిఫోన్ కేంద్రానికి, కేంద్ర టెలిఫోన్ మంత్రిత్వ శాఖకు, మా ప్రాంతీయ కార్యాలయానికి పంపాను. ప్రభుత్వ కార్యాలయాల పనితనం తెలుసు కాబట్టి, ప్రతి వారం ఓ రిమైండర్ పంపాను. అక్కడి నా డ్యూటీ ముగియగానే వేరే బ్రాంచ్ కి రిలీవింగ్ బ్రాంచ్ మానేజర్ గా వెళ్లాను.

ఓ నెల రోజుల తర్వాత, వేరే ఓ బ్రాంచ్ కి రిలీవర్ గా వెళ్లడానికి, జిల్లా కేంద్రంలోని బస్ స్టాప్ లో బస్సుకై వేచి ఉన్నాను. అప్పుడొకతను.. "సర్! నమస్కారం. మా ఊరికి టెలిఫోన్ వచ్చింది." అతని కళ్లల్లో మెరుపు. అప్పుడు ట్యూబ్ లైట్ వెలిగింది, అతను నేను అంతకుముందు పనిచేసిన బ్రాంచ్ లో ఓ కస్టమర్. అంటే నా ప్రయత్నం సఫలమైందన్న మాట. అతనిలాగే ఇంకెంతమంది నన్ను జ్ఞాపకం చేసారో? మరో క్రెడిట్ నా ఖాతాలో పడింది.

ఇంకో అనుభవం... నేను మరో రాష్ట్రంలో ఓ కొత్త బ్రాంచ్ తెరిచి, దానికి మొదటి మానేజరుగా వెళ్లాను. అప్పుడు వ్యాపారం పెంచేందుకు కొన్ని నిబంధనలను సడలించాల్సి వచ్చింది. ఎవరు గుర్తుపట్టేవారు (ఇంట్రొడ్యూసర్) లేకపోయినా ఖాతాలు తెరవాల్సి వచ్చింది. ఇప్పుడంటే కె.వై.సి.(నో యువర్ కస్టమర్) నిబంధనలు ఖచ్చితంగా పాటించాలి, కాని అప్పుడు రూల్స్ అంతగా పాటించేవారు కాదు. అలా తెరిచిన ఓ ఖాతాలో అక్కడికి దాదాపు వంద కిలోమీటర్ల దూరంలో ఉన్న

భారతీయ జీవిత భీమా కంపెనీ వారిచ్చిన చెక్ జమ చేసి, హాస్పిటల్లో కట్టడానికి అర్జంటుగా, దానిలో సగం డబ్బు వెంటనే ఇవ్వమని ప్రాధేయపడ్డాడు ఓ కస్టమర్.

అతని అవసరాన్ని దృష్టిలో పెట్టుకొని, మానవతా దృక్పథంతో నా అధికారాన్ని ఉపయోగించి, అతని చెక్ ఇంకా పాస్ కాకపోయినా, బ్యాంక్ దస్తావేజులపై సంతకం తీసుకుని, అతనడిగిన డబ్బు సర్దుబాటు చేశాను. రెండు వారాల తర్వాత, ఆ సెంటర్లో అసలు భారతీయ జీవిత భీమా శాఖ లేనే లేదని, మేము కలెక్షనుకు పంపిన బ్యాంకు నుండి ఆ చెక్కు తిరిగి వచ్చింది. అంటే భారతీయ జీవిత భీమా పేరుతో చెక్ ముద్రించి మోసం చేశారన్న మాట. వెంటనే ఆ కస్టమర్. ఖాతాలో ఇచ్చిన చిరునామాకు మనిషిని పంపగా ఆ అడ్రసులో అలాంటి వ్యక్తి ఎవరూ లేరని తేలింది. ఇక చేసేదేం లేక, బ్యాంక్ రూల్స్ ప్రకారం ఆ డబ్బు నేనే కట్టాల్సి వచ్చింది. ఆ డెబిట్ ఎంట్రీతో బుద్ధి తెచ్చుకొని, మరెన్నడూ బ్యాంక్ నిబంధనలను అతిక్రమించలేదు,

ఇంకో గ్రామీణ బ్రాంచ్ లో మరో అనుభవం. ఓ చిన్న కిరాణా కొట్టుకి నా లోన్ మంజూరీ అధికారంతో కొంత అప్పు సాంక్షన్ చేశాను. అది విడుదల చేసే ముందు తనిఖీకి వెళ్తే ఆ కస్టమర్ దయనీయ పరిస్థితి చూసి చాలా బాధ కలిగింది. సరుకులు లేక, ఆ కొట్టు బోసిపోయి ఉంది. అప్పుడు, ఊళ్లోని మా తాతయ్య రూపం కళ్ల ముందుకొచ్చింది. ఆయన కూడా పెట్టుబడి లేక తన కిరాణా కొట్టులో సరుకులు సరిగ్గా నింప లేకపోయేవాడు. షావుకారి వడ్డీ కట్టడంలోనే ఆయన జీవితం తెల్లారిపోయింది. ఆ పరిస్థితి మా కస్టమర్ కి రాకూడదని వెంటనే మంజూరు చేసిన మొత్తం అతని ఖాతాలో జమ చేశాను. అప్పుడతను కళ్లలోకి నీళ్లు తెచ్చుకొని నా కాళ్లపై పడ్డాడు. నేను అతన్ని లేవనెత్తి హత్తుకున్నాను. వ్యాపారం బాగా పుంజుకుంటే ఇంకా ఎక్కువ మొత్తం అప్పుగా మంజూరు చేస్తానని మాటిచ్చాను. అలాంటి బడుగు జీవుల దీవెనలే నా ఖాతాలో క్రెడిటై నా పురోభివృద్ధికై దోహదపడ్డాయని గట్టిగా నమ్ముతాను. నిజాయితీకి మించిన ధర్మం లేదని నా భావన.

ఇంకో అనుభవం నా మనసులో చెరగని ముద్ర వేసింది. ఓ మొండి బకాయి వసూలుకి వెళ్తే ఆ అసామి లేడు. ఆయన భార్య, కొడుకు ఉన్నారు. జనప మిల్లులో పనిచేసే మా బకాయదారుని కంపెనీ మూత పడిందనీ, ఏదో కూలిపనికి వెళ్లాడని చెప్పిందతని భార్య. అలాగే తన కొడుక్కి ఇంటర్ మీడియేట్ లో ఫస్ట్ క్లాస్ వచ్చిందని చెప్పిందామె. ఆమె కళ్లల్లో ఓ మెరుపు. భవిష్యత్తు పట్ల విశ్వాసం కనిపించాయి నాకు. వెంటనే నా జేబులోంచి వంద రూపాయలు తీసి ఆ అబ్బాయికి ఇచ్చాను. 'బాకీ వసూలుకి వచ్చి, మీరే ఎదురు డబ్బు ఇచ్చారేంటి సర్?' అన్నాడు నా సహోద్యోగి. 'ముందు మనం మనుషులం, ఆ తర్వాతే అధికారులం' అని అతనికి సర్ది చెప్పాను.

ఉద్యోగ పర్వంలో మెట్టు, పై మెట్టు, ఎక్కేకొద్దీ రోజువారీ బ్రాంచ్ బాధ్యతలు తగ్గి, కొన్ని బ్రాంచులపై ఆజమాయిషీ చేసే అవకాశం వచ్చింది. అప్పుడు కొంత మంది పెద్ద వ్యాపారులతో లావాదేవీలు జరిపే పరిస్థితి తలెత్తింది. వారు తమ అలవాటు ప్రకారం వేసిన ఎముకలు తోసేసి, వారిని సాగనంపి, బ్యాంక్ పట్ల విశ్వాసంతో పని చేయడం వల్ల, నా హయాంలోని లోన్లు నిరర్థకం(ఎన్.పి.ఎ.) కాలేదు. పై అధికారుల నుండి ఎంత ఒత్తిడి వచ్చినా బ్యాంక్ కు నష్టం కలిగించే

పని ఏదీ చేయలేదు. ఐతే దాని వల్ల చంబల్, అస్సాం లోని బ్రాంచ్ లకు పనిష్మెంట్ ట్రాన్స్ ఫర్ కు లోనయ్యాను. ఐనా కృంగిపోకుండా, కుటుంబాన్ని మా స్వస్థలంలో ఉంచి, నేనొక్కణ్ణే ఆయా బ్రాంచుల్లో విధులు నిర్వహించాను. అలా కుటుంబ జీవితానికి దూరమై బ్యాంక్ ఉద్యోగానికే జీవితం అంకితం చేశాను. అవి డెబిట్ ఎంట్రీలైనా వాటిని కూడా నా ఖాతాలోని భాగాలుగా చేసుకొని, ముందుకు పోయాను. పై మానేజ్ మెంట్ తో, వినియోగదారులతో, తోటి ఉద్యోగులతో సంప్రదింపులు, ఘర్షణలు, సంఘర్షణలు నన్ను ఏ పరిస్థితినైనా తట్టుకొనేలా రాటుదేల్చాయి. బడుగు బలహీన వర్గాలకై ఎన్నో పథకాలు రూపొందించి, వాటి అమలుతో ఎన్నో కుటుంబాల అభివృద్ధి కై తోడ్పడేలా చేశాయి.

నొప్పింపక తానొవ్వక తప్పించుకొని తిరుగమని' బద్దెన కవి చెప్పిన హితబోధను ఒంటబట్టించుకొని, నా సర్వీసంతా అలాగే పాటించాను. అందుకే మచ్చలేకుండా రిటైరై, ఇప్పుడు, రిటైర్ మెంట్ మొత్తం మ్యూచువల్ ఫండ్ లలో మదుపు చేసి, ఆ డివిడెండ్ తో, పెన్షన్ డబ్బులతో హాయిగా జీవితం వెళ్లదీస్తున్నాను.

బ్యాంక్ ఉద్యోగం అంటే కేవలం జమా – ఖర్చుల చిట్టా కాదు, అది ఎందరి జీవితాల్లోనో వెలుగులు నింపే బృహత్కార్యం. షావుకారు అప్పుల ఊబిలో కూరుకుపోతున్న వారిలో ఆత్మ విశ్వాసం నింపి వారి జీవితం, అభివృద్ధి పథాన నడిపించే అద్భుత పనిముట్టు. నేను రిటైరై ఏళ్లు గడుస్తున్నా, ఇప్పటికీ కొంత మంది నాకు వారి విజయాలకు నేనూ ఓ కారణం అని ఉత్తరాలు రాస్తుంటారు. వారి వ్యాపార వృద్ధికై నన్ను సలహాలు అడుగుతారు. అది నా విశ్రాంత జీవితంలో కొత్త వెలుగులు నింపుతుంది. అలా నా ఖాతాలో ఇంకా క్రెడిట్ ఎంట్రీలు పడుతూనే ఉన్నాయి. జీవిత నౌక, ఒడుదుడుకులు లేకుండా సాఫీగా నడవడానికి ఇది చాలు.

డెబిట్ ఎంట్రీలకు కృంగిపోకుండా, క్రెడిట్ ఎంట్రీలకు పొంగిపోకుండా ఎలా వచ్చిన పరిస్థితులను అలాగే ఎదుర్కొంటూ, నిజాయితీతో, మానవత్వ విలువలు పాటిస్తూ, వాటి మధ్య ముందుకు సాగడమే పరమావధి అని నేను గట్టిగా నమ్ముతాను. 'మన అంతరాత్మకే మనం జవాబుదారీ' అని భావిస్తూ అడ్డదారులు తొక్కకుండా ఉంటే ముమ్ముందు అదే మనల్ని కాపాడుతుంది. కష్టసుఖాలు కావడిలో కుండలని భావిస్తూ, అవరోధాలను అవకాశాలుగా మలచుకొని విజయాల వైపు పయనించడమే మనం చేయాల్సింది. అది బ్యాంక్ ఉద్యోగమైనా, ఇంకే ఉద్యోగమో లేక ఉపాధి ఐనా మన జీవిత జమా – ఖర్చుల పట్టికలో ఆస్తులు, అప్పుల కంటే ఎక్కువే ఉండాలి.

25. మతతత్వం – మానవత్వం

"ఉమేశ్ బేటా! ఎలా ఉన్నావ్?"

"నేను బాగానే ఉన్నాను. మీరెలా ఉన్నారు? హజ్ యాత్రనుండి తిరిగి వచ్చారా?" నేను అడిగాను.

"ఔను, ఇవాళే ముంబై చేరాం. నీ చలవ వల్ల మా హజ్, ఉమ్రా యాత్ర బాగా జరిగింది. నీ కొరకు కూడా మేము ప్రార్థన చేశాం. జీతే రహో బేటా." ఆబిద్ చాచా జవాబిచ్చాడు.

"శుక్రియా చాచాజాన్! మీ ఆశీర్వాదం వల్ల నాకు అహమ్మదాబాద్ లో మంచి ఉద్యోగం దొరికింది. ఇప్పుడు అక్కడే ఉన్నాను. నా కొరకు కూడా మీరు చేసిన ప్రార్థన ఫలించింది."

" అలాగా? అది మరీ మంచిది. నువు ముంబాయిలో ఉన్నావేమో కలసి, మళ్లీ ధన్యవాదాలు చెప్పాలనుకున్నాము. పర్వాలేదు, ఇంకో రెండు రోజుల్లో మేమూ అహమ్మదాబాద్ వస్తాం. అప్పుడు కలుద్దాం.ఖుదా హాఫీజ్."

"చాచీని అడిగానని చెప్పండి.ఖుదా హాఫీజ్ చాచాజాన్!" నేను ఫోన్ పెట్టేశాను."

మా సంభాషణ హిందీలో జరిగింది. నా కళ్లముందు దాదాపు మూన్నెళ్లనాటి దృశ్యాలు కదలాడసాగాయి.

అది అహమ్మదాబాద్ స్టేషన్. నేను గుజరాత్ రాష్ట్ర రాజధాని గాంధీనగర్ లో ఓ ఇంటర్వ్యూకి హాజరై తిరిగి ముంబయి వెళుతున్నాను. ఏ.సీ. కోచ్ లోని నా బెర్త్ కింద సామాను పెట్టి, ప్లాట్ ఫాం పై నుంచున్నాను. అంతలో ఓ ముస్లిం ముసలి జంట, ఓ యువకుడు వచ్చారు.

"భాయ్ సాబ్! మీరు ఇదే కోచ్ లో వెళుతున్నారా?." ఆ యువకుడు అడిగాడు.

" ఔను. ఏం?"

"ఏం లేదు. నా పేరు రహీం. మా అబ్బాజాన్ అమ్మీజాన్ కూడా ముంబయి వెళుతున్నారు. ప్రయాణంలో వారికి ఏదైనా సహాయం అవసరమైతే చేస్తారని."

"మీరు రావడం లేదా" నేనడిగాను.

"లేదు. నేనికిక్కడ మా షాప్ చూసుకోవాలి. అందుకనే మిమ్మల్ని వారిని కాస్త చూస్తుండమని కోరుతున్నాను."

నేను 'సరే' నన్నాను. రైల్లో...

"నా పేరు ఆబిద్. నీ పేరేంటి బేటా? ముంబయి ఏదైనా పనిమీద వెళుతున్నావా?"

"లేదంకుల్. మేముండేది ముంబయిలోనే. ఓ ఇంటర్వ్యూ కని ఇక్కడికి వచ్చాను. నా పేరు ఉమేశ్."

"ఇంటర్వ్యూ బాగా జరిగిందా బేటా?

" చాలా బాగా జరిగింది చాచా. ఇక అదృష్టం ఎలా ఉందో చూడాలి."

" నువ్వేం ఫికర్ చేయకు ఉమేశ్. ఆ ఉద్యోగం నీకు తప్పక దొరుకుతుంది. ఇంతకూ నువ్వేం చదివావ్? ఏ ఉద్యోగం కొరకు ప్రయత్నిస్తున్నావ్? ఇలా చనువు తీసుకుంటున్నానని ఏమనుకోవద్దు. నీ కిష్టమైతేనే చెప్పు." ఆబిద్ చాచా మాటల్లో ఎంతో ఆప్యాయత.

" ఇందులో చెప్పక పోవడానికేముంది? సాటి ప్రయాణీకులం. ఒకరి గురించి ఒకరు తెలుసుకోవాలనుకోవడంలో తప్పు లేదు. అలా తెలుసుకుంటే దగ్గరితనం పెరుగుతుంది. ప్రయాణం సాఫీగా సాగుతుంది. నేను యం. ఫాం. చేశాను. ఫలానా కంపెనీలో సైంటిఫిక్ ఆఫీసర్ పోస్ట్ కి ఇంటర్వ్యూ కొచ్చాను."

"ప్రస్తుతం ఏం చేస్తున్నావ్?" ఆబిద్ చాచాలో అదే ఆప్యాయతతో కూడిన కుతూహలం.

" ముంబయిలోనే ఓ ఫార్మాస్యూటికల్ కంపెనీలో పని చేస్తున్నాను. అది అంత తృప్తిగా లేదు. ఇక్కడి కంపెనీ అంతర్జాతీయంగా గుర్తింపు పొందింది. వారి ఉత్పత్తిలో సింహభాగం విదేశాలకు ఎగుమతి చేస్తారు. వారి అధునాతన రీసర్చ్ అండ్ డెవెలప్ మెంట్ విభాగంలో అనునిత్యం పరిశోధనలు చేస్తూ ఎన్నో కొత్త కొత్త మందులు తయారు చేస్తారు. అందుకే సొంత ఇంటికి దూరమైనా ఇక్కడి అనుభవం, మున్ముందు ఉపయోగపడుతుందని అనుకుంటున్నాను. వసతులు, పే ప్యాకేజీ కూడా ఆకర్శణీయంగా ఉన్నాయి." కాస్త వివరంగానే చెప్పాను.

"చాలా సంతోషం నాయనా! అల్లా నీకు తప్పకుండా మేలు చేస్తాడు. ఇక మా విషయానికి వస్తే, మాకు నలుగురు కూతుళ్లు, ఒక కొడుకు. ఇందాక స్టేషన్ కి వచ్చాడే వాడు. కూతుళ్లు వాడికంటే పెద్ద వాళ్లు. అందరికీ పెళ్లిళ్ళయ్యాయి. కాని మా పెద్ద కూతురు భర్త జులాయి. డబ్బుకొరకు మా కూతుర్ని, మమ్మల్ని సతాయించేవాడు. ఇంకో ధనవంతుని కూతుర్ని వలలో వేసుకుని, మా అమ్మాయికి 'తలాక్' 'తలాక్' 'తలాక్' అని మూడు సార్లు చెప్పి ఇంట్లోనించి గెంటి వేశాడు. అప్పటినుంచి ఆమె మా దగ్గరే ఉంది. రహీంకు ఇద్దరు కూతుళ్లు, ముగ్గురు కొడుకులు. అందరూ స్కూల్, కాలేజీల్లో చదువుతున్నారు. మాకు ఇక్కడి మాణేక్ చౌక్ ప్రాంతంలో అత్తరు షాపుంది. పొట్టకు బట్టకు ధోకా లేదు. మా పూర్వీకుల ఇల్లు ఎలాగూ ఉంది. బాధ్యతలన్నీ తీరాక, మేమిద్దరం హజ్ యాత్రకని బయలుదేరాం. అటే ఉమ్రా యాత్ర కూడా ముగించుకుని మూన్నెళ్ల తర్వాత తిరిగి రావాలని ప్లాన్. ఇంతకీ మీరు మరాఠీ వాళ్లా?" ఆబిద్ చాచా క్లుప్తంగా తమ వివరాలు చెప్పి, నన్నడిగాడు.

"మేము తెలంగాణా ప్రాంతానికి చెందిన తెలుగు వాళ్లం. డెబ్భై ఏళ్ల క్రితం మా తాతగారు ఉపాధి వేటలో ముంబయి వచ్చారు. మొదట భవన నిర్మాణ కూలీగా చేసిన ఆయన అంచెలంచెలుగా ఎదుగుతూ ఓ చిన్న గుత్తేదారు స్థాయికి చేరుకున్నారు. మా నాన్న, మేమంతా ముంబయిలోనే పుట్టి పెరిగాము. అక్కడే స్థిరపడ్డాము. మాలాడ్ లో మాకు ఓ రెండు పడక గదుల ఫ్లాట్ ఉంది. నాకింకా పెళ్లి కాలేదు." నేనూ మా కుటుంబ వివరాలు చెప్పాను.

"మేరెంతమంది అన్నదమ్ములు? మీ నాన్న గారేంచేస్తారు?"

"నాకు ఇద్దరు చెల్లెళ్ళు. వారు కాలేజీలో చదువుతున్నారు నాన్న గారు ఓ జాతీయ బ్యాంకులో మ్యానేజర్."

అంతలో 'నడియాద్' స్టేషన్ వచ్చింది. వారిద్దరు భోజన సన్నాహాలు చేయసాగారు. నేనేమైనా టిఫిన్ ఆర్డర్ చేయాలనుకున్నాను.

"బేటా! ఇంద ఈ ప్లేట్ తీసుకుని మా బిర్యానీ తిను" ఓ పేపర్ ప్లేట్ ఇవ్వబోయింది చాచీ.

"ఒద్దొద్దు. నేనేమైనా ఆర్డర్ చేస్తాను." అని మొహమాట పడ్డాను. నేనేమో పక్కా శాకాహారిని. ముస్లింలు సాధారణంగా మాంసాహారం తింటారని నాలో సంకోచం.

"పర్వాలేదు బేటా! మా కోడలు పెద్ద క్యారియర్లో బిర్యానీ ఇచ్చింది. ఈ వయసులో మేమెంత తింటాం? ప్రేమతో ఇస్తున్నపుడు కాదనకు బేటా." చాచీలో కూడా ఆత్మీయత.

" అది మాంసాహారమేమో?" సంకోచం పక్కన పెట్టి నిర్మొహమాటంగా అడిగాను.

"ఇంట్లో మేము మాంసాహారం తిన్నా, ఇలా ప్రయాణంలో మాత్రం వెజిటెబిల్ బిర్యానీయే తీసుకొస్తాం. తోటి ప్రయాణీకుల ఎదుట బొమికెలు అవీ చప్పరించడం ఎబ్బెట్టుగా ఉంటుంది." చాచా వివరించాడు.

"సరే. కొంచెమే ఇవ్వండి. సాయంత్రం హోటల్లో టిఫిన్ చేశాను. అందుకే ఇక్కడ మీల్స్ కాకుండా ఏదైనా టిఫిన్ చేద్దామనుకున్నాను."

" మా కోడలు చేసిన అమ్దావాదీ బిర్యానీ రుచి చూడు. మీ హైద్రాబాదీ బిర్యానీని మరిచి పోతావు." చాచీ ఊరించింది.

"నిజంగా మా హైద్రాబాదీ బిర్యానీ కంటే రుచిగా ఉంది. ఇంత టేస్టీ బిర్యానీ ఎప్పుడూ తినలేదు. శుక్రియా చాచీజీ"

ఆ తర్వాత పడుకోవడానికి ఉపక్రమించాము.

తెల్లవారు జాము నా మొబైల్ అలారం లేవమంది. ఆవలిస్తూ లేచి చూస్తే నా సహ ప్రయాణీకులు కొందరు దిగడానికి సన్నాహాలు చేస్తూ కనిపించారు. ఆబిద్ చాచా, చాచీ అప్పటికే లేచి ఫ్రెష్ అయినట్టున్నారు.

"ఏ స్టేషన్ రాబోతుంది?" నా ఎదుటి బెర్త్ శాల్తీని అడిగాను.

"బోరీవలి" జవాబిచ్చాడతను.

"నువ్వెక్కడ దిగుతావు బేటా" ఆబిద్ చాచా అడిగాడు.

"నేను కూడా బోరీవలిలోనే దిగాలి, కాని హజ్ యాత్రకు వెళుతున్న మిమ్మల్ని 'హజ్ హౌస్' లో దింపి వీడ్కోలు పలకడానికి ముంబయ్ సెంట్రల్ దాకా వస్తాను."

" నీకెందుకు శ్రమ ఉమేశ్? మేమెలాగైనా వెళతాము. నీ కొరకు మీ వాళ్ళు ఎదిరి చూస్తుంటారేమో?"

" ఏముంది? మా ఇంటికి ఓ మూడు గంటలు ఆలస్యంగా వెళతాను అంతే గదా? నాకెంతో ఆప్యాయత పంచిన మిమ్మల్ని అర్ధాంతరంగా వదిలేస్తే నాకు తృప్తిగా ఉండదు. ఆలస్యంగా

ఇంటికి వస్తానని మా వాళ్లకప్పుడే ఫోన్ చేసి చెప్పాను. ఇక మీరు నిశ్చింతగా ఉండండి." నేను భరోసా ఇచ్చాను. బోరీవలిలో దాదాపు అరవై శాతం కోచ్ ఖాళీ అయింది. ఇంకో ఇరవై శాతం మంది దాదర్ లో దిగుతారు. ఆ తర్వాత మేము దిగాల్సిన ముంబయ్ సెంట్రల్ స్టేషన్.

చూస్తుండగానే ముంబయ్ సెంట్రల్ స్టేషన్ రానే వచ్చింది. నడుస్తున్న రైల్లోకి ఎక్కిన కూలీతో మాట్లాడి రైలు ఆగగానే సామానుతో పాటు మేము ప్లాట్ ఫాం పై దిగాము. కూలీతో బేరమాడి బ్రిడ్జ్ పైకి చేరాం. అక్కడున్న ఓ టక్సీలో హజ్ హౌస్ వైపుకు బయలు దేరాం.

"మీ ఇల్లు ఇక్కడినుండి ఎంత దూరం ఉమేశ్?" చాచీ అడిగింది.

"దాదాపు నలభై కిలోమీటర్లు."

"మమ్మల్ని దింపి నువ్వు అంత దూరం పోవాలా? మా కొరకు చాలా శ్రమ తీసుకుంటున్నావు బేటా. రైల్లో మాత్రం పరిచయమైన మాకు ఇంత సహాయం చేస్తున్న నీకు ఏమిచ్చినా మా ఋణం తీరదు. నీ కొరకు కూడా మేము ప్రార్థిస్తాము. అల్లా నిన్ను చల్లగా చూస్తాడు. జీతే రహో బేటా." ఆబిద్ చాచా ఆశీర్వదించాడు. అంతలో హజ్ హౌస్ వచ్చింది. ఆబిద్ చాచాని, చాచీని అక్కడి రిసెప్షన్ లో అప్పగించి, నేను చర్చ్ గేట్ స్టేషన్ వైపు అడుగులు వేసాను. అక్కడ సబర్బన్ రైలెక్కి, మాలాడ్ స్టేషన్ లో దిగి, అక్కడి నుంచి ఆటోలో మా ఇంటికి వెళ్లాను.

రెండు రోజుల తర్వాత సౌదీకి విమానం ఎక్కేముందు నాకు ఫోన్ చేసి మళ్లీ ధన్యవాదాలు చెప్పాడు ఆబిద్ చాచా.

----------------x--------------x--------------------x-----------------

మూన్నెళ్ల తర్వాత ఆ ఫోన్. నాకు చాలా ఆనందమైంది. ప్రయాణాల్లో ఎంతో మంది కలుస్తారు. అటుపై వారెక్కడో మనమెక్కడో. ఆబిద్ చాచా మాత్రం అందుకు మినహాయింపు. పరాయి రాష్ట్రంలో ఉద్యోగం చేస్తున్న నాకు, ఆత్మీయులకు దగ్గరైనంత అనుభూతి కలిగింది.

ఓ రోజు మా కంపెనీ క్యాంటీన్ లో భోంచేస్తున్నప్పుడు ఫోన్ మోగింది. నంబరు చూస్తే ఆబిద్ చాచా!

"హలో సలామాలేకూం చాచా!"

"జీతే రహో బేటా! మేము అహమ్మదాబాద్ చేరాం. వచ్చే ఆదివారం నువు మా ఇంటికి భోజనానికి వస్తున్నావ్. అడ్రస్ మెసేజ్ పెడుతున్నాను. ప్రొద్దున పదకొండు గంటలకు వచ్చేయ్."

"భోజనానికి కాదు కానీ మిమ్మల్ని కలవడానికి ఆ రోజు సాయంత్రం వస్తాను." నేను మొహమాట పడ్డాను.

"లేదు ఉమేశ్! సెలవు రోజున ఏదో ఓ హోటల్లో తినే బదులు, మా ఆతిథ్యం స్వీకరించి, ఇంటి భోజనాన్ని ఆస్వాదించు. నువు వస్తున్నావ్. అంతే. ఇంక ఏం మట్లాడొద్దు" అని ఫోన్ పెట్టేశాడు.

ఆబిద్ చాచా చెప్పినట్టు ఆ ఆదివారం, ఓ మిఠాయి పొట్లాం తీసుకుని వారి ఇంటికి చేరుకున్నాను. ఇంటిల్లపాదీ గుమ్మం లోపల నుంచుని నమస్కారం చేస్తూ నాకు స్వాగతం చెప్పిన

విధానంతో నా మనసు పులకించింది. ఎంతో దగ్గరి బంధువుల ఇంటికి వెళ్లిన అనుభూతి కల్గింది. వెళ్ళగానే గుజరాత్ లో ఉన్న ఆనవాయితీ ప్రకారం చల్లని మంచి నీళ్లిచ్చారు. భోజనానికి ఇంకా ఓ గంట ఉండడంతో, ఆ తర్వాత కేవలం పాలతో చేసిన చిక్కటి అల్లం టీ ఇచ్చారు. ఆ తర్వాత ఇంట్లోని వారిని పేరుపేరునా పరిచయం చేస్తూ నా గురించి గొప్పగా చెప్పారు. భోజనం చేయకుండానే నా కడుపు నిండిపోయింది. ఆ తర్వాత ఆబిద్ చాచా చాచీల యాత్రా విశేషాలు చెప్పారు. వంటయేలోగా పిచ్చాపాటీలో పడ్డాము.

"మీరు మొదటినుంచీ అహమ్మదాబాద్ లో ఉంటున్నారా?" కాలక్షేపానికి నేను ఓ ప్రశ్న సంధించాను.

"ఔను ఉమేశ్! ఇక్కడ మాది మూడో తరం. మా అబ్బాయిది నాలుగో తరం. మా పూర్వీకులు అప్పటి బొంబాయి రాష్ట్రంలోని భరుచ్ నుండి ఇక్కడికి వలస వచ్చారు. మేము ఇక్కడే పుట్టి, పెరిగి ఇక్కడే స్థిరపడ్డాము. జీవితం సాఫీగానే నడుస్తోంది. మా అత్తరు దుకాణం కూడా గిట్టుబాటుగా ఉంది. మా అబ్బాయి అత్తరు తయారీ పరిశ్రమ నెలకొల్పాలనే ఆలోచనలో ఉన్నాడు. మా మనవడి డిగ్రీ పూర్తికాగానే, తండ్రీ కొడుకులు ఆ పనిలో పడతారు. చాచా వివరించాడు.

అంతలో వంటైందని భోజనానికి రమ్మంది రహీంభాయ్ భార్య, షాహిదా బానో.

పొరలుపొరలుగా మెత్తని చపాతీలు, రుచికరమైన పనీర్ మసాలా, మష్రూం టిక్కా, బెండకాయ వేపుడు, పప్పుచారు, నంజుకోవడానికి పెసర బజ్జీలు, అప్పడాలు, ఫ్రైడ్ రైస్, అవి చూస్తేనే మనసు నిండిపోయింది. ఎప్పటికన్నా కాస్త ఎక్కువే తిన్నాను. రెండు నెలల తర్వాత ఇంటి విందు భోజనం చేసిన అనుభూతి కల్గింది. ఓ గంటసేపు విశ్రమించి భుక్తాయసం తీర్చుకున్నాను. సాయంత్రం అల్లం చాయ్ తాగి నా గదికి బయల్దేరాను.

-------------------x------------------x------------------x------------------

మర్నాటి నుండి షరా మామూలే డ్యూటీలో పడిపోయాను. ఓ మూడు వారాల తర్వాత రహీంభాయ్ ఫోన్. ఆ మరుసటి ఆదివారం భోజనానికి రమ్మని పిలుపు. నేను మొహమాట పడ్డాను. అతను పట్టు పట్టాడు. నాకూ ఆ రుచులు ఆస్వాదించాలని తహతహగా ఉండడంతో మొదట బెట్టు చేసినా, చివరకు సరేనన్నాను.

నేను తీసుకెళ్లిన మిఠాయి, మిక్స్చర్ పొట్లాలు రహీంభాయ్ పిల్లలకిచ్చి మాటల్లో పడ్డాము. ఆ పాటికే కొంచెం సాన్నిహిత్యం పెరగడంవల్ల, నాలో బెరుకుతనం తగ్గింది. నేను చర్చ మొదలుపెట్టాను. " మీరిక్కడ అంతా బాగానే ఉందంటున్నారు కదా? మరి ఆ మధ్య మతపరమైన అల్లర్లు జరిగాయని విన్నాను. అది ఎంత వరకు నిజం?"

"అది కొంత మట్టుకే నిజం. అవి రాజకీయ అల్లర్లు. దానికి మతపు రంగు పులిమారు. విదేశీయుల ఆధిపత్యంలో ఉన్న మీడియా, గోరంత ఉన్నదాన్ని కొండంతలుగా చేసి బయటి వారికి తెలిపింది. నష్టం ఇరువైపులా జరిగింది, కాని మా మతస్తులకు జరిగిన నష్టాన్ని హైలైట్ చేసి మా

వారిని రెచ్చగొట్టారు. రెండు వర్గాల మధ్య చిచ్చుపెట్టి, గుజరాత్ అభివృద్ధి అడ్డుకోవడానికి చేసిన కుట్ర అది. కాని మా ముఖ్యమంత్రి వాటికి ధీటైన జవాబు చెప్పి తొందరలోనే పరిస్థితిని అదుపులోకి తెచ్చాడు. ఐనా కొన్ని స్వార్థ శక్తులు అయనపై బురదజల్లి, పదవీచ్యుతుని చేయాలని ప్రయత్నించాయి. వారి పప్పులు ఉడకలేదు. అదే ముఖ్యమంత్రి, గుజరాత్ బండిని మళ్ళీ పట్టాలపైకి తీసుకు వచ్చాడు. గత కొన్ని సంవత్సరాలుగా ఏ అల్లర్లకు తావీయకుండా పరిపాలన చేస్తున్నాడు. మేము ప్రశాంతంగా జీవిస్తున్నాము." ఆబిద్ చాచా నిష్పక్షపాతంగా నిజ స్థితిని వివరించాడు. అది విని నాకు ఒకింత ఆశ్చర్యం కలిగింది. ఔరా! మీడియా? ఎంత దుశ్చర్యకు పాల్పడింది?

"ఆ అల్లర్లకు మూలం ముస్లిములు, సాబర్మతీ ఎక్స్ప్రెస్ లోని ఓ కోచ్ కు నిప్పంటించి ఎంతో మంది హిందువులను సజీవ దహనం చేయడామేనని కూడా విన్నాను." నేను మరో విషయం కదిపాను.

"అది నూటికి నూరు పాళ్లు నిజం ఉమేశ్! ఆ విషయం సహజంగానే హిందువులను కదిలించింది. కొందరు రాజకీయ నాయకులు దాన్ని సాకుగా తీసుకుని, రెండు మతాల వారి మధ్య కలహాలు సృష్టించి కల్లోల సాగరంలో చేపల వేటకు పూనుకున్నారు. ప్రింట్, ఎలక్ట్రానిక్ మీడియా దానికి ఆజ్యం పోసింది. ప్రభుత్వ వాహనాలు, ఆస్తులు తగలబెట్టబడ్డాయి. అంత వరకు ఎంతో సఖ్యంగా ఉన్న ఇరు మతాలవారు బద్ధ శత్రువులై పోయారు. వారిలో వారు తిట్టుకున్నారు, కొట్టుకున్నారు, నరుక్కున్నారు. ప్రభుత్వం తగు చర్యలు తీసుకుని ప్రజల్లోని విచక్షణని మేల్కొల్పింది. ప్రజలు కూడా అర్థం చేసుకుని విద్రోహ చర్యలకు చరమ గీతం పాడారు." ఆబిద్ చాచా తన ఉర్దూ పదాలతో వాస్తవాన్ని కళ్లకు కట్టాడు.

"ఎట్టకేలకు కథ సుఖాంతమైనందుకు సంతోషం" నేను హర్షం వెలిబుచ్చాను. అంతలో భోజనానికి పిలుపు.

ఎప్పటిలా వారి వంటలను మెచ్చుకుంటూ సుష్టుగా భోంచేశాను. భుక్తాయసం తీర్చుకుని నా గూటికి బయలుదేరాను.

మరో నెల తర్వాత వారి ఫోనొస్తే, శని, ఆదివారాలతో పాటు రెండు సెలవులు కలిసొస్తే మా ఇంటికి ముంబయి వెళ్తున్నానని చెప్పాను. నా ప్రయాణ వివరాలడిగితే చెప్పాను. నేను బయల్దేరే రోజు అహమ్మదాబాద్ స్టేషన్లో రహీంభాయ్ ఓ మిఠాయి డబ్బాతో ప్రత్యక్షం. అతని ఆప్యాయతకు నా కళ్లు చెమర్చాయి. 'ఈ నాటి ఈ బంధమేనాటిదో' అని మనసులో పాడుకుని అతన్ని గట్టిగా హత్తుకున్నాను. రహీంభాయ్ రైలు కదిలేదాకా ఉండి నాకు వీడ్కోలు పలికాడు.

ఓ వారం రోజుల తర్వాతి ఆదివారం సాయంత్రం, మా అమ్మ చేసిన చేగోడీలు, కజ్జికాయలు, తీసుకుని ఆబిద్ చాచా వాళ్లింటికి చేరాను. నేను తీసుకెళ్లినవి ఇచ్చాను. వారు ఆశ్చర్యపోయారు. "ఫోన్ చెసి వస్తే బావుండేది" చాచీ గారన్నారు.

"ఫోన్ చేస్తే ఏవో స్పెషల్సని హడవుడి చేస్తారు, అందుకని ఈ సారి భోజనానికి కాకుండా మిమ్మల్ని కలవాలని వచ్చాను."

"మేము నిన్ను మా కుటుంబ సభ్యునిగా భావిస్తే నువు మమ్మల్ని పరాయివాళ్లుగా చూస్తున్నావ్. ఇదేం బాగా లేదు బేటా!"

"అది గాదు చాచా! నేనిక్కడ ఒంటిగా ఉండడంతో మీరు పిలిచినప్పుడల్లా భోజనానికి వస్తున్నాను. నేను ఒక్కసారి కూడా మిమ్మల్ని భోజనానికి పిలువలేకుండా ఉన్నాను. అందుకే నాకు కాస్త మొహమాటంగా ఉంది." నేను నా స్థితి వివరించాను.

"అలా ఎప్పటికీ అనుకోవద్దు. మిమ్మల్ని కూడా మా కుటుంబ సభ్యునిగా భావిస్తున్నాము. ఎందుకో మీరంటే మాకు చాలా ఇష్టం ఏర్పడింది. అందుకే మిమ్మల్ని అప్పుడప్పుడు మా ఇంటికి ఆహ్వానిస్తున్నాం. మీరక్కడ ఉన్నప్పుడు మేము ముంబయి వస్తే మీ ఇంట్లోనే దిగుతాము. అప్పుడు మీరు మాకు ఆతిథ్యమిద్దురుగాని. మీరిక్కడ ఉన్నన్ని రోజులు మేము పిలిచినా పిలవకున్నా కనీసం నెలకొక్కసారి మా ఇంటికి భోజనానికి రావాలి. ఇప్పుడెలాగూ వచ్చారు కాబట్టి రాత్రి భోజనం ఇక్కడే చేసి వేళ్లండి" రహీంభాయ్ ప్రతిపాదించాడు. షాహిదాబానో కూడా మరీమరీ కోరుతూ...

" ఒక గంటలో వంట చేస్తాను. స్పెషల్స్ కాకుండా సాదా వంట చేస్తాను. మీరు మాత్రం భోంచేసే వెళ్లండి భాయి సాబ్" చేతులు జోడించింది. నాకు, ఔననక తప్పలేదు.

అంతవరకు టైం పాసుగా, ముస్లిముల వెనకబాటు తనానికి గల కారణాలపై చర్చకు ఉపక్రమించాను.

" ఔను ఆబిద్ చాచా! స్వాతంత్ర్యం వచ్చి ఇన్ని సంవత్సరాలైనా, మీకు ప్రభుత్వం ఎన్నో రాయితీలు, సంక్షేమ పథకాలు అమలు పరిచినా మీ వారిలో ఇంకా ఎంతో బీదరికం ఎందుకున్నట్టు?"

"మీకేం చెప్పాలి ఉమేశ్ భాయ్! కడుపు చించుకుంటే కాళ్ల మీద పడుతుంది. అధిక సంతానం, ఒకరుకంటే ఎక్కువ మంది భార్యలు ఉండడం, వారిని పోషించడానికి తగిన ఆదాయం లేకపోవడంతో, మా వాళ్లు బీదరికంలో మగ్గుతున్నారు. ఆ కారణంగానే పిల్లలను పై చదువులకు పంపలేకపోతున్నారు. అది నిరుద్యోగానికి దారి తీస్తుంది. పిల్లలు ఆకతాయిగా తిరుగుతూ పెడదారి పడుతున్నారు. దానికి తోడు మా మత పెద్దలు తమ ఛాందస భావాలతో యువత మనసును కలుషితం చేస్తున్నారు. మా రాజకీయ నాయకులు కూడా మా పేరిట రాయితీలు పొంది తమ పబ్బం గడుపుకుంటున్నారు. ప్రభుత్వ సంక్షేమ పథకాలు బీద వారికి అందనీయకుండా తమ ఆస్తులు పెంచుకుంటున్నారు. మా వారిని వోటు బ్యాంకుగా పరిగణిస్తూ ఓ రొట్టెముక్క మాత్రం మాకు విదిలించి, చేతులు దులుపుకుంటున్నారు." రహీంభాయ్ తన అక్కసు వెళ్లగక్కాడు.

"మీ హైద్రాబాద్ నే తీసుకో, అక్కడ మా మతస్తుల గుత్తాధిపత్యం తీసుకున్న ఓ కుటుంబం మా అండ చూసుకుని కొన్నివేల కోట్ల ఆస్తులు కూడబెట్టుకుంది. ముందు వారి తండ్రి పార్లమెంటుకు, పెద్ద కొడుకు రాష్ట్ర శాసన సభకు ఎన్నికైతే, తండ్రి మరణం తర్వాత పెద్ద కొడుకు పార్లమెంటుకు, చిన్న కొడుకు అసెంబ్లీకి ఎన్నికవుతూ అధికారం చలాయిస్తున్నారు. ఇన్ని సంవత్సరాలనుండి వారు పదవిలో ఉన్నా అక్కడి బీదవారి బాగోగులకై చేసిందేమీ లేదు. మా వాళ్లు

చదువుకొని పైకి వస్తే వారి ఆధిపత్యానికి గండి పడుతుందని వారిని అదే బీదరికంలో మగ్గనిస్తున్నారు. ప్రభుత్వ సంక్షేమ పథకాలు తప్ప, మాకై, వారు సొంతంగా చేసిందేమీ లేదు. వారు నెలకొల్పిన మైనారిటీ విద్యా సంస్థల్లో, ఇంజినీరింగ్, మెడికల్ కాలేజీల్లో ధనికులనుండి లక్షలకు లక్షలు అనధికార విరాళాలు తీసుకుంటూ వారి పిల్లలకే ప్రవేశం కల్పిస్తున్నారు. ఎన్నో సంవత్సరాలనుండి శాసన సభలకి ఎన్నికవుతూ వస్తున్న వారు తలచుకుంటే, అక్కడి బీద ముస్లిమ్ ల జీవనస్థాయి ఎంతో మెరుగయ్యేది. ఇక్కడి మా ముస్లిమ్ నాయకుల పద్ధతి కూడా వేరుగా లేదు. వారూ మా మద్దతును అడ్డం పెట్టుకుని తమ ఆస్తులు పెంచుకుంటున్నారు" ఆబిద్ చాచా వాపోయాడు.

"మా హైద్రాబాద్ పరిస్థితిని నా కంటే బాగా విశ్లేషించారు. అవన్నీ మీకెలా తెలుసు చాచా?"

"మాది చాలా దగ్గరగా ఉన్న సమూహం. మా మతం వారు ఎక్కడున్నా, వారి గురించి మేము తెలుసుకుంటాం. మా పరిధిలో మేము ఏంతో కొంత సమాజ సేవ చేస్తుంటాం. మా నాయకులకు సలహాలు ఇస్తుంటాం, కాని వారు మమ్మల్ని పట్టించుకోరు. వారి తొత్తులు చెప్పిందే నమ్మి ఆ ప్రకారం నడుచుకుంటారు. అదే మా బాధ."

" మీ వాళ్లలో కూడా ఇప్పుడు చాలా మంది పై చదువులకు వెళుతున్నారు. మంచి ఉద్యోగాల్లో చేరుతున్నారు. మా కంపెనీలో కూడా కొందరు మీ మతస్తులు పెద్ద హోదాల్లో ఉన్నారు.

"వారు చాలా మట్టుకు ధనికుల పిల్లలు. విరాళాలు పోసి పై చదువులకు వెళ్లిన వారు. శాసనాధికారం లేని హోదాకు విలువ లేదు. పై హోదాల్లో ఉన్న మా వారు, వారి కుటుంబాల ఉన్నతిపై దృష్టి పెడతారు తప్ప, అట్టడుగు వారికి చేయూత

ఇద్దామనుకోరు. మా వారిలో ఉన్న మతతత్వం కూడా మా వెనుకబాటుతనానికి కారణం. మా మత పెద్దలు తమ ప్రవచనాలతో సామాన్య ప్రజలను రెచ్చగొట్టి, వారిని ఛాందసులుగా మారుస్తున్నారు. కొందరైతే ఈ దేశపు ఉప్పు తింటూ పొరుగు దేశానికి మద్దతు పలుకుతున్నారు. సంఘ విద్రోహ చర్యలకు పాల్పడుతూ మన దేశ అభివృద్ధికి గండి కొడుతున్నారు. నన్నడిగితే మానవత్వానికి మించిన మతం లేదంటాను. నా మాట వినేదెవరు? ఎక్కువ నిలదీస్తే నన్ను కూడా 'కాఫిర్' గా పరిగణిస్తారు. కొన్ని ముస్లిముల సంప్రదాయాలను సల్మాన్ రష్దీ, తస్లిమా నస్రీన్ లు విమర్శిస్తే వారి విరుద్ధంగా ఫత్వా జారీ చేసి వెలివేశారు." చాచా తన నిస్సహాయతను వ్యక్త పరిచాడు.

" ఔను చాచా! స్మగ్లర్లు, డ్రగ్ డీలర్లు, దొంగనోట్ల పంపిణీదారుల్లో చాలా మట్టుకు మీ మతస్తులే ఉన్నట్టు వింటాము. అదెందుకంటారు?" వారి నుండే నిజానిజాలు తెలుసు కోవాలని నా తాపత్రయం.

" నేననేది అదే బేటా! మా రాజకీయ నాయకులు, మత పెద్దలు, తమ స్వార్థ ప్రయోజనాలకోసం యువతను పెడతోవ పట్టిస్తున్నారు. మన దేశ విరుద్ధ వ్యాఖ్యలు చేస్తూ వారిలో మా మతానికి చెందిన ఇతర దేశాలపై సానుభూతి కల్పిస్తున్నారు. ఇక్కడ అరాజకాలు సృష్టించి మన

దేశ సంపదను నష్టం చేస్తున్నారు. దానితో పాటు వారు నిర్మాణాత్మక పనులు చేయకుండా తమ ప్రగతికి వారే నిరోధాకంగా ఉన్నారు." చాచా అసలు పరిస్థితిని వివరించాడు.

ఆబిద్ చాచా వాళ్ల సూటిదనం, నిస్పక్షపాత వైఖరి, నన్నాకట్టుకుంది. షాహిదాబేన్ పిలుపు రావడంతో భోజనానికి లేచాము.

అహమ్మదాబాద్ లో ఉన్న రెండు సంవత్సరాల్లో నేను ఎన్నోసార్లు వారి ఆతిథ్యం స్వీకరించాను. ఎన్నో విషయాలపై ఆరోగ్యకర చర్చ చేశాము. ఓ సారి ముంబయి అల్లర్లపై నా నుండి వివరాలు అడిగారు.

"బాబ్రీ మసీద్ కూల్చివేతకు ప్రతీకార చర్యగా, పొరుగు దేశంలో ఉన్న ముంబయి డాన్ ప్రమేయంతో ముంబయిలో ఒక్కరోజే పలుచోట్ల బాంబు పేళుల్లు జరిగాయి. కొన్ని వందలమంది ప్రాణాలు గాలిలో కలిశాయి. వేలమంది క్షతగాత్రులయ్యారు. ఎన్నో వేల కోట్ల, ఆస్తి నష్టం జరిగింది. అది జరిగిన కొద్ది సేపట్లోనే పేళుల్లను అమలుపరిచిన ఓ ముస్లిం ధనిక కుటుంబం వేరే దేశానికి తరలి పోయింది. దానికి ప్రత్యుత్తరంగా రెండు మతాల ప్రజల మధ్య చిచ్చు రేగింది.

మతాధిపతులు రెచ్చగొట్టడంతో, అసాంఘిక శక్తులు చెలరేగిపోయాయి. రాజకీయ నాయకులు ఆజ్యం పోశారు. దాంతో ముంబయి అంతటా మతకలహాలు పాకిపోయాయి. ప్రజలు విచక్షణ కోల్పోయి ఒకరినొకరు నరుక్కున్నారు. ఒక మతం వారెక్కువగా ఉన్న ప్రాంతాల్లో అల్ప సంఖ్యాకులు గా ఉన్న ఇతర మతం వారిని వారి ఇళ్లకు వేళ్లి మరీ ఊచకోత కోశారు. అప్పుడు మాకు ఆప్తులైన ఓ ముస్లిం కుటుంబానికి మేము మా ఇంట్లో ఆసరా ఇచ్చాము. మీ లాగే మా ఇంటిల్లపాదీ మతంవైపు కాక మానవత్వం వైపు మొగ్గు చూపుతాం. స్వార్థ విద్రోహ శక్తుల చర్యలకు ఇరు మతాల ప్రజలు బలౌతున్నారు." నేను ఆ అల్లర్ల వైనానికి ప్రత్యక్ష సాక్షిగా అసలు పరిస్థితి వివరించాను.

"ఔను ఉమేశ్ భాయ్! ఇక్కడ కూడా మాఫియా మూకల వల్లే అల్లర్లు చెలరేగాయి. ఆ సమయంలో, మాకు తెలిసిన ఎందరినో, హిందూ కుటుంబాలు కాపాడాయి. అలాగే తక్కువ సంఖ్యలో హిందువులున్న ప్రాంతాల్లో, ఎక్కువ శాతం ఉన్న మావాళ్లు, వారిని అల్లరిమూకల నుండి కాపాడారు. అన్ని మతాలకు చెందిన సామాన్య ప్రజలు సఖ్యంగా, ప్రశాంతంగా సహజీవనం చేయాలనుకుంటారు. ఐతే కొందరు శాడిస్టులు, స్వార్థ పరులు అరాజకాలు సృష్టించి శాంతికి భంగం కలిగిస్తారు. తమ వైఖరితో ఇతరులను ఏడిపించి పైశాచికానందం పొందుతారు. మత ఛాందసులు ప్రజల్లో ఉద్రేకాలు సృష్టించి తమ పబ్బం గడుపుకుంటారు. ప్రజల పురోభివృద్ధి వారికి కన్నుకుడుతుంది." రహీం భాయ్ సూటిగా వాస్తవ పరిస్థితి వివరించాడు.

"మీరన్నది నిజమే. ఛాందసులు ఇరు వర్గాల్లో ఉన్నారు. వారి స్వార్థపూరిత ఆగడాలకు సామాన్య జనానీకం బలౌతోంది. విద్యా వ్యాప్తితో జనాల్లో చైతన్యం పెరిగి, విచక్షణా జ్ఞానం పెంపొందుతుంది. అప్పుడు స్వార్థ పరుల ఆట కడుతుంది." నా స్పష్టమైన అభిప్రాయం వెలిబుచ్చాను.

రెండు సంవత్సరాల నా అహమ్మదాబాద్ వాస్తవ్యం తర్వాత, నాకు ముంబయిలోని ఓ ప్రముఖ ఫార్మా కంపెనీలో మెరుగైన హోదాలో, ఎక్కువ పే ప్యాకేజీతో ఉద్యోగం దొరికింది. నాకు వీడ్కోలు పలుకడానికి ఆబిద్ చాచీ, చాచా, రహీంభాయ్, షాహిదాబానో ఎయిర్ పోర్టుకు వచ్చారు. మెడలో ఓ పెద్ద పూలమాల వేశారు. ఇంట్లో చేసిన తినుబండారాలు ఇచ్చారు.

"ఉమేశ్ బేటా! నువు వెళుతుంటే మా సొంత కుటుంబ సభ్యుడు మా నుండి దూరమౌతున్నట్టుగా ఉంది. అప్పుడప్పుడు ఫోన్ చేస్తూ ఉండు. మేమూ ఫోన్ చేస్తాం. నీ పెళ్లికి మమ్మల్ని తప్పకుండా పిలువు. మేము తప్పక వస్తాం. నీ మంచితనంతో మా మనసులు గెలిచావు. ఇలాగే మానవత్వంతో సాగిపో. అల్లా నీకు ఎల్లప్పుడూ అండగా ఉంటాడు." ఆబిద్ చాచా కళ్లల్లో చెమ్మ. వారి కాళ్లకు మొక్కిన నన్ను "చల్లగా ఉండు బేటా" అని దీవించారు. అందరి కళ్లల్లో నీళ్లు. నా కళ్లూ చెమర్చాయి. భారమైన హృదయంతో నేను వారికి నమస్కరించి, బోర్డింగ్ పాస్ కౌంటరువైపు అడుగులు వేశాను. నేను కనుమరుగయ్యేదాకా వారు చేతులు ఊపుతూనే ఉన్నారు.

(పాలపిట్ట మాస పత్రిక కథల పోటీ 2020 లో సాధారణ ప్రచురణకు ఎంపికైన కథ)

26. కోమలరావు

కోమలరావు. ఔను. అదే అతని పేరు. ఇప్పుడిలా ఉన్నాడు కానీ, ఒకప్పుడు అతను, తన పేరుకు తగ్గట్టు కోమలంగానే ఉండేవాడు. వయసు మీద పడడంతో కొంత, చింతతో మరింత ముదురుగా కనిపిస్తున్నాడిప్పుడు. ఇంతకీ అతన్ని కలిచివేసే అంశం ఏమిటంటే అది పెళ్ళి. నలభై దాటినా, బెండకాయలా ముదిరినా అతనికి ఇంతవరకు వివాహయోగం ప్రాప్తించలేదు. అంగట్లో అన్నీ ఉన్నా, అల్లుని నోట్లో శని ఉందన్నట్టు, అతనికి ఉన్నత చదువు, దిన దిన ప్రవర్ధమానమౌతున్న వ్యాపార సామ్రాజ్యం, తర్వాతి ఐదు తరాలు కూర్చుని తిన్నా తరగని ఆస్తులు, అన్నీ ఉన్నాయి కాని ఆ వివాహ ఘడియే అందినట్టే అంది, చేతికి చిక్కకుండా, దూరం దూరం పోతోంది. ఎందుకలా అంటారా? దానికి పేద్ద ఫ్లాష్ బ్యాక్ ఉంది. వింటానంటే చెబుతాను. ఇక మీ ఓపిక.

కోమలరావు పుడుతూనే అతని అమ్మ 'హరీ' మంది. అతన్ని తన బావమర్ది పోషణలో ఉంచి, ఇంకో పెళ్ళి చేసుకుని, తనకో కొడుకున్నాడనే సంగతే మరిచి పోయాడు అతని తండ్రి. తన సోదరిపై అమితమైన ప్రేమ ఉన్న కోమలరావు మేనమామ, అతన్ని పువ్వుల్లో పెట్టి పెంచాడు. అతని భార్య అంటే కోమలరావు మేనత్త కూడా అంతే ప్రేమతో చూసుకుంది. దానికి కారణం లేకపోలేదు. ఆమె సుపుత్రులిద్దరూ సర్వగుణ సంపన్నులు! వారికి లేని వ్యసనం లేదు! అందుకే వారిపై ప్రేమను కూడా కోమలరావుపై కురిపించి అతన్ని ప్రయోజకుడిగా తీర్చిదిద్దింది. ఏ మాటకామాటే చెప్పుకోవాలి, కోమలరావు కూడా, తనను పెంచిన వారి ఆశలు వమ్ము చేయలేదు. చదువులోనే కాదు, ఇతర సాంస్కృతిక కార్యకలాపాల్లో కూడా ఆరితేరాడతను.

యుక్త వయసు రాగానే, తన తండ్రి నుంచి సంక్రమించిన ఆస్తిని మూలధనంగా పెట్టి, తన చదువుకు తగ్గ ఎగుమతి, దిగుమతి వ్యాపారం మొదలు పెట్టాడతను. పుట్టడంతోనే తల్లిని మింగిన నష్టజాతకుడని లోకులనుకున్నా, వ్యాపారంలో మాత్రం అదృష్టజాతకుడిగా ఎదిగాడు కోమలరావు. అతను పట్టిందల్లా బంగారమైంది. అనతికాలంలోనే నగరంలోనే ఒక విజయవంతమైన వాణిజ్యవేత్తగా పరిగణింపబడ్డాడతను.

వ్యాపారంలో పడి, ఇతర విషయాలపై దృష్టి సారించలేదతను. తనకు కూతురు లేదే, అని వాపోయిన అతని మేనత్త మాత్రం, కోమలరావుకు తగిన వధువుని చూసే పనిలో పడింది. జీవితంలో విజయ విహారం చేస్తున్న అతనికి మొదట్లో ఏ అమ్మాయీ ఆనలేదు. కోడిగుడ్డుపై ఈకలు పీకినట్టు, చూసిన ప్రతి అమ్మాయిలో ఏదో లోపం వెదికి తిరస్కరించసాగాడు. అలా అతనికి ముప్పై ఐదేళ్లు వచ్చేసరికి బండి రివర్స్ గేర్ లో తిరగడం మొదలైంది. అప్పుడు అమ్మాయిలు అతనికి వంకలు పెట్టడం మొదలుపెట్టారు. ఒకరు నిలకడలేని వ్యాపారమని 'నో' చెప్పితే, ఇంకొకరు సాఫ్ట్ వేర్ కాదని ముక్కు విరిచారు. ఇంకొందరైతే మరీ దారుణం! అంకుల్ లా ఉన్నాడని ఎద్దేవా చేశారు. వాళ్లని తప్పు

పట్టలేం, ఎందుకంటే కోమలరావు కాస్తా 'ముదురు' రావులా మారాడు. ముఖంలో ముడుతలు, తలపై వెంట్రుకలు లెక్క పెట్టగలిగే స్థితికి చేరుకున్నాయ్.

పుణ్యకాలం కాస్తా మించిపోయింతర్వాత కళ్లు తెరిచాడు కోమలరావు. అప్పటికే జరగాలసిన నష్టం జరిగింది. ఇక ఏ అమ్మాయైనా తనతో పెళ్ళికి ఒప్పుకుంటే చాలనే స్థితికి వచ్చాడతను.

అప్పుడు వాచాలరావు రంగ ప్రవేశం చేశాడు. అతను యం.బి.ఏ. చేసి, ఏదో ఉద్యోగంలో చేరకుండా, లాభసాటి మ్యారేజ్ బ్యూరో తెరిచాడు. అతనికి కోమలరావు చిక్కాడు. మంచి సౌండ్ పార్టీ అని తెలుసుకున్న వాచాలరావు, వల విసిరాడు. అప్పటికే ఎన్నో సంబంధాలు చూసి చూసి విసిగి వేసారిపోయిన కోమలరావు, సులభంగానే వాచాలరావు వేసిన ముగ్గులో దిగాడు.

"సార్! నలుగురు అక్కా చెల్లెళ్ళున్నారు. అందరూ పెళ్ళికెదిగవారే. వారి తల్లీ, తండ్రి చిన్నప్పుడే ఓ ప్రమాదంలో చనిపోతే, పెద్ద కూతురు అష్టకష్టాలు పడి, తాను నిలదొక్కుకోవడమే గాక, తన తోడ బుట్టిన వారికి కూడా ఉన్నత విద్యా బుద్ధులు నేర్పించింది. తాను వత్తిలా కాలి, తన చెల్లెళ్ళ బతుకుల్లో వెలుగులు పంచింది. అందరూ మంచి ఉద్యోగాల్లో చేరారు. అదే వారి పెళ్లికి ప్రతిబంధకమైంది. వారికా కట్నం ఇచ్చే స్థోమత లేదు, వారి చదువులకు, ఉద్యోగాలకు తగిన వరుల కొరత ఉంది. ఏదో గంతకు తగ్గ బొంత కట్టుకోవడానికి వారు 'ససేమిరా' అంటున్నారు. అది వారి పెద్దక్కయ్య అమల పాలిటి శాపమైంది." ఆగాడు వాచాలరావు.

"ఇందులో నేనేం చేయగలను?" కోమలరావు సందేహం.

"అక్కడికే వస్తున్నాను. ముందు తన ముగ్గురు చెల్లెళ్ళ పెళ్ళి తర్వాతే తను పెళ్లి చేసుకుంటానని పెద్దామె అమల, భీష్మించుకు కూర్చుంది. వారికి తగిన వరులు కూడా మా బ్యూరోలో సిద్ధంగా ఉన్నారు. ఐతే కట్నకానుకల దగ్గరే పేచీ వచ్చింది. మీరు గాని పెద్ద మనసు చేసుకొని, ఆ ముగ్గురి కట్నకానుకల సంగతి చూసుకున్నారనుకోండి, వారి పెద్దక్క అమల, మిమ్మల్ని చేసుకోవడానికి మొగ్గు చూపవచ్చు." కోమలరావు ఎగిరి గంతేశాడు. తన పెళ్లి ఔతుందంటే దేనికైనా 'సై' అనే మనఃస్థితిలో ఉన్నాడతను.

ఇక వాచాలరావు రంగంలోకి దూకి అన్నీ తానై పెళ్ళి పనుల్లో పడ్డాడు. అమలకి, అతనిపై గురి కుదిరింది. ఒకే ఫంక్షన్ హాల్లో ఆ ముగ్గురి చెల్లెళ్ళ పెళ్లిళ్ళు, కోమలరావు ఖర్చుతో అట్టహాసంగా జరిగాయి. అమలకి పట్టరాని సంతోషంగా ఉంది. తన బాధ్యతను సక్రమంగా నెరవేర్చాననే తృప్తి ఆమెది.

తన తోడబుట్టిన వారు, వారి వారి భర్తలతో హనీమూన్ యాత్రలకి వెళ్లింతర్వాత, వాచాలరావుతో, కోమలరావుని కలవడానికి వెళ్లింది అమల.

"మీ ఋణం ఎలా తీర్చుకోవాలో తెలియడం లేదంకుల్. ఎటూ దిక్కుతోచని స్థితిలో ఉన్న మాకు, భగవంతునిలా వచ్చి ఆదుకున్నారు. మీరుగాని పూనుకోకపోతే, మా చెల్లెళ్ళ కన్నెచెర వీడేది కాదు. వాచాలరావు చొరవతో నైతేనేమి, మీ దొడ్డ మనసువల్ల నైతే నేమి, మీరు మమ్మల్ని

ఆదుకున్నారు. మా చెల్లెళ్ళ పెళ్లిళ్ళ పుణ్యమా అని నేనూ వాచాలరావు దగ్గరయ్యాం. వచ్చే నెల పదవ తేదీనే, అదే ఫంక్షన్ హాల్లో మా పెళ్లి. మీరు తప్పకుండా వచ్చి, మీ పవిత్ర హస్తాలతో మమ్మల్ని దీవించండంకుల్." అని, వాచాలరావుతో కలిసి, కోమలరావు కాళ్లకి సాష్టాంగ నమస్కారం చేసింది అమల.

(హాస్యానందం మాస పత్రిక–ముళ్లపూడి కథల పోటీలో వేయి రూపాయల బహుమతి పొందిన కథ–జూన్ 2021 సంచికలో ప్రచురితం)

27. పిసినారా? పొదుపరా?

"నాన్నా! ఇరవై రూపాయల మాస్క్ కొనడానికి జడిసి, కరోనాను కౌగిలించుకున్నారు. మెడిక్లెయిం పాలిసీ తీసుకొమ్మని నెత్తీ నోరూ బాదుకున్నాను, మీరు వింటేగా? ఆ కొద్ది మొత్తం ప్రీమియం, వృథా ఖర్చు కింద కొట్టేసి 'ససేమిరా' అన్నారు. ఇప్పుడేమయింది? మీరు పొదుపు చేసిన మొత్తం తుడుచుకు పోయింది. అదనంగా కొన్ని నగలు కూడా అమ్మాల్సి వచ్చింది." కొంచెం కటువుగానే అన్నాడతను.

" అది కాదు బాబూ! నేను చాలా కష్టపడి ఈ స్థాయికి ఎదిగాను. మీలా నేను నోట్లో వెండి చెంచాతో పుట్టలేదు. వారాలు చేసుకొని చదివి, ఒక్కొక్క ఇటుక పేరుస్తూ మన కుటుంబ భవనాన్ని నిర్మించాను. అందుకని డబ్బు విలువ, మీ కంటే నాకే ఎక్కువ తెలుసు. ఆ కారణంగా దుబారాకు దూరంగా ఉన్నాను. మీ అన్ని అవసరాలు తీరుస్తూ, మీ అభిరుచులకు అనుగుణంగా మంచి చదువులు నేర్పించాను. నేను పెరిగిన పరిస్థితుల వల్ల, ఎందుకో ప్రతి పైసా ఆచి తూచి ఖర్చు పెట్టే మనస్తత్వం అలవడింది. నాకు మా అమ్మా, నాన్న, ఏ ఆస్తులూ వారసత్వంగా ఇవ్వలేదు. నేనైనా మీ కొరకు అంతో ఇంతో ఆస్తి మిగిల్చాలని, ఇన్నాళ్లు తపించాను. మీకసలు నా ఆస్తిపై ఏ మాత్రం ఆసక్తి లేదని తెలుసుకునే సరికి, పుణ్యకాలం కాస్తా మించి పోయింది. నెల రోజులకు పైగా ఆస్పత్రిలో ఉండడంతో నేను కళ్లు తెరిచాను. నేను అతి జాగ్రత్త పడ్డానని ఇప్పుడనిపిస్తోంది. నాకెలాగూ ఉద్యోగం లేదు. మీరు పెట్టింది తిని, మీ అమ్మా, నేనూ 'కృష్ణా! రామా! అంటూ రోజులు వెళ్లదీస్తాం." లెక్క బంగారం లో వైరాగ్య సూచనలు పొడచూపాయి.

లెక్క బంగారం! అదీ అప్పటి అతని పరిచయం. ఎందుకంటే అతనికి డబ్బు లెక్కలన్నా, బంగారమన్నా, అత్యంత ప్రీతికరమైనవి. అసలు పేరు ఇంకేదో ఉన్నా, అందరూ అతన్ని లెక్క బంగారంగానే గుర్తు పట్టేవారు. అతని ప్రతి చర్యకు ఓ లెక్కుండేది. అదేదో సినిమాలో పవర్ స్టార్ అన్నట్టు, 'అతనికి తిక్కుంది, దానికో లెక్కుంది.' ఎవరైనా బంధువులు వారింటికి వచ్చి ఓ రోజు ఉన్నారనుకోండి. లెక్క బంగారం, తన పది మంది పటాలంతో వారింటికి వెళ్లి, కనీసం మూడు రోజులైనా తిష్ఠ వేసేవాడు. తనకిష్టమైన వంటకాలు, పిండి పదార్థాలు అడిగి మరీ 'వేపుకు' తినేవాడు. వారు పొమ్మనలేక పొగ పెట్టినా, దగ్గుతూ తుమ్ముతూ నవ్వులాటగా తేల్చేవాడు తప్ప, తాను వారిపై పెట్టిన ఖర్చుకు కనీసం పదింతలైనా రాబట్టందే వదలేవాడు కాదు. పిలువని పేరంటానికి వెళ్లడానికి ఏ మాత్రం సిగ్గు పడలేదతను.అలాగే ఎవరైనా పండగకో పబ్బానికో పిలిచారనుకోండి. లెక్క బంగారం, తన తన పది మంది పటాలంతో ఠంచనుగా హాజరయ్యేవాడు. తను మాత్రం తమ ఇంట్లోని శుభకార్యానికి కేవలం శ్రీమతి మరియు శ్రీ మాత్రమే అని ఆహ్వాన పత్రికలో వేసేవాడు,

లెక్క బంగారం, తను పిసినారి నని చచ్చినా ఒప్పుకునేవాడు కాదు. తానో పొదుపరిననీ, వృథా ఖర్చు తనకస్సలు ఇష్టం లేదని బల్లగుద్ది, మరీ చెప్పేవాడు. అతని ఆ నైజంతో బయటివారే

కాదు, ఇంట్లో వాళ్లు కూడా విసుగెత్తి పోయారు. ఐనా పెద్దాయన. ఏమీ అనలేరు. లెక్క బంగారానికి మొహమాటం లేకపోయినా ఇతరులు మాత్రం, మొహమాటానికి తమలో తామే గొణుక్కునేవారు తప్ప, బాహాటంగా అతన్నేమీ అనలేకపోయేవారు.

"చేతులు కాలింతర్వాత ఆకులు పట్టుకొని ఏం లాభం నాన్నా? పొదుపు నేను అర్థం చేసుకోగలను, కానీ ఇతరుల సొమ్ముకు ఆశ పడడం, వారి ఆతిథ్యం స్వీకరించిన మనం, మన ఇంటి వేడుకలకు కుటుంబ సభ్యులందరిని కాకుండా, పరిమిత సభ్యులను మాత్రమే పిలవడంతో, బంధువులు దూరమయ్యారు. సంబంధాలు తెగిపోయాయి.

దేవుని దయవల్ల, మనమిప్పుడు మంచి స్థాయిలోనే ఉన్నాం. జరిగిందేదో జరిగిపోయింది. మీ ప్రవర్తన వల్ల తెగిపోయిన బంధాలను పునరుద్ధరిద్దాం మన బంధువుల్లో, తెలిసిన వాళ్లలో కాస్త కింది స్థాయిలో ఉన్న వాళ్లకు చేయూతనిద్దాం. వారి అవసరాల్లో ఆదుకుందాం. వారి దీవెనలు, మనల్ని మరింత పై స్థాయికి తీసుకెళతాయి. ఇవ్వడంలో ఉన్న సంతృప్తి, తీసుకోవడంలో లేదు. మనం మన బంధువుల్లోనే బీద స్థితిలో ఉన్న వారికి చేయూతనిస్తే మన పరిధిలోనైనా సామాజిక న్యాయం చేసిన వాళ్లమౌతాం." అతని పెద్దబ్బాయి తన దృక్పథం వివరించాడు.

"అలాగే బాబూ! నేను జబ్బు పడడం ఒక విధంగా నాకు మేలు చేసింది. నువ్వన్నట్టు బంధాలు, సంబంధాలే సంఘంలోని మనుషుల్ని ఒకరినొకరి దగ్గరకు చేరుస్తాయి. ఇన్నాళ్లూ నేను ఇంకొకరి దగ్గరి నుంచి దండుకోవాలనుకున్నాను తప్ప, ఒకరికి పెట్టాలనుకోలేదు. నువ్వు నా కళ్లు తెరిపించావ్. ఇప్పటినుంచి మనం, సాటి వారికి సాయ పడదాం. మనకు ఉన్నంతలో ఇతరులకు సహాయం చేద్దాం. నేను ఆర్థికంగా ఆదుకోలేక పోవచ్చు కాని, ఇన్నేళ్ల నా అనుభవాన్ని నిర్మాణాత్మక పనులు చేయడానికి వెచ్చిస్తాను. మనకు తెలిసిన వాళ్లలో, అట్టడుగు వారి అభ్యున్నతికై పాటుపడతాను. అలాగైనా ఇన్నాళ్లు నేను ఇతరులనుండి దండుకున్నదానికి ప్రాయశ్చిత్తం చేసుకుంటాను." లెక్క బంగారం లో ఓ కొత్త ఉత్సాహం ఊపిరి పోసుకుంది. అతనిలో ఆ పరివర్తన రావడానికి ముందు చాలా పెద్ద కథ ఉంది.

ఓ సారి దగ్గరి బంధువుల ఇంట్లో పెళ్లికి కుటుంబ మంతా, పెద్ద ఫంక్షన్ హాలుకు వెళ్లారు. ఆ హాలూ, అలంకరణ, అక్కడి ఏర్పాట్లూ చూసి దిమ్మ తిరిగి పోయింది లెక్క బంగారానికి. మూడు నాలుగు గ్లాసుల స్వాగత పానీయం పని పట్టాడతను. స్టార్టర్లు కూడా అదేపనిగా గుటుక్కుమనిపించాడు. వధూవరులను కలిసింతర్వాత, ఆకర్షణీయమైన కవర్లలో తిరుగు బహుమతులిచ్చారు. మిగతావాళ్లు, కుటుంబానికి ఒక్క కవరు తీసుకుంటే, లెక్క బంగారం మాత్రం, తన పదిమంది పటాలాన్ని, తలా ఒక్క బహుమతి తీసుకొమ్మని బలవంత పెట్టాడు. వెంటనే తన కవరుపై పేరు రాసుకున్నాడతను. భోజనం హాల్లోని పదార్థాలు చూసే సరికి కళ్లు తిరిగాయి మన శాల్తీకి. ఏది తినాలో ఏది వదలాలో అర్థం కాలేదు. అప్పటికే సగం కడుపు, పానీయంతో స్టార్టర్లతో నిండినా, ఒక్క అన్నం పప్పు తప్ప, అన్ని పదార్థాలూ రుచి చూశాడతను. అన్నం, పప్పు రోజూ ఇంట్లో తినేవే కదా అని వాటిని వదిలేశాడు. ప్యాంటు పట్టా మరింత సడలించి, అదనపు ఆహారానికి చోటు

కల్పించాడు. అతని కుటుంబ సభ్యులు మాత్రం, తమకు నచ్చినవి, తమ శరీరాలకు పడే వాటిని మాత్రమే తగు మోతాదులో తీసుకున్నారు. ఏదో కక్కుర్తి కొద్దీ తీసుకున్నా, కొన్ని పదార్థాలు, అనుకున్నంత రుచిగా లేకపోవడంతో అలాగే వదిలేశాడు లెక్క బంగారం. అంతే కాదు, తాను ఇంటి నుండి తెచ్చిన ప్లాస్టిక్ కవర్లలో గులాబ్ జాం, లడ్డూ, బర్ఫీ, జంతికలు, కారప్పూస లాంటి దినుసులు నింపుకుని, పెళ్ళి వారిచ్చిన బహుమతి కవర్లో దాచుకున్నాడు. భోజనం తర్వాత ఆ కవరు ఓ చోట పెట్టి చేతులు కడుక్కోవడానికి వెళ్లాడు. అప్పటికే ఆలస్యం కావడంతో, హడావుడిగా తన కవరు తీసుకొని, ఇతర కుటుంబ సభ్యులతో బయలు దేరాడు లెక్క బంగారం.

ఇంటి కెళ్లి, తాను తెచ్చిన దినుసులు, ఫ్రిడ్జిలో పెడదామని చూసేసరికి ఏముంది? ఆ కవర్లో పెళ్లివారిచ్చిన బహుమతి మాత్రమే ఉంది. కవరుపై తన పేరు లేదు! హడావుడిలో తను చూసుకోలేదు. లెక్క బంగారం గుండె గుభెల్ మంది. అంటే తను వేరెవరి కవరో తీసుకొచ్చాడన్న మాట. మరి తన కవరో? వేరెవరో ఖచ్చితంగా తీసుకుని ఉంటారు. ఆ సంగతి కుటుంబ సభ్యులెవరికి చెప్పలేక కుక్కిన పేనయ్యాడతను. ఆ సంగతి అక్కడితో ఐపోలేదు. రెండు రోజుల్లో లెక్క బంగారం, తినే వస్తువులు దండుకున్న సంగతి, వారి బంధు మిత్రుల్లో దావానలంలా వ్యాపించింది. కవరుపై ఉన్న పేరు అతన్ని పట్టించింది. ఆ కక్కుర్తి వ్యవహారంతో, లెక్క బంగారం కుటుంబ సభ్యులు తలెత్తుకోలేని పరిస్థితి నెలకొంది. తర్వాత అతని కుటుంబాన్ని ఏ ఫంక్షనుకైనా ఆహ్వానించడానికి ఒకటికి రెండు సార్లు ఆలోచించ సాగారు వారికి తెలిసినవారు.

మరోసారి... హుషారుగా ఆఫీస్ నుండి వచ్చాడతను.

"ఏమండీ పంచకళ్యాణి మీదున్నారు, ఏంటీ విశేషం?" గోముగా అడిగింది అతని భార్యారత్నం.

"విశేషమే మరి! మా కలీగ్ దానం మొహమాటపతి లేడూ?"

"ఆ ఉంటే?"

"నేను చెప్పేదాకా విని ఏడు. అడ్డుపుల్లలేయద్దు. ఐతే నేనేం చెప్పాను?"

"మొహమాటపతి.."

"ఆ జ్ఞాపకమొచ్చింది. వారి పెద్దమ్మాయి నిశ్చితార్థం రేపు. మన ఇంటిల్లపాది రావాలని ఒకటే పట్టు పట్టాడు. రేపెలాగూ ఆదివారం. సెలవు రోజు. పిల్లలకి కూడా ఆటవిడుపుగా ఉంటుంది. మనం ప్రొద్దునే బయల్దేరి, టిఫినూ, మధ్యాహ్న భోజనం, సాయంత్రం టీ, స్నాక్సూ, రాత్రి భోజనం కూడా కానిచ్చేసి తీరిగ్గా తిరిగి వద్దాం." కార్యక్రమం మొత్తం అప్ప జెప్పాడు. శ్రీమతి గుండెలో రాయి పడింది. 'మర్నాడు కొడుకులూ, కోడళ్లూ, వారి పిల్లలూ, కూతురూ అంతా కలిసి జూ పార్క్ వెళదామని ప్లాన్ వేశారు. ఇప్పుడీ సంగతి చెబితే, ఈయన బాగానే ఉంటారు కానీ, వారంతా కలిసి, తన మీద ఎగిరి పడతారు. ఈయన నిష్ఠురపడ్డా సరే, తాము మాత్రం జూ పార్క్ కే వెళ్లాలి' అనుకుని...

"అది కాదండీ! మన పిల్లలకి ఆదివారమొక్కరోజే వెసులుబాటుంటుంది. ఇన్నేళ్లనుంచి సిటీలో ఉన్నా, ఇంతవరకు జూ పార్కుకి వెళ్లడం కుదరలేదని, రేపు అక్కడికి వెళ్లాలని ఉబలాటపడుతున్నారు. వెళ్తే మీరొక్కరు నిశ్చితార్థానికి వెళ్లండి, నేను, పిల్లలు జూ పార్క్ కి వెళతాం." శ్రీమతి పిల్లిని బయట పెట్టింది. అప్పుడు, లెక్క బంగారం గుండెలో రాయి పడింది. అతను, మనసు లోనే లెక్కలు వేశాడు. నిశ్చితార్థానికి వెళితే, తమ కుటుంబానికి దినమంతా అయ్యే మొత్తం ఖర్చు కలిసి వస్తుంది. అదే జూ పార్క్ కి వెళితే, 'అబ్బో, అబ్బో, ఇంకేమైనా ఉందా? అంతకు మూడింతలు ఖర్చవుతుంది. అంటే, తమకు నాలుగు విధాలా నష్టం' అని గుండె బాదుకున్నాడు లెక్క బంగారం.

"అది కాదు కాంతం! పాపం మొహమాటపతి ఎంతో అభిమానంతో మన మొత్తం కుటుంబాన్ని ఆహ్వానించాడు. నేనొక్కణ్ణే వెళితే నొచ్చుకుంటాడు. అందుకని మనమంతా వెళ్లాల్సిందే." లెక్క బంగారం అసలు లెక్క, ఖర్చు ఆదా అని.

"మీ ఆఫీస్ కలీగ్ మీకు మాత్రమే పరిచయం. మన వాళ్లు అక్కడ, బిక్కమొహం వేసుకొని వాళ్ల మొహాలు చూడడం తప్ప, కాలక్షేపం ఎలా ఔతుంది చెప్పండి. పిల్లలు కూడా చాలా నిరాశ పడతారు."

"పిల్లలకేం? ఎలాగైనా అక్కడి పిల్లలతో కలిసి పోతారు. ఇక అబ్బాయిలు, కోడళ్ళు, కూతురంటావా? వాళ్ళు చొరవ తీసుకొని, నలుగురిలో కలిసి పోవాలి. అలా ఐతేనే కదా బంధాలు గట్టి పడేది? జూ పార్క్ కి ఎప్పుడైనా పోవచ్చు. నిశ్చితార్థాలు మాటిమాటికీ జరుగవు కదా? మనందరం మా మిత్రుడింటికే వెళుతున్నాం, అదే ఫైనల్."

ఆ విషయం పిల్లలతో చెబితే వాళ్లంతా ఆకాశాన్ని కిందికి దించారు.

"ఇన్నేళ్ల నుంచి సిటీలో ఉండి కూడా, ఇంకా జూ పార్క్ చూడలేదని ఇప్పటికే నలుగురు గేలి చేస్తున్నారు. పిల్లల సెలవులు కూడా ఐపోవచ్చాయి. మనం ఊరుకున్న కొద్దీ, నాన్న ఇలాగే మనల్ని వేపుకు తింటారు. కావాలంటే నువ్వు, నాన్న అక్కడికి వెళ్లండి, మేము మాత్రం మా ప్రోగ్రాం మానుకోం" కొడుకులు కట్టె విరిచినట్టు తెగేసి చెప్పారు.

కొడుకుల మాటలు తెలుసుకున్న లెక్క బంగారం, కాస్త తగ్గాడు. 'ఇప్పుడు గాని తను పట్టుపడితే, కట్టె పూర్తిగా విరగవచ్చు. కొడుకులు వేరు పడవచ్చు. అప్పుడు ఇంకేమైనా ఉందా? మొత్తం ఇంటి ఖర్చు తన మీద పడుతుంది. కూతురు పెళ్ళి ఖర్చు కూడా తనొక్కడే భరించాల్సి రావచ్చు. ఇప్పుడైతే కొడుకులు, కోడళ్ల సంపాదనపై మొత్తం ఇల్లు గడుస్తోంది. తన జీతం మొత్తం ఆదా అవుతోంది. ప్రతి సంవత్సరం, అంతో ఇంతో బంగారం కూడ బెట్ట గలుగుతున్నాడు. మ్యూచువల్ ఫండ్లలో కూడా భారీ మొత్తం మదుపు చేయగలుగుతున్నాడు. అప్పుడప్పుడు నగర శివార్లలో ఇళ్ల ప్లాట్లు కూడా కొంటున్నాడు. మనసులోనే లెక్కలు వేసుకున్నాడు. నిశ్చితార్థానికి తామిద్దరే వెళితే, రానూ పోనూ ఆటో రిక్షా ఖర్చులూ, అక్కడ చదివింపులూ... హమ్మ! అస్సలు గిట్టుబాటు కాదు. మనసుకు సర్ది చెప్పి రాజీ పడ్డాడు. అందుకని, తాను కూడా పిల్లలతో జూ పార్క్ కి వెళ్లడానికి ఓటు వేశాడు.

జూ పార్క్ లో తమ కుటుంబ సభ్యులంతా ఆటలాడుతూ, పాటలు పాడుతూ, గెంతులు వేస్తూ ఆనందిస్తుంటే, లెక్క బంగారం మాత్రం, అక్కడౌతున్న ఖర్చులు లెక్కిస్తూ గుండెలు బాదుకుంటున్నాడు. అంతంత ఖరీదైన పదార్థాలు అటు తినలేకా, ఇటు వ్యర్థం చేయడం ఇష్టంలేకా, ఉక్కిరిబిక్కిరయ్యాడతను.ఎలాగో ఆ దినుసులు నోట్లో కుక్కుకున్నాడు. మిగతా కుటుంబ సభ్యులు మాత్రం పిజ్జా, బర్గర్, ఫ్రెంచ్ ఫ్రైస్, పనీర్ టిక్కా, ఫ్రైడ్ రైస్, ఐస్ క్రీం మొదలగు పదార్థాలను బాగా ఆస్వాదించారు.

హోటల్ నుండి బయట పడగానే, అలవాటులేని తిండి తినడం వల్ల, వాంతి చేశాడు లెక్క బంగారం. అప్పుడు మరింత బాధ పడ్డాడతను. హాయిగా ఎంజాయ్ చేద్దామని వస్తే పెద్దాయన వాంతి చేసుకోవడంతో పిల్లలు చిరాకు పడ్డారు. శుభ్రంగా తన మిత్రుడింటికి పోక, మాతో ఎందుకొచ్చావని మండి పడ్డారు.

అందరు టిక్కట్టు పెట్టి టాయ్ ట్రైన్ ఎక్కితే, తనకు బాగా లేదనే సాకుతో ఓ చోట కూర్చున్నాడు లెక్క బంగారం. నిజానికి టికట్టుకు అంత డబ్బు ఖర్చు చేయడం ఇష్టం లేదతనికి. అందరూ ట్రైన్ లో పార్క్ మొత్తం చుట్టేసి అక్కడి దృశ్యాలను కళ్లల్లో నింపు కున్నారు. ఆ తర్వాత, అక్కడి జంతువులను చూసి కేరింతలు కొట్టారు. చిన్న పిల్లలు, కోతులకు అరటి పళ్ళూ, చిలకలకు జామ పళ్ళూ ఇచ్చి ఆనందించారు. పులులు, సింహాలు, ఏనుగులు, జింకలు, జిరాఫీలు, ఝుబ్రాలు, మొసళ్ళు, మొదలగు జంతువులను చూసి అబ్బురపడ్డారు. లెక్క బంగారం మాత్రం, వ్రతం చెడ్డా ఫలితం దక్కలేదని తెగ వాపోయాడు.

రాత్రి అందరు పావు భాజీ లొట్టలేసుకుంటూ తింటే, లెక్క బంగారం, పాలూ, బ్రెడ్ తో డిన్నర్ ఐందనిపించాడు. ఇల్లు చేరింతర్వాత, పిల్లలంతా, జూ పార్క్ లోని విశేషాలు తలచుకొని సంతోష పడితే లెక్క బంగారం, ఆ దినమంతా ఐన ఖర్చు లెక్కలు వేసుకుంటూ కుమిలిపోయాడు.

అప్పుడు లెక్క బంగారాన్ని ఎదిరించిన కుటుంబ సభ్యులు, ఆ తర్వాత కూడా అదే ధోరణి కొనసాగించారు. 'గతం గతః, భవిష్యత్తు అనూహ్యం, వర్తమానంలో జీవించు దాని సారాన్ని ఆస్వాదించు' అనే సూక్తిని అక్షరాలా పాటించడం మొదలు పెట్టారు. తన ఆధిపత్యానికి గండి పడిందని లెక్క బంగారం గుండె లబో దిబోమంది. ఐనా ఏమీ చేయలేని అశక్తుడయ్యాడు. ఒక స్థాయి వరకే మనిషికి విలువ ఉంటుంది. తెగేదాకా లాగితే, ఆ తాడుకు నూకలు చెల్లుతాయి. లెక్క బంగారం విషయంలో అదే జరిగింది. ఆ చేదు మందు మింగాల్సి వచ్చిందతనికి.

కొన్ని రోజుల తర్వాత, కరోనా మహమ్మారి మూలంగా నగరంలో లాక్ డౌన్ మొదలైంది. అది, లెక్క బంగారం ఉద్యోగానికి ఎసరు పెట్టింది. ఇంటి నుండి పని చేసే నైపుణ్యం అతనిలో లేకపోవడం, అతని సర్వీస్ ప్రకారం ఎక్కువ జీతం ఇవ్వాల్సి రావడం, దానితో పోలిస్తే అతని పని అంతంత మాత్రమే ఉండడంతో ఆ ప్రైవేట్ కంపెనీ, లెక్క బంగారం ఉద్యోగానికి ఉద్వాసన పలికింది. రెక్కలు విరిగిన పక్షిలా గిల గిలా కొట్టుకున్నాడతను. కొందరు కోర్ట్ లో దావా దాఖలు చేయమన్నారు. తను గెలుస్తానో లేదో తెలియని పరిస్థితుల్లో, దావా వేసి ఏళ్ల తరబడి లాయర్లను మేపడం కంటే,

'ఊరుకున్నంత ఉత్తమం లేదు, బోడిగుండంత సుఖం లేదు' అని సమాధానపడి, పరిస్థితితో రాజీ పడ్డాడు లెక్క బంగారం. ఇంకో సంవత్సరం మాత్రమే సర్వీస్ ఉండడంతో ఇంటి వారు కూడా ఊరుకోమన్నారు.

కొడుకులు, కోడళ్ళు ఇంటినుండే తమ తమ ల్యాప్ టాపుల్లో పని చేసుకుంటే, లెక్క బంగారం, వారిని వేపుకు తినడంలో మునిగి పోయాడు. వారు విసిగి పోయి పిల్లలను అతనిపై ఉసికొల్పారు. వారు "తాతా తాతా! మాకు కథలు చెప్పవా? వేమన, సుమతి పద్యాలు నేర్పవా? అంటూ వెంట పడ్డారు.' దేవుడా! నా ఉద్యోగం తీసేసి, ఎన్ని కష్టాలు పెడుతున్నావు?' అని బేజారై, చచ్చినట్టు పిల్లలతో కాలక్షేపం చేయసాగాడతను. ఎప్పుడో కొని ఉంచిన పుస్తకాల దుమ్ము దులిపాడు. పొద్దున లేచి కాలనీ పరిసరాల్లోనే నడక అలవాటు చేసుకున్నాడు. మాస్క్ పెట్టుకొని బయటికి వెళ్లమంటే 'అదెందుకు? డబ్బు దండగ' అని అలాగే రోజూ వాకింగ్ కి వెళ్లసాగాడు. నడుస్తూ కూడా, తన ఉద్యోగం పోవడం విషయమై ఆలోచిస్తూ వాపోయేవాడు. తనలో తనే గొణుక్కునే వాడు. ఇంట్లో కూడా చీటికీ మాటికీ గొడవ పడేవాడు.

మొదటి లాక్ డౌన్ లో ఏ అవాంచనీయ సంఘటనలు జరుగలేదు. గుడ్డిలో మెల్లలా కుటుంబానికి రవాణా, ఇతర చిల్లర ఖర్చులు దక్కాయని చంకలు గుద్దుకున్నాడు లెక్క బంగారం. మూడు వారాల రెండవ లాక్ డౌన్ లో, వారం రోజులు బాగానే గడిచాయి. ఆ తర్వాతే పెద్ద సమస్య వచ్చి పడింది. అతనిపై దగ్గు, ఆయాసం, ఊపిరి అందక పోవడం, జ్వరం మూకుమ్మడిగా దాడి చేశాయి. ఏవో మాత్రలతో కొన్ని రోజులు వెళ్లదీశాడతను. వ్యాధి తీవ్రమైంది. ఆస్పత్రికి వెళ్లాల్సిన పరిస్థితులు ఏర్పడ్డాయి. కార్పొరేట్ హాస్పిటల్ ఫీజులకు భయపడి, ప్రభుత్వ ఆస్పత్రిని ఆశ్రయించాడు లెక్క బంగారం. అక్కడి చాంతాడంత క్యూలో ఆరు గంటలు నుంచునే సరికి, మూర్ఛవచ్చి పడిపోయాడతను. వెంటనే అతన్ని కార్పొరేట్ ఆస్పత్రికి తీసుకెళ్లారు, కుటుంబ సభ్యులు. అతనికి మెడిక్లెయిం పాలసీ లేనందున, లక్ష రూపాయలు డిపాజిట్ గా కట్టాల్సి వచ్చింది. అలా కడితేనే చేర్చుకున్నారు. లెక్క బంగారం లెక్కకి, కాళ్లొచ్చాయి. సవాలక్ష పరీక్షలు చేసింతర్వాత, అతనికి కొరోనా సోకిందని తేలింది. పద్నాలుగు రోజులు ఆస్పత్రిలోనే చికిత్స తీసుకోవాలని చావు కబురు చల్లగా చెప్పారు. అన్ని రోజులు ఆస్పత్రిలో ఉంటే, కాబోయే ఖర్చు తలచుకొని ఇంకా బెంబేలెత్తిపోయాడు లెక్క బంగారం. అందువల్ల ఇంకొన్ని రుగ్మతలు జత చేరాయి. రక్త ప్రసరణ పెరిగింది. మధుమేహం కూడా బయటపడింది. గుండె వీకయింది. ఆ రోగాల పరీక్షల, చికిత్సల ఖర్చు, తడిసి మోపెడయింది. లెక్క బంగారం లెక్కకు మళ్ళీ కాళ్లొచ్చాయి. బ్యాంక్ బాలెన్స్, మ్యూచువల్ ఫండ్ మదుపులకు రెక్క లొచ్చాయి. అంతటితో అతని గుండె ఇంకా వీకయింది. మొత్తం మీద దాదాపు నలభై రోజుల తర్వాత, చావు తప్పి లొట్టపోయి లెక్క బంగారం, ఇంటి ముఖం చూడ గలిగాడు. కుటుంబ సభ్యులు అదే భాగ్యమనుకున్నారు. చివరి బిల్ కట్టడానికి కొంత బంగారం కూడా కరిగిపోయింది. అటు లెక్కా తప్పి, ఇటు బంగారం తరిగి ఇంకింత కుమిలిపోయాడతను. ఆ పరిస్థితి చూసి అతని పెద్దబ్బాయి పైన చెప్పినట్టుగా క్లాస్ తీసుకున్నాడు.

"తాతా! తాతా! నాతో క్యారం ఆడతావా?" అంటూ ఓ మనవడు వచ్చాడు. వర్తమానంలోకి వచ్చిన లెక్క బంగారం,

"తప్పకుండా తాతా! ఇప్పటి నుండి నేను మీతో ఆడుకుంటాను. మీకు కథలు చెబుతాను. పద్యాలు నేర్పిస్తాను. పిక్ నిక్ లకి, పార్కులకి, శికారుకి కూడా వస్తాను." లెక్క బంగారం చిన్న పిల్లవాడై పోయాడు.

"పిక్ నిక్ లు శికార్లూ ఈ కొరోనా మహమ్మారిని మన దేశం నుండి సాగనంపాకే. ఇప్పుడైతే భోజనానికి లేవండి" కాంతం గారు గరిటెను ఆడిస్తూ వంట గది నుంచి హుకుం జారీ చేశారు.

అందరూ డైనింగ్ టేబిల్ చుట్టూ కూర్చుని నవ్వుతూ, తుళ్ళుతూ భోజనం చేయ సాగారు.

కేరింతల హరివిల్లు ఆ ఇంట్లో నాట్యం చేసింది.

28. ఎంత పని జేత్తివి సర్వపిండీ!

"మామా! నువు జెప్పిన బస్సు, ఇప్పుడే కమ్మర్ పెల్లి కెల్లి ఎల్లిపోయింది." మా బావమర్ది కొడుకు ఫోన్.

"నువ్వానే ఆగు. నేను పది మినిట్లల్ల ఆడికి సేరుతా. మెట్ పెల్లి నుంచి ఇంకో బస్ ల అత్తున్న"

నేను కమ్మర్పెల్లి చేరంగనే, నా ఒరిజినల్ టిక్కట్టిచ్చి, మా అల్లుడు శ్రీధర్, అతని సోపతిగాన్ని ఆల్ల బైక్ మీద ఆర్మూర్ పంపించిన. నేను గుడా పోవాలనుకున్న గని మా అల్లుడు అద్దన్నడు.

"ఇప్పటికే థకాయించినవు. నువు సక్కగ చౌట్ పెల్లికి పో మామా, మాకు ఆర్మూర్ డిపోల, నిజాంబాద్ డిపోల గుర్తున్నోల్లున్నరు. నీ లగేజి యత్మినాన్ తోని తీసుకత్తం. నువ్వేం ఫికరు జెయ్యకు" మా అల్లుని బరోసా. ఆల్లు పోంగనే, నేను సేతులూపుకుంట, చౌట్ పెల్లి, శేర్ రిక్షా స్టాండ్ దిక్కు మర్లిన.

నా మనసు మనసుల లేదు. నా లగేజి దొరుకుతదా? లేదా? ఆ ఆలోసనతోనే మనుసు తాయిమాయి ఐంది. చౌట్ పల్లి మా అత్త గారింటికి సేరిన. ఆడ మా బావమర్ది, నా కొరకు, ఎదురు సూత్తున్నడు.

"ఏమైంది బావా? నువు చాయ్ తాగెతందుకు పోయెటప్పుడు, డ్రైవర్, కండక్టర్ కు సెప్పలేదా? నువు రాకుంటనే ఆల్లు బస్సు చాలు జేసింద్రా?"

"ఏం జెప్పాలె రాజా! మొన్న ముంబయికెల్లచ్చి, నిన్న పాలకుర్తిల ఒక పురస్కారం తీసుకొని, ఇయ్యాల్ల పొద్దుగాల్ల హన్మకొండకచ్చిన. ఆడ నాస్టజేసి, నిజాంబాద్ బస్సు ల కూసున్న. నీకు ఫోన్ల జెప్పినట్టు, మీ దగ్గరికి రావాలని కమ్మర్ పెల్లి దాక టికెట్ తీసుకున్న. హన్మకొండకెల్లి ఎల్లిన బస్సు, కరీంనగర్, జగిత్యాల, కోరుట్ల, గసుంటి పెద్ద ఊర్లల్ల యాడ, చాయ్ పానికనిగుడా ఆపలే. అప్పటికే నాస్ట జేసి అయిదారు గంటలాయె. నాకేమో శక్కరి బీమారాయె. రెండు గంటలకొక్కసారి కడుపుల ఏమన్న పడకుంటే చక్కరస్తది. ఆ సరికి నా దగ్గరున్న మారీ బిస్కిట్లు తిన్న. ఐనా పానం గావర గావర గావట్టే. కడుపుల ఎలుకలు తిరుగుతున్నె. అనంగనంగ మెట్ పెల్లి కాడ చాయ్ పానికని పది మినిట్లు ఆగుతదని సెప్పి, డ్రైవర్, కండక్టర్లు బస్సు దిగిరి. నేను ఆల్లెంటనే బస్టాండ్ ఎనుకున్న క్యాంటీన్ కు పోయిన.

ఆల్లేమో ఫలారం ఆడర్ జేసి, గప్పాలు గొట్టవట్టిరి. నాకు ఆడ షోకేస్ ల ఉన్న సర్వపిండి జూసె తలికి నోరూరె. గది మేముండే జాగల దొరుకనే దొరుకది. నేను సర్వపిండి మంచిగ నములుకుంట మజాజేసి, చాయ్ దాగి బస్టాండ్ లకు పోయెతలికి ఏమున్నది? నేనచ్చిన బస్సు ఎల్లిపోయింది. నేను తినుట్లపడి, డ్రైవర్, కండక్టర్ దిక్కు సూడంది తప్పయింది. ఆల్లు నేను బస్ ల కచ్చిన్నా లేదా అని సూడకుంటనే బస్ ను ముందుకు తీసుకపోయింద్రు. నా సూట్ కేసు, సంక బ్యాగు

అండ్లనే ఉండి పోయింది. అవ్విట్లల్ల పిరెమైన బట్టలు, ఊర్లే మా జాగలకు సంబంధించిన దస్తావేజులు, క్రెడిట్ కార్డులు, చెక్ బుక్ లు, నాకు పాలకుర్తిల ఇచ్చిన అవార్డ్, ప్రసంసా పత్రం అన్నీ ఉన్నై. నా పై పానం పైనే పోయింది. ఎంతలేదన్నా యాభైవేల రూపాయల సామానుండే. బట్టలు మల్ల కొనుక్కోవచ్చు గని జాయ్ జాద్ కాగితాలు, బ్యాంక్ చెక్ బుక్ లు, క్రెడిట్ కార్డులు ఓల్లన్న దొంగల సేతులల్ల పడెనంటే నా పని గోవిందా! బ్యాంకులున్న నా రూపాలన్ని ఖాళీ ఐతయ్."

"బ్యాంకులల్ల పెద్ద కొలువు జేసిన నువ్వు, గంత బేపర్వగ ఎట్లున్నవ్ బావా? మే మంటే నీ యంత సదుకోలేదు, మా అసుంటోల్లు గట్ల జేత్తె ఒగ మాటనచ్చు గని, నీ అసుంటోడు గట్ల జేసిండంటే నాకు నమ్మ బుద్దైత లేదు. అయితాయె గని అటెన్క నువ్వేం జేసినవ్?" మా బావమర్ది అడిగిండు.

"నేను ఎంటనే కంట్రోలర్ దగ్గరికి పోయి, నేనచ్చిన బస్ నంబర్ అడిగిన. ఆర్మూర్ కంట్రోలర్ కు ఫోన్ జేసి, నేనచ్చేదాక ఆ బస్ ను ఆపుమని జెప్పుమన్న. అయిన గుడా నన్ను క్లాస్ పీకిండు. కుక్కిన పేను లెక్క నేను సప్పుడుదాక ఊకున్న. అయిన బస్ నంబర్ ఇచ్చిండు గని ఆర్మూర్ కు ఫోన్ జేసుడు మా పని గాదని ఇంకో ప్యాసింజర్ దిక్కు తిరిగిండు.

అటెనుక నా బస్ నంబర్, టికెట్ ఫోటో, నా లగేజి ఫొటో, వాట్సాప్ ల, మీకు పంపిన. మల్ల మీ ఆర్మూరక్క పెనిమిటి శంకర్ కు కూడా నా బస్ నంబర్, టికెట్ ఫోటో, నా లగేజి ఫొటో, వాట్సాప్ ల పంపిన. ఫోన్ జేసి జరిగిన సంగతి జెప్పి, ఆ బస్సు ఆర్మూర్ జేరంగనే అవి జూపిచ్చి, నా లగేజి తీసుకొమ్మని జెప్పిన. మన శ్రీధర్, ఆడి దోస్తు కమ్మర్ పెల్లి సేరేసరికి ఆ బస్, ఎల్లిపోయిందట. నేను ఇంకో బస్ ల మెట్ పెల్లి కెల్లి, కమ్మర్ పెల్లి అచ్చి, శ్రీధర్ కు నా ఒరిజినల్ బస్ టిక్కటిచ్చి, బైక్ మీద ఆర్మూర్ పంపిచ్చిన. అంత జేసినాగాని, నా లగేజి దొరుకుతదో? లేదో?" నాకు అనుమానమే.

'సర్వ పిండీ ఎంత పని జేత్తివే' అని మల్లా నా మనుసుల అనుకున్న.

"తప్పక దొర్కుతది బావా! ఆర్మూర్ బస్టాండ్ ల కంట్రోలర్ ఇంక వేరే స్టాఫ్, మన శంకర్ బావకు ఎర్కెనే. నీ లగేజి ఆర్మూర్లెనే దొరుకుతది. నీ లగేజ్ తీసుకోకుంట, శంకర్ బావ, ఆ బస్ ను నిజాంబాద్ పోనియ్యడు. నువ్వు బేఫికర్ గుండు." రాజారాం నాలో ధైర్యం నూరిపోసిండు. ఐనా నాలో అనుమానం. నేను కాల్లు జేతులు కడుక్కొని, టీ టిఫిన్ సేసేతలికి ఆర్మూర్ నుండి మా తోడల్లుడి ఫోన్.

"అన్నా! నీ లగేజున్న బస్సు అర్మూర్ కచ్చింది. నీ లగేజ్ కేం ధోకా లేదు. కాని, అది ఈడ మాకియ్యరంట. ఆల్ల రూల్ ను వట్టి, ఇసుంటి లగేజి, లాస్ట్ స్టాప్ నిజాంబాద్ ల జమ జెయ్యాలంట. అల్లు అన్ని తీర్ల చెకింగ్ జేసి, లగేజి సొంతదారుడు అథారిటీ ఇచ్చినోల్లకు ఇస్తరట. శ్రీధర్, ఆడి దోస్త నువ్విచ్చిన టికెట్ తీస్కొని అచ్చిండ్రు. అయినా గాని సామనిచ్చేతందుకు కానూర్ ఒప్పుకోదంట."

"మరిప్పుడేంజేద్దం?" నాలో ఆందోళన. మనసంతా సేదయింది.

"నేనిదే బస్ ల నిజాంబాద్ పోతున్నా. ఆడ డిపో మానేజరును కలిసి మాట్లాడుత. ఇంతలోపల నువ్వు, నా పేరుమీద ఒక అథారిటీ లెటర్ రాసి, వాట్సాప్ జెయ్యి. అది జూపిచ్చి, ఎట్లన్న

నీ లగేజి తీసుకస్త. ఆడగూడా నాకు గుర్తునోల్లున్నరు. నువ్వేం ఫికరు జెయ్యకు." శంకర్ కూడా నాకు భరోసా ఇచ్చాడు.

అందరూ 'నువ్వేం ఫికరు జెయ్యకు' అనెటోల్లే గని, టైం గడిచేకొద్దీ, నా లగేజి నా నుంచి దూరం, దూరం పోతున్నది. నా బేపర్వతనంకు నన్ను నేనే తిట్టుకున్న. ఎన్నో బ్యాంకులల్ల పెద్ద పెద్ద హోదాలల్ల పనిజేసిన నేను, గంత ఫికర్ లేకుంట ఎట్ల నా లగేజ్ ను యాది మర్సిన్నో, ఇప్పటికీ నాకు సమజౌత లేదు. ఆ సర్వపిండి యెంట పడ్డందుకు సరైన సిచ్చ జరిగిందని నన్ను నేనే తిట్టుకున్న.

“ఏమైంది బావా?” రాజారాం ప్రశ్న.

“ఏం లేదు. గట్ల ఓల్లన్న ఇడిసిపెట్టిన లగేజి, లాస్ట్ స్టాప్ ల జమ జేత్తరంట. ఆల్లు అన్ని చెకింగులు జేసి, లగేజి సొంతదారు అథారిటీ ఇచ్చినోల్లకు హ్యాండోవరు జేస్తరంట. గిప్పుడు నేను శంకర్ పేరు మీద అథారిటీ లెటర్ రాసి వాట్సాప్ జెయ్యాలె.”

“గిదేదో పెద్ద కతనే ఉన్నది. నీ లగేజి ఫోటో పంపిత్తివి. ఒరిజినల్ బస్ టిక్కట్టు పంపిత్తివి. గవన్ని ఇచ్చినంక, మన లగేజి మనకిచ్చేతందుకు గిదేం కొత్త ఫిటింగ్? గీ సర్కారోల్లు పైసలు తిన మరిగి, ఏదో ఒక కానూర్ జూపిత్తరు.” రాజారాం మనుసుల గౌర్ మెంట్ నౌకర్లంటే మంట. “అది అంతే రాజా! గర్జు మనది. ఆల్లు ఆడిచ్చినట్టు ఆడాల. నన్ను అథారిటీ లెటర్, వాట్సాప్ ల పంపుమన్నరు. నన్నే సొంతంగా రమ్మన లేదు. గదే మాయక్క అనుకోవాలె.” అని నేను, నా సెల్ ఫోన్లో శంకర్ కు అథారిటీ ఇస్తూ, నిజాంబాద్ డిపో మానేజర్ పేరిట లెటర్ రాయనికి శురూజేసిన.

నేను అథారిటీ లెటర్ వాట్సాప్ లో పంపిన అర్ద గంటకు నా మొబైల్ రింగయింది. సూత్తే ఏదో కొత్త నంబర్.

“మీరు _ _ _ఫలానానేనా?

“ఔను సర్! మీరెవరు? ఎందుకడుగుతున్నరు?”

“నేను నిజాంబాద్ బస్ డిపో మానేజర్ ను మాట్లాడుతున్న. మీ లగేజి పోయిందట గదా?”

“పోలేదు సర్! నేను మెట్ పెల్లి బస్టాండ్ల టిఫిన్ కని బస్సాగుతే చాయ్ దాగవోయిన. నేను నాస్టజేసి అచ్చేతలికి బస్సెల్లిపోయింది. ఆ బస్ నెంబర్ _ _ _ఫలానా. నా టిక్కెట్టు, నా లగేజి ఫోటో మా సుట్టం శంకర్ కు అథారిటీ ఇస్తూ, మీ పేరిట లెటర్ పంపిన సర్. దయుంచి, నా సూట్ కేసు, సంకబ్యాగ్ అయనకు ఇయ్యుండ్రి సర్.” నా గొంతులో దైన్యం ఉట్టిపడుతుండగా విన్నవించాను. వసుదేవునికే పాట్లు తప్పలేదు. మామూలు మనిసిని, నేనెంత?

“గది ఖరారు జేసుకొనేతందుకే ఫోన్ జేసిన. ఔగని సూట్ కేసుకు తాలం ఉన్నది గని సంక బ్యాగు ఓపెన్ గ ఉన్నది. దాంట్ల ఏమేముఉన్నయ్? ఒకసారి జెప్పుండ్రి. మీ సుట్టం ముందే దాన్ని ఓపెన్ జేత్తున్న”

నేను గొన్ని వస్తువుల పేర్లు జెప్పిన. గవి సరిగ్గ ఉన్నయని యత్మినాన్ జేసుకొని నా తోని

" మల్లసారి జాగ్రత్తగా ఉండుండ్రి. నిజంగంటే మీరు స్వయంగా అత్తెనే గీ లగేజి ఇయ్యాల. గీ శంకర్ సార్ మాకు ఎర్కనే. గందుకే మీ లగేజి గాయనకు హ్యాండోవర్ జేత్తున్న." డిపో మ్యానేజర్ గొంతులో అధికార పవర్.

"ధన్యవాదాలు సర్!" అని నేనంగనే, ఫోన్ క్లిక్ మన్న సప్పుడు.

మా అల్లుడు, ఆని దోస్త్, నా లగేజి చౌట్ పెల్లికి తెచ్చేతలికి రాత్రి పదిన్నరైయింది. నా స్మార్ట్ ఫోన్ లోని టెక్నాలజీ వాప్రాయించి, మా సుట్టాలు మద్దత్ జేసుట్ల, నా సేతులార పోగొట్టుకొన్న సామాను నాకు దొరికింది . మా శంకర్, నిజాంబాద్ డిపో మ్యానేజర్ సెయ్యి తడిపిండని, అటెన్క తెలిసింది. ఏమైతేంది గని నా లగేజి నాకు దొరికింది. ఇంకెపుడు గట్ల బేపర్వ సేయద్దని సెంపలేసుకొన్న.

జిందగిల ఏది అల్కగ తీసుకోవద్దని గా సర్వపిండి నాకు నేర్పింది. ఒక్కరుగా ప్రయాణం జేస్తున్నప్పుడు ఎంత జాగ్రత్తగ ఉండాలె? గా లగేజ్, మెట్పల్లి బస్ స్టాండ్ ల ఓల్లన్న ఎత్తుకపోతే ఏమైతుండే?

ముంబయిల మా ఇంటికి జేరి గా లగేజ్ కత జెపుతే మా ఇంటామె మరిన్ని అక్షింతలు జల్లింది. అప్పుడప్పుడు నేనామెను బేపర్వ జేత్తవని అన్న మాటలు నాకే అప్పజెప్పింది. నాకు నోట మాట రాలేదు. నేను కిక్కురు మనలేదు.

'సర్వపిండి ఎంత పని జేత్తివి!' అని నాకు నేనే మల్లా మనుసుల అనుకున్న.

నేను బ్యాంకులల్ల పనిజేసినప్పుడు జరిగిన కొన్ని ముచ్చట్లు యాదికచ్చినై. కస్టమర్లను నమ్మి, సరిగ్గ చెక్ సెయ్యకుంట ఆల్లకు లోన్లు ఇత్తే ఆల్లు ఎగవెట్టి పారిపోయిన సంగతులు గుర్తుకచ్చినై. గా లగేజ్ ముచ్చట తర్వాత, ప్రతి పని జాగ్రత్తగా సెయ్యాలని సెంపలేసుకున్న. 'అగాధం జగన్నాథం' తీరు ఏ పని సెయ్యద్దని ఒట్టు పెట్టుకున్నా.

ఏమైతాయె గని గా సర్వపిండి రుచి ఇంకా నా నోట్లె నానుతున్నది!

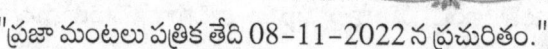

"ప్రజా మంటలు పత్రిక తేది 08-11-2022 న ప్రచురితం."

29. ఊహకందని వాస్తవం

ఇది ఒకానొక తిరుపతి తిరుమల మరియు ఇతర దేవాలయాల యాత్రానుభవం. అలా ఎన్నోసార్లు యాత్రలు చేశాం, కాని ఈ యాత్ర మాలో చెరగని ముద్ర వేసింది. మేము ముంబయిలో ఉంటాము. మా పెద్దమ్మాయి వాళ్లు హైద్రాబాద్ లో ఉంటారు. ముంబయి నుంచి అనుకూల విమాన సౌకర్యం లేనందున, మేము విమానంలో హైద్రాబాద్ వెళ్లి, అక్కడినుండి మా అమ్మాయి కుటుంబంతో పాటు రైల్లో, తిరుపతి వెళ్లాలని నిర్ణయించాం. ఆ ప్రకారం అన్ని రిజర్వేషన్లు చేశాం. మా విమానం హైద్రాబాద్ చేరడానికి, అక్కడి నుండి తిరుపతికి రైల్లో వెళ్ళడానికి మధ్య నాలుగు గంటల వ్యవధి ఉండేలా చూసుకున్నాం.

ఎప్పుడూ ఠంచనుగా అనుకున్న సమయానికి ముంబయి నుండి వెళ్లే విమానం, ఆనాడు మూడు గంటలు ఆలస్యంగా బయలు దేరింది. మాలో టెన్షన్ మొదలైంది. మాకు రైలు అందుతుందా? లేదా? శంషాబాద్ నుండి కాచిగూడ వెళ్లే తోవలో ట్రాఫిక్ ఎలా ఉంటుందో? ఒక వేళ రైలు అందలపోతే ఏం చేయాలి? అన్నీ ప్రశ్నలే. జవాబు మాత్రం లేదు.

శంషాబాద్ విమానాశ్రయంలో దిగగానే లగేజి బెల్ట్ నుండి సామాను తీసుకొని, అక్షరాలా పరుగెత్తుకుంటూ బయటికి వచ్చాం. మేము ఐదు మందిమి కావడాన ప్రీపేడ్ ఇన్నోవా మాట్లాడుకొని సాధ్యమైనంత తొందరగా విమానాశ్రయం నుంచి బయటపడ్డాం. అప్పటికి రైలు కదలడానికి ఓ గంట సమయం కూడా లేదు. డ్రైవర్ కి మా ఇబ్బంది చెప్పి, ట్రాఫిక్ ఎక్కువగా ఉండని తోవలో, వీలైనంత త్వరగా కాచిగూడ చేర్చాలని కోరాం. సాయంత్రం ఏడు గంటల సమయం. హైద్రాబాద్ ట్రాఫిక్! ఇక చెప్పేదేముంది? మేమెంత తొందరపడుతున్నామో ట్రాఫిక్ లో మా బండి అంత నత్త నడక నడుస్తోంది. పాపం డ్రైవర్ అతని శాయశక్తులా ప్రయత్నించాడు.

రైల్వే స్టేషన్ నుండి "ఎక్కడి దాకా వచ్చారు?" అని మా అమ్మాయి వాళ్ల ఫోన్లు. జవాబు చెప్పలేక మేము సతమతమయ్యాం. ఇంకో ఇరవై నిమిషాల్లో మేము కాచిగూడ చేరుతామనగా మేమెక్కాల్సిన రైలు, మేము లేకుండానే బయలుదేరింది. కొన్ని వేల రూపాయల మా సెకండ్ ఏ.సీ. టిక్కట్లు వృథా. మాలో నిరాశ! బండిని ఓ పక్కకు ఆపి, తదుపరి ఏం చేయాలో ఆలోచనలో పడ్డాం. డ్రైవర్ ఒక సూచన చేశాడు.

"మీరు ఇంకో ఇనోవాలో బయలుదేరితే, ఆ రైలు తిరుపతి చేరే సమయానికి మీరూ చేరుకుంటారు. కావాలంటే నాకు తెలిసిన వాళ్లతో మాట్లాడతాను. ఖర్చు ఎంతవుతుందో మాట్లాడి చెబుతాను" అన్నాడు. మాలో మేము మాట్లాడుకొని, అదే చేయాలని నిర్ణయించాం. అతను ఫోన్లో మాట్లాడి, ఎంతవుతుందో చెప్పాడు. కిలోమీటరుకింతని అప్ అండ్ చార్జులు ఇవ్వాలన్నాడు. బేరానికి ఏ మాత్రం ఆస్కారం లేదన్నాడు. అది మామూలుగా అందరు ట్రావెల్ కంపెనీలు తీసుకునేదే కావడం వల్ల మాకు ఒప్పుకోక తప్పలేదు. అప్పటికి రాత్రి భోజనం చేయాల్సి ఉండడంతో మా కారును ఆబిడ్స్

"కామత్ హోటల్" కు మళ్లించాము. అక్కడ జొన్న రొట్టె మీల్స్ చేసేసరికి, మేము తిరుపతి వెళ్లాల్సిన కారు వచ్చింది. రైల్లో ఉన్న మా అమ్మాయి వాళ్లకి "మేము ఫలానా ఇన్నోవా కారులో బయలుదేరుతున్నాం, మీరు మాకొరకు తితుపతిలో వేచి ఉండండి" అని కారు నెంబర్ చెప్పి, ఆ వేంకటేశ్వరుని స్మరిస్తూ, హైద్రాబాద్ నుండి తిరుపతి వైపు బయలుదేరాం. హాయిగా ఏ.సీ. లో పడుకొని వెళ్లాల్సిన వాళ్లం, కాళ్లు కూడా పూర్తిగా చాపలేని కార్లో కూర్చుని, కునుకుతూ, సగం నిద్ర, సగం మెలుకువగా ప్రయాణం సాగించాం. నేను డ్రైవర్ పక్కగా కూర్చోవడం వల్ల, ఆ మాత్రం నిద్రపోయే అదృష్టం కూడా లేకపోయింది. నేను గాని పడుకుంటే, డ్రైవర్ కూడా కునికిపాట్లు పడే అవకాశం ఉంది. అందుకని నాకు శివరాత్రి జాగరణ తప్పలేదు. డ్రైవర్ ఆవలింతలు తీస్తున్నది చూసి, తోవలోని టీ బడ్డీల్లో రెండు మూడుసార్లు టీ తాగాము. ఆరుగురి జీవన్మరణ సమస్య మరి! నిద్ర ఆపుకోవడానికి డ్రైవర్ తో బాతాకానీ కొడుతూ ముందుకు సాగాము. డ్రైవర్ అనుభజ్ఞుడే. మరీ అంత వేగంగా కాకుండా, అలా అని నెమ్మదిగా కాకుండా నిలకడగా బండి నడిపాడు. వెనక సీట్లో మా వాళ్లు నిద్రలోకి జారుకున్నారు.

కర్నూల్ బై పాస్ రోడెక్కగానే, టైర్ పంచర్ అయింది. స్టెపినీ ఉంది కానీ దానికీ పంచర్ ఉంది. గతంలో పంచర్ ఐనప్పుడు అది తీసి కారుకు అమర్చారట, కాని దాని పంచర్ అలానే ఉండిపోయింది. హడావుడిగా మేము కారు మాట్లాడుకోవడంతో, డ్రైవర్ కు స్టెపినీకి పంచర్ సరిచేసే సమయం లేకపోయిందని సంజాయిషీ ఇచ్చాడు. బండిని పక్కనే ఆపి, డ్రైవర్, పంచర్ సరిచేసే వారి వేటలో పడ్డాడు. మాకు మళ్లీ టెన్షన్ మొదలైంది. పంచర్ వాళ్లు దగ్గర్లో ఉన్నారో లేరో? ఏ ముహూర్తంలో ఇంటి నుండి బయలుదేరామో కాని, ప్రయాణంలో అన్నీ విఘ్నాలే. అంత డబ్బు ఖర్చు చేసినా, మేము సమయానికి తిరుపతి చేరుతామో లేదో? అదృష్టవశాత్తు ఓ ఇరవై నిమిషాల్లో పంచర్ సరంజామాతో ఒకతన్ని తీసుకువచ్చాడు డ్రైవర్. అతను రెండు టైర్లకు పంచర్ తీసేసే సరికి అర గంట పట్టింది. ఆ ఖర్చు కూడా మా ఖాతాలోనే పడింది. ఏం చేస్తాం? అవసరం మాది. ఓ హిందీ సామెత జ్ఞప్తికి వచ్చింది. "గరజ్ కో అక్కల్ నహీ హోతా". అంటే అవసరానికి తెలివి ఉండదు! మేము ముందుకు సాగాం. హైవే పై అంత ట్రాఫిక్ లేనందున, డ్రైవర్ కాస్త వేగం పెంచాడు. అతని నిద్ర కూడా పారిపోయింది. అతనికీ తన కర్తవ్యం పట్ల అవగాహన ఉండింది మరి!

ఉదయం ఆరున్నర కాగానే, దగ్గర్లోని ఒక ఊరు లోపలికి తీసుకు వెళ్లాడు డ్రైవర్. అక్కడైతే మంచి హోటల్లో కాలకృత్యాలు తీర్చుకుని, టిఫిన్ చేయొచ్చని ప్లాన్. మాకూ అది నచ్చింది. అందరం ఒకరి తర్వాత ఒకరు కాలకృత్యాలు తీర్చుకుని, బ్రష్ చేశాం. ఆ తర్వాత వేడి ఇడ్లీలు, దోసెలు ఆరగించి, టీ తాగాం. ప్రాణం తెరిపిన పడింది. డ్రైవర్ కూడా ఫ్రెష్ అయ్యాడు.

మా ప్రయాణం కొనసాగించాం. రోడ్డుపై ట్రాఫిక్ పుంజుకుంటోంది. డ్రైవర్ జాగ్రత్తగా ముందుకు సాగుతున్నాడు.

రాజంపేట దాటగానే, రైల్వే లైన్ కు సమాంతరంగా ఉన్న రోడెక్కింది మా కారు. కాసేపైన తర్వాత చూస్తే? మా కారుకు సమాంతరంగా ఓ రైలు వెళుతూ కనిపించింది. అది మేమెక్కాల్సిన రైలు కాదు కదా? అనే ఓ ఊహ మనసులోకి వచ్చింది.

వెంటనే, మా అమ్మాయి వాళ్లకు ఫోన్ చేశాను. అది వాళ్లున్న రైలే. వెంటనే, కారు కిటికీ గ్లాసులు కిందికని, మా చేతులు బయట పెట్టాం. ఏ.సీ. కంపార్ట్ మెంట్ కాబట్టి, వాళ్లకు కిటికీ గ్లాసులు తెరిచే అవకాశం లేకపోయింది. ఐనా వారు చేతులూపడం మాకు కనిపిస్తూనే ఉంది. మాకు థ్రిల్లింగ్ గా అనిపించింది. అంత కాకతాళీయం మాకు అంతకు ముందు అనుభవంలో లేదు. రైల్లోని మా వారితో మాట్లాడుతూ ముందుకు సాగాము. ఏదో స్టేషన్ లో రైలు ఆగింది, కాని మేము మాత్రం ముందుకు పోయాం. ఆ రైలు తిరుపతి చేరే సమయానికి మేము కూడా అక్కడికి చేరుతామనే నమ్మకం కల్గింది. ఆ సంఘటన గురించి చర్చించుకుంటూ హుశారుగా మా యాత్ర కొనసాగించాం. మా రైలు తప్పిపోవడమేంటి? మేము రోడ్డు మార్గాన బయలుదేరడమేంటి? విచిత్రంగా మా కారు, రైలు ఓ చోట కలిసి ముందుకు సాగడమేంటి? అంతా కలలోగా జరిగినట్టనిపించింది. నిజంగా ఆ వేంకటేశ్వరుని లీలలు అర్థం చేసుకోవడం కష్టం, అని తీర్మానించాం.

మా బండి తిరుపతి రైల్వే స్టేషన్ కు చేరింతర్వాత వాకబు చేస్తే, మా వాళ్లున్న రైలు ఇంకా తిరుపతి చేరలేదని తెలిసింది. అది రావాల్సిన సమయం కంటే రెండున్నర గంటలు ఆలస్యంగా నడుస్తోందన్నారు. మా ప్రాణం ఉస్సూరుమంది. కాచిగూడ నుంచి ఠంచనుగా దాని సమయం ప్రకారం బయలుదేరిన రైలు, తిరుపతికి రెండున్నర గంటలు ఆలస్యంగా చేరబోతోంది! ఆ రైలు ఒక్క అరగంట ఆలస్యంగా బయలుదేరినా, మాకు ఆ యాతన తప్పేది. అంతా మా ప్రాప్తం. మాకు యాతన, ఖర్చు రాసిపెట్టి ఉందని సాంత్వన పడ్డాం. అంతకంటే మేము మాత్రం ఏం చేయగలం? ఇన్నోవా అతనికి డబ్బులిచ్చి, తిరుపతి రైల్వే స్టేషన్ ప్రాంగణంలో ఓ మూలకు మా సామాను పెట్టి అక్కడి బెంచిలపై కూర్చున్నాం. మేమెక్కడున్నామో, మా అమ్మాయి వాళ్లకి ఫోన్ చేసి చెప్పాం. వంతులవారీగా స్టేషన్ ఎదురుగా ఉన్న హోటల్లో టీ తాగి వచ్చాం. మేము చేరిన గంటన్నర తర్వాత మా వాళ్ల రైలు వచ్చింది. వాళ్లను చూసిన మా ఆనందం వర్ణనాతీతం. కుశల ప్రశ్నలయ్యాక, దగ్గర్లోని ఓ ట్రావెల్ ఏజెంటుతో ఐదు రోజుల కొరకు పది సీట్ల ఓ ఏ.సీ. మినీ బస్ మాట్లాడుకున్నాం. దాంట్లోనే తిరుమల పరిసరాలు, కాణిపాక్కం, శ్రీకాళహస్తి, తిరుపతి దగ్గర్లో ఉన్న దేవాలయాన్నీ సందర్శించాలని ప్రణాళిక.

తిరుమలలో మేము బుక్ చేసిన విడిదికి చేరి, మగవాళ్లందరం స్వామి వారికి తలనీలాలు అర్పించాం. ఆడవారు ఐదు కత్తెర్ల తలనీలాలిచ్చారు. ముందే బుక్ చేసుకోవడం వల్ల దర్శనానికి ఏం ఇబ్బంది కలుగలేదు. ఆకాశగంగ, పాపవినాశనం, శ్రీ వారి పాదాలు, శిలాతోరణం, గీతా ఉద్యానం, శంకు చక్రాల ఉద్యానం, మొదలగు దర్శనీయ స్థలాలు చూడడానికి రెండు రోజులు పట్టింది. ఆ తర్వాత, మా బస తిరుపతి స్టేషన్ ఎదురుగా ఉన్న 'విష్ణు నివాసం'లో. అది కేంద్రంగా చేసుకొని తిరుపతి చుట్టు పక్కల ఉన్న అన్ని మందిరాల సందర్శనం చేశాం.

ఆ తర్వాత రైల్లో కర్నూల్ వెళ్లాం. అక్కడినుండి శ్రీశైలం వెళ్లాలని ప్రణాళిక. పెందళాడ రెండు గంటల కావడం వల్ల, ఒక హోటల్లో బస చేశాం. మర్నాడు ఉదయం, స్నానాదులు ముగించి, టిఫిన్ చేసి, హోటల్ కు దగ్గర్లోనే ఉన్న ట్రావెల్ ఆఫీస్ కి వెళ్లాను. మాకు ఓ పది సీట్ల ఏ.సీ. మినీ బస్, శ్రీశైలం, అక్కడినుండి హైద్రాబాద్ వెళ్లడానికి కావాలని అక్కడ బయట ఉన్న గుమాస్తాకి చెప్పాను. అక్కడి కాబిన్ లో ఉన్నతను అదే పనిగా నన్ను కాసేపు చూశాడు. ఆ తర్వాత నన్ను తన దగ్గరకు పంపమని తన అసిస్టెంట్ కు ఫోన్ చేశాడు. నేనూ అతన్ని చూస్తే ఎక్కడో చూసినట్టు అనిపించింది. అతనే "మీరు..ఫలానా కదూ?" అన్నాడు. అప్పుడు ఆశ్చర్యపోవడం నా వంతయింది. ఎక్కడి ముంబయి? ఎక్కడి కర్నూలు? అక్కడ నన్ను గుర్తు పట్టేవాళ్లు ఎవరబ్బా? అని తల గోక్కున్నాను.

"నన్ను గుర్తు బట్టలేదా సర్? నేనైతే మిమ్మల్ని ఎప్పుడు జ్ఞప్తికి తెచ్చుకుంటాను. మీరు మా ఇల్లు నిలబెట్టిన మహానుబావులు" అని నా రెండు చేతులు పట్టుకుని తన నొసటికి అంటించుకున్నాడు. నేనలా చూస్తూనే ఉండిపోయాను.

"సర్! పద్దెనిమిదేళ్ల క్రితం, మీరు ఫలానా హౌసింగ్ ఫైనాన్స్ కంపెనీలో, ఉమ్మడి ఆంధ్ర ప్రదేశ్ కి రీజనల్ మానేజరుగా ఉన్నప్పుడు కలిశాను. అప్పటికి నేను ఈ ట్రావెల్ ఏజెన్సీ పెట్టి రెండేళ్లే అయింది. మీ నియమాల ప్రకారం నాకు మూడేళ్ల ఇంకం టాక్స్ రికార్డ్ లేదు. అప్పుడు నా హౌసింగ్ లోన్ అర్జీ, కర్నూల్ బ్రాంచి వారు మీ ఆఫీసుకు పంపారు. నన్ను ఇంటర్వ్యూ చేసిన మీరు, ట్రావెల్ రంగంలో నా గత అనుభవం పరిగణనలోకి తీసుకుని, నా హౌసింగ్ లోన్ మంజూరు చేశారు. అలా ఓ ఇంటి సొంతదారునయ్యాను. ఆ ఇంట్లో గృహ ప్రవేశం చేసిన తర్వాత, నా దశ తిరిగింది. నేను పట్టిందల్లా బంగారం అయింది. క్రమంగా రియల్ ఎస్టేట్ వ్యాపారంలోకి అడుగు పెట్టాను. ఇప్పుడు రెండు వెంచర్లు కట్టడంలో ఉన్నాయి. ఇదంతా మీ చలవేనని రోజుకు ఒక్కసారైనా మిమ్మల్ని తలచుకుంటాను. పదిహేను ఏళ్లు గడువిచ్చినా, మీరిచ్చిన గృహఋణం, ఎనిమిదేళ్లలోనే తీర్చేశాను. మీరేం పనిమీద వచ్చారు? మీకేం కావాలి చెప్పండి?" ఓ నిమిషం నేనేమీ మాట్లాడలేకపోయాను. నన్ను అతనంతగా జ్ఞాపకం ఉంచుకోవడం అబ్బురమనిపించింది. నా పని చెప్పాను. "ఓస్ అంతేనా?. ఈ మధ్యే ఒక పన్నెండు సీట్ల టెంపో ట్రావెలర్ కొన్నాను. మంచి డ్రైవర్ నిస్తాను, మీరు కావలసినన్ని రోజులు వాడుకోండి. మీ ఋణం ఈ విధంగానైనా తీర్చుకునే అవకాశం ఇచ్చినందుకు ఆ భగవంతునికి కృతజ్ఞతలు" అన్నాడు ఆ ట్రావెల్ ఏజెన్సీ యజమాని శేషాచలం.

"అదేం కుదరదు శేషాచలం! నువు నీ చార్జీలు తీసుకోవాల్సిందే." అని పట్టుపట్టాను. అతను ససేమిరా అన్నాడు. అలా కాసేపు వాదనలయ్యాక, చివరికి నేను డీజిల్ ఖర్చు, డ్రైవర్ భత్తా భరించి, తిరిగి పంపేటప్పుడు టాంక్ ఫుల్ చేయించాలని ఒప్పందం కుదిరింది. అంతకంటే అతన్ని నిరాశ పర్చడం ఇష్టం లేకపోయింది.

"ఓ అరగంటలో బండి హోటల్ కు పంపుతాను. కర్నూల్ కోట చూసి మా ఇంటికి రండి. అక్కడే భోంచేసి, మీరు శ్రీశైలం వెళ్లండి. దీంట్లో మీరు మరేం మాట్లాడకండి." నా ముందటి కాళ్లకు బంధం వేశాడు. నాకు సరే అనాల్సొచ్చింది.

నిజంగా శేషాచలంకు నా పట్ల ఉన్న గౌరవం, నా కళ్లకు నీళ్లు తెప్పించింది. అతని ప్రేమ అక్కడితో ఆగలేదు.

వారింట్లో భోంచేసింతర్వాత, శేషాచలం భార్యాభర్తలు, మా దంపతుల కాళ్లకు దండం పెట్టి, బట్టలు పెట్టారు. అప్పుడు మాత్రం నేను నా కళ్లనీళ్లను ఆపుకోలేకపోయాను. ఏ నాటి అనుబంధమో అది? అంతటి ఆప్యాయతకు నేను చలించిపోయాను. నా భార్య కళ్లల్లో కూడా చెమ్మ. ఆమె శేషాచలం భార్యను గట్టిగా హత్తుకుంది. నేనూ శేషాచలాన్ని గట్టిగా కౌగలించుకున్నాను. భారమైన హృదయాలతో వారినుండి వీడ్కోలు తీసుకున్నాము.

ఆ తర్వాత మా యాత్ర సజావుగా సాగింది. హరిత గెస్ట్ హౌస్ లో ముందే బుక్ చేసుకున్నందున అక్కడే బస చేశాం.

శ్రీశైల మల్లికార్జుణ్ణి, భ్రమరాంబదేవిని దర్శించుకొని, రోప్ వే లో శ్రీశైల డాం తటానికి చేరుకున్నాం. అక్కడ డాం చూసి, బసకు తిరిగి వచ్చాం.

తిరుగు ప్రయాణంలో, ట్రైబల్ మూజియం చూసి, అక్కడ కొన్ని వస్తువులు కొన్నాం. డ్రైవర్ మమ్మల్ని క్షేమంగా హైద్రాబాద్ చేర్చాడు. డిజిల్ టాంక్ ఫుల్ చేసి, డ్రైవర్ కు అతని భత్తా కాక, భారీగా టిప్ ఇచ్చి, సాగ నంపాం. ఫోన్లో శేషాచలానికి మళ్ళీ ధన్యవాదాలు చెప్పి, డ్రైవర్ ను తిరిగి పంపించిన సంగతి తెలిపాం.

నిజంగా శేషాచలం లాంటి ఒక మంచి మనసున్న మనిషిని కలుసుకోవడం మా ఊహకందని వాస్తవం. మా యాత్ర, విఘ్నాలతో మొదలైనా, శుభ సూచకంతో ముగిసింది. ఒక విధంగా శ్రీ వేంకటేశ్వర స్వామి, హైద్రాబాద్ నుండి తిరుపతి వరకు ఐన మా ఇన్నోవా ఖర్చును, శేషాచలాన్ని మాకు పరిచయం చేసి, అతని టెంపో ట్రావెలర్ ద్వారా భర్తీ చేశాడు. ఆ దేవదేవునిపై మా నమ్మకం మరింత బలపడింది.

(షార్వాని అంతర్జాల మాస పత్రిక కథల పోటీలో ప్రోత్సాహక బహుమతి పొందిన కథ మార్చ్ 2022 సంచిక లో ప్రచురితం)

30. జాతి వనరులు

"ఏంటమ్మా నాన్నగారు! ఆ లైట్ ఎందుకు స్విచ్ ఆఫ్ చేయలేదు? ఇప్పుడు ఈ రూమ్ లో పంఖా అవసరమా? పగలూ రాత్రంతా ఏసీ వేయడం కూడా అవసరమా? అని అస్తమానం కరెంట్ వృధా చేయడంపై క్లాస్ తీసుకుంటారు?

'మా రోజుల్లో అసలు కరెంటే లేదు. వీధి కిరసనాయిలు దీపాల వెలుగులో చదువుకొని డిగ్రీ ఫస్ట్ క్లాసులో పాసయ్యాను!' అని గొప్పలు చెబుతారు. అప్పటి రోజులకి, ఇప్పటి దినాలకి ఏమైనా సామ్యం ఉందా? కాలంతో పాటు మనం కూడా మారాలి అనే స్పృహ లేకపోతే ఎలా? నేనైతే ఆయన లెక్చర్ విని విని విసిగి పోయాను. నువ్వైనా ఆయనకు అర్థమయ్యేలా చెప్పమ్మా." తల్లితో మొరపెట్టుకున్నాడు ధరాధర్.

" అది కాదు బాబూ! గత నెలలో కరెంట్ బిల్లు ఎనిమిది వేలు దాటింది తెలుసా? అది మామూలు కంటే చాలా ఎక్కువ కదా? అందుకే నీతో అలా అని ఉంటారు." అని సవరమ్మ భర్తను వెనకేసుకొచ్చింది.

"మనం ఆ మాత్రం కరెంట్ బిల్లు కట్టే స్థితిలో లేమా? కరోనా లాక్డౌన్ వల్ల, నేను, ఇందిరా వర్క్ ఫ్రం హోం చేయాల్సి వస్తోంది. కంప్యూటర్ సిస్టమ్, ఇన్వర్టర్ కు ఏసీ చాలా అవసరం. ఆఫీసులో సెంట్రల్ ఏసి ఉంటుంది కాబట్టి, ఇబ్బంది లేదు. ఇంట్లో అవి అదే టెంపరేచర్ లో ఉంచాలి కదా? ఏసీ కి అలవాటు పడటం వల్ల మాకు రాత్రి కూడా అది అవసరం అవుతోంది. అంతేకాక కరెంటు బిల్లు లో కొంత భాగం మా ఆఫీస్ వాళ్లు తిరిగి ఇస్తామన్నారు అందుకని ఆయన్ని ఆందోళన పడవద్దని చెప్పు" ధరాధర్ లో దూకుడు.

"అమ్మా! నేను గంటలకు గంటలు బాత్రూంలో గడుపుతున్నానని అని ఎద్దేవా చేస్తున్నారు నాన్న. దినమంతా కంప్యూటర్ ముందు పని చేసి అలసిపోయి, ఆటవిడుపుగా రాత్రి పాటలు వింటూ షవర్ కింద స్నానం చేయడం తప్పా? " తన నాన్న గారి పై ఫిర్యాదు చేసింది ఇందిర.

"నాన్న అన్నది నిజమే నమ్మా. గత నెల నీళ్ల బిల్లు, మామూలు కంటే రెండు రెట్లు వచ్చింది. అందుకే నీళ్లు దుబారా చేయవద్దని అని ఉంటారు. అయినా గంటలకు గంటలు బాత్రూంలో గడపడం అవసరమా? నీళ్లతో పాటు నీ సమయం కూడా వృధా అవుతుంది కదమ్మా." కూతురికి హితబోధ చేసింది సవరమ్మ.

"ఇంటి నుండి ఆఫీసు పని చేయడం బోర్ గా ఉంది. ఆఫీసులో అయితే ఎంచక్కా తోటి పని వారితో బాతాఖానీ కొడుతూ , మాటిమాటికి క్యాంటీన్ కి వెళ్లి, ఇష్టమైన స్నాక్స్ తినడం, టీ, కాఫీ తాగడం, ఆ మజాయే వేరు. ఇక్కడ? మీ ముఖాలు నేను, నా మొహం మీరు చూసుకోవడం తో సరిపోతోంది. ఓ అచ్చటా లేదు. ముచ్చటా లేదు. పైగా అది వృధా చేస్తున్నావు, ఇది వృధా

చేస్తున్నావు, అని విసుర్లు. నీళ్ల బిల్లు ఎంత వచ్చినా నేనే కడతానని నాన్నకు అర్థమయ్యేలా చెప్పమ్మా. అబ్బబ్బా ఈ వర్క్ ఫ్రం హోం కాదు కానీ , నా ప్రాణం మీదికి వస్తోంది" ఇందిరలో చిరాకు.

" సరేనమ్మా నీ బాధ నాన్నగారికి చేర వేస్తాను."

రాత్రి పడక గదిలో, పిల్లల ఫిర్యాదుల గురించి భర్త శాంతారాం కు చెప్పింది సవరమ్మ.

"సరే రేపు పొద్దున టిఫిన్ చేసేటప్పుడు వారితో మాట్లాడతాను" అన్నాడు శాంతారాం.

మర్నాడు డైనింగ్ టేబుల్ పై నలుగురు కుటుంబసభ్యులు కూర్చుని టిఫిన్ చేస్తుండగా శాంతారామ్ మొదలుపెట్టాడు.

"ధరా! కరెంటు విషయంలో నేను అన్న మాటల గురించి మీ అమ్మతో ఫిర్యాదు చేశావట?"

"అవును నాన్నా! నెలకు లక్షలకు లక్షలు జీతం తీసుకునే మమ్మల్ని కరెంట్ విషయంలో, చిన్నపిల్లలను మందలించినట్టు మాటలనడం ఏం బాగాలేదు" ధరాధర్ లో ఉక్రోషం.

"పోయిన నెల కరెంట్ బిల్లు ఎంత వచ్చిందో తెలుసుగా?"

"ఎన్ని వేలు వస్తే ఏంటి నాన్నా? అది కట్టడం మాకు పెద్ద సమస్య కాదు. పైగా మా ఆఫీసు కూడా నెలకింతని కరెంట్ బిల్ ఇవ్వబోతోంది." ధరాధర్ లో ధీమా.

"అమ్మా ఇందూ! నీ కంప్లైంట్ ఏమిటమ్మా? "

"అదే నీటి వృధా విషయం. అమ్మ మీకు చెప్పే ఉంటుంది కదా నాన్నా? " ఇందిరలో సంకోచం.

" సరే వినండి. కరెంటు, నీరు, వంటగ్యాస్, ఇవి జాతీయ వనరులు. వాటి ఉత్పత్తి మన చేతిలో లేదు. అందుకని అవి వృధా చేయరాదు. ఎంత బిల్లు అయినా, కట్టే స్తోమత మన దగ్గర ఉండొచ్చు, కానీ మనం అనుకున్నప్పుడు వాటి ఉత్పత్తి సాధ్యం కాదు. బిల్లు గురించి కాదు, దేశ సంపద వృధా చేయడం గురించి నేను మాట్లాడాను. పరిమితమైన ఈ వనరులను ఇప్పుడు మనం వృధా చేస్తే, ముందు ముందు మనం అంటే, మన దేశం ఇబ్బందులు ఎదుర్కోవలసి వస్తుంది. పరాయి దేశాల్లో ఆహారం వృధా చేస్తే జరిమానా విధించడం మీరు చదివే ఉంటారు. అంటే ఎవరికి వారు తిన గలిగినంత మాత్రమే ఆర్డర్ చేయాలన్నమాట. ఆర్డర్ చేసిన వాటికి మొత్తం బిల్లు కట్టినా, ఆహారం వృధా చేస్తే జరిమానా కూడా కట్టాలి. వారనేదేమిటంటే ఆహారం కూడా రాష్ట్ర సంపద అని. అది వృధా చేసే అధికారం ఎవరికీ లేదు. అలాగే విద్యుత్తు, నీళ్ళు వంట గ్యాస్, ఇవి కూడా మన జాతి సంపద. అందుకని సాధ్యమైనంత వరకు వీటి వృధా అరికట్టాలి. పెద్ద చదువులు చదివిన మీకు ఎక్కువ వివరించాల్సిన అవసరం లేదనుకుంటాను. సవరా! వంట గ్యాస్ గురించి ఎందుకు చెప్పానంటే నువ్వు కూడా గ్యాస్ ఆన్ లో పెట్టి కాయగూరలు తీరిగ్గా కోస్తూ ఉంటావు. అలా కాకుండా అన్ని తయారుగా ఉంచుకొని గ్యాస్ వెలిగిస్తే అది వృధా కాదు. నా మాటలు మీకు చాదస్తంగా అనిపించవచ్చు. కానీ సావదానంగా ఆలోచిస్తే నా మాటల అంతరార్థం బోధపడుతుంది. మీ మనసు నొప్పించి ఉంటే క్షమించండి. " శాంతారాం శాంతంగా ఉద్బోధించి తన గదిలోకి వెళ్ళిపోయాడు.

31. చెరిగిపోని చెలిమి

"ఎన్ని దినాలసంది అనంగనంగ గిప్పుడు దీరిందే మా ఇంటికచ్చేతందుకు?"

"మేమంటే గిప్పుడన్న అచ్చినం గని, మీరు మా ఇంటికి రాక ఎన్నేండ్లాయే గణా! గప్పుడు మా చాల్ల

(వంద చదరపు అడుగుల గదుల సమూహం) మీ తమ్ముడున్నప్పుడు ఆల్లను కలిసెతందుకు అచ్చి, అట్లనే మా దగ్గరికత్తుంట్రి. గొన్నేండ్ల కింద మీతమ్ముడు బైటూర్ ఫ్లాట్ల ఉండెతందుకు పొయినంక పురాత అచ్చుడే బందు జేసింద్రు."

"మీకు తెలందేమున్నది జాలయ్యా! నా ఆపీసు పనులతోని తీరనే తీరది. అండ్ల నాలుగేల్లు గుజరాత్ ల పనిజేత్తి. అటెనుక బ్యాంకులకెల్లి రిటైరై సంతం ఆపీసు పెడితి. అది సరే గని ఇయ్యాల్ల మా ఇంటి కచ్చేతందుకు ఎట్ల తీరింది?"

"మావోడు వసై ల ఫ్లాట్ తీసుకున్నడు గదా? రెండు దినాలు ఆడ ఉండి, ఇయ్యాల్ల పగలు భోజనం జేసి ఎల్లినం. దార్లె అందేరి ల దిగి మీ ఇంటికచ్చినం."

"మంచి పని జేసింద్రు గని, మల్లెప్పుడన్న అచ్చేముందు ఫోన్ జెయ్యుంద్రి. మీరు గంత దూరంకెల్లి అస్తే మేము ఇంట్ల లేకుంటే మీ రాక ఫుకట్ ఐతది. నసీబుతోని, ఇయ్యాల్ల మేం ఇంట్లనే ఉన్నం. అచ్చేదచ్చింద్రు, మా ఇంట్ల రెండు రోజులుండుంద్రి. మా ఆపీసుకు మూడు దినాలు బందులు కలిసచ్చినయ్. ఎటన్న తిర్గవోదం."

"ఔ జాలన్నా! మేము గూడా ఎటూ తిర్గవోక శాన దినాలాయె. రేపు మనం ఎస్సెల్ వర్ల్డ్ పోదం. గది చాలయి గిన్నేండాయె గని మేమింకా సూడలే." గణేశ్ భార్య సుగుణ అంది.

"మేం మిములను కలిసెతందుకు అచ్చినం గని ఉండెతందుకు రాలేదదినే." జాలయ్య భార్య రాజమణి అంది.

"ఐతేమాయె? ఆడ మీ ఇంటికాడ ఎదురు సూసెటోల్లు ఓల్లున్నరని? బిడ్డెలు అత్తగారిండ్లల్ల ఉంద్రి. కొడుకు బైటూర్ల ఉండే. మా బిడ్డె కూడా లగ్గమైనంక పెనిమిటితోని లండన్ పాయె. కొడుకు కుటుంబం అమెరికల ఉండవట్రి. మీరిద్దరు, మేమిద్దురం, మంచిగ తిరిగద్దం. మీరింకేం మాట్లాడకుంద్రి." సుగుణ ఖరాఖండిగా అంది.

"అయిసితనంల పిల్లలకోసం తండ్లాడినం. ఇప్పుడాల్లు ఆల్ల జాగల, మనం మన జాగల ఉన్నం. గిప్పుడన్న మనం, మన ఇష్టమచ్చింది తిందం, యాడికంటే ఆడికి తిరుగుదం." గణేశ్ బలవంతం చేశాడు.

వారంతగా బలవంత పెడుతుంటే కాదనలేక, జాలయ్య దంపతులు "సరే" అన్నారు.

తెలంగాణ మూలాలున్న గణేశ్, జాలయ్య బాల్య స్నేహితులు. వారిద్దరూ దాదాపు డెబ్భై ఏళ్ల క్రితం ముంబయిలోని ఒకే చాల్లో పుట్టి పెరిగారు. ముప్పై ఐదేళ్లు కలిసి ఆడారు, పాడారు,

తిరిగారు. ఒకరి కష్టసుఖాలొకరు పంచుకున్నారు. జాలయ్య తండ్రి, తన ఆర్థిక పరిస్థితి సహకరించక, ఐదో తరగతితోనే అతని చదువును అటకెక్కించాడు. ఆ తర్వాత తమ బీడీలు చుట్టే పనిలోకి దింపాడు.

గణేశ్ తల్లిదండ్రులు కూడా అదే కోవలోకి చెందినా, ధైర్యంతో అప్పో సప్పో చేసి, తమ అబ్బాయిని ఇంటర్ వరకు చదివించారు. ఆ తర్వాత గణేశ్, ట్యూషన్లు చెబుతూ, చిన్న, చితక పనులు చేస్తూ ఇరవై సంవత్సరాలలోపే డిగ్రీ ఫస్ట్ క్లాస్ లో పాస్సయ్యాడు. అటు పిమ్మట కష్టపడి ఒక జాతీయ బ్యాంకులో ఉద్యోగం సంపాదించాడు.

అటు జాలయ్య, ఓ బట్టల మిల్లులో వీవర్ గా కుదురుకున్నాడు. గణేశ్ బ్యాంకు ఉద్యోగంలో చేరినా, జాలయ్యను మరిచిపోలేదు. వారిద్దరి స్నేహం మునుపటిలాగానే కొనసాగింది. వారి మధ్య ప్రేమ, ఆప్యాయత అలాగే ఉంది. జాలయ్య కష్టకాలంలో గణేశ్ ఆదుకున్నాడు. వారి స్థాయిలో హస్తిమశకాంతరం. ఐనా, వారి చెలిమి చెక్కు చెదరలేదు.

గణేశ్ ఆ జాతీయ బ్యాంక్ నుండి జనరల్ మానేజర్ గా రిటైరయ్యాడు. ప్రస్తుతం సొంత ఆర్థిక కన్సల్టెంట్ కంపెనీకి అధిపతిగా ఉన్నాడు. అంధేరీ లో సముద్రపు ఒడ్డున ఓ మూడు బెడ్రూం ల ఫ్లాట్, రెండు కార్లు మెయింటేన్ చేస్తున్నాడు.

అటు జాలయ్య, నలభై ఏళ్ల క్రితం దత్తా సామంత్ సమ్మె పుణ్యమా అని, మిల్లు మూతపడి, ఉద్యోగం కోల్పోయి, చిన్న, చితక పనులు చేస్తూ రోజులు నెట్టుకొస్తున్నాడు. ఇద్దరాలుమగలు కష్టపడి, తమ కొడుకును పీ.జీ. దాకా చదివించారు. ఆ అబ్బాయి ఒక ప్రైవేట్ కంపెనీలో మానేజర్ గా ఉన్నాడు.

రాత్రి భోజనాల తర్వాత ఇద్దరు బాల్య మిత్రులు పిచ్చాపాటీలో పడ్డారు.

"జాలయ్యా! నీకు యాదున్నదే, మనం వర్లీ పాన్ షాప్ ల డిటెక్టివ్ నవలలు చారాణా బాడిగెకు దెచ్చుకొని, ఒక్క బాడిగెల ఇద్దురం సదుతుంటిమి?"

"ఏంటికి యాది లేదు? గా అలువాటుతోనే నాకు తెలుగు మీద పట్టు దొరికింది గదా? మన నిత్యన్న, ఆయిన సదిన వారపత్రికలు, మూన్నెల్ల కొకసారి రద్ది కాయితాలోడికి ఇయ్యవోతే అదే దరకు మనం కొని సదింది గూడా యాదున్నది. ఆ పత్రికలల్ల నాకేమన్న తెలకపోతే నువ్వే ఇడమరిసి సెపుతుంటివి. గవన్ని యాది మరిసే ముచ్చట్లేనా? ప్రతి దీలెకు 'యువ' 'జ్యోతి' ప్రత్యేక సంచికలు, చెరిసగం పైసలేసుకొని సదింది ఇంకా గుర్తుకత్తున్నది." జాలయ్య గతంలోకి జారుకున్నాడు.

"ఔ గని, వర్లిల తెలుగు పుస్తకాలమ్మే దుకానం బందువడ్డదట గదా?" గణేశ్ అడిగాడు.

"గా లింగం బలరాం సార్ కాలం జేసినంక సరస్వతి బుక్ డిపో బందువడ్డది. తెలుగు పొత్తాలు కొని సదెటోల్లు కూడా తక్కైండ్రు. గందుకని ఆయన కొడుకులకు అది నడిపిచ్చుడు పడ్ తల్ వడక, దాంట్ల బట్టల దుకానం పెట్టిండ్రు. ఓల్లైన ఫాయిద కొరకు సూత్తరు గని నుక్ సానుకు తెలుగు పుస్తకాల దుకానం ఏంటికి నడిపిత్తరు? జాలయ్య అసలు సంగతి వివరించాడు.

"పాపం సచ్చి సర్గంల ఉన్న గా బలరాం సార్ కు మన భాష మీద శాన కుతి ఉండే. ఎందరితోనో తెలుగు పుస్తకాలు కొనిపిత్తుండే. ఏవన్న పుస్తకాలు కావాలంటే తెప్పిత్తుండే. ఎక్క లాభం లేకున్నా దుకానం నడిపిత్తుండే." గణేశ్ బలరాం సార్ ను జ్ఞాపకం జేసుకొని బాధ పడ్డాడు.

గిట్ల ముచ్చట్లు వెట్టుకుంట ఉంటే తెల్లారినా గాని, ఒడువై. పొద్దుగల్ల జెల్ది లెవ్వాలె. ఇగ పండుకుందం" అని గణేశ్ తమ పడక గదిలోకి వెళ్లాడు. రాజమణి సుగుణ దగ్గరినుంచి వచ్చింది.

"ఈ ఇద్దరాలు మొగలు ఎంత మంచోల్లయ్యా!. గింత శ్రీమంతులు గని గొంత సుత గర్వం లేదు. మన చాల్ల గౌర్మెంట్ ఆఫీసుల ప్యూను పని జేసెటోడు కూడా ఎంత రుబాబ్ జూపిత్తడు? నెలకు లక్షల రూపాలు కమాయించె గీల్లకు గింత గూడా గీర లేదు. గిసుంటి సోపతోల్లు మనకు దొరుకుడు మనం జేసుకున్న పున్యమనుకోవాలె." రాజమణి కళ్లల్లో ఆనందాశ్రువులు.

"నివద్దే మణీ! గణయ్య మనసు వెన్న. మనకు ఎన్నోతీర్ల సాయం జేసిండు. సుగునవ్వ గూడా మొగనికి తగ్గ పెండ్లం. అల్లిద్దరు గిప్పుడు గూడా మనల్ని ఉండుమని బలవంతం జేసి ఎన్నో తీర్ల వంటల తోని బోజనం పెట్టిండ్రు.

రేపు గటెటో తిర్గ తోల్కపోతరట. ఆల్లకు మనతోని ఏం అచ్చేదున్నదని గింతగానం పాన పానంగా సూత్తున్నరు? సేతిల నాలుగు పైసలాడంగనే మారిపోయినోల్లను ఎందరిని సూడలేదు?. ఎంతైనా ఈల్ల మర్యాదలే వేరు." జాలయ్య మెచ్చుకోలు. అలా మాట్లాడుతూ వారిద్దరు నిద్ర లోకి జారారు. మర్నాడు ఉదయమే ఆ రెండు జంటలు, గణేశ్ కార్లో, ఎస్సెల్ వర్ల్డ్ బయలు దేరారు.డెబ్బైలలో ఉన్న మగవారు, అరవైలలో ఉన్న ఆడవాళ్లు, వారి ఆరోగ్య సమస్యల వలన, అన్ని రైడ్లు ఆస్వాదించ లేకపోయారు.

ఎత్తునుండి వస్తూ ఎన్నో మెలికలు తిరుగుతూ కిందికి మీదికి పోతున్న కొన్ని రైడ్లలోని జనాల్లో కొందరు కేరింతలు కొడుతుంటే, కొందరు ఆర్తనాదాలు చేస్తున్నారు. అవి గమనించి, తాము ఆ రైడ్లు ఎక్కనందుకు సంతోషించారు గణేశ్ ప్రభృతులు. పగలు భోంచేసి ఓ పార్కులో చెట్టుచుట్టూ ఉన్న చప్టాపై కూర్చుని వారి వారి కష్టసుఖాలు కలబోసుకున్నారు.

"జాలయ్యా! మీ అబ్బాయి ఇంకో భాష పిల్లను లగ్గం జేసుకున్నడు గదా? ఆ అమ్మాయి మీతోని మంచిగుంటదే?"

"మంచి గుంటదా అంటే సెడ్డగుండదని సమాదాన పడాల. ఎంతైనా మన మనుషుల లెక్క కలివిడిగ ఉండది. ఆమె బెంగాలీ భాష మాకు రాదు. మన తెలుగు ఆమెకు రాదు. ఏదో మాకు అచ్చీరాని ఇందిల మాట్లాడుతం గని కడుపు నిండది." రాజమణి ముక్కు విరుపు.

"సదుల బుద్ధిమంతుడని యం.కాం. దాక సదిపిత్తే, సదుతోని పెండ్లంను కూడా సదుకున్నడు మావోడు. రజిస్టర్ లగ్గం జేసుకొని ఇంటికచ్చెదాక మాకు తెలది. గది యాదికస్తే మనుసుకు బాదనిపిస్తది" జాలయ్య కళ్లల్లో చెమ్మ.

"ఊకో జాలయ్యా! గా పాత సంగతులు గిప్పుడు యాదిజేసుకొని బాధ పడుడెందుకు? ఇప్పుడు ఇద్దరు పిల్లలతోని ఆల్లకాల్లు మంచిగనే ఉన్నరు గదా? మనకంతకంటే ఏం కావాలె? ఈడికి

మజా సేసెతందుకచ్చినం. దుఃఖ పడెతందుకు రాలె." గణేశ్ జాలయ్య దంపతులను సాంత్వన పరిచాడు.

"మా వోడి లగ్గమైనంక మా ఇంట్ల పూజకు, మీరచ్చి ధైర్యమిచ్చినంక కోలుకున్నం. మీరు జెప్పిన మాటలు మావోడిమీద మంచిగనే పనిజేసినై. మీరిచ్చిన అడ్డిలేని బాకీకి తను గొంత ఆఫీసుల లోను దీసుకొని మా ఇద్దరు బిడ్డెల లగ్గాలు ముందుండి జేసిండు. అటెనుక మీ బాకీ తీర్సిండు. గిప్పుడు మాకు నెలకర్సులకు పైసలిత్తుండు. గందుకనే మేము కృష్ణా, రామా అనుకుంట మంచిగ దినాలు ఎల్లదీత్తున్నం." రాజమణి అంది.

"మీ బిడ్డెలను మా బిడ్డెలనుకొని, అల్ల లగ్గంకు సాయం జేత్తమంటే మీరు సాయమద్దు, బాకీగా ఇయ్యుమంటిరి. గా పైసలు రెండు మూడేండ్లల్ల మీ కొడుకు తీర్సిండు. అది మాకు బాదనిపిచ్చినా, మీ మాన్ ఉంచాలని ఒప్పుకున్నం."

"పైస బాగసెడ్డది. పానపాన సోపతిగాల్లను దూరం జేత్తది. గందుకనే మీ నుంచి సాయం గాదు, అప్పు దీసుకున్నా. గందుకనే మన సమ్మందాలు ఇంకా నడుస్తున్నై."

ఎస్సెల్ వర్ల్డ్ ప్రాంగణం చుట్టు తిరిగి కొన్ని చిన్న చిన్న రైడ్లు చేశారు ఆ నలుగురు. సాయంత్రం ఇంటి ముఖం పట్టి, దార్లో ఓ ఏ.సీ. హోటల్లో భోంచేసి, గూడుకు చేరారు.

"మీరిద్దరి ఇంకా గా చాల్ల ఏంటికుంటున్నరు? హాయిగ మీ కొడుకు దగ్గెర ఉండచ్చు గదా? మీ మనుమరాలిని మనుమడ్ని ఆడిచ్చుకుంట ఉంటే మనుసు నిమ్మలంగ ఉంటది. " సుగుణ రాజమణితో అంది.

"అది గూడా అయింది. ఒక మూన్నెల్లు ఆల్లింట్ల ఉండెటల్లకు కంటుకచ్చింది. కోడలుకు, పిల్లలకు తెలుగు రాదు. మాకెమొ ఇంది సరిగ రాదు. ఇద్దరాలుమొగలు పొద్దుగాల్ల కొలువులకు పోతే, మల్ల రాత్రికే అచ్చుడు. గా బందు ఫ్లాట్ల ఓల్లు మాట్లాడెటోల్లు లేకపాయిరి. మాకైతే జేయిల్ల ఉన్నట్టయింది. చాల్ల ఐతే, దర్వాజలన్ని ఖుల్ల ఉంటై, సుట్టు పక్కలోల్లతోని మాట్లాడుతే టైం ఎట్ల ఐపోతదే తెలనే తెలది. గందుకే మేం మల్ల చాల్లకే తిరిగచ్చినం. కాల్లు సేతులు ఆడినన్ని దినాలు ఆడనే ఉంటం. అటెనుక దేవుడున్నడు. మీ పిల్లల సంగతేంది?" రాజమణి అడిగింది.

"అమ్మాయి పశ్ల డాక్టర్. అల్లుడు లండన్ ల ఇంజనీరు. వారికి ఇద్దరు ఆడి పిల్లలు. ఇగ కొడుకు, కోడలు అమెరికల సాఫ్ట్ వేర్ ఇంజనీర్లు. ఆల్లకు ఒక బాబు. రెండేండ్లకొక్కసారి ఇండియా అత్తరు. నెలలోపల అందరిని కలుసుకొని మల్ల అమెరిక పోతరు. మములను రమ్మంటే పొయి మూన్నెల్లున్నం. కాని మాకు ఆడ మనుసున వట్టలే. మీకు మీ కొడుకు దగ్గెర ఎట్ల అనిపించిందో, అమెరికల మాకు గూడా అట్లనే, ఏం తోయలేదు. సరే మనం రేపు బోరీవలి నాషనల్ పార్క్ కు పోవాలె. ఇగ పండుకుందం."

మర్నాడు వారందరు నాషనల్ పార్క్ కి వెళ్లారు. అక్కడ అంత్యాక్షరి ఆడారు. కొలనులో బోట్ శికారు చేశారు. టాయ్ ట్రైన్ లో పార్క్ చుట్టూ తిరిగి, అడవిలో స్వేచ్ఛగా తిరిగే జంతువులను చూసి అబ్బుర పడ్డారు. కోతులకు అరటి పళ్లు ఇచ్చి సైగలు చేస్తూ వాటితో ఆడుకున్నారు.

ఇంటి సంగతులు గాని, కుటుంబ విషయాలు గాని ఏ మాత్రం జ్ఞప్తికి తెచ్చుకోకుండా దినమంతా ఆ పార్కులో హాయిగా గడిపారు. అక్కడే పావ్ భాజీ తిని రాత్రి భోజనం ఐందనిపించారు.

మర్నాడు పగటి భోజనం తర్వాత కాసేపు కునుకు తీసి, టీ తాగిన తర్వాత రాజమణికి పసుపు కుంకుమలు, చీర, సారె పెట్టి, ఆమె కొంగులోనే జాలయ్యకు ప్యాంట్ షర్ట్ బట్టలు పెట్టారు గణేశ్ దంపతులు జాలయ్య దంపతుల కళ్లల్లో ఆనందాశృవులు! ఆ తర్వాత తమ కార్లో జాలయ్య దంపతులను లోయర్ పరేల్ లోని వారి చాల్లో దిగబెట్టారు గణేశ్ దంపతులు. తమ పాత స్నేహితులను పలకరించారు. వారికంటే పదేళ్లు పెద్ద వాడైన ఎల్లప్ప, గణేశ్ ను హత్తుకొని కళ్ళకు నీళ్ళు తెచ్చుకున్నాడు.

“సోపతంటే మీ ఇద్దరిదే గనేసూ! మనుసులంటే మీరే. చాల్లకెల్లి ఎల్లి పెద్ద ఫ్లాట్ ల ఉండి కార్ల తిరుగుకుంట గూడా గీ చాల్ల ఉన్న గరీబోల్లను కలిసెతందుకు అచ్చుడు మామూలు మాట గాదు పిల్లగండ్ల ఆట గాదు. ఎంత ఎదిగినా ఎట్ల ఒదిగి ఉండాల్నో, మిములను సూసి నేర్సుకోవాలె. మీరు సిన్నోల్లు గని మీకు సేతులెత్తి మొక్కాలనిపిత్తది” ఎల్లప్ప సుగుణ కు నమస్కారం చేశాడు.

సజల నయనలతో వారందరినుండి వీడ్కోలు తీసుకొని తమ గూటికి చేరుకున్నారు గణేశ్, సుగుణలు.

"సాహో మాస పత్రిక-మక్కెన రామసుబ్బయ్య స్మారక ప్రేమ కథల పోటీలో ప్రత్యేక బహుమతి వేయి రూపాయలు పొందిన కథ.”

32. ద్వంద్వం

నా మనసంతా ఉద్వేగంగా ఉంది. ఆ డాక్టర్ మాటలింకా నా చెవుల్లో గింగురు మంటున్నాయి.

"మీరు ప్రపంచంలోనే వింతల్లో వింత. కొన్ని వందల కోట్ల జనాభాలో మీరు ప్రత్యేకం. సాధారణంగా, జెనెటిక్ డిజార్డర్ తో పుట్టిన వాళ్లు బతకడం చాలా అరుదు. మీరు మాత్రం ఇరవై ఏళ్లకు పైబడినా, పూర్తి ఆరోగ్యంగా ఉన్నారు. చిన్నప్పటినుండి, ఏవో చిన్న, చితక జలుబు, పడిశం తప్ప, ఏ రోగాలూ మీ దరిచేరలేదంటే మాకు ఆశ్చర్యంగా ఉంది. మీరు గనక గిన్నీస్ బుక్ వాళ్లను సంప్రదిస్తే, రెండు గుండెలుండి, ఆరోగ్యంగా ఉన్న ఏకైక వ్యక్తిగా ప్రపంచ రికార్డుల్లోకెక్కడం ఖాయం. మీ స్వస్థతకే ఢోకా లేదు. మీకు మందుల అవసరం ఏమాత్రం లేదు. మీకు మా శుభాకాంక్షలు."

'స్కూల్లోగాని, కాలేజిలోగాని మొదటి స్థానం తప్ప వేరే ర్యాంక్ ఎరుగని నేను, ఇప్పుడు మరోవిధంగా నా ప్రత్యేకతను చాటుకుంటాను. ఒకటికాదు, రెండు గుండెలిచ్చే నిబ్బరంతో, జీవితంలో కొత్త అంచులు అధిరోహిస్తాను. ఇప్పుడు చేరబోతున్న కంపెనీలో, నా ప్రవృత్తి ఐన 'చెస్' లో కూడా విజయపతాకాలు ఎగరేస్తాను.' ఏవో ఊహలలో విహరిస్తున్న నేను, అమ్మ పిలుపుతో ఇహలోకంలోకి వచ్చాను.

"సుజూ! ఏ లోకంలో ఉన్నావ్? ఎంత సేపట్నుంచి పిలుస్తున్నా, పలకడం లేదు."

"ఏం లేదమ్మా, నేను ఉద్యోగంలో చేరబోయే ముందు ఆరోగ్య పరీక్షలు నిర్వహించారు గదా? ఆ రిపోర్టులు చూస్తున్నాను. ఆ డాక్టరు చెప్పింది వింటే నువ్వూ ఆశ్చర్యపోతావ్."

"ఏంటో అంత వింతైన విషయం?"

"నిజంగా వింతే నమ్మా. నాకు రెండు గుండెలున్నాయట. ఒకటి కుడివైపు, మరోటి ఎడమ ప్రక్కన."

"అయ్యో! మరిప్పుడెలా? నువు మెడికల్ టెస్ట్ లో ఫెయిలయ్యినట్టేనా?"

"లేదమ్మా లేదు. అక్కడే నువు పప్పులో కాలేశావ్. ప్రపంచంలోనే నేనొక ప్రత్యేకమైన మనిషిననీ, రెండు గుండెలున్న ఏకైక వ్యక్తిగా ప్రపంచ రికార్డుల్లోకెక్కడం ఖాయమన్నారు, నేను పూర్తి ఆరోగ్యంగా ఉన్నానని సర్టిఫికెట్ ఇచ్చారు. నన్ను ఉద్యోగంలోకి చేర్చుకోవడానికి ఏ అభ్యంతరం లేదని కంపెనీకి తెలిపారు."

"ఐతే సరే కాని, నీకు రెండు గుండెలున్నాయంటే నాకు భయంగా ఉంది. ముమ్ముందు నీకు ఏ ఇబ్బందులొస్తాయోనని ఆందోళనగా ఉంది." అమ్మ భయం అమ్మది. నాకు మాత్రం ఏడవ స్వర్గంలో ఉన్నట్టుంది. ఆ సంగతి తెలిశాక,

నాకిష్టమైన 'చదరంగం' లో నేను మరింత రాణించసాగాను.

వారం రోజుల్లో నా కొత్త ఉద్యోగంలో చేరాను. నాకు సుపరిచితమైన అంకెల్తో ఆడుకోవడం ఉత్తేజకరంగా ఉంది. కంపెనీలోని అన్ని విభాగాల్లో ఓ సంవత్సరం పాటు ట్రెయినింగ్ తీసుకున్న తర్వాత నాకిష్టమైన, నా నైపుణ్యానికి తగ్గ

డిపార్ట్ మెంట్ లో స్థిరపడ వచ్చని మా బాస్ చెప్పారు. నా కంటే మూడేళ్లు సీనియర్ ఐన సుమేర్ కు, నా ట్రెయినింగ్ బాధ్యత అప్పగించారు. ఉత్తరాదికి చెందిన అతను, కంపెనీ వ్యవహారాలు అవగాహన చేసుకోవడంలో నాకు చాలా సహాయం చేశాడు. ఆఫీస్ పనిగంటల తర్వాత కూడా నాతో కూర్చుని ఓపిగ్గా నా సందేహాలు తీర్చేవాడు.

నేను నా ఉద్యోగ బాధ్యతలు ఆస్వాదించసాగాను. నాకు సహజసిద్ధమైన నేర్పరితనంతో అనతికాలంలోనే కంపెనీ వ్యవహారాలపై పట్టు సాధించాను. నా ఆకళింపు సామర్థ్యంపై , మా పై అధికారులు కూడా ఆశ్చర్యపోయారు. ఒక్కో కేసుపై నా విశ్లేషణ, మా వినియోగదారులకు నేను సూచించిన పరిష్కార మార్గాలు, వారిని ప్రభావితం చేశాయి.

ఏడాదిలో పూర్తి చేయాల్సిన ట్రెయినింగ్, నేను ఆర్నెళ్లలోనే పూర్తి చేశాను. ఆ తర్వాత నాకు సుమేర్ పని చేస్తున్న "మెర్జర్స్ అండ్ అక్విజిషన్స్" డిపార్ట్ మెంట్ లో పోస్టింగ్ ఇచ్చారు. మా సాన్నిహిత్యం ఇంకా పెరిగింది. అతనితో ఉన్నప్పుడు నాకు చాలా హాయిగా అనిపించ సాగింది. నా ఏడమ వైపు గుండె, వేగంగా కొట్టుకోవడం మొదలైంది. సుమేర్ తో సాధ్యమైనంత ఎక్కువ సమయం గడపాలని తహ తహగా ఉండింది. ఆఫీస్ అవర్స్ తర్వాత పనివిషయమై చర్చిస్తున్నపుడు నా ఏకాగ్రతను కోల్పోవడం, సుమేర్ కు అసహనంగా ఉండేది. ఆ సందర్భంలో నాపై అతను కోపగించువడం కూడా నాకు హాయిగా అనిపించేది. మేము లేటుగా పని చేసినప్పుడు కంపెనీ ఖర్చుతో డిన్నర్ చేసే వీలుండేది. అతనేమో ఆఫీస్ కే పార్సెల్ తెప్పిద్దామనేవాడు కాని నాకు, బయట ఏదైనా స్టార్ హోటెల్లో కూచుని ఆఫీసేతర ముచ్చట్లు చెప్పుకోవాలనిపించేది. ఆ విషయంలో మా మధ్య గిల్లికజ్జాలు సాధారణమయ్యాయి. మొదట నిర్లిప్తంగా ఉన్నా, నేనిక నా ధోరణి మార్చుకోనని తెలిసి, సుమేర్ కూడా నా దార్లోకి వచ్చాడు. ఆ తర్వాత అతను బయట పడ్డాడు. నా నైపుణ్యాన్ని. ఆకళింపు సామర్థ్యాన్ని పొగడసాగాడు. నేనతని గుండె నిబ్బరాన్ని మెచ్చుకున్నాను. అలా మేము ఒకరి డబ్బా మరొకరు కొట్టుకుంటూ, ఆడుతూ పాడుతూ కంపెనీ పనులు సునాయసంగా చేశాము. మా సాన్నిహిత్యం నలుగురి నోళ్లలో నానడం మొదలైంది. అది ఖండించడానికి మేమే ప్రయత్నం చేయలేదు. ఆఫీస్ లో, బయట మా కార్యకలాపాలు యథావిధిగా కొనసాగించాము.

ఉద్యోగం, 'చదరంగం' మధ్య సమతూకం పాటిస్తూ, నేను నా చెస్ కాంపిటీషన్స్, ఆఫీస్ కు సెలవు రోజులైన శని, ఆదివారాల్లో ఉండేలా చూసుకునేదాన్ని. నన్ను ఉత్సాహ పరచడానికి సుమేర్ నాకు తోడుగా ఉండేవాడు. జాతీయ స్థాయి పోటీలకై నేను ముంబయి బయటకు వెళ్లడంలో మా కంపెనీ నాకెంతో సహాయం చేసింది. సెలవు మంజూరు చేయడమేకాక, నా ప్రయాణ ఖర్చులు కూడా మా కంపెనీయే భరించింది. అప్పుడప్పుడు, ఇంటినుండే పనిచేసే సౌలభ్యం కల్పించింది. వీలైనప్పుడు, సుమేర్ తన స్వఖర్చుతో నా వెంట వచ్చేవాడు. అప్పుడు నేను తప్పకుండా పోటీ

గెలిచేదాన్ని. ఆ సందర్భాల్లో కంపెనీ నుంచి నాకు 'అప్రిసియేషన్ లెటర్స్' తో పాటు, కంపెనీ మీటింగ్ లలో నాకు ప్రోత్సాహక బహుమతులు కూడా దక్కేవి. ఆఫీస్ లో, బయట, నా విజయాలకు తగిన గుర్తింపు లభించింది. నా రెండేళ్ల సర్వీస్ పూర్తికాగానే, 'అసిస్టంట్ వైస్ ప్రెసిడెంట్' గా పదోన్నతి లభించింది. ఆ సందర్భాన్ని సుమేర్, నేను ఓ స్టార్ హోటల్లో సెలిబ్రేట్ చేసుకున్నాం.

దినదినం మా సాన్నిహిత్యం పెరగసాగింది. నా ఎడమవైపు గుండె, దానితో తృప్తిపడలేదు. ఇంకేదో కావాలని తహతహలాడ సాగింది. నాతో పోట్లాటకు దిగింది. ఎన్ని చదువులు చదివినా, ఎంత పెద్ద ఉద్యోగం చేస్తున్నా, ఎంత ఆధునికతను ఒంట బట్టించుకున్నా, ఆచార వ్యవహారాలు పాటించే ఒక హిందూ కుటుంబానికి చెందిన నేను, 'ఆ' విషయంలో మాత్రం చొరవ తీసుకోలేకపోయాను. ఆ మంచుముద్ద సుమేర్ కూడా నన్నర్థం చేసుకున్నట్టు లేదు. నేనే ఓ సారి అతని ఫ్లాట్ లో చొరవతీసుకుని నా పెదవులను అతని పెదవులపై రుద్దాను. ఇక అతను విజృంభించాడు. అతని చేతులు నా శరీరంపై ఎక్కడెక్కడో విహరించసాగాయి. నాలోనూ ఉద్రేకం తారాస్థాయి నందుకుంది. అందుకే అతని స్పర్శను ఆస్వాదిస్తూ, సుమేర్ ను ఏ మాత్రం వారించలేదు. చెలియలి కట్టను దాటబోయేంతలో డోర్ బెల్ మోగింది. మేము స్పృహలోకి వచ్చాము.

నేను వెంటనే బాత్ రూం లో దూరాను. ఆ కోరియర్ అబ్బాయి మమ్మల్ని హద్దులు దాటకుండా కాపాడాడు. ఆ సంఘటన తల్చుకుంటే నాకిప్పటికీ రోమాలు నిక్కబొడుస్తాయి.

ఇక ఇంకా ఆగితే లాభం లేదని, సుమేర్ తో నా ప్రేమ గురించి మా అమ్మకు చెప్పాను.ప్రాంతం, భాష, అలవాట్లు, సంస్కృతి మొదలైన అంశాలను ఉటంకించి, మొదట ఆమె నన్ను నిరుత్సహపర్చింది. నేను ససేమిరా అనేసరికి, నాన్నతో ఆమె చేదు అనుభవం పంచుకుంది. ఉత్తరాదికి చెందిన ఆయన, మరో ఆవిడను వలలో వేసుకుని మమ్మల్ని గాలికి వదిలిపెట్టిన వైనం ఏకరువు పెట్టింది. సుమేర్ పై నాకున్న నమ్మకం రెట్టించేసరికి కాస్త దిగి వచ్చింది. నా ఎంపికపై మరోసారి ఆలోచించమని హెచ్చరించింది. చివరకు మా పెళ్లికి పచ్చ జెండా ఊపింది. సుమేర్ తల్లిదండ్రులు చిన్నప్పుడే ఓ కారు ప్రమాదంలో మరణిస్తే అతని మేనమామ, పెంచి పెద్దచేసి, మైనారిటీ తీరగానే అతని తల్లిదండ్రుల ఆస్తి అప్పగించాడు. అలా సుమేర్ వైపునుండి మా పెళ్లికి అభ్యంతరం చెప్పే చుట్టాలెవరూ లేనందున మా లైన్ క్లియర్ అయింది. వైదిక పద్ధతిలో వివాహ తంతు ముగించి, ఓ స్టార్ హోటల్లో మా దగ్గరి స్నేహితులకు, ఆఫీస్ సిబ్బందికి పార్టీ ఇచ్చాము.

ఓ వారం రోజులపాటు మలేషియాలో మరపురాని హనీమూన్ తర్వాత, మేము మా విధుల్లో చేరాము. నా సహజ నైపుణ్యంతో ఉద్యోగం, దాంపత్యం, చదరంగం మధ్య సమతూకం పాటించాను. సుమేర్ నాతో పాటు, ఇంటి పనుల్లో భాగం పంచుకోసాగాడు. రోజులు సాఫీగా గడవసాగాయి. మా అమ్మను మాతో పాటు ఉండమంటే ఒప్పుకోలేదు. మాకు దొరికిన ప్రైవసీని మేము మనసారా, 'తనువు'తీరా ఆస్వాదించసాగాము.

అంతలో నాకు, ఒక అంతర్జాతీయ చెస్ టోర్నమెంట్ లో పాల్గొనడానికి రష్యా వెళ్లే అవకాశం వచ్చింది. ఆఫీస్ పని ఒత్తిడివల్ల, నాతో పాటు రావడానికి సుమేర్ కు వీలు పడలేదు. నాకు

బాధగా ఉన్నా, ఒక్కదాన్నే రష్యాకు ప్రయాణించక తప్పలేదు. అక్కడా నేను రాణించాను. పాల్గొన్న ప్రతి ఆటా గెలిచి, మనదేశానికి బంగారు పథకం సాధించాను. ఫైనల్ తర్వాత అభిమానులు నన్ను చుట్టుముట్టారు. వారికి ఆటోగ్రాఫ్ లు ఇవ్వడంలో నేనెంతో గర్వాన్ని పొందాను. ప్రేక్షకుల తాకిడి ఎక్కువయ్యేసరికి, నిర్వాహకులు నన్ను బలవంతంగా హోటల్ కు చేర్చారు.

నేను నా రూం వద్దకు చేరేసరికి, అక్కడ ఓ అందమైన రష్యా వనిత నా కొరకు ఎదిరిచూస్తూ తారస పడింది. తను నా వీరాభిమానినని పరిచయం చేసుకుంది. అమెను నా గదికి ఆహ్వానించి అతిథి మర్యాదలు చేశాను. ఓ విదేశీయురాలు నా అభిమానినని చెప్పేసరికి నా చాతీ పొంగింది. ఆమెను గాఢంగా హత్తుకున్నాను. చిత్రంగా నా కుడివైపు గుండె, 'లబలబ' మని కొట్టుకోసాగింది. నేనా ఉద్వేగంనుండి తేరుకోకుండానే ఆమె నన్ను మరిన్ని ఆశ్చర్యకరమైన విషయాలతో ముంచెత్తింది. నేను ఇంటర్ కాలేజియేట్ స్థాయి నుండి జాతీయ స్థాయిలో విజయం సాధించిన పోటీల ఫొటోలు, వివరాలున్న ఓ ఆల్బం నాముందుంచింది. నేను అవాక్కయ్యాను. నాకు తెలియని నా వీరాభిమానిని ప్రత్యక్షంగా కలుసుకునేసరికి ఓ కొత్త ఉత్తేజం కలిగింది. ఈ సారి ఆమెను మనసారానే కాదు, తనువుతీరా కౌగలించుకున్నాను. నా కుడివైపు గుండె ఇంకా ఎక్కువ అల్లరి చేయసాగింది. కొన్ని సెకండ్లపాటు సాగిన ఆ కౌగిలింతతో నా శరీరమంతా విద్యుత్తు ప్రవహింపజేసింది. నేను మళ్లీ హత్తుకుని, ఆమెను ముద్దుల్తో ముంచెత్తాను. ఆమెకూడా బాగా స్పందించింది. ఆ తమకంలోంచి బయటకు రావడానికి నాకు దాదాపు పదిహేను నిమిషాలు పట్టింది. ఆ రాత్రికి నాతో ఉండాలనే నా ప్రతిపాదనకు ఆమె ఆనందంగా, మాటలతోనే కాదు, చేతలతో కూడా తన అంగీకారం తెలిపింది.

రూం సర్వీస్ నుండి భోజనం తెప్పించుకుని ఏదో తిన్నామనిపించాం. ఆ తర్వాత మంచంపై వాలిపోయాం. ఒక వేరే ప్రపంచంలో విహరించాం. ఎన్నో సుద్దులు చెప్పుకున్నాం. ఒంటిపై నూలుపోగు లేకుండా ఒకరినొకరు పెనవేసుకుని స్వర్గాంబుధిలో జలకాలాడాం. ఆ అనుభవం, సుమేర్ తోడి అనుభవం కంటే ఇంకా ఉత్తేజకరంగా ఉండింది. నిజం చెప్పాలంటే నాకు సుమేర్ అస్సలు జ్ఞప్తికి రాలేదు. సెల్ ఫోన్ స్విచాఫ్ చేశాను కాబట్టి, మా ఏకాంతానికి ఏ అంతరాయం కలుగలేదు. నా తిరుగు ప్రయాణాన్ని రెండు రోజులు పొడిగించి, నా కొత్త నెచ్చెలితో రష్యాలోని దర్శనీయ స్థలాలన్నీ చుట్టేశాను. ఆమె సాంగత్యంలో నేనన్నీ మరిచి, పగలు, రాత్రి, ఆ అపురూపమైన అనుభూతికి నన్ను నేను అర్పించుకున్నాను.

అటు సుమేర్ మాటి మాటికి ఫోన్ చేసి, "త్వరగా రా, నేను నిన్ను చాలా మిస్సవుతున్నాను" అని వేడుకోసాగాడు. చిత్రంగా, నేను మాత్రం సుమేర్ ను ఏ మాత్రం మిస్ కాలేదు. ఎడమవైపు గుండెను ఇండియాలో వదిలేశానేమో, రష్యాలో, నా కుడివైపు గుండె కనుసన్నల్లో ఆడడం కొనసాగించాను. నా అభిమాని, నాప్రియనేస్తం అంతగా నన్ను ఆకట్టుకుంది.

అన్ని మంచి విషయాలు ఏదో ఒక రోజు ముగుస్తాయి కాబట్టి, నా రష్యా వాస్తవ్యం కూడా చివరి అంకానికి చేరుకుంది. మా బాస్ నుండి వచ్చిన ఫోన్, నన్ను ఇహలోకంలోకి తెచ్చింది.

నాకు వీడ్కోలు చెబుతూ, నా స్నేహితురాలు కన్నీళ్ల పర్యంతం అయింది. నా పరిస్థితి కూడా భిన్నంగా లేదు. ఐనా ఆమెను గట్టిగా హత్తుకుని, నా శైలిలో సాంత్వన పరిచాను. వీలుచూసుకుని మళ్ళీ రష్యా వస్తానని నమ్మబలికాను.

ఇండియాకి వచ్చి, నా ఆఫీస్ విధుల్లో, సంసార బాధ్యతల్లో మునిగిపోయాను. మర్నాడు రాత్రి సుమేర్ నన్ను ఓ తుపానులా చుట్టుముట్టాడు. నా ఎడమవైపు గుండె అతనికి అనుగుణంగా స్పందించింది కాని, దానిలో మునుపటి జీవం లేదు. అది సుమేర్ కూడా కనిపెట్టాడు. నేను జెట్ లాగ్ పై నెపం పెట్టి, చేతులు దులుపుకున్నాను. పడకపై, నా కుడివైపు గుండె, నన్ను అస్తవ్యస్తం చేసింది. అయినా, ఎడమవైపు గుండెను పనిలో పెట్టి, ఆ రాత్రి ఎలాగో గడిపాను. మర్నాడు కూడా ఆ హ్యాంగోవర్ నన్ను వదల్లేదు. సుమేర్ తో, నా రష్యానేస్తంతో, ఎవరికీ నేను న్యాయం చేయలేకపోతున్నాననే గిల్టీ ఫీలింగ్ నన్ను వెంటాడసాగింది. నా పనిపై శ్రద్ధ చూపలేక పోయాను. మెయిల్ ద్వారా పంపిన కొన్ని అసందర్భ, అనవసర సందేశాలు, తప్పులు ఉటంకిస్తూ నా మొహంపై తిప్పి కొట్టబడ్డాయి. నా ఒంట్లో బాలేదని మా బాస్ కు చెప్పి, సుమేర్ కు కూడా చెప్పకుండా బయటపడ్డాను. పడకమీద పడి, నిద్రపోవడానికి ప్రయత్నించాను. నా గుండెలు నన్ను వేధించసాగాయి. నా జీవితంలో మొదటిసారి, రెండు గుండెలున్నందుకు బాధపడ్డాను.

“ఐతే సరే కాని, నీకు రెండు గుండెలున్నాయంటే నాకు భయంగా ఉంది. ముమ్ముందు నీకు ఏ ఇబ్బందులొస్తాయోనని ఆందోళనగా ఉంది.” అమ్మ మాటలు నా చెవుల్లో రొద పెట్టసాగాయి. ఉద్వేగ పరిస్థితుల్లో అవి ఎంత ప్రమాదకరమో నాకు అనుభవపూర్వకంగా తెలియవచ్చింది. అంతలోనే ఫోన్ మోగింది. స్క్రీన్ పై నా రష్యా నేస్తం పేరు! అది చూడగానే, నా కుడివైపు గుండె ‘లబ లబ” లాడింది. వెంటనే ఫోనందుకున్నాను. నా స్వరం విన్నగానే ఆమె ఏడ్వడం మొదలెట్టింది. ఇండియా చేరగానే ఫోనెందుకు చేయలేదని ఫిర్యాదు చేసింది. నేనెలాగో సముదాయించి, ఆమెను నా దారికి తెచ్చుకున్నాను. మేమిద్దరం ఒకరినొకరు ఎలా ‘మిస్’ అవుతున్నామో చెప్పుకున్నాం. ఓదార్చుకున్నాం. నేను ఇక్కడికి వచ్చిన తర్వాత పరిస్థితులెంత భిన్నంగా ఉన్నాయో ఆమెకు చెప్పే ప్రయత్నం చేశాను. కాని ఆమె నా మాట విన్పించుకోదే? ‘నాకు నువ్వు కావాలి, నాకు నువ్వు కావాలి’ అనే ఒకటే ఏడుపు. ఇక్కడి నా బాధ్యతలు వివరించి, నా మాయమాటలతో అమెను మరోలోకంలోకి తీసుకెళ్లాను. అలా ఓ గంట గడిచిందేమో, డోర్ బెల్ రింగయింది. హడావిడిగా, నా నేస్తానికి వీడ్కోలు చెప్పి, గుమ్మంవైపు మళ్లాను.

“ఏమైంది సుజనా? దాదాపు ఐదు నిమిషాల నుంచి బెల్ కొడుతున్నాను, నీ నుండి స్పందన లేదే? ఒంట్లో బాగా లేదని మధ్యాహ్నమే ఇంటికొచ్చావుట, ఇప్పుడెలా ఉంది? డాక్టర్ వద్దకు వెళదామా?” సుమేర్ మొహంలో ఆందోళన.

“ఏం లేదు సుమేర్! ఏదో తలనొప్పి తీవ్రంగా ఉంటే, లంచ్ కాగానే ఇంటికొచ్చాను. బాం రాసుకుని ఓ కునుకు తీసేసరికి ఇప్పుడు బావుంది. నువు బెల్ కొట్టినపుడు నేను నిద్రలో ఉన్నానేమో?

ఐదు నిమిషాలాగు, నీకు కాఫీ తెస్తాను.” అని, నేను బాత్ రూంలోకి దూరాను. నిజానికి సుమేర్ కళ్లలో కళ్లు పెట్టి చూసే ధైర్యం లేదు నాకు.

టీ ఫలహారాలైంతర్వాత, నేను నా రష్యా పర్యటన విజయాలు, విశేషాలు సుమేర్ తో పంచుకున్నాను. ముఖ్యంగా అక్కడి నా అభిమానుల స్పందన వివరించినపుడు, సుమేర్ చాలా సంతోషపడ్డాడు. నా 'ప్రత్యేక నేస్తం' ప్రస్తావన రాకుండా జాగ్రత పడ్డాను. నా గుండెల్లోని అలజడిని కప్పిపుచ్చడానికి, అక్కడి సంగతులు చెబుతూ మాట్లాడుతూనే ఉన్నాను. మేము డిన్నర్ ముగించి, పడకపై వాలాము. నా తథాకథిత అనారోగ్యం దృష్ట్యా, సుమేర్ నన్ను డిస్టర్బ్ చేయలేదు. అతనికి మనసులోనే థ్యాంక్స్ చెప్పి, నేను నిద్ర నటించసాగాను. చాలా సేపటికిగాని నిద్రాదేవి నన్ను కరుణించ లేదు.

మర్నాడు ఆనవాయితీగా, మేమిద్దరం కలిసే ఆఫీసుకు వెళ్లాం. నా గుండెలు మళ్లీ గొడవకు దిగాయి. కాని నేను వాటికి లొంగదల్చుకోలేదు. అదేపనిగా వచ్చిన నా రష్యానేస్తం ఫోన్లను నిర్దాక్షిణ్యంగా కట్ చేశాను. మొండిగా నా పనిపై దృష్టిపెట్టాను. ఎట్టకేలకు విజయం సాధించాను. నా గుండెలు శాంతించాయి. నేను నా మునుపటి సుజననయ్యాను. 'ఇక నిన్నెవరూ నీ స్థానం నుంచి కదల్చలేరు'. నాకు నేను చెప్పుకున్నాను.

ఆ రాత్రి నన్ను నేను సుమేర్ కి సమర్పించుకున్నాను. నా కుడివైపు గుండె సణగడం మొదలు పెట్టింది. నేను ఖాతరు చేయలేదు. సుమేర్ ను సుఖపెట్టే పనిలో పడ్డాను. కాసేపయింతర్వాత సుమేర్, తృప్తిగా నిద్రపోయాడు. నేను మాత్రం నా భవిష్యత్ కార్యాచరణ గురించి ఆలోచించ సాగాను. నా ద్వంద్వానికి ఫుల్ స్టాప్ పెట్టాలని నిర్ణయించాను.

మర్నాడు ఆఫీస్ చేరగానే ఓ కొత్త సిమ్ కార్డ్ కు అప్లై చేశాను. అది యాక్టివేట్ కాగానే, పాత సిమ్ చెత్తబుట్ట పాలుచేశాను.

సుమేర్ లో ప్రశ్న చిహ్నం. రష్యా అభిమానులు అదేపనిగా వేధిస్తున్నారని సంజాయిషీ ఇచ్చాను. బాధాపూరిత కుడివైపు హృదయంతో, నా రష్యా నేస్తానికి మనసులోనే క్షమాపణలు చెప్పాను.

కొన్ని రోజుల తర్వాత, నా అదనపు గుండెను దానం చేయడానికి హాస్పిటల్లో చేరాను. నా ఎదపై కుట్లు పడ్డాయి, కాని నా మనసుపై పడ్డ గాట్ల కంటే అవి ఎంతో నయం.

మర్నాడు వార్తా పత్రికల్లో నా ఫొటోతో బాటు, నా గుండె అమర్చుకుని బతికి బయటపడ్డ యువతి చిత్రం కూడా ప్రచురించారు. అన్ని టీవీ చానెల్లు, నా మానవత(?) ను ఆకాశానికెత్తాయి. నేను నవ్వుకున్నాను. మా అమ్మ చాలా సంతోషించింది. నా ప్రాణానికిప్పుడు హాయిగా ఉంది.

(ఆంధ్రజ్యోతి ఆదివారం అనుబంధం తేది 16-02-2020 సంచికలో ప్రచురితం)

33.సందట్లో సడేమియా!

అతని పేరేదో ఉంది కానీ, అందరూ మాత్రం ఇప్పుడతన్ని 'సందట్లో సడేమియా' గానే గుర్తు పడతారు. తెలుగు రాష్ట్రేతర రాష్ట్రంలోకి పొట్ట చేత బట్టుకొని వచ్చిన అతను అనతికాలంలోనే పాపులారిటీ సంపాదించాడు. దానికి కారణం, అతని వాచాలతతో, అక్కడి అన్ని తెలుగు సంస్థల్లోకి చొచ్చుకుపోవడమే. తెలుగువారి లౌకికానికి తగ్గట్టుగా ఏవో కార్యక్రమాలంటూ హడావిడి చేసి ఆ తర్వాత తుస్సుమనడం అతని ప్రత్యేకత. అంటే ఆరంభశూరుడన్నమాట. అతని ఘన కార్యాలు ఎన్నని ఏకరువు పెట్టేది? మచ్చుకు కొన్ని అవధరించండి...

ఓ తెలుగు సంస్థలో సభ్యత్వం తీసుకుని కొందరిని కాకాపట్టి, సాంస్కృతిక విభాగానికి సహ కార్యదర్శిగా ఎంపికయ్యాడు. అధ్యక్షుని మచ్చిక చేసుకుని, సాంస్కృతిక విభాగానికి కార్యదర్శిని పక్కన పెట్టి, అన్నీ తానై చక్రం తిప్పాడు. తన బంధువుల, మిత్రుల నాట్య, సంగీత బృందాలను, తెలుగు రాష్ట్రాలనుంచి, సంస్థ ఖర్చులతో రప్పించి, వారితో మళ్లీ సంస్థ డబ్బులతో తినీ, తాగి తన పరపతిని పెంచుకున్నాడు. ఖర్చులో గోల్ మాల్ చేసి పబ్బం గడుపుకున్నాడు. అలాంటివి దాగుతాయా? విషయం తెలిసి అక్కడి సభ్యులు తన్ని తగలేశారు. బయటికి మాత్రం ఆ సంస్థ కార్యకలాపాలు నచ్చక, ఆ అవక తవకలను చూసి తట్టుకోలేక తానే సంస్థ నుండి తప్పుకున్నానని టాం టాం చేశాడు.

ఇంకో సంస్థలో చేరాడు. తనకు వచ్చిన కవిత్వంతో కొందరిని ఆకట్టుకున్నాడు. తెలుగేతర రాష్ట్రంలో మనం మన మాతృభాషను, సంస్కృతిని కాపాడుకునే అవసరం ఎంతైనా ఉందని, తన సహజ వాక్చాతుర్యంతో సభ్యులను నమ్మించాడు. ఏ పదవి లేకపోయినా సాహిత్య కార్యదర్శిని మచ్చిక చేసుకుని మన రాష్ట్రాల నుండి తనకు తెలిసిన సాహితీవేత్తలను విమానంలో రప్పించి, వారికి, సంస్థ ఖర్చులతో వసతి భోజనాదులు కల్పించి, సాహిత్య గోష్టులు నిర్వహించాడు. ప్రతిఫలంగా వారిచే తెలుగు రాష్ట్రాల్లో సన్మానాలు, పురస్కారాలు కొట్టేశాడు. అక్కడా అతని భండారం బయట పడి అతనికి ఉద్వాసన చెప్పారు. షరా మామూలే, ఆ సంస్థపై నిందలు వేసి తన అక్కసు తీర్చుకున్నాడు.

ఇంకో సంస్థను పట్టాడు. అతని గురించి తెలిసిన కొందరతనికి "సందట్లో సడేమియా" అని నామకరణం చేశారు. అదే స్థిరపడిపోయింది. అక్కడ అతని పప్పులు ఉడకక పోయేసరికి, సంస్థ పదాధికారుల మధ్య విభేదాలు సృష్టించాడు. ఇక్కడి మాటలు అక్కడ, అక్కడి మాటలు ఇక్కడా చెప్పి వారిలో వారికి తగవుల తంటా పెట్టాడు. అప్పటిదాకా సజావుగా సాగిన సంస్థ, కుక్కలు చింపిన విస్తరైంది. ఆ ఐరన్ లెగ్ మహాశయుడు పక్కన ఉండి పైశాచికానందం పొందసాగాడు.

అప్పుడు సిటీకి దూరంగా ఉన్న ఇంకో తెలుగు సంస్థను పట్టాడు. వారికి అతని నిర్వాకం తెలియక తొందరగానే అతని బుట్టలో పడ్డారు. అక్కడ తెలుగు నాటక పోటీలు నిర్వహిద్దామని ప్రతిపాదన తెచ్చాడు. సంస్థలో ఉన్న కొందరు ఔత్సాహికులు సై అన్నారు. ఇంకేముంది? అతను చెలరేగాడు. అన్నీ తానై తెలుగు రాష్ట్రాల నుండి బృందాలను రప్పించాడు. ప్రవేశ రుసుమని వారి

దగ్గర వసూలు చేశాడు, కాని ఆ మొత్తం సంస్థలో జమ చేయలేదు. తన అవసరాలకి వాడుకున్నాడు. పోటీల ఖర్చు మాత్రం సంస్థ ఖాతాలో వేశాడు. పోటీలైపోయింతర్వాత లెక్కలు చూస్తే ఏముంది? తామనుకున్న బడ్జెట్ కంటే రెట్టింపైంది. నిర్వాహక సభ్యులు రాజీనామా చేయాల్సి వచ్చింది. ఏ పదవి లేని అతను మాత్రం హాయిగా ఉన్నాడు. తన పబ్బం గడిచినందుకు ఒకింత సంతోషంగా కూడా ఉన్నాడు. అది ఒట్టి పోయిన ఆవు అని గమణించి ఇంకొంత దూరంలోని వేరే తెలుగు సంస్థ వేటలో పడ్డాడు.

చూశారు కదా? సందట్లో సడేమియా తెలుగేతర రాష్ట్రంలో ఎలా తెలుగు సంస్థలను మోసం చేశాడో? ఇవన్నీ నిజంగా జరిగిన సంఘటనలు. అలాంటి ప్రబుద్ధుల నుండి జాగ్రత్త పడే అవసరం, మన తెలుగు వారికి, తెలుగు సంస్థలకు ఎంతైనా ఉంది. మన భాషను, సంస్కృతిని రక్షించుకునే క్రమంలో పరాన్నభుక్కుల నుండి బహు పరాక్!

(గో తెలుగు.కాం క్రమసంఖ్య 10659 న ప్రచురితం)

34. లోకోః భిన్న రుచి

"నిజం చెప్పమంటావా గిరీ! నాకు మాత్రం ఈ శిక్షణ ఓ శిక్షలా ఉంది. కంప్యూటర్ ఇంజినీరింగ్ డిస్టింక్షన్ లో పాసైన నన్ను, మా వాళ్లు ఈ ఐ.ఏ.ఎస్. కోచింగ్ కని పంపారు. నాకైతే అమెరికా వెళ్లి యం. ఎస్. చేసి కోట్లు సంపాదించి అక్కడే సెటిల్ కావాలని ఉండేది. కాని మా తల్లిదండ్రులు? బలవంతంగా నన్ను ఈ ఊబిలోకి దింపారు." ముకుంద్ వాపోయాడు.

"అలా నిన్ను బలవంతం చేయడంలో మీ వారి ఉద్దేశ్యామేమిటో?" గిరీశ్ లో ఉత్సుకత.

"ఏముందీ? కలెక్టర్ తల్లిదండ్రులుగా గొప్పలు పోవచ్చని. నన్ను బలిపశువును చేసి, కోట్లలో కట్నం దండుకోవచ్చని." ముకుంద్ లో తన వారి పట్ల తీవ్ర నిరసన.

"అలా ఎందుకనుకుంటావు ముకుంద్? మీ వారిని మరీ అంతలా తీసేయకు. నిన్ను పణంగా పెట్టి వారు డబ్బు కూడబెట్టుకోవాలనుకున్నారంటే నేన్నమ్మను. వారి మనసులో ఇంకేదైనా బలమైన కారణం ఉండొచ్చు."

"క్లాస్ వన్ ఆఫీసర్ గా రిటైరైన మా నాన్న జీతంతో బాటు, గీతం కూడా బాగా మెక్కాడు. ఎన్నో ఆస్తులు కూడ బెట్టాడు. అదృష్టం బాగుండి పట్టుబడకుండా రిటైరయ్యారు గాని, అదే గాని జరిగుంటే మా కుటుంబం పరువు బజారు పాలయ్యేది. నన్ను ప్రభుత్వోద్యోగంలో చేరమనేది అందుకే. నన్ను అడ్డంగా పెట్టుకుని, నా హోదా వాడుకొని, ఇంకా సంపాదించాలని మా వాళ్ల పన్నాగం. వారికి 'నో' చెప్పలేక పోవడం నా బలహీనత. రేపు తప్పిపోయి నేను కలెక్టరైతే నా బలహీనతను వారు సొమ్ము చేసుకుంటారని నా భయం."

"బలహీన మనస్కులు ఈ పరీక్షలో నెగ్గలేరు. గట్టి సంకల్పబలం ఉన్న వాళ్లే ఇందులో పాసౌతారు. నువ్వుగాని ఈ సివిల్ సర్వీస్ పరీక్షలో ఎంపికైతే, మీ తల్లిదండ్రులదే కాదు, ఇంకెవరి ఒత్తిడికి కూడా లొంగబోవని నా భావన. ఒక వేళ నువు ఎంపికైతే ఒక సంవత్సరం ట్రెయినింగ్ ఉంటుంది. ఆ తర్ఫీదుతో బాగా రాటుదేలుతావు. అది నా నమ్మకం. అందుకని నీ అనుమానాలు గట్టున పెట్టి ఈ శిక్షణపై శ్రద్ధ పెట్టి చదువు."

ముకుంద్, గిరీశ్ ఐ. ఏ. ఎస్. కోచింగ్ కని దిల్లీ వెళ్లిన తెలుగు వారు. తెలుగు రాష్ట్రాల్లో కూడా మంచి శిక్షణ కేంద్రాలున్నా, ఉత్తరాదిలో శిక్షణ పొందిన వారికి ఎంపిక అవకాశాలు ఎక్కువ ఉంటాయని మన వాళ్లలో ఓ అపోహ ఉంది. అందుకే వీరు దిల్లీ లో ఓ కోచింగ్ సెంటర్ లో చేరి, ఓ పోర్షన్ అద్దెకు తీసుకొని సివిల్ సర్వీసెస్ పరీక్షలకు తయారౌతున్నారు. ఇద్దరూ వారి వారి చదువుల్లో ఆరితేరినవారే. ఐతే గిరీశ్ మూడేళ్లు ఓ ఉద్యోగం చేసి, అది నచ్చక ఇష్టంతో ఈ శిక్షణ వైపు మళ్లితే, ముకుంద్ మాత్రం తన వారి బలవంతం వల్ల దిల్లీలో దిగాడు. అందుకే అతను అన్యమనస్కంగా ఉన్నాడు. తనకు నచ్చిన అమెరికా వెళ్లనీయకుండా దిల్లీ పంపారని తల్లిదండ్రులంటే అతనికి కోపం.

ఓ నెల తర్వాత, ముకుంద్ ఎలా ఉన్నాడో కనుక్కోవడానికి అతని తల్లిదండ్రులు దిల్లీ వెళ్లారు. అప్పుడు మళ్లీ ముకుంద్, ఈ ట్రేనింగ్ తన వల్ల కాదని చేతులెత్తేశాడు. అతను లేనప్పుడు గిరీశ్ వారితో మాట్లాడాడు. వారెందుకు తమ కొడుకుని, అతని అభిమతానికి విరుద్ధంగా సివిల్ సర్వీసెస్ కి తయారు చేస్తున్నారో అడిగాడు.

"ముకుంద్ మాకు ఒక్కగానొక్క కొడుకు. వాడికేమో అమెరికా వెళ్లి యం.ఎస్. చేసి అక్కడే స్థిర పడాలని ఉండేది. ఈ రోజుల్లో ఎందరో తల్లిదండ్రులు మొదట గొప్పల కోసం తమ పిల్లలను అమెరికా పంపుతారు. వారక్కడే స్థిర పడేసరికి ముసలితనంలో తమను చూసే వారెవరూ లేరని బాధ పడతారు. అమెరికా ఎందుకు పంపామా? అని పశ్చాత్తాప పడతారు.

అలాంటి వారిని చూసి, రేపు మా గతి కూడాఅంతే గదా? అని ఆలోచించి మా వాడ్ని సాఫ్ట్ వేర్ వైపు మళ్ల వద్దన్నాము. అక్కడికీ మా వాడు అక్కడ కొన్ని రోజులు పని చేసి, అనుభవం గడించి తిరిగి వస్తానన్నాడు. చాలా మంది మొదట అలా అన్నా, అక్కడి జీవితానికి అలవాటు పడింతర్వాత, మన దేశం తిరిగి రావడానికి ఇష్ట పడడం లేదు. ఆంత్య నిష్ఠూరం కన్నా ఆది నిష్ఠూరం మేలని, మా ముకుంద్ ని ఎలాగో బతిమిలాడి ఈ ఐ.ఏ.ఎస్ కోచింగ్ కని దిల్లీ పంపాము. మా ఉద్దేశ్యం తప్పా బాబూ?"

"మీ అబ్బాయి అభిమతానికి విరుద్ధంగా మీరు బలవంతం చేస్తే, అతను ఈ పరీక్ష పాసౌతాడనే అనుకుంటున్నారా? ఏ పనైనా ఇష్టపడి చేస్తే కష్టంగా ఉండదు కానీ, బలవంతం చేస్తే బెడిసి కొట్టే ప్రమాదముంది. పట్టిపట్టి పంగనామాలు పెడితే భక్తుడౌతాడా? మీ అబ్బాయి వాలకం చూస్తే అతను ఈ పరీక్షలకు మనసు పెట్టి చదువుతాడనిపించడం లేదు. ఏదో నాతో క్లాసుకు వస్తాడు కాని, ఆ తర్వాత మనసు పెట్టి చదవడు."

"బాబ్బాబూ! నీకు పుణ్యముంటుంది. ఎలాగైనా మా వాణ్ణి ఈ చదువుపై శ్రద్ధ పెట్టేటట్టు చూడు బాబూ! మాకిక్కడ దేనికీ లోటు లేదు. సొంత బంగళా ఉంది. కార్లున్నాయి. ఇంటి నిండా నౌకర్లున్నారు. మా వాడు ఎంపికైతే వాడెక్కడున్నా మేము అక్కడే ఉండొచ్చు, లేదా అక్కడికి సులభంగా వెళ్లే వెసులుబాటుంటుంది. మా వాడు గాని పై దేశాలకు వెళితే, ఈ ముసలితనంలో ఒంటరి పక్షులమై బిక్కు బిక్కుమని అంత పెద్ద బంగళాలో పడి ఉండాలి. పోనీ వాడి దగ్గరికి పోదామా అంటే వాడికి ఎలాంటి భార్య వస్తుందో తెలీదు. సాధారణంగా ఆడవారికి, అత్తా మామల పొడ గిట్టదు. అదీగాక అక్కడ వైద్యం చాలా ఖరీదని విన్నాము. మా వయసులో వచ్చే బి.పి., షుగరు మా ఇద్దరికీ ఉన్నాయి. వాటి వల్ల గుండె జబ్బు, పక్షవాతం, మూత్రపిండాల వ్యాధి కూడా వచ్చే ప్రమాదం ఉంది. అందుకే అక్కడి జీవితం మాలాంటి వాళ్లకు పడదు. అలా అని ఎందరో చెప్పగా విన్నాం. ఇక్కడే పెద్ద హోదా గల ఉద్యోగంలో చేరితే, సమాజంలో వాడికీ మాకూ గౌరవంగా ఉంటుంది. ఏ జబ్బు ఐనా ప్రభుత్వ ఖర్చుతో నయం చేయించుకోవచ్చు. అమెరికాలో సెకండ్ క్లాస్ సిటిజెన్స్ గా ఉండేకంటే ఇక్కడ కలెక్టర్ గా దర్జాగా జీవించడం మేలు కదా? నువ్వెలాగైనా మా వాణ్ణి మా దారికి

తీసుకురా బాబూ. నీ మేలు జన్మలో మరిచిపోము." ప్రాధేయ పడ్డారు ముకుంద్ అమ్మా, నాన్న. వారు తిరిగి తమ ఊరు పోయింతర్వాత, ఓ రోజు గిరీశ్ ముకుంద్ తో ...

"చూడు ముకుంద్! నేను మీ వాళ్లతో మాట్లాడాను. వారు నువ్వనుకునేంత చెడ్డవారు కారనే నమ్మకం కల్గింది. ఒక్కగానొక్క కొడుకు తమ కళ్లముందు భార్యా పిల్లలతో కళకళలాడుతూ ఉండాలనేదే వారి అభిమతం. ఈ ముదిమి వయసులో వారికి ఆ మాత్రం ఆశ ఉండడం సబబే. తగినంత ఆస్తులు కూడబెట్టిన వారికి, నీ ద్వారా ఇంకా దండుకోవాలని అస్సలు లేదు. అది వారితో నా సంభాషణలో వ్యక్తమైంది. ఇక కట్నం సంగతంటావా? వారికి గుణవంతురాలైన కోడలు రావాలనుందే తప్ప, ఆమె తెచ్చే కట్నం పై ఆశ లేదు. పైపెచ్చు నీకు నచ్చిన అమ్మాయితో, కట్నం ప్రసక్తి లేకుండా పెళ్లి చేయడానికి కూడా వారు సిద్ధంగా ఉన్నారు." అన్నాడు.

"నీకు మా నాన్న గురించి తెలీదు గిరీ! బయటి వారితో తను అలాగే ఆదర్శాలు వల్లిస్తాడు కానీ, లోలోపల డబ్బు, హోదా అంటే యమ యావ. మాకు ఎంత ఉన్నా, ఇంకా కూడబెట్టాలనే నైజం. అందుకే వారంటే నాకు ఏవగింపు." ముకుంద్ కుండ బద్దలు కొట్టాడు.

"నిను కన్నవారిపై అలాంటి అభిప్రాయం మంచిది కాదు ముకుంద్! మీ నాన్నగారు తన ఉద్యోగ జీవితంలో డబ్బుపై మమకారం కలిగి ఉండవచ్చు కానీ, ఇప్పుడు మాత్రం వారికి కొడుకు తమ కళ్ల ముందు ఉండాలనే ధ్యాస తప్ప, ఇంకో ఆలోచన లేదు. తమ స్థాయికి తగ్గ హోదా గల ఉద్యోగంలో నువు స్థిరపడాలనేదే వారి కోరిక."

"కలెక్టర్లకు ఎన్ని బాధ్యతలుంటాయో, వారు ఎన్ని ఒత్తిడుల మధ్య పనిచేస్తారో తలుచుకుంటే నాకు వణుకు పుడుతుంది. ఇరవై నాలుగు గంటలు వారు ప్రజా సేవకు అందుబాటులో ఉండాలి. కుటుంబానికి తగినంత సమయం ఇచ్చే వెసులుబాటుండదు. ఆ హోదా వల్ల, మనం మనంలా బతకలేము. కొంత నటించ వలసి వస్తుంది."

"సాఫ్ట్ వేర్ ఉద్యోగం మాత్రం పూలపాన్పా? అక్కడున్నన్ని ఒత్తిడులు మరే ఉద్యోగంలో ఉంటాయనుకోను. ఆ టార్గెట్లు, డెడ్ లైన్స్ రాత్రిళ్లు నిద్ర పోనివ్వవు. అవి అందుకోకపోతే ఉద్వాసన కత్తి, తలపై వేలాడుతూ ఉంటుంది. నీకు వారిచ్చే జీతం మాత్రమే కనిపిస్తుంది కానీ, దానికి వారు నిన్నెలా పీల్చి పిప్పిచేస్తారో తెలీదు. ఇక అమెరికా అంటావా? అదీ ముళ్లబాటే. అక్కడ ఇమడడమంటే కత్తిమీద సాము చేయడమే. ఆఫీసులు దూరంగా ఉండడం వల్ల, ప్రయాణంలోనే ఎక్కువ సమయం ఖర్చవుతుంది. ఇక్కడిలా అక్కడ నౌకర్లు చవకగా దొరకరు. అందుకని ఇంటి పనంతా మనమే చేసుకోవాలి. నిజానికిప్పుడు ఎంతో మంది అక్కడి యాంత్రిక జీవితానికి విసుగెత్తి, మన దేశం తిరిగి వస్తున్నారు." గిరీశ్ ఉద్బోధించాడు.

"ఎంతో ఉన్నత విద్యనభ్యాసించిన కలెక్టర్లు, చదువంతగా రాని రాజకీయ నాయకుల అడుగులకు మడుగులొత్తాలి. కాదంటే తరచు బదిలీలలకు గురి కావాలి. మన అంతరాత్మకు విరుద్ధంగా మసులుకోవాలి. ఒక్కోసారి ధనవంతుల కొమ్ముకాసి సామాన్య ప్రజలకు అన్యాయం

చేయాలి. ఎవరైనా కోర్టు కేసులు వేస్తే బలయ్యేది ఐ.ఏ.ఎస్. ఆఫీసర్లే. వారిని ఆ చర్యకు బలవంత పెట్టిన మంత్రులు మాత్రం సేఫ్ గా ఉంటారు." అలాంటి వార్తలు చదివిన ముకుంద్ లో అపోహ.

"ముకుంద్! నువు మరీ నెగటివ్ గా ఆలోచిస్తున్నావ్. ఎందరో కలెక్టర్లు తమ ముందు చూపుతో ప్రజలకు మేలు చేసే పథకాలు రూపొందించి, అట్టడుగు వారి జీవిత స్థాయిని పెంచారు. బీదబిక్కి ప్రజల కళ్లల్లో వెలుగులు నింపారు. కామందుల అన్యాయాన్ని ఎదిరించి, జనాలకు న్యాయం చేశారు. నిజమైన ప్రజాసేవ, సివిల్ సర్వీస్ అధికారులకే సాధ్యం. వారికున్న అధికారం అలాంటిది. టీ.ఎన్. శేషన్ గురించి వినే ఉంటావు. ఎన్నో ఏళ్లుగా భ్రష్టు పట్టిన ఎన్నికల వ్యవస్థను ఆయన, అప్పుడున్న చట్టాల పరిధిలోనే, ప్రక్షాళన చేశారు. అతనంటే, కొమ్ములు తిరిగిన రాజకీయ నాయకులు కూడా గజ గజ వణికే స్థితికి వచ్చారు. అప్పటినుండి మన ఎన్నిక వ్యవస్థలో గణనీయమైన మార్పు వచ్చింది. ఒకప్పుడు ఎన్నికలప్పుడు గోడలన్నీ ప్రచార ప్రకటనలతో నిండి ఉండేవి. ఇప్పుడు? అదంతా గతం. ప్రచార ఆర్భాటాలు లేకుండా ఎన్నికలు జరుగుతున్నాయి. ఎన్నికల ప్రక్రియలను వీడియో తీయడం వల్ల, ఎన్నికల్లో జరిగే అవక తవకలు అరికట్టబడ్డాయి. అదీ ఐ,ఏ.ఎస్. ఆఫీసర్ కు ఉన్న పవర్!"

"నువు చెబుతుంటే నాకు విషయం స్పష్టమౌతోంది. మా తల్లిదండ్రులను నాకంటే నువ్వే బాగా అర్థం చేసుకున్నావనిపిస్తోంది. ఇక ఐ.ఏ. ఎస్. ల పాజిటివ్ కోణాలు చూపించి నా కళ్లు తెరిపించావు. నా కిన్ని చెబుతున్నావు, అసలు నీ నేపథ్యమేమిటి? మూడేళ్లు ఏం ఉద్యోగం చేశావు? ఉద్యోగం వదులుకొని ఈ వైపుకు ఎందుకు మళ్లావు? నాకెప్పుడూ చెప్పలేదు." ముకుంద్ మెల్లగా దారికి వచ్చాడు.

" నువ్వెప్పుడూ నా వివరాలు ఆడగలేదు, నేను చెప్పలేదు. ఇప్పుడు విను. నేను ఓ పెద్ద సాఫ్ట్ వేర్ కంపెనీలో, సంవత్సరానికి ముప్పై లక్షల ప్యాకేజితో ప్రాజెక్ట్ మానేజర్ గా చేశాను. ఆ టెన్షన్ తట్టుకోలేక, ఆ మెకానికల్ జీవితం విసుగెత్తి, ఈ శిక్షణకై వచ్చాను. ఏ ఉద్యోగమైనా జాబ్ సాటిస్ ఫాక్షన్ లేకపోతే అది వృథా. మనిషన్నప్పుడు నలుగురికి ఉపయోగపడే పని చేయాలి. అది ఈ ఐ.ఏ.ఎస్. పదవితోనే సాధ్యమని ఇష్టపడి ఈ శిక్షణకై ఢిల్లీ వచ్చాను. ఇప్పుడు తెలిసిందా ఐ.ఏ.ఎస్. లను నేనెందుకు సమర్థిస్తున్నానో?" గిరీశ్ పిల్లిని బయటకు తీశాడు.

"సాఫ్ట్ వేర్ లో అంత ఆదాయం వదులుకొని ఈ శిక్షణకై వచ్చావా?" నోరు తెరిచాడు ముకుంద్.

"నేటి నిజం పత్రిక – సాహితీ కెరటాలు తేది **15-09-2022** లో ప్రచురితం."

35. తల్లి గడ్డ ఋణం

" అందరికి శెనార్తి. మన తెలంగాణ మనకు అచ్చినంక ఎన్నో తీర్ల ముందుకు పోతున్నం. మన నీల్లు, నిధులు, నియామకాలు మనకే కావాలనే ఖాయిష్ తోని శురు జేసిన ఉద్యమం, సుఖాంతమై గిప్పుడు మన రాజ్జెంల మన పాలనచ్చింది. ఎగుసంల ముందున్నా, ఉద్యోగాలు పెంచుట్ల మనం ఇంకా ఎనుకనే ఉన్నం. అందరికి గౌర్మెంట్ కొలువులు ఇయ్యలేం. అందరికి నౌకిరీలు ఇచ్చేదానికి ప్రైవేట్ కంపెనీలు ముందుకు రావాలె. గట్ల ముందుకచ్చింగ్రు మన తెలంగాణ ముంబయోల్లు. సంకల పిల్లను వెట్టుకొని ఊరంతా దేవులాడినట్టు, మన దేశంల మనోల్లను ఇడిసివెట్టి, జగమంత పెట్టుబడులకోసం తిరిగినం. మాకు తోవ జూపిచ్చింగ్రు ముంబయికి బతుకుదోవకు పోయిన మన తెలంగాణ బిడ్డలు. పరిశ్రమలు లేక అల్లాడుతున్న మన నిజాంబాద్ జిల్లాకు, కొన్ని వెయిల మందికి నేరుగా, పరోక్షంగా ఇంకొన్ని వేల మందికి ఉపాధి కల్పించే గీ పారిశ్రమిక వాడ దీసుకచ్చింగ్రు దాసరి నర్సింగ్ సాబ్. మోర్తాడ్ మండలంలోని ధర్మోరా గ్రామానికి చెందిన నర్సింగ్ గారు, తమ మండల కేంద్రం లోనే గీ కార్ఖాన పెట్ట పూనుకోవడం ఇక్కడి యువతకు వరప్రసాదం. 1969 నాటి ప్రత్యేక తెలంగాణ పోరాటం నీరుగారినంక, మన దగ్గర బతుకుదోవ కరువై, ముంబయి తోవ పట్టిన మనోల్లు, గిప్పుడు మన స్వంత రాష్ట్ర తరక్కీకి ముందుకచ్చినందుకు అల్లను ఎంత తారీఫ్ జేసినా తక్కనే. సాధ్యమైనంత ఎక్క మందికి కొలువులు ఇయ్యాలనే ఈల్ల ప్లానింగ్ కు దాద్ ఇయ్యాలె. పెద్ద పెద్ద మశీన్లు పెట్టి, తక్క మందితోని ఎక్క ప్రొడక్షన్ జెయాలని ఈల్ల ఉద్దేశం గాదు. సిన్న సిన్న మశీన్ల తోని, ఎక్కలెక్క మందికి ఉపాధి అవకాశాలు కల్పించాలని ముంబయిలోని మన తెలంగాణోల్లు గీ కార్ఖాన ప్లాన్ జేసింగ్రు. మన ఆడపడుసులకు ఎక్కలెక్క ఉపాధి అవకాశాలు కల్పించాలని గీల్ల ఆలోచన.

ఈల్ల పూర్తి ప్రణాళిక (డీ.పీ.ఆర్.) నా దగ్గరికి రాంగనే మా ఐ.ఏ.ఎస్. ఆఫీసర్లకిచ్చిన. అల్లు అది సది, "ఇది చాల కొత్తగున్నది సర్. దీంతోని మనోల్లకు ఎన్నో కొలువులు దొరుకుతై. దీంతోని పరాయి రాష్ట్రంల ఉన్న మనోల్లు ఎంత ఉషారుగున్నరో తెలిసింది. దీన్ని మనం తప్పక మంజూరు జెయ్యాలని శిఫారస్ జేసింగ్రు. ఇగ నేను ఆగలే. ఎంటనే ముఖ్యమంత్రి గారి దగ్గరికెల్లి మాట్లాడిన. ఆయన గూడా అది సది మెచ్చుకొని, అన్ని పర్మిషన్లు తొందరగ ఇయ్యుమని ఆర్డర్ ఇచ్చింగ్రు. మేము పర్మిషన్లు ఇచ్చిన ఆర్నెల్ల లోపల్నే మనోల్లు గీ ఫ్యాక్టరీని శురుజేసుడు గుడా ఒక రికార్డ్ అనుకోవాలె. ఈ మౌకల "తెలంగాణ ముంబయి ఇండస్ట్రీస్ లిమిటెడ్" కంపెనీ చైర్మెన్ శ్రీ దాసరి నర్సింగ్ గారిని నేను అభినందిస్తున్నా ఇసుంటి కార్ఖాన్లు తెలంగాణలోని ప్రతి జిల్లాల పెట్టాలని కోరుతున్నా. దాంతోని స్థానిక ప్రజలు ఎక్కడికి వలస పోయే అవసరం ఉండది. ఈ విషయంలో అన్ని విధాల సహాయ సహకారాలు మా ప్రభుత్వం అందిస్తదని మాటిస్తున్నా." తెలంగాణ ప్రభుత్వ పరిశ్రమల మంత్రివర్యులు తన ప్రసంగం ముగించారు.

అది నిజామాబాద్ జిల్లాలోని మోర్తాడ్ మండల కేంద్రం. అక్కడ, "తెలంగాణ ముంబయి ఇండస్ట్రీస్ లిమిటెడ్" వారి బహుళ ఉత్పత్తుల కర్మాగారాన్ని మంత్రి గారు ప్రారంభించి ప్రసంగించారు. ఆ తర్వాత సంస్థ చైర్మన్ శ్రీ దాసరి నర్సింగ్ గారు తన నేపథ్యం, ఆ కర్మాగారం నెలగొల్పడంలోని తన ఉద్దేశ్యం ఇలా వివరించారు.

"మీ అందరికి దండాలు. ఈ జిల్లాల, ఈ మండలంల ధర్మోరా గ్రామంలో పుట్టిన నేను, 1969 నాటి ప్రత్యేక తెలంగాణ ఉద్యమప్పుడు నిజాంబాద్ పాలిటెక్నిక్ ల సదుతున్న. ఆ పోరాటంతోని తెలంగాణ రాలేదు గని నా అసుంటి వేల మంది విద్యార్థుల సదులు బర్బాదైనయ్. మా ఆశలు నీరుగారినై. ఒక్క యాడాది సదు పోయినా, ఎట్లనో మెకానికల్ ఇంజనీరింగ్ డిప్లొమా పూర్తిజేసి, కడుపు సేత వట్టుకొని ముంబయిలోని మా సుట్టాలింట్ల దిగిన. ఒక్క ఆర్నెల్లు తండ్లాడినంక ఒక పెద్ద ఇంజనీరింగ్ కంపిన్ల సిన్న నౌకిరి దొరికింది. అది ప్రైవేట్ కంపెనీ. రెక్కలు ముక్కలు జేసుకొని శాకిరి జేసిన. నా పనితనానికి మెచ్చి, మూడేండ్లనే ప్రమోషన్ ఇచ్చింద్రు. జీతం పెరిగింది. గప్పుడు మా వోల్లు లగ్గం జేశింద్రు. బతుకుగాడి, పట్టలెక్కింది. పదేండ్లల్ల ముగ్గురు పిల్లలు పుట్టింద్రు. నాకు ఇంక రొండు ప్రమోషన్లచ్చినై. నాలుగు రూముల స్వంత ఫ్లాట్ కొనుక్కున్న. దినాలు మంచిగనే గడిసినై. ఐనా నా మనుసులో ఏదో అశాంతి. ఎంత పగారున్నా జీతం జీతమే. ఒకరికింద ఆల్లు జెప్పినట్టు పని జేసుడే. మన మేహనత్ తోని ఇంకోడి కెందుకు ఫాయిద జేయ్యాలే? గదే మన కొరకు మనం కష్టపడితే గా ఫాయిద మనకే ఉంటది గదా?. మన కంపిన్ల మనమే రాజులెక్క బతుకచ్చు, అని ఆలోశించినా. నశీబుతోని మా బిల్డింగ్ ల మనుభాయ్ పాంచాల్ అని ఒక గుజరాతాయిన పరిచయమైండు. మాటమీదికెల్లి మాట, నా స్వంత కంపనీ గురించి ఇశారం జేసిన. 'నా పైసల్, నీ మెహ్నత్, మనం ఫ్యాక్టరీ పెడుదం' అన్నడు. నా ఆనందానికి అంతు లేదు. అయినకు ధన్యవాదాలు జెప్పి ఇంట్ల ఇశారం జేసిన.

'పదిహేనేండ్ల సర్వీసైన కొలువు ఇడిసిపెట్టి, భాగీదారీల కార్ఖాన పెడుత. నీకు నీ పిల్లలకు ఏ మాత్రం లోటు లేకుంట జూసుకుంట. నీకు సమ్మతమేనా?' అని నా భార్యనడిగిన.

'నాకు నీ కంటె ఎక్క దెలుస్తదే? ఏం జేసినా మన కుటుంబం ఇప్పటోలె బతికెటట్టు సూడు" నా ఇంటి లక్ష్మి పచ్చ జండా ఊపింది. ఇగ నేను ముందుకు సాగిన.

మనుభాయ్ పరిచయం తోని ఫ్యాక్టరీ పన్లు, బ్యాంక్ లోన్లు అన్ని జెల్డి, జెల్డి పూరైనయ్. నా పరిచయం తోని కంపెనీకి జాబ్ వర్క్ దొరికింది. మా కంపెనీ పెద్ద పెద్ద ఫారిన్ కంపెనీలకు మాల్ తయారుజేసి, ఆల్ల లేబుల్ వెట్టి ప్యాకింగ్ జేసియ్యాలె. దాన్ని ఆల్లు, ఆల్ల బ్రాండ్ పేరు మీద మార్కెటింగ్ జేసుకుంటరు. ఉదాహరణకు ఒక ప్రసిద్ధ టూత్ పేస్ట్ ఉన్నది, దాన్ని మొత్తం ప్రొడక్షన్ ఆ కంపెనే తయారు జెయ్యది. ముడి సరుకులు, ప్యాకింగ్ మెటీరియల్, మా అసుంటి సిన్న సిన్న కంపెనీలకు జాబ్ వర్క్ రూపంగా ఇచ్చి, దానికి కూలి ఇస్తది. దాంట్ల మాకు గిట్టుబాటు తక్కుంటది గని, ముడి సరుకులు కొనుడు, పోటీ తట్టుకొని తయార్ మాల్ అమ్ముడనే నెత్తి నొప్పి ఉండది. ఇప్పుదు గొన్ని

విదేశీ కంపెనీలకు ఎన్నో ఉత్పత్తులు మహారాష్ట్రలోని పది ఫ్యాక్టరీలల్ల మాల్ తయారుజేత్తున్నం. ఇన్నేండ్ల మా పనితనం జూశి, మా జాబ్ వర్క్ కు కూలిగుడా ఎక్కనే ఇత్తున్నరు.

నా యాభయేండ్ల అనుభవంతోని, మన తెలంగాణల, మన జిల్లాల, మన మండలంల మన 'తెలంగాణ బ్రాండ్' పేరుమీద, మేము ఇంకొకరికి తయారుజేసే రోజు వాడుకునే ఉత్పత్తులనే మన కార్ఖాన్ల తయారు జేద్దమనే ఆలోశన జేసిన. తెలంగాణ రాష్ట్రమేర్పడినంక ముంబయి, పుణే, సోలాపూర్, అహమ్మద్ నగర్, నాగ్ పూర్ ల ఉన్న మన తెలంగాణ బిడ్డలతోని మీటింగులు జేసిన. ఆల్లందరు పెట్టుపడేగాక, ఫ్యాక్టరీకి సంబంధించిన అన్ని విషయాలల్ల నాకు సాథ్ ఇచ్చేతందుకు ముందటికచ్చిండ్రు. ఇగ నాలుగేండ్లు గీ ప్రోజెక్ట్ మీద కష్టపడ్డా. పకడ్బందీ రిపోర్ట్ తయారు జేసి మన రాష్ట్ర సర్కార్ కిచ్చినా. ఆర్నెల్లు ఆల్ల యెంబడపడి, అన్ని మంజూరీలు సాధించినా. పరాయి రాష్ట్రంలోని మా మానేజ్ మెంట్ అనుభవం, ఆర్థిక పుష్టి, ఇక్కడి మీ శ్రమ, ఆశీర్వాదంతోని మన ఈ ఫ్యాక్టరీ విజయవంతమైతదని నాకు నమ్మికున్నది. ఇప్పటునుంచి మీరు రోజు వాడే పేస్టులు, పౌడర్లు, సబ్బులు, వాషింగ్ పౌడర్లు, నూనెలు, ఊద్ బత్తీలు మొదలైనవి మా 'తెలంగాణ బ్రాండ్' వే వాడాలని కోరుతున్నా. మా వస్తువులు ఏ ఫారిన్ కంపెనీ ఉత్పత్తులకు తీసిపోవని బల్ల గుద్ది చెబుతున్నా. అంతే గాదు, అవి బాగ అగ్గకు దొరుకుతై. దానితోని మీ నెల బడ్జెట్ ల ఎంతో సొమ్ము బచాయిస్తది. మీ అందరికి మా వస్తువులన్నిటి స్యాంపల్ కిట్ ఫ్రీగా ఇస్తాము. అవి వాడినంకా మీరే మా ఉత్పత్తులు కొంటరు. అది నా గ్యారంటీ. మీ అందరికి మన తెలంగాణ భోజనం ఏర్పాటు జేసినం. కడుపునిండ తినుండ్రి. మనసునిండ మమ్ముల్ని, మా కంపెనీని, మా వస్తువులని దీవించుండ్రి. జై హింద్, జై తెలంగాణ "

భోజనాల తర్వాత కంపెనీ కాన్ఫరెన్స్ హాల్లో విలేఖర్ల సమావేశం జరిగింది. దానికి నిజామాబాద్, కరీంనగర్, ఆదిలాబాద్, వరంగల్ జిల్లాల పత్రికా విలేఖర్లే గాక, హైద్రాబాద్ నుండి కూడా పత్రికా ప్రతినిధులు వచ్చారు. చైర్మన్ శ్రీ నర్సింగ్ గారు మరియు మానేజింగ్ డైరెక్టర్ సుమేర్ గారు జవాబులు ఇచ్చారు.

ప్రశ్నః సర్! మీరు ముంబయిలో బాగా సెటిలయ్యారుగదా? ఈ మారుమూల గ్రామంలో కర్మాగారం పెట్టాలని ఎందుకు అనుకున్నారు?

చైర్మన్ః మన తెలంగాణ రాష్ట్రం అచ్చినంక బోనాల పండుగకు మా ఊరు ధర్మోరా అచ్చిన. సర్కార్ తరఫున జరిగిన ఆ బోనాల సంబురాలు జూసి హైరతైన. నేను ముంబయికి పోక ముందు కూడా బోనాల పండుగ ఐతుండె, కానీ ఆ దానికీ, రొండు వేల పద్నాలుగు సంవత్సరంల జరిగిన, సేసిన పండుగకు జమీన్ ఆస్మాన్ ఫరకుండే. జనాలల్ల గా జోష్, గా ఆనందం మాటల్ల

జెప్పరాదు. మన రాష్ట్రంల మన పండుగు జోర్దార్ గ జరిగింది జూశి, నా కెంతో సంతోషం కల్గింది.

ముంబయిల గుడా ఆషాఢ మాసంల పోశమ్మ గుడిల బోనాలు పెడుతం గని అది ఏదో మొక్కుపడికి సేసినట్టుంటది. గా సంబురాలు సూసినంక నేను ముంబయిల ఏం కోల్పోతున్ననో

అర్థమైంది. ఎన్ని పైసలుంటేమి? మనోల్లతోటి గా సంబురాల్ల పాలుపంచుకున్న మజానే వేరు. గప్పుడే అనుకున్న. నా యాభయేండ్ల అనుభవంతోటి, మనోల్లకు ఏమైన మంచి జెయ్యాలని.

ఆ తర్వాత ముంబయిల బతుకమ్మ పండుగ పెద్ద ఎత్తున సెయ్యాలని అనుకున్న. మహారాష్ట్రలోని తెలంగాణ సంఘాల పెద్దల్తోటి మాట్లాడిన. తెలంగాణ ప్రభుత్వంకు ఉత్తరం రాసిన. ఆల్లు ముంబయిల బతుకమ్మ సంబురాలు సేయనికి ఐదు లక్ష రూపాలు మంజూరు జేసింద్రు. ఇగ మాకు కొదువేమున్నది? ఒక పెద్ద స్టేడియం ల బతుకమ్మ పండుగకు ఇంతజాం జేసిన. ముంబయిలోని అన్ని ప్రాంతాలే గాక భివండీ, పుణే, నగర్, మొదలగు జాగలనుంచి కొన్ని వందల బస్సులల్ల దగ్గరి దగ్గర ఇరువైవేల మంది మా బతుకమ్మకు అచ్చింద్రు. మన ఆడపడుసులంతా మంచి మంచి సీరెలు గట్టుకొని, ఒకరి కంటే ఒకల్లు పెద్ద పెద్ద బతుకమ్మలు పేర్చి, అవి నడిమిట్ల పెట్టి, ఆడింద్రు, పాడింద్రు. మజా మజా జేసింద్రు. ఆల్లందరికి టీ, బిస్కిట్లు, పులిహోర, పెరుగన్నం ఏర్పాటు జేసినం. ఆ బతుకమ్మ, నన్ను మన తెలంగాణ రాష్ట్ర అభివృద్ధికి పాటువడుమని దీవించింది. గట్ల నేను మా మండల కేంద్రంల గీ కార్ఖాన పెట్టెదానికి సోచాయించిన. పెద్ద పెద్ద సిటీలల్ల జాగలు పిరెముంటై. గిసుంటి సిన్న సెంటర్లల్ల ఈ సుట్టుపక్కల ఊర్లోలందరికి సౌలతుంటది. ఆల్లకు ఉన్న జాగల్నే ఉపాధి దొర్కుతది.

ప్రశ్న: ఈ ఫ్యాక్టరీ నెలకొల్పడానికి మీరెలా ప్లానింగ్ చేశారు. దానికి ప్రభుత్వం ఏమేమి రాయితీలిచ్చింది?

చైర్మన్: ఒకసారి ఇక్కడ పరిశ్రమ పెట్టాలని అనుకున్నంక, ఇంజనీరింగ్, యం.బి.ఎ. సదిన మా పిల్లలతోని ఇశారం జేసిన. ఆల్లు, ఆల్లకు తెలిసినోల్ల మదత్ తీసుకొని ఒక ప్రాజెక్ట్ రిపోర్ట్ తయారు జేసింద్రు. దాంతోని ప్రాజెక్ట్ ఖర్చు గురించి ఒక అందాజ ఏర్పడ్డది. ఆ పెట్టుబడి ఎట్ల జమ జెయ్యాలె? అని అక్కడి మన తెలుగు వ్యాపారస్తుల సంఘాలతోటి, తెలంగాణకు చెందిన సంఘ పెద్దలతోటి సభ పెట్టినం. దానికి అనుకోనంత స్పందనొచ్చింది. కొన్ని వేలమందిని శేర్ హోల్డర్లుగా చేర్చి, క్యాపిటల్ మొత్తం జమ జేత్తమని పెద్దలు గ్యారంటీ ఇచ్చింద్రు. అన్నిటికంటే ముఖ్యంగా ముంబయిలో ఒక ఇంజనీరింగ్ ఓనరైన శ్రీ మార్గం కిషన్, తన మోర్తాడ్ గ్రామంలోని వంద ఎకరాల జాగని మా ఫ్యాక్టరీకి లాంగ్ లీజ్ పై ఇచ్చేతందుకు ముందుకచ్చిండు. ఇంకేముంది? పనులు చకచకా జరిగి, మా ఫైలు తెలంగాణ ప్రభుత్వం వద్దకు సేరింది. మా జిల్లాకు చెందిన పరిశ్రమల మంత్రి ప్రత్యేక శ్రద్ధ తీసుకొని మా ప్లాన్ మొత్తం సది, కొన్ని సంశయాలకు మా నుండి జవాబులు తీసుకొని ముఖ్యమంత్రిగారితో మాట్లాడి, చాల తక్కువ సమయంలోనే అన్ని పర్మిషన్లు ఇచ్చింద్రు. విద్యుత్ ఇంక కొన్ని ట్యాక్స్ రాయితీలకు రాష్ట్రప్రభుత్వం ద్వారా కేంద్ర ప్రభుత్వానికి శిఫారస్ సేసింద్రు. గట్ల మా ఐదేండ్ల కల, గిప్పుడు ఒక రూపంకచ్చింది.

ప్రశ్న: మీరు, ముంబయి నుండి కూడా కార్మికులను తీసుకువస్తారని విన్నాము. అలాంటప్పుడు, స్థానిక ప్రజలకు అన్యాయం చేసినట్టు కాదా?

యం.డిః మీరు పొరపడుతున్నారు. ముంబయి నుండి నిపుణులను మాత్రమే తీసుకొస్తాము. వారు కూడా చాలా మట్టుకు తెలంగాణ రాష్ట్రానికి చెందినవారే. వారు స్థానిక ప్రజలకు ట్రెయినింగ్ ఇచ్చిన తర్వాత తిరిగి వెళ్తారు, లేక తెలంగాణలోనే ఇంకో ఫ్యాక్టరీ పెడితే అక్కడికి పోతారు. గుజరాత్, మహారాష్ట్రలోని "లిజ్జత్ మహిళా గృహ ఉద్యోగ్" వారి బిజినెస్ మోడల్ స్ఫూర్తిగా తీసుకొని, ఇక్కడి ఆడపడుచులకు ప్రత్యామ్నాయ ఉపాధి అవకాశాలు కల్పించాలన్నదే మా ఉద్దేశ్యం. మన పొరుగు సోదర రాష్ట్రంలో ద్వాక్రా గ్రూపుల మహిళలు తమ పొదుపు మొత్తానికి, స్వల్ప వడ్డీపై ప్రభుత్వం ఇచ్చే అప్పు కలిపి, కుటీర పరిశ్రమలు నెలకొల్పి స్వయం ఉపాధి పొందుతున్నారు. ఆ పని సంస్కృతి తెలంగాణ లో అలవాటు చేయాలనుకుంటున్నాము. పాల ఉత్పాదనలో శ్వేత విప్లవం తెచ్చిన 'అముల్' సహకార సంస్థల పద్ధతిలో మన మహిళలను సంఘటిత పరిచి వారికి మా ఉత్పాదనల ముడిసరుకు జాబ్ వర్క్ పై ఇచ్చి, ఆ తయారు వస్తువులను మా 'తెలంగాణ బ్రాండ్' పై మార్కెటింగ్ చేస్తాం. అలా పల్లెల్లోని మన వారికి ఉన్న చోటే ఉపాధి దొర్కుతది.

ప్రశ్నః "కొన్ని కోట్ల ప్రకటన బడ్జెట్ ఉన్న బహుళ జాతి కంపెనీల ధాటికి మీ 'తెలంగాణ బ్రాండ్' తట్టుకుంటుందా?"

యం.డిః "దానికీ మా మార్కెటింగ్ స్ట్రాటెజీ ఉంది. మా బలం ప్రజలు. మా మార్కెటింగ్ విధానంలో ప్రజలపై మేము పెట్టుబడి పెట్టదలచుకున్నాము. ప్రతి మండల కేంద్రంలో మా ఫ్రాంచైజీ నియమించి, ఆ చుట్టు ప్రక్కల గ్రామాలకు మా సరుకులు సరఫరా చేయాలనుకుంటున్నాము. ప్రతి గ్రామంలో కొందరు ఆడపడుచులను కమీషన్ బేసిస్ పై నియమించి, మా ఉత్పత్తులు ప్రజలకు అందుబాటులోకి తేవాలని మా ప్లాన్. ఒక్కసారి మా ఉత్పత్తులకు అలవాటు పడితే, జనాలు ఫారిన్ కంపెనీల ఊసెత్తరనే నమ్మకముంది. క్రమక్రమంగా పల్లెలకు ఉచిత వైఫై సౌకర్యం కల్పించి, ఆన్ లైన్ అమ్మకాలు జరిపే ఆలోచన కూడా ఉంది."

ప్రశ్నః "మీ ఫ్యాక్టరీకి వంద ఎకరాల స్థలం అవసరమా?"

చైర్మన్ః "దీనికి బాబా రాందేవ్ గారి 'పతంజలి బ్రాండ్' మా బిజినెస్ మాడల్. మా ఫ్యాక్టరీ బిల్డింగ్ లకు, గోదాం లకు, స్టాఫ్ క్వార్టర్లకు ఇరువై ముప్పై ఎకరాల జాగ సాలు. మిగిలిన జాగల ఔషధ పంటలు పండిస్తాం. ఆరోగ్యానికి మేలు చేసే కలబంద, ఉసిరి, నేరేడు, మెంతులు, ఆనిగెపుకాయ మొదలగు చెట్ల సాగుచేసి, అవ్విట్ల రసాలు దీసి అమ్మే ఆలోచన కూడా ఉన్నది. ఇప్పుడు ఇక్కడి మనుసులు 'పతంజలి బ్రాండ్" ఉత్పత్తులను వాడుతున్నరు. అవి హరియాణకెల్లి అచ్చేసరికి రవాణా కర్సులు తడిసి మోపెడౌతున్నె. మనం అవ్వే వస్తువులు లోకల్ ల తయారుజేస్తే అగ్గల అమ్మచ్చు. మేము అన్ని ఇవరాలు బాగ సోచాయించి అడుగులేసినం. ఒక్క మూన్నెల్లు మా ఫ్యాక్టరీ నడనియ్యుండ్రి. ఆ తర్వాత మనం ఇక్కడనే కలిసి మా పనితీరుపై చర్చిద్దం. అప్పటిదాకా రాం. రాం. శెనార్తులు."

మర్నాడు సాయంత్రం నర్సింగ్ బృందానికి ధర్మోరాలో సన్మానం జరిగింది. దాదాపు యాభై ఏండ్ల కింద కడుపుచేతవట్టుకొని, కట్టుబట్టలతో ముంబయి పోయిన తమ గ్రామస్తుడు, తాను

పైకి రావడమే గాక, ఎంతో మందికి బతుకుతెరువు కల్పించే స్థాయికి ఎదగడం తమకెంతో గర్వకారణమని గ్రామ సర్పంచ్ తో పాటు ఇతర ప్రముఖులు నర్సింగ్ గారిని కొనియాడారు.

సన్మానానికి స్పందించిన నర్సింగ్ గారు తన ప్రసంగాన్ని మొదలుపెట్టారు.

" మీ అందరికి శెనార్తి. ఈ ఊరు, నా కన్న తల్లి దేవకి. నాకు జన్మనిచ్చింది. ముంబయి నా యశోదమ్మ. నాకు బతుకునిచ్చింది. ఈ ఇద్దరు తల్లుల ప్రేమ, ఆశీర్వాదంతోటి నేను పెరిగిన. ఈ స్థితికచ్చిన. గిప్పుడు నా అన్నదమ్ములకు, అక్కజెల్లెండ్లకు నాకు శాతనైనంత సాయంజేశి, నా తల్లుల రుణం కొంతనన్నా తీర్చుకోవాలనుకుంటున్నా. అంతేగాదు, తల్లిగడ్డకు, తమ సుట్టాలకు, సోపతిగాల్లకు దూరంగా బతుకుదోవకై వలస వెళ్లిన వారికి, తమ మాతృభూమికి మారు వలసగా అచ్చేతందుకు ఇక్కడనే ఆల్లకు ఉపాధి అవకాశాలు కల్పించాలనుకుంటున్నా. అంటే 'ఘర్ వాపసీ' అన్న మాట. ఆల్ల ఒనారం, ఆల్ల కష్టంతోటి స్వతంత్ర రాష్ట్రమైన మన తెలంగాణ తల్లికి సేవజేసే మౌకా ఇద్దమనుకుంటున్నా. మన ఊరికి అన్ని హంగులతోని కొత్త స్కూల్ బిల్డింగ్, కమ్యూనిటీ హాల్, ఒక యాభై పడకల హాస్పిటల్ సమకూర్చాలనే ఆలోచన కూడా ఉంది. ఆ భగవంతుని దయతో నా ఆలోచనలు కార్యరూపం దాలుస్తాయని ఆశిస్తున్నా. మీ అందరికి మరొక్కసారి దండాలు. ఇగ ఉంట." నర్సింగ్ గారి ప్రసంగం ముగియగానే చప్పట్లు మిన్నునంటాయి.

(సృజనప్రియ పత్రిక కథల పోటీలో సాధారణ ప్రచురణకై ఎంపికైన కథ-2022)

36.పరాన్నభుక్కు

పరాన్నభుక్కూ (ప.భు.) అతని గ్లాస్ మేట్ వంతమాగధి రావూ(వ.రా.) సెషన్ లో కూచున్నారు. మందు సీసా, గ్లాసులు, నంజుకోడానికి వేయించిన చికెన్ ముక్కలు, పల్లి పకోడీ, జీ హుజూర్! అంటున్నాయి. వ.రా. భార్య పుట్టింటికి వెళ్లినప్పుడల్లా, వారికది ఆటవిడుపు. ప.భు. అలాంటి అవకాశాల కోసం అర్రులు చాస్తుంటాడు.

"సర్! అమ్మగారు రాసిన కథలు భలేగా ఉన్నాయి. ఇటీవలే విడుదలైన వారి రెండవ కథా సంపుటి లోని కథలన్నీ చదివాను. ఈ వయసులో వారు కలం పట్టి అంత బాగా రాయడం, మీ సహవాసం వల్లే అనుకుంటాను." తన మొదటి పెగ్ పూర్తి చేశాడు వ.రా. అతనికి ప.భు. ప్రాపకంతో పురస్కారాలు కొట్టేయాలని ఉబలాటం. అందుకే అలాంటి మందు పార్టీలు.

"రాతలా పాడా? వట్టి వంటింటి కుందేలు. ఆవిడకి సాహిత్య గంధ మేమిటి? మనలో మాట. ఎక్కడైనా నోరు జారేవు సుమా! నేనే రాసి, మా ఆవిడ పేర పంపుతుంటాను. పుంఖానుపుంఖలుగా రాస్తున్న నాకు, పత్రికలు సరిపోవడం లేదు. అందుకని కొన్ని కథలు మా ఆవిడ పేర పంపుతుంటాను. పాఠకులు కూడా బాగా స్పందిస్తున్నారు. ప.భు. మూడో పెగ్ ముగించాడు"

"మీకేంటి సర్! కేంద్ర సాహిత్య పురస్కార గ్రహీతలు. యూనివర్సిటీ లో పెద్ద పదవులు నిర్వహించారు. తెలుగులోని అన్ని ప్రక్రియల్లో రచనలు చేశారు. శతాధిక గ్రంథాలు వెలువరించారు. మీ మార్గదర్శనంలో ఎందరో యం. ఫిల్., పీ. హెచ్ డీ. లు చేశారు. అలాంటి మిమ్మల్ని అతిథిగా ఆహ్వానించడం ఎన్నో సంస్థలకు గర్వకారణం." వ.రా. తన రెండో పెగ్ లోకొచ్చాడు.

"అది నేను పదవిలో ఉన్నప్పటి మాట. రిటైరయింతర్వాత నన్ను అడిగేవారు కరువయ్యారు. ఎవరైనా ఉదయించే సూర్యుణ్ణి కొలుస్తారు కాని అస్తమించిన భానుడివైపు కన్నెత్తి చూడరు కదా? ఒక్క క్షణం తీరిక లేకుండా గడిపిన వాడికి ఇప్పుడు ఒక్కణ్ణే గోళ్లు గిల్లుకుంటూ ఇంట్లో ఉండడం ఇబ్బందిగా ఉందోయ్. అదీ కాక మందు ఖర్చు తట్టుకోలేకుండా ఉన్నాను" నాలుగో పెగ్గుకు నాందీ పలికాడు ప.భు. ఇతరుల ఖర్చుతో మందు తాగడం అలవాటైన అతనికి, రిటైరైన తర్వాత, సొంత ఖర్చుతో తాగడానికి ప్రాణం మీది కొస్తోంది.

"మీ శిష్యులు మన రాష్ట్రమంతటా అయా కాలేజీల్లో లెక్చరర్లుగా, రీడర్లుగా ఉన్నారు కదా సార్? వారు ఏ గ్రంథావిష్కరణకో, కవి సమ్మేళనానికో పిలుస్తుంటారు కదా? మీరు ఖాళీగా ఉండడమేమిటీ?" వ.రా. ప.భు.ని ఉబ్బించాడు.

"నువ్వన్నది నిజమే కానీ అప్పుడప్పుడు, ఎక్కడికైనా అతిథిగా నన్నొక్కణ్ణే పిలుస్తున్నారు. నా ఒక్కడిఖర్చే భరిస్తున్నారు. మా ఆవిడపేర కూడా రచనలు చేస్తే ఆమె ప్రభ వెలుగుతుంది. అప్పుడు మేము కలిసి వక్తలుగా వెళ్లవచ్చు. అన్నట్టు నీకింకో రహస్యం చెబుతున్నాను. ఎక్కడా నోరు జారేవు సుమా! దినమంతా ప్రయాణంలో, సాయంత్రం, రాత్రి సభల్లో గడుస్తుంది కానీ, రాత్రిళ్లు వేరే

ప్రాంతాల్లో ఒక్కడినే పడుకోవడం ఇబ్బందిగా ఉందోయ్. మా ఆవిడ పక్కన లేనిదే నాకు నిద్ర పట్టదు. నువు అర్థం చేసుకున్నావనుకుంటాను. అందుకే మా ఆవిడను కూడా సాహితీవేత్తగా తీర్చి దిద్దుతున్నాను" ప.భు. గుట్టు బయట పెట్టాడు. వ. రా. ఖంగుతిన్నాడు. అయినా తమాయించుకొని..

"అది సరే కానీ మాలాంటి వాళ్లవైపు కూడా ఓ కన్నేసి ఉంచండి. మీరు ఎడమ చేత్తోనైనా అలవోకగా రాసి పడేస్తారు. మా వంటి వారి కలం, ఓ పట్టాన కదలదు. నా మీదా ఓ కన్నేస్తే, మీ మేలు జన్మలో మరిచిపోను." వ. రా. కాకా పట్టాడు.

"అది నువు చెప్పాలా వరా! ఎప్పటినుంచో నువు నా దృష్టిలో ఉన్నావ్. సమయమొచ్చినపుడు నీకే తెలుస్తుంది. నేను చేతల రాయుణ్ణే కాని, మాటల మాంత్రికుణ్ణి కాదు. అన్నట్టు, నువు నీ పరపతి వాడాలోయ్. నీకు ఢిల్లీ, ముంబయి, భిలై, ఖరగ్ పూర్, ఒడిసా, బెంగుళూరు, చెన్నై, కోల్ కతా మొదలగు తెలుగు రాష్ట్రేతరాల్లో ,తెలిసిన వారున్నారుగా?

తెలిసిన సంస్థలను పట్టి, మా సన్మాన కార్యక్రమాలు ఏర్పాటు చెయ్. మా లాంటి సాహితీ దిగ్గజాలను సత్కరించే అవకాశం కల్పిస్తే, వారికి గూడా బాగా పేరొస్తుంది. మీ అమ్మగారు విమానాల్లో శికార్లు చేయాలని తెగ ఉబలాటపడుతున్నారు. ఒక సభలో నేను ముఖ్య అతిథిగా ఉంటే, శ్రీమతి విశిష్ట అతిథిగా ఉంటుంది. ఇంకో చోట మీ అమ్మగారు ముఖ్య అతిథిగా ఉంటే, నేను విశిష్ట అతిథిగా ఉంటాను. మా ప్రసంగాలతో వారందరినీ ఊదరగొట్టేస్తాం. మా సాహితీ ప్రతిభతో వారికి తెలుగు భాషపై మమకారం కలిగేలా చూస్తాం. ఆయా చోట్ల మా సభలు పెట్టిస్తే, దేశమంతటా మా పేరు మారు మోగుతుంది. మా శ్రేయోభిలాషిగా అది నీకూ గర్వ కారణం కదా?" మనసులో 'మా చేతి చమురు వదలకుండా హాయిగా దేశమంతా తిరగొచ్చు.' అన్నట్టు, నా ఫలానా... నవలని జ్ఞానపీఠకి శిఫారసు చేస్తున్నారని తెలిసింది. అదిగాని వస్తే, నేను మీకు అందుబాటులో ఉండక పోవచ్చు. అందుకని ఇప్పుడే పనిలోకి దిగు. నీ ఋణం ఉంచుకోను. నీకూ ఏదో అవార్డో, పురస్కారమో ఇప్పిస్తాను." ప.భు. ,నాలుగో పెగ్ పూర్తి చేసి, మాంచి హుషారుగా ఉన్నాడు.

ప.భు. అన్నది విన్నాక, వ.రా, దిమ్మ దిరిగింది. ఎక్కిన నిషా దిగింది. 'ఔరా గుంటనక్కా! నా మందు తాగుతూ, నా ఆతిథ్యం స్వీకరిస్తూ, ఇంకా నీ పరపతి పెంచుకోడానికి టెండరేస్తావా? ఇన్నేళ్లుగా నీకు చాకిరి చేస్తే నాకు ఒరిగిందేమిటి? బొచ్చెడు ఖర్చు తప్ప! అదను చూసి నీ పని పడతాను' అని మనసులో అనుకుని పైకి మాత్రం..

"అది మీరు చెప్పాలా సర్! మీరు చెప్పడం కంటే ముందే, వివిధ రాష్ట్రాల్లో ఉన్న తెలిసిన వారితో మాట్లాడాను. వచ్చే నెల నుంచి చూడండి, ప్రతి నెల మీ ప్రభ, ఒక్కో రాష్ట్రంలో వెలుగుతుంది." ఒక్క గుక్కలో అతను మూడో పెగ్, గొంతులోకి దించాడు.

సెషన్ పూర్తవగానే వ.రా., తూలుతున్న ప.భు.ని తన మామూలు ఆటో వాడి చేతిలో కొన్ని నోట్లు కుక్కి, "సార్ ఇల్లు తెలుసు కదా? జాగ్రత్తగా వారిని ఇంట్లో దింపి తిరిగి వచ్చి, నాకు ఫోన్ చెయ్" అన్నాడు. ఆ తర్వాత ఒక మిత్రునికి ఫోన్ చేసి ఏదో చెప్పాడు.అతను చెప్పింది జాగ్రత్తగా విని, అలాగేనని ఫోన్ పెట్టాడు.

మరో పది రోజుల తర్వాత కాకారావు ఇంట్లో ఫోన్ మోగింది "నేను ప.భు.ని మాట్లాడుతున్నాను. ఏమిటీ మరీ నల్ల పూసవై పోయావు? నేను పదవీ విరమణ చేశాక కనిపించడమే మానేశావు ? వచ్చే నెల నీ పి. హెచ్.డి. కి వైవా ఉంది కదా?"

కాకారావు గతుక్కు మన్నాడు. 'నా వైవా సంగతి ఈ జలగకి ఎలా తెలిసిందబ్బా? కొంపదీసి ఈయన ఇంటర్వ్యూ టీం లో ఉన్నాడా? ' అని వెంట్రుకలు అంతంత మాత్రంగా ఉన్న తలను గోక్కున్నాడు. అంతలో "ఏమిటి? బెల్లం కొట్టిన రాయిలాగ ఉలుకవు, పలుకవు" ప.భు. కంఠం ఖంగు మంది.

"లేదు సర్ ఏదో పరధ్యానం ఉండి, వెంటనే స్పందించ లేదు. సర్! నిజానికి నేనే మిమ్మల్ని కలవాలనుకున్నాను. మీ నుంచి గైడెన్స్ తీసుకోవాలనుకుంటున్నాను. ఇంతలో మీరే ఫోన్ చేశారు. నయమైంది సర్! రేపు సాయంత్రం మన గెస్ట్ హౌస్ లో కలుద్దామా?" ప.భు. ఉద్దేశ్యం పసికట్టి కాకారావు చొరవ తీసుకున్నాడు.

"రేపు నాకు వేరే ముఖ్యమైన పని ఉంది కానీ, నీ కొరకు అది వాయిదా వేస్తాను. నా బ్రాండ్ తెలుసు కదా?"

"తెలియకేం? మనది ఐదేళ్ల అనుబంధం కదా? రేపు ఆరు గంటలకు కలుద్దాం" ప.భు. సరేననగానే కాకారావు ఫోన్ పెట్టాడు.

కాకారావు వ. రా. కి ఫోన్ చేసి ప.భు. విషయం చెప్పాడు. ఆ విషయంపై వారు పది నిమిషాలు మాట్లాడుకున్నారు.

వారనుకున్న గెస్ట్ హౌస్ లో ప.భు., కాకారావు మధ్య, ఏదో కొంచెం తేడాతో వ. రా. ఇంటి సెషన్ లో జరిగిన సంభాషణలే పునరావృత్తమయ్యాయి. తానే కాకారావు వైవాలో ముఖ్య పరీక్షకుణ్ణి అని ప.భు. చెప్పాడు. దానికి కాకారావు "ఇవి చేతులు కావు, కాళ్లు అనుకొని నన్ను గట్టెకించండి" అని ప.భు. ని వేడుకున్నాడు.

"నీ లాంటి ప్రతిభావంతునికి ఆ మాత్రం చేయకపోతే ఎలా?" అని ప.భు. తన మూడో పెగ్ పూర్తి చేశాడు. కాకారావు కూడా తన ఆటో వాడికి డబ్బిచ్చి, సార్ ను సురక్షితంగా ఇంట్లో దింపమని చెప్పాడు. నెల ఐనా కాకారావుకి పి. హెచ్. డీ. రాలేదు. వ. రా. కి ఏ సాహితీ పురస్కారం రాలేదు. ఐతే వారి రైవల్ గ్రూపు సభ్యులకి అవి దక్కాయి. దానికి ప.భు. భారీ రొక్కం తీసుకున్నాడని తెలిసింది. వారు అంతకుముందు తామనుకున్న పథకాన్ని అమలు పరచాలనుకున్నారు. తమ మీడియా మిత్రుని సహకారం కోరారు. వారి మధ్య మరో "మందు సెషన్" జరిగింది.

ఓ నెలతర్వాత "ఓ విశ్రాంత తెలుగు ఆచార్యుని కీర్తి కండూతి లీలలు" అనే మకుటంతో అన్ని ప్రముఖ పత్రికల్లో ఓ వార్త గుప్పుమంది. ప.భు., వ.రా. తో ఆ నాటి మందు సెషన్ లో అన్న మాటలన్నీ తు.చ. తప్పకుండా ప్రచురింపబడ్డాయి. కాకారావు సెషన్, వీడియో షూటింగ్ లోని క్లిప్పులు ప్రసారమయ్యాయి. ఆ వీడియోలో ప.భు. ఆకారాన్ని మరుగు పరిచారు. అదే వార్త, వాట్సాప్, ఫేస్ బుక్ లో చక్కర్లు కొట్టి, వైరల్ అయింది. పరాన్న భుక్కుని పేర్కొనక పోయినా, అతని ఆకారాన్ని

చూపక పోయినా, చాలా మందికి ఆ ప్రొఫెసరెవరో తెలిసింది. అతనికి తగిన శాస్తి జరిగిందని వారు సంతోషించారు. అతన్ని గైడ్ గా పెట్టుకొని ప.భు. ఇంట్లో వెట్టి చాకిరి చేసిన వాళ్లంతా, తమ 'శ్రమ' కు తగ్గ ఫలితం దక్కిందని ఆనంద పడ్డారు. 'చేసుకున్న వారికి చేసుకున్నంత' అని వ. రా., కాకారావు లా, ప.భు. నుండి భంగపడ్డ వారంతా చాలా సంతోషించారు. ప.భు. నుండి 'తీర్థ ప్రసాదాలు' పుచ్చుకుని జ్ఞానపీఠకు శిఫారసు చేసినవారు అవాక్కయ్యారు. లోపాయకారిగా తమ శిఫారసు వాపసు తీసుకొన్నారు.

అది తెలిసి ప.భు. బేజారయ్యాడు. తనచే తాగించి, తన మాటలన్నీ సెల్ ఫోన్లో రికార్డు చేసిన వంతమాగధి రావుపై, కారాలు, మిరియాలు నూరాడు. వీడియో తీసిన కాకారావుపై మండిపడ్డాదు. ఐనా చేతలుడిగి చతికిల పడ్డాడు. తిరుగులేని సాక్ష్యం ఉండడం, తన పేరు ప్రచురించక పోవడంతో మిన్నకున్నాడు. ఏమైనా ప్రతిఘటిస్తే, గుమ్మడికాయ దొంగ భుజాలు తడుముకున్నట్టౌతుందని కుక్కిన పేనయ్యాడతను. వంతమాగధి రావు కళ్లు చల్ల బడ్డాయి. కాకారావు మరో వైవాకి సన్నద్ధమౌతున్నాడు. వారు పెట్టిన ఖర్చు, వడ్డీతో సహా తీరిగొచ్చినట్లైంది .

వారు ఇంకో ప.భు. వేటలో పడ్డాడు, తామనుకున్నది సాధించడం కోసం!

(గో తెలుగు.కాం క్రమసంఖ్య 10650 న ప్రచురితం)

డా. అంబల్ల జనార్ధన్......వ్యక్తిగతం

తల్లి దండ్రులు : అంబల్ల నర్సవ్వ, అంబల్ల నర్సయ్య

జననం : 9 నవంబరు, 1950.

చదువు : ఆంధ్ర ఎడ్యుకేషన్ సొసైటీ వారి ఉన్నత పాఠశాల, ముంబయి నుండి ఎస్.ఎస్.సి. మార్చ్-1967
యం.కాం., ఎల్ ఎల్.బి.,(ముంబయి విశ్వవిద్యాలయం) సి.ఏ.ఐ.ఐ.బి. (ఇండియన్ ఇన్స్టిట్యూట్ ఆఫ్ బ్యాంకింగ్ & ఫైనాన్స్)

సొంత ఊరు : పోస్ట్ : ధర్మోరా, మోర్తాడ్ మండలం, నిజామాబాద్ జిల్లా.-503 311 తెలంగాణ రాష్ట్రం.
పుట్టినప్పుండి ముంబయిలో నివాసం.

ఉద్యోగ ప్రస్థానం : మార్చి, 1970 లో యూనియన్ బ్యాంక్ ఆఫ్ ఇండియాతో మొదలై, బాంబే మర్కంటైల్ బ్యాంక్, ప్రెస్మన్ కార్పొరేట్ గ్రూప్, కాస్మోస్ బ్యాంక్, దివాన్ హౌసింగ్ ఫైనాన్స్ కార్పొరేషన్ మార్గంలో పయనించి, ఏప్రిల్ 2007 లో దివాన్ హౌసింగ్ ఫైనాన్స్ కార్పొరేషన్ నుండి "హెడ్-క్రెడిట్-ఎడ్మినిస్ట్రేషన్" గా పదవీ విరమణ. ఆ తర్వాత కొన్ని సంస్థలకు ఆర్థిక సలహాదారునిగా సేవలు.

సాహిత్య ప్రస్థానం :

1. "బొంబాయి కథలు" కథానికా సంపుటి - 1998,
2. "బొంబాయి నానీలు "కవితా సంపుటి - 2001,
3. "అంబల్ల జనార్ధన్ కథలు "కథానికా సంపుటి - 2004,
4. "ముంబయి మువ్వలు" కవితా సంపుటి - 2007,
5. "చిత్ ఆణి పట్" సొంత 26 తెలుగు కథల, మరాఠీ అనువాద సంపుటి - 2008,
6. " బొమ్మ వెనుక - మరికొన్ని కథలు" కథానికా సంపుటి -2009,
7. "లివ్ లైఫ్ కింగ్ సైజ్" సొంత 31 తెలుగు కథానికల, ఇంగ్లీషు అనువాద సంపుటి-2010
8. "ముంబయి (చాట్) భేల్" కవితా సంపుటి-2010
9. "వ్యాస గుచ్ఛం"వ్యాస సంపుటి-2010
10. "జిబ్నారా సత్యతా" సొంత 21 తెలుగు కథానికల ఒడియా అనువాద సంపుటి-2012
11. "మహారాష్ట్రలో తెలుగువారు" లఘు గ్రంథం. 4 వ ప్రపంచ తెలుగు మహాసభల సందర్భంగా ఆం.ప్ర.ప్రభుత్వం ద్వారా ప్రచురితం.-2012

12. "ముంబయికీ కహానియా" సొంత 32 తెలుగు కథానికల హిందీ అనువాద సంపుటి–2013
13. " మలుపులు – అంబల్ల జనార్దన్ కథలు" కథానికా సంపుటి – 2015.
14. "మనోల్ల ముంబయి కతలు" 55 కథల కథానికా సంపుటి – 2017.
15. "ముంబయి చూపుతో... తెలుగు కథానికలు 46 కథల సంపుటి - 2019
16. "ముంబయి తీర తరంగాలు" 45 ఖండికల కవితా సంపుటి 2021
17. "ముంబయిని ఛత్ర ఛాయా మా" (తెలుగు కథానికల, గుజరాతీ అనువాద సంపుటి -) 2022
18. "ముంబయి నుండి ... మరిన్ని కథానికలు –36 "కథానికల సంపుటి" 2023.

తెలిసిన భాషలు : తెలుగు, ఇంగ్లీషు, మరాఠి, హిందీ మరియు గుజరాతీ.

అనువాదాలు : కొన్ని కథలు, కవితలు ఇంగ్లీషు, హిందీ, మరాఠీ మరియు గుజరాతీ నుంచి తెలుగులోకి అనువాదం.

ఉద్యోగం చేసిన ప్రాంతాలు : తెలంగాణ, మహారాష్ట్ర, గుజరాత్, బీహార్, ఆంధ్ర ప్రదేశ్ మరియు రాజస్థాన్.

పురస్కారాలు / సన్మానాలు :

❖ విశాల సాహితీ పురస్కారం –2001,

❖ "ముంబయి తెలుగు రత్న" బిరుదు – 2005

❖ "కవి రత్న పురస్కార్" – నవచింతన్ సంస్థ, ముంబయి. –2007.

❖ మానస ఆర్ట్స్ థియేటర్స్ హైద్రాబాద్ వారి ఉగాది పురస్కారం – 2009.

❖ ఆచార్య ఆత్రేయ సాహితీ పురస్కారం –ఇందూరుభారతి– జిల్లా రచయితల సమాఖ్య, నిజామాబాద్. - 2009.

❖ గుత్తి నారాయణ రెడ్డి సాహితీ పురస్కారం, జోళదరాశి, బళ్ళారి జిల్లా, కర్ణాటక రాష్ట్రం - 2009.

❖ ముంబయి మరాఠీ సాహిత్య సంఘ్, ముంబయి వారి అమృతోత్సవ సందర్భంగా 2010 లో సన్మానం.

❖ **పొట్టి శ్రీరాములు తెలుగు విశ్వవిద్యాలయం ద్వారా, సృజనాత్మక సాహిత్యానికి కీర్తి పురస్కారం -2011**

❖ 29 డిసెంబర్,2012న, 4 వ ప్రపంచ తెలుగు మహాసభల ప్రధాన వేదికపై "మహారాష్ట్ర లో తెలుగువారు" లఘుగ్రంథానికి గాను ఆంధ్ర ప్రదేశ్ రాష్ట్ర ప్రాథమిక విద్యా శాఖ మంత్రి గౌ.సాకె శైలజానాథ్, అధికార భాషా సంఘ అధ్యక్షులు గౌ.మండలి బుద్ధప్రసాద్ గారిచే తిరుపతిలో సన్మానం.

- ఓం పద్మశాలి సేవా సంఘం ద్వారా సాహిత్యరంగంలోని కృషికి నవరత్న పురస్కారం - ఫిబ్రవరి 2013.
- గోల్డెన్ స్టార్ యూత్ కల్చరల్ ఆర్గనైజేషన్ వారి ఉగాది విశిష్ట పురస్కారం మరియు " ముంబయి కథా కెరటం " బిరుదు, జ్ఞానపీఠ అవార్డ్ గ్రహీత, పద్మభూషణ్ సి. నారాయణ రెడ్డి గారి కరకమలాల ద్వారా ప్రదానం. - ఏప్రిల్, 2013.
- సాహితీ గౌతమీ-కరీంనగర్ వారిచే "బొమ్మ వెనుక" కథా సంపుటికి గాను శ్రీ గంద్ర హన్మంతరావు స్మారక సాహితీ పురస్కారం – జూన్ 2013.
- మహారాష్ట్ర తెలంగాణ తెలుగు మంచ్ మరియు మహారాష్ట్ర తెలుగు మంచ్ వారి "వారధి" కార్యక్రమంలో తెలుగు –మరాఠీ సాహిత్యాల్లో కృషికి గాను సన్మానం- జులై, 2015
- మహారాష్ట్ర మండళ్, హైద్రాబాద్ మరియు జ్ఞాన ప్రభోధిని సంస్థ, కోల్హాపూర్ ద్వారా "రాజర్షి శాహూ మహారాజ్ ఒక విప్లవం సృష్టించిన రాజు" మరాఠీ నుండి తెలుగు అనువాద గ్రంథం, తెలుగు భాషను సంస్కరించి, డీ.టీ.పీ. చేయించి, ప్రూఫులు దిద్ది, ప్రింట్ కాపీ తయారు చేయడంలో ఎనలేని కృషి చేసినందుకు గాను, రవీంద్ర భారతి, హైద్రాబాద్ లో 05-07-2015 న సన్మానం.
- గుజరాతీ నుండి తెలుగులోకి అనువాదం చేసిన కొన్ని కథలు, కవితలు గుజరాత్ సాహిత్య అకాడమీ వారు ప్రచురించిన "గుజరాతీ సాహిత్యం, ఒక విహంగ వీక్షణం" లో ప్రచురితం."రాష్ట్రేతర తెలుగు సమాఖ్య" ద్వారా అక్టోబర్ 2016 లో జరిగిన 'జాతీయ సాహిత్యోత్సవం' లో ఆ గ్రంథావిష్కరణ సందర్భంగా గుజరాత్ ప్రభుత్వంచే సన్మానం.
- శ్రీ సోమనాథ కళాపీఠం, పాలకుర్తి వారిపందిళ్ల శేఖర్ బాబు రాజయ్య శాస్త్రి స్మారక స్వచ్ఛంద భాషాసేవ పురస్కారం,

  8 జులై 2017 న పాలకుర్తిలో రాజ్యసభ సభ్యులు శ్రీ ఆనంద భాస్కర్ గారిచేతుల మీదుగా ప్రదానం.
- ఆంధ్ర సంఘం పుణే వారిచే తెలుగు సాహిత్య పురస్కారం డా. మేడసాని కరకమలాల ద్వారా తేది 17-09-2017 న ప్రదానం.
- గురజాడ ఫౌండేషన్ (యు.ఎస్. ఎ) వారి గురజాడ సాహితీ పురస్కారం – 2017
- సిరి కల్చరల్ అసోసిఏషన్, హైద్రాబాద్ వారి ఉగాది ప్రతిభా పురస్కారం – 2018
- బహుజన సాహిత్య అకాడెమీ వారి "సాహిత్య రత్న" పురస్కారం – 2018
- క్రియేటివ్ ప్లానెట్, ముంబయి వారిచే "కొణకంచి జాతీయ సాహితీ పురస్కారం" - 2018
- నాషనల్ వర్చువల్ యూనివర్సిటీ ఫర్ పీస్ అండ్ ఎడ్యుకేషన్ వారిచే గౌరవ డాక్టరేట్ పట్టా ప్రదానం - 2019

- ❖ మానస ఆర్ట్ థియేటర్స్ & త్యాగరాయ గాన సభ సంయుక్త ఆధ్వర్యంలో ఏ.పి.జె. అబ్దుల్ కలాం స్మారక పురస్కారం –2019
- ❖ కథా రచన విభాగంలో "ఇందూరు అపురూప అవార్డ్–2019 – జనవరి 2020.
- ❖ "మనోల్ల ముంబయి కథలు" సంపుటికి రాజా వాసిరెడ్డి ఫౌండేషన్ వారి సాహిత్య, కళా, సేవా రంగాల జాతీయ పురస్కారం –2021.
- ❖ "ప్రియమైన రచయితలు" సమూహం ద్వారా సింహాచలంలో విశిష్ట సాహితీ పురస్కారం – 2022.
- ❖ శ్రీ దత్త సాంస్కృతిక సంస్థ 12వ శ్రీ మల్యాల వియ్యరాజు, శ్రీమతి దత్తమ్మ గారి సాహిత్య పురస్కార◌ం– 2022.
- ❖ కథా రవళి – శ్రీ దండెంరాజు ఫౌండేషన్, బెంగుళూరు వారి ప్రత్యేక పురస్కారం మరియు "కథా రత్న" బిరుదు. – 2022.
- ❖ తెలుగు కళా సమితి, నవీ ముంబయి వారి "టికేఎస్–ఎక్సెలెన్స్ అవార్డ్–2023," తేది 14–01–2023 న సినీ హాస్య నటుడు శ్రీ ఆలి గారి ద్వారా ప్రదానం
- ❖ కొన్ని కథలకు / కవితలకు వివిధ పత్రికలు, సంస్థలు నిర్వహించిన పోటీల్లో బహుమతులు లభించాయి.

సాహిత్య / సామాజిక రంగంలో :

వ్యవస్థాపక అధ్యక్షులు : ముంబయి తెలుగు సాహిత్య వేదిక, : ముంబయి భారతి, ముంబయి.

ప్రధాన కార్యదర్శి : హ్యాపీ హెల్తీ లాఫ్టర్ క్లబ్, మాలాడ్ పశ్చిమ, ముంబయి.

జీవిత సభ్యులు : 1. ఇండియన్ ఇన్స్టిట్యూట్ ఆఫ్ బ్యాంకింగ్ & ఫైనాన్స్

2. బొంబాయి ఆంధ్ర మహాసభ & జింఖానా,

3. తెలుగు సాహిత్య సమితి, ముంబయి.

4. ఇంటర్నేషనల్ సొసైటీ ఫర్ క్రిష్ణా కాంష్యస్ నెస్ (ఇస్కాన్)

5. జీవన్ సౌరభ్, మాలాడ్, ముంబయి.

6. మార్ఘూ మహారాష్ట్ర తెలుగు మంచ్, ముంబయి

7. భారతీయ వరిష్ట నాగరిక్ సంఘ్, ముంబయి

అసోసియేట్ సభ్యత్వం :

i). తెలుగు సినీ రైటర్స్ అసోసియేషన్, హైద్రాబాద్.

ii).స్క్రీన్ రైటర్స్ అసోసియేషన్, ముంబయి.

- ❖ "అంబల్ల జనార్దన్ కథలు – సవిమర్శక పరిశీలన" అనే అంశం పై పరిశోధన చేసిన శ్రీ జి. ఆంజనేయులు గారికి, యూనివర్సిటీ ఆఫ్ హైద్రాబాద్ (సెంట్రల్ ఊనివర్సిటీ) చే యం. ఫిల్. పట్టా ప్రదానం. – 2010

- రెండు దశాబ్దాలకు పైగా కొన్ని కథలు, మహారాష్ట్ర ప్రభుత్వంచే ప్రచురింపబడే తెలుగు మరియు మరాఠీ 8వ, 9 వ 10 వ 11 వ మరియు 12వ తరగతి పుస్తకాలలో పాఠ్యాంశాలు.
- ఓ కథ "శ్రీకారం" యూనివర్సిటీ ఆఫ్ హైద్రాబాద్ వారు ఎం.ఏ. విద్యార్థుల పాఠ్యాంశం.
- కాకతీయ విశ్వవిద్యాలయం, తెలంగాణ విశ్వవిద్యాలయం తో సహా కొన్ని సాహితీ సదస్సుల్లో పత్రాల సమర్పణ.
- ముంబయి తెలుగు సాహిత్య వేదిక వ్యవస్థాపక అధ్యక్షుడిగా ముంబయి / మహారాష్ట్ర లోని యువకులను ప్రోత్సహించి వారికి తెలుగులో రచనలు చేయడంలోని మెళకువలు నేర్పించడం. వారి పుస్తకాలకు ముందు మాట రాయడం. ముంబయి తెలుగు సాహిత్య వేదిక ద్వారా ముప్పైకి పైగా కవులతో మూడు కవితా సంకలనాలు వెలువరించడం.
- పద్మశాలి మిత్ర మండలి, ముంబయి భారతి సంయుక్త ఆధ్వర్యంలో ముంబయిలో సాహితీ సమావేశాల నిర్వహణ.

చిరునామా :

Amballa Janardan,

P/1502, Gurukrupa Marina Enclave,

Marina Enclave Road, Jankalyan Nagar,

Malad West, Mumbai – 400 095.

Telephone: 022 35943452,

Mobile : 8850349858

E-Mail : sujamba8@gmail.com

KASTURI VIJAYAM

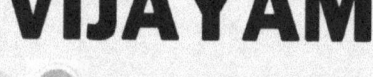

📞 00-91 95150 54998

KASTURIVIJAYAM@GMAIL.COM

SUPPORTS

- PUBLISH YOUR BOOK AS YOUR OWN PUBLISHER.

- PAPERBACK & E-BOOK SELF-PUBLISHING

- SUPPORT PRINT ON-DEMAND.

- YOUR PRINTED BOOKS AVAILABLE AROUND THE WORLD.

- EASY TO MANAGE YOUR BOOK'S LOGISTICS AND TRACK YOUR REPORTING.